राजहंस प्रकाशन

अधर्म
युद्ध

गिरीश कुबेर

अधर्मयुद्ध : गिरीश कुबेर
Adharmayuddha : Girish Kuber

ONYX २८१, कोर्टयार्ड, पोखरण रोड नं. २, ठाणे (प) ४००६१०
girish.kuber@expressindia.com ● girishkuber@gmail.com

संपादक : आनंद हर्डीकर

ग्रंथरूप : विकास गायतोंडे

प्रकाशक : दिलीप माजगावकर
राजहंस प्रकाशन प्रा. लि. १०२५, सदाशिव पेठ, पुणे - ४११ ०३०
फोन : (०२०) २४४७३४५९

E-mail : rajhansprakashan1@gmail.com
Website : www.rajhansprakashan.com

मुद्रक : श्रीकृष्ण आर्ट्स
५००/१ जोशी संकुल, शॉप नंबर ३, शनिवार पेठ, पुणे - ४११ ०३०

निर्मितीसाहाय्य : सुश्रुत कुलकर्णी

अक्षरजुळणी : इंकब्लूम मीडिया, ७९७२८२९१६५

मुद्रितशोधन : दिपाली कुलकर्णी

आवृत्ती पहिली : मार्च २००९

आवृत्ती बारावी : ऑक्टोबर २०२५

राजहंस क्र. C-03-2009 (404)

ISBN: 978-81-7434-686-5

किंमत : ₹ ४२०/-

धर्माचा ध्वज
जेव्हा अडाण्यांच्या
हाती जातो,
तेव्हा त्या ध्वजावरून
रक्ताचे थेंब
गळायला लागतात.
ते रक्त असते त्या धर्माचेच!

(कुसुमाग्रज)

...

अशा असंख्य अनामिकांच्या रक्तस्मृतीस अर्पण हे अधर्मयुद्ध.

प्रस्तावना

२००८च्या ऑक्टोबर महिन्यात अमेरिकेचे तत्कालीन अध्यक्ष जॉर्ज बुश यांनी भारत-अमेरिका अणुकराराला मान्यता दिली. त्यानंतर मला वाटतं, एक-दोन दिवसांतच ज्येष्ठ लेखक, पत्रकार मित्र अंबरीश मिश्र, अमेरिकेत एका बहुराष्ट्रीय कंपनीत उच्च पदावर असणारा जितू पाध्ये, अन्य काही समव्यावसायिक यांच्याशी गप्पा मारताना मी म्हणालो, ''आता लवकरच आपल्याविरोधात एखादा दहशतवादी हल्ला होईल.'' नोव्हेंबरला

पुढच्याच महिन्यात २६ नोव्हेंबरला मुंबईत छत्रपती शिवाजी रेल्वे स्थानक, 'नरिमन हाऊस' आणि 'ताज' व 'ओबेरॉय' या पंचतारांकित हॉटेलांतलं थरारनाट्य घडलं. वार्तांकनाच्या निमित्तानं ते अगदी जवळून पाहायला मिळालं.

तेलाच्या राजकारणाचा एक लहानसा अभ्यासक या भूमिकेतून गेली काही वर्षं एकंदरच ऊर्जेच्या आंतरराष्ट्रीय बाजारपेठेवर मी लक्ष ठेवून होतो; त्यातून जे काही समज निर्माण झाले होते, ते मुंबईतल्या या दहशतवादी हल्ल्यानं अधिक पक्के झाले.

गेल्या शतकातल्या साम्राज्यवादाची जागा आता ज्यानं घेतली आहे तो ऊर्जावाद, त्याला तोंड देण्याच्या निमित्तानं वाढलेला धर्मवाद आणि या दोघांच्या संकराची परिणती म्हणून जन्मलेला दहशतवाद ही त्रिसूत्री आहे. एकाचा विचार दुसऱ्याला सोडून करता येणार नाही. आपल्याकडे तसाच तो केला जातोय. त्यामुळे असं काही घडलं, की प्रतिक्रियाही नेहमीच्या धाटणीच्याच येतात. 'त्यांना' ठोकूनच काढायला हवं, पाकिस्तानवर हल्ला करून 'त्यांचा' एकदाच काय तो

सोक्षमोक्ष लावून टाका... वगैरे वगैरे. मला या प्रतिक्रिया आपल्याकडे सामाजिक समजांच्या सुलभीकरणाची जी घातक प्रक्रिया सुरू आहे, तिच्या द्योतक वाटतात. याच मार्गांनी हा प्रश्न सुटणार असता, तर आज इस्रायलमध्ये शांतता नांदली असती आणि जगातली एकमेव महासत्ता आणि आपल्याला कल्पनाही येणार नाही, इतकी प्रचंड लष्करी व आर्थिक ताकद असलेल्या अमेरिकेची झोप हराम झाली नसती.

हे व्हायच्या आधी काही महिने एक बडं अमेरिकी शिष्टमंडळ भारतात आलं होतं. अणुऊर्जेच्या क्षेत्रातल्या 'जीई', 'न्यूकेम' अशा अनेक महाप्रचंड कंपन्यांचे प्रतिनिधी त्यात होते. त्यांच्या बरोबरीनं उद्योगसल्लागार असणाऱ्या – सोप्या शब्दांत सांगायचं, तर लॉबिंग करणाऱ्या – तितक्याच बड्या कंपन्यांचे अधिकारीही होते. (यातले काही अमेरिकेतल्या राजकारण्यांचे, त्या देशाच्या भारतातल्या राजदूतांचे भाऊ वगैरे होते, यावरून काय ते समजून घेता येईल.) या दोन्ही गटांतल्यांशी वार्तांकनाच्या निमित्तानं माझ्या भेटी झाल्या. ही मंडळी भारतातल्या अणुऊर्जा क्षेत्रातली संधी साधायला आली होती. त्या वेळी या प्रश्नावर आपल्याकडे रण माजलं होतं. डावे पक्ष मनमोहन सिंग सरकारचा पाठिंबा काढण्याची धमकी देत होते. तसं झालं, तर सिंग सरकार पडणार, हे दिसत होतं. या अमेरिकन कंपनीवाल्यांशी बोलताना मी त्यांना म्हटलं, "तुमची ही भारतभेट वाया जाणार, अणुकरार काही संसदेत मंजूर होणार नाही. डावे पाठिंबा काढतील आणि मनमोहन सिंग सरकार पडेल. तेव्हा कसला करार आणि काय!" त्यावर या अमेरिकी उद्योगपतींनी काय सांगावं? ते ठामपणे म्हणाले, "यातलं काहीही होणार नाही. अणुकरार होणार. डाव्यांनी पाठिंबा काढला, तरीही... सरकार वगैरे काही पडणार नाही."

पुढे खरोखरच तसं घडल्यावर मला बसलेला धक्का डोळे उघडवणारा होता. त्यानंतर पुन्हा एकदा जाणवली, या ऊर्जेच्या बाजारपेठेची ताकद. ऊर्जावाद, धर्मवाद आणि त्यांचं बोट धरून आलेला दहशतवाद या त्रिसूत्रीनं त्या वेळी मनात घर केलं. अमेरिकेशी अणुकरार केल्यानंतर भारताला दहशतवादी हल्ल्याला तोंड द्यावं लागेल, असं मला वाटलं, ते या त्रिसूत्रीच्या आधारानंच. मुंबईत २६/११ला जे काही घडलं, त्यामुळे माझ्या मनातली ही त्रिकथा अधिकच गहिरी झाली.

ती पुस्तकाच्या रूपात आली, याचं सारं श्रेय दिलीप माजगावकर आणि नंतर अंबरीश मिश्र यांना. मुंबईवरच्या हल्ल्यानंतर माजगावकरांशी बोलताना अंबरीश हे सगळं म्हणून गेला आणि या पुस्तकाचा जन्म झाला. या आधीची माझी 'हा तेल नावाचा इतिहास आहे' आणि 'एका तेलियाने' ही दोन्ही पुस्तकं 'राजहंस'चीच. त्यांत ऊर्जावाद आणि काही प्रमाणात धर्मवाद यांचा वेध घेता आला होता. तेव्हा

हा त्रिकोण 'राजहंस'च्या हातानंच पूर्ण व्हावा, हे नैसर्गिकच.

तो तसा पूर्ण करायचा ठरल्यावर समस्त 'राजहंस' परिवार झपाट्यानं कामाला लागला. स्वत: दिलीपरावांनी हातातली कामं बाजूला ठेवून या पुस्तकाच्या प्राथमिक वाचनासाठी वेळ दिला. संपादक आनंद हर्डीकर यांनी त्याची पुढची जबाबदारी घेतली. या विषयाचा त्यांचा व्यासंगही दांडगा आहे. पुस्तकाच्या मांडणीत तो मदतीला आला. इतक्या कमी वेळात इतक्या गुंतागुंतीच्या विषयावर लिहिताना हर्डीकर यांच्यासारखा संपादक असल्याचा एक आधार असतो. अमेरिकेतून जितू पाध्ये यानं मला हवी ती पुस्तकं लगेचच पाठवली.

मामला अडला होता तो शीर्षकासाठी. पुस्तकासाठी चपखल शीर्षकच सुचत नव्हतं. हा प्रश्न सोडवला 'महाराष्ट्र टाइम्स'मधल्या भारलेल्या दिवसांतला जुना मित्र प्रवीण टोकेकर यानं. त्याही वेळी त्यानं अनेकांच्या अडलेल्या लेखांची शीर्षकं देऊन सुटका केलेली आहे. आता आम्ही दोघंही 'महाराष्ट्र टाइम्स'मध्ये नसलो, तरी त्याचं मदतकार्य सुरूच आहे.

पुस्तकावरचं प्रेम चित्ररूपात कसं व्यक्त करायचं हे विकास गायतोंडे यांच्याशिवाय अधिक चांगलं कुणाला ठाऊक असणार? त्यांनी दिलेलं ग्रंथरूप तसेच त्यांचं कल्पक मुखपृष्ठ या पुस्तकाला लाभलं आहे. 'इंकब्लूम मीडिया'नं नव्या आवृत्तीसाठी अक्षरजुळणी केलेली आहे.

या पुस्तकाचं शिवधनुष्य उचलायला आणखी मोठी मदत झाली, ती मुलगी मृण्मयी आणि पत्नी शमी हिची. या दोघींनी पुस्तक पूर्ण होईपर्यंत मला घरकामातून, नैमित्तिक जबाबदाऱ्या, समारंभ यातून पूर्णपणे रजा दिली. त्यातही शमीनं तिची नोकरी आणि घर सांभाळून या पुस्तकाच्या लिखाणात मोलाचा वाटा उचलला. पुस्तकाचा कच्चा खर्डा वाचणं, लिखाणातलं शैलीसातत्य राखलं जातंय की नाही, हे पाहणं, छायाचित्रं निवडणं ही एरवी कंटाळवाणी वाटणारी कामं तिनं आनंदानं केली. तिच्या सक्रिय मदतीमुळे प्रत्यक्ष लेखनकामाचा भार बराच हलका झाला.

या त्रिकोणातला चौथा महत्त्वाचा कोन अर्थातच तुमचा... वाचकांचा! तुम्हांला जर हे 'अधर्मयुद्ध' भावलं, त्यानं तुम्ही अस्वस्थ झालात, तर त्याचं श्रेय हे वर उल्लेखलेल्या सर्वांचं. त्यात कमी पडलो असेन, तर ते न्यून मात्र माझंच.

गिरीश कुबेर

अनुक्रम

आम्हांस आम्ही पुन्हा पाहावे...

एरवी या भेटीची फारशी काही महत्त्वाची बातमी झाली नसती.

अमेरिकेचा कोणताही अध्यक्ष आपलं पद सोडताना उपचार म्हणून ठिकठिकाणी भेटी देत असतो, तशीच ती जॉर्ज बुश यांची भेट होती. नवे अध्यक्ष बराक हुसेन ओबामा यांच्या राज्यारोहणास जेमतेम महिन्याचा अवधी असतानाची.

१५ डिसेंबर २००८. स्थळ होतं बगदाद. अमेरिकेच्या गिळंकृतवादी भूमिकेला पाचच वर्षांपूर्वी बळी पडलेली इराकची राजधानी.

अमेरिकेचीच कठपुतळी असलेले इराकी पंतप्रधान नूरी अल् मलिकी यांच्या उपस्थितीत जॉर्ज बुश महाशय आपल्या निरोपाच्या पत्रकार परिषदेत अमेरिकेच्या पश्चिम आशियातील 'देदीप्यमान, न्याय्य' कामगिरीचा पाढा वाचून वार्ताहरांकडून प्रश्नांच्या प्रतीक्षेत होते. प्रश्न आला. पण भलत्याच रूपात. 'अल् बगदादिया' या वृत्तवाहिनीचे पत्रकार मुंतदार अल् झैदी यांनी आपला प्रश्न अध्यक्ष बुश यांच्यावर शब्दश: भिरकावला – पायताणांच्या रूपात. एकदा नाही, दोनदा.

जगातल्या एकमेव महासत्तेच्या महाप्रमुखाला आपल्या दिशेनं भिरभिरत येणारा जोडा चुकवण्यासाठी... एकदा नाही, दोनदा... सगळ्यांच्या देखत मान खाली घालावी लागली. नामुष्की टाळण्याच्या त्या केविलवाण्या क्षणभरात या सर्वशक्तिमान सत्ताधीशाला जाणीव झाली असेल का? आपलं जरा चुकलंच... या पायताणाच्या रूपानं आपल्या देशाचं काळं कर्तृत्वच आपल्या अंगावर येतंय, हे त्यांना समजलं असेल का? अमेरिकेचं या प्रदेशातलं गेल्या जवळपास सहा दशकांतलं पिळवणुकीचं राजकारण, तेलपिपासा, तिच्यापोटी केलेले अनेक अक्षम्य

अपराध आणि त्यांची परिणती म्हणून घडलेलं 'वर्ल्ड ट्रेड सेंटर'कांड, पाठोपाठचा अफगाणिस्तानवरचा हल्ला, तद्दन खोटी कारणं दाखवत केलेली इराकमधली घुसखोरी... यांतलं काहीतरी त्यांच्या डोळ्यांपुढून गेलं असेल का? 'आम्हांस आम्ही पुन्हा पाहावे, काढूनी चष्मा डोळ्यांवरचा...' असं एकदातरी त्यांना वाटलं असेल का?

वर्तमानाच्या खुणा दाखवण्याची ताकद इतिहासात असेल, तर या प्रश्नांचं उत्तर नकारार्थी असेल. आपण जे इतरांवर फेकतो, तेच नंतर आपल्या अंगावर येतं, हे अमेरिकेला अजून पूर्णपणे कळायचंय.

◈

ओसामाचे आजोबा

सैय्यद जमालुद्दिन मुहम्मद सफदर अल् अफगाणी हे भलं मोठं नाव धारण करणारी व्यक्ती सर्वपरिचित असण्याचं तसं काहीच कारण नाही. गृहस्थ अगदीच ऐतिहासिक. म्हणजे १५० वर्षांपूर्वीचा. परत त्याच्या जन्माविषयी, नावाविषयीही घोळ. कोणाच्या मते तो तुर्की कुटुंबात जन्मला, तर कोणी त्याला सुन्नी ठरवून टाकलं.

आणि हे नावही काही त्याचं खरं नाव नाही. मूळचं नाव फक्त सैय्यद जमालुद्दिन एवढंच. याला पुढे अल् अफगाणीचं शेपूट त्यानं लावलं, ते आपण अफगाणिस्तानात परके वाटू नये, यासाठी. खरं म्हणजे या शेपटाशिवायही तो परका वाटला नसता, असंच त्याचं व्यक्तिमत्त्व होतं. उन्हातान्हात वणवण केल्यानं वर्ण रापलेल्या शिसवी रंगाचा. त्यात दाढी. अंगात त्या परिसरातला तो पांढरा डगला. त्यामुळे गृहस्थ खास मातीतलाच वाटायचा. पश्चिम आशियाच्या कोणत्याही देशात तो गेला, तरीही.

जमालुद्दिनचा जन्म इराणातला. त्या वेळचा पर्शिया. १८३८ सालचा. दिसणं हे असं. इराणमधल्या जन्मामुळे तो शिया तर होताच; पण नावात अफगाणी लावल्यानं अफगाणिस्तानातही तो स्थानिक म्हणून खपून जायचा.

या माणसानं काय काय केलंय, ते पाहिलं, की आजही छाती दडपून जाते. कट्टर धर्मप्रसारक. पण खाजगीत चक्क नास्तिक. इस्लामचं राजकीय तत्त्वज्ञान त्यानं मांडलं. पण वैयक्तिक आयुष्यात त्या धर्माची कधी फारशी फिकीर केली नाही. 'धर्माचा शिरच्छेद करायचा असेल, तर तो धर्माच्या तलवारीनंच

सैय्यद जमालुद्दिन मुहम्मद सफदर अल् अफगाणी : इस्लामच्या पुनरुत्थानासाठी झटणारा पहिला आधुनिक पुरुष

करायला हवा', हे त्याचं अगदी खास आवडतं वचन. मोठा गुंतागुंतीचा माणूस. 'एक धर्म दुसऱ्यापासून वेगळा काढणं अतिशय अवघड आहे', असं जाहीर विधान करत असतानाच तो 'दोन धर्मांना एकत्र आणायचा कधीही प्रयत्न करू नये, त्यात यश येणार नाही', असंही म्हणायचा. दोन धर्मांत आणि त्यांच्या अनुयायांत एकवाक्यता निर्माण करणं केवळ अशक्य आहे, असं त्याचं मत होतं. धर्म आपल्या विचारानं त्याच्या अनुयायाला बौद्धिकदृष्ट्या बंदिवान करतो, तर तत्त्वज्ञान त्याला मुक्ती देतं, असं त्याला वाटायचं.

पण त्या काळात – अर्थात आजही – नास्तिकाला मुसलमानी समाजात राहणं अवघड असल्यामुळे जमालुद्दिन आपलं नास्तिकत्व कधी मिरवायचा नाही. शिवाय सर्वसामान्य माणसानं धर्म पाळलेलाच बरा, असं त्याला वाटायचं. त्याचं धर्माचं आकर्षण विचित्रच म्हणायला हवं. तो गूढवादी सूफी संप्रदायालाही जवळचा होता. परत धर्माकडे 'फ्रीमेसन' पद्धतीनं पाहणाऱ्या पंथाचा तो सक्रिय कार्यकर्ता होता.

'फ्रीमेसन' हा एक पंथ किंवा चळवळ आहे. नैतिक मूल्यांचा, धर्मसंकल्पनेचा विशिष्ट पद्धतीनं विचार करून त्यानुसार आचरण करण्याचा त्या पंथाच्या अनुयायांचा प्रयत्न असतो. १६व्या शतकाच्या शेवटी किंवा १७व्या शतकाच्या सुरुवातीला स्कॉटलंडमध्ये या पंथाचा उदय झाला असावा, असा अंदाज आहे. आजमितीला जगभरात जवळपास ५० लाख जण याचे सभासद आहेत. फ्रीमेसन पंथीयांची रचना त्या त्या देशाच्या पातळीवर असते. स्थानिक पातळीवर 'ग्रँड लॉजेस' किंवा 'ओरिएंट्स' नावानं त्यांच्या घटक संघटना ओळखल्या जातात.

'फ्रीमेसन' या संघटनेचं बोधचिन्ह : कर्कटक व गुण्याची सांगड

अशा 'ग्रँड लॉजेस'कडे त्या त्या परिसरातल्या अन्य घटक संस्था नोंदल्या जातात. या संघटनेच्या सदस्यांना 'मेसन्स' म्हटलं जातं. या मंडळींनी ठरलेल्या दिवशी ठरलेल्या ठिकाणी भेटावंच लागतं. भेटीत चर्चिलेल्या मुद्द्यांची तपशीलवार नोंद ठेवावी लागते त्यांना. लहान मुलांच्या कंपासात असतं ते कर्कटक आणि गुण्यासारखी दिसणारी काटकोनातली लाकडी पट्टी ही यांच्या संघटनेची खूण. भारतातही मोठ्या प्रमाणावर फ्रीमेसनरी आहेत. तुर्कस्तानचे केमाल पाशा, इंग्लंडचे विन्स्टन चर्चिल, जेम्स बाँडचा जनक सर आर्थर कानन डॉयल, संशोधक सर अलेक्झांडर फ्लेमिंग, उद्योगपती हेन्री फोर्ड, अमेरिकेचे माजी अध्यक्ष थिओडोर रूझवेल्ट आणि नंतरचे फ्रँकलिन रूझवेल्ट, जेराल्ड फोर्ड हे काही विख्यात मेसन्स.

इजिप्तच्या पिरॅमिड्सच्या भोवती जे गूढ वलय आहे, त्याच्याभोवती – ग्रँड आर्किटेक्टभोवती – एक धार्मिक पंथ उदयाला आला होता, 'जनरल स्कॉच लॉज'. जमालुद्दिन त्याचाही सभासद होता. अनेक ब्रिटिश आणि फ्रेंच अधिकारी त्या काळी या 'फ्रीमेसन' पंथाकडे आकृष्ट झाले होते. जमालुद्दिन त्यांच्यात सहज मिसळून जायचा.

वाळवंटात त्याचं नाव व्हायला सुरुवात झाली, ती साधारण १८६९च्या सुमारास. म्हणजे वयाची तिशी ओलांडल्यावर. त्याआधी तो काय करत होता, याचा नेमका तपशील उपलब्ध नाही. पण राजनैतिक निष्ठा धर्मप्रचारासाठी महासत्तांना विकायचा जणू वसाच घेतल्यासारखं त्याचं वागणं होतं. त्याच्या आयुष्याचा

मोहंमद अब्दुह :
इजिप्तमधील इस्लामी चळवळीचा
पाया घालणारा कडवा, जिद्दी प्रचारक

बराचसा भाग इंग्लंडसाठी हेरगिरी करण्यात गेला. पण म्हणून अन्य देशांसाठी – विशेषत: रशियासाठीही – हे काम करायची त्याची तयारी होती. १८६९ नंतर सलग जवळपास २५ वर्षं राजनैतिक वर्तुळात ज्याच्या त्याच्या तोंडी त्याचं नाव असायचं. त्याआधी म्हणजे आपल्याकडे पहिल्या स्वातंत्र्यलढ्याची ठिणगी पडत असताना १८५७च्या सुमारास भारतातही येऊन गेला होता तो. म्हणजे वयाच्या विशीतच असेल तो त्या वेळी. पण तरी इथे भारतात त्यानं मुसलमान समुदायातल्या काही घटकांचा अभ्यास करून त्यावर एक पुस्तकही (Muallim-i-shafiq) लिहिलं. पुढच्या आयुष्यात काही काळ इंग्रजांशी फाटल्यावर त्यांना धडा शिकवायचा म्हणून भारतात रशियाच्या मदतीनं इंग्रजांविरोधात उठाव करता येईल का, याचीही चाचपणी त्यानं करून बघितली. ही कल्पना त्यानं रशियन राज्यकर्त्यांच्या कानात सोडून बघितली. पण त्यांचा काही यावर विश्वास बसला नाही. म्हणून ती तशीच राहिली. पण समजा, ती सत्यात उतरली असती, तर आपल्यासुद्धा इतिहासाला वेगळा रंग आला असता. खरं म्हणजे भारतात तो आला होता इंग्रजांचा पाहुणा म्हणून. त्यांनी त्याला सरकारी खर्चानं भारतात येण्याचं निमंत्रण दिलं होतं. पण याचे पांग त्यानं इंग्रजांची राजवट कशी उलथून टाकता येईल, याची चाचपणी करून फेडले.

भारतातून इंग्रजांच्याच खर्चानं त्याची पाठवणी इजिप्तला – कैरोत – झाली. तिकडे त्याचा मुक्काम होता 'अल् अझर' या विख्यात मशिदीत. वास्तविक त्याची नास्तिकता लक्षात घेता मशिदीचे दरवाजे त्याच्यासाठी उघडायला नको होते. पण

जमालुद्दिनचं व्यक्तिमत्त्वच असं होतं, की तो कुठेही खपून जायचा. तसाच तो मशिदीत राहू लागला. तिथे त्यानं आपल्याभोवती चांगलंच कोंडाळं जमवलं. रोज संध्याकाळी त्याच्या गप्पांच्या फडात सामील होण्यासाठी बरीच मंडळी यायची. त्यात याची तार जुळली ती मोहंमद अब्दुह याच्याशी. हा जमालुद्दिनपेक्षा जवळपास दहा वर्षांनी लहान. जन्म इजिप्तमधलाच. इस्लामी पंडिताच्या घरातला. त्यामुळे दहाव्या वर्षीच मोहंमदला कुराण अख्खंच्या अख्खं मुखोद्गत होतं. कोणी 'म्हणून दाखव' म्हटलं, की मोठ्या झोकात एखाद्या मौलवीच्या थाटात माना हलवत तो कुराणातल्या आयता म्हणून दाखवायचा. १८७०च्या आसपास जेव्हा त्याची जमालुद्दिनशी ओळख झाली, तेव्हा मोहंमद २१ वर्षांचा होता. मोठी गमतीशीर जोडगोळी होती ती. एक विचारानं नास्तिक, पण आचारानं आस्तिक वाटेल असा आणि दुसरा विचार व आचार दोघांतही धार्मिक. त्यामुळेच असेल, पण त्याची जमालुद्दिनशी चांगलीच तार जुळली. लोहचुंबकाचे दोन परस्परविरोधी ध्रुव एकमेकांकडे आकर्षिले जातात, तसंच हे.

या जोडगोळीच्या हातून इतिहासच नाही, तर भविष्याला आकार दिला जाणार होता.

पुढची जवळपास आठ वर्षं – १८७१ ते १८७९ – या दोघांनी खांद्याला खांदा लावून काम केलं. त्यांना मोठ्या प्रमाणावर अनुयायी मिळाले. जमालुद्दिनच्या विचारसरणीचा आणि ती मांडण्याचा झपाटा इतका होता, की सीरियातला एक मोठा ख्रिस्ती गटही या दोघांना येऊन मिळाला. या जोडगोळीचा लौकिक इतका सर्वदूर पसरला, की सरकारनंही त्यांना मान्यता दिली. मोहंमदला तर इजिप्त सरकारनं 'दार-उल्-सलाम' या नव्यानंच स्थापन झालेल्या इस्लामी विद्यालयात इतिहासाचा अध्यापक म्हणून नेमलं आणि जमालुद्दिनकडे भाषाविषयक काम सोपवलं. पण याशिवायही दोघांचं काम सुरूच होतं. त्यांनी एक गुप्त संघटनाही स्थापन केली – 'यंग इजिप्त सोसायटी'.

या काळात तिथल्या रियाध पाशा यांच्या सरकारविरोधात असंतोष खदखदत होता. अहमद अरबी हा लष्करी अधिकारी सरकारविरोधातल्या नाराजीला दिशा देत होता. ब्रिटिशांच्या विरोधात लष्करातल्या राष्ट्रवादी शक्तींना बरोबर घेऊन लढा उभारण्याचा चंगच त्यानं बांधला होता. पण त्याची ताकद अखेर कमी पडली. ब्रिटिशांनी त्याचं बंड चिरडून काढलं आणि काळ्या पाण्याच्या शिक्षेवर त्याची रवानगी सिलोनला – आताची श्रीलंका – करून टाकली. ब्रिटिशांच्या विरोधातल्या या बंडाला जमालुद्दिन आणि मोहंमद या दोघांचाही पाठिंबा होता. त्यांचे मतभेद होते, ते कोणत्या मार्गानं विरोध केला जावा, याबाबत. या दोघांचाही जनमतावर विश्वास होता. ते निर्णायकरीत्या

घडवता, वळवता येऊ शकतं, अशी त्यांची खात्री होती. त्यासाठी प्रत्यक्ष संघर्ष करायलाच हवा, असं नाही, असा त्यांचा विश्वास होता. अहमद अरबीचा मात्र शब्दांपेक्षा शस्त्रांवर जास्त विश्वास होता. पण अखेर तो कमी पडला. त्याला ब्रिटिशांनी नेस्तनाबूद केलं. हे पाहिल्यावर आपला मार्गच बरोबर आहे, अशी या दोघांची खात्री पटली. त्यांनी आपलं काम सुरूच ठेवलं.

ते काम होतं एका विचारावर आधारित इस्लामी समाज तयार करण्याचं. मध्यमवर्गी, मध्यममार्गी बुद्धिजीवींना संघटित करायचं, त्यांना आपल्या प्रभावाखाली आणायचं आणि आपल्या विचारधारेचा प्रसार करत राहायचं, असा सरळ, साधा बेत होता त्यांचा. अर्थात, सरकारला तो खुपलाच. सरकारनं त्यांच्या 'यंग इजिप्त सोसायटी'ला तरुण गुंडांची संघटना ठरवून टाकलं आणि या दोघांवर कारवाई केली. गंमत म्हणजे सरकारचा आक्षेप होता, तो हे दोघं फारच नास्तिकता पसरवतायत म्हणून. शेवटी जमालुद्दिनची इजिप्तमधून हकालपट्टी करण्यात आली. मोहंमदवरही कारवाई झाली, पण थोडीशीच. तो मूळचा इजिप्तचा असल्याचा फायदा त्याला मिळाला. त्याला देश नाही, तर फक्त कैरो शहरच सोडावं लागलं. सरकारनं त्याची रवानगी त्याच्या मूळ गावी केली. पण जमालुद्दिनला मात्र देशत्याग करावाच लागला. देश सोडताना तो एवढंच म्हणाला, "मी मोहंमदला मागे ठेवून जातोय. इजिप्तसाठी तो एकटा पुरेसा आहे."

कैरोतून हकालपट्टी झाल्यावर जमालुद्दिन पहिल्यांदा गेला अरेबियात. तेव्हा सौदी अरेबिया जन्माला यायचा होता. तिथे फार काही हाताला लागत नाही, असं दिसल्यावर तो भारतात आला. इथे त्यानं ब्रिटिश सरकारला एक कल्पना विकायचा प्रयत्न केला. आपण हवं असल्यास ब्रिटनसाठी इजिप्तमध्ये हेरगिरी करायला तयार आहोत, असा प्रस्ताव त्यानं सरकारपुढे ठेवला. ब्रिटिशांकडून फारसा काही उत्साहवर्धक प्रतिसाद मिळत नाहीय, असं दिसल्यावर त्यानं आपली दिशा बदलली. हेरगिरीच, पण ती रशियासाठी करता येते का, याचीही चाचपणी त्यानं करून पाहिली. पण त्याच्या या कामातही कोणाला रस नव्हता. शेवटी त्यानं आपलं चंबूगबाळं उचललं आणि थेट पॅरिस गाठलं. तिथे त्याला त्याचा जुना साथीदार येऊन मिळणार होता. मोहंमद. इजिप्तमधल्या वातावरणाला कंटाळून तोही पॅरिसमध्ये आला.

तिथे या दोघांनी पुन्हा आपलं माणसांचं जाळं विणण्याचं कसब पणाला लावलं. एकेक माणूस – अर्थातच प्राधान्यानं मुसलमान – जोडत गेले हे दोघं. आपल्याला हवा तितका नसेल, पण बऱ्यापैकी पाठिंबा मिळतोय, हे लक्षात आल्यावर दोघांनी एक साप्ताहिक सुरू केलं. 'द इनसोल्यूबल बॉंड'. न विरघळणारा बंध...

ही घटना १८८४ सालची. यासाठी भांडवलउभारणी या दोघांनी कशी केली, हेही एक गूढ आहे. एका दाव्यानुसार फ्रेंच सरकारनंच त्यांना मदत केली या नियतकालिकासाठी. ब्रिटिश आणि रशियन सरकारांकडून नकार पदरात पडल्यावर जमालुद्दिन यानं फ्रेंच सरकारचा दरवाजा ठोठावला होता. तिथे त्याला यश आलं असावं. कारण हे साप्ताहिक सुरू झालं. त्याचा उद्देश साधा होता. भारत, इजिप्त, सीरिया, आफ्रिका आदी ठिकाणच्या मुसलमान बांधवांना जागं करणं. आपल्या धर्मबांधवांना आसपासच्या परिस्थितीचं कसलंही भान नाही आणि त्यामुळे त्यांना त्यातली संकटंही जाणवत नाहीत, असा या दोघांचा ठाम समज होता. त्यामुळे या निद्रावस्थेतून सर्व मुसलमानांना जागं करणं, हे आपलं निसर्गदत्त कर्तव्य आहे, याविषयी त्यांच्या मनात जराही संदेह नव्हता. आपल्या धर्मबांधवांना धोका कशापासून आहे, याबाबतही त्यांच्या मनात संभ्रम नव्हता.

हा धोका होता चंगळवादी पाश्चात्त्यांकडून. या धोक्याला सामोरं जाण्यासाठी समस्त मुसलमान जगाची एकच यंत्रणा 'इत्तेहाद-ई-इस्लाम' असावी, असा या दोघांचा प्रयत्न होता. अशी एखादी खिलाफत स्थापन व्हावी, यासाठी मिळेल त्या मार्गानं प्रयत्न सुरू होते त्यांचे. अगदी थेट मक्केतही एक संघटना या उभयतांनी जन्माला घातली होती. फरक इतकाच, की या दोघांचा दृष्टिकोन आणि पारंपरिक मुल्ला-मौलवींची मतं यांत मोठं अंतर होतं. हे दोघं क्रूरकर्मठ नव्हते. आपलं उद्दिष्ट प्रबोधनाच्या मार्गानं साकार होऊ शकेल, त्यासाठी धार्मिक फतव्यांची गरज नाही, असं त्यांना वाटायचं. यासाठी मिळेल त्या मार्गानं विचार-प्रचारप्रसाराचं काम ते करत होते. पाश्चात्त्यांचं निर्बुद्ध अंधानुकरण आणि त्याला तितकाच निर्बुद्ध विरोध हे दोन्ही टाळून मधला मार्ग स्वीकारायला हवा, यासाठी ते आग्रही होते. आपला धर्म आधुनिक व्हावा, त्याच्या अनुयायांनी बुद्धीच्या मार्गानं जात आपली भौतिक प्रगती साधावी, असा त्यांचा कटाक्ष होता. इस्लाम धर्माला आधुनिकीकरणाच्या विरोधातला मोठा अडथळा मानण्याची फॅशन त्या वेळी ख्रिस्ती समाजात होती. (ती अर्थात आजही आहे.) याची जमालुद्दिनला चीड यायची. जमेल त्या मार्गानं मग तो प्रतिवाद करायचा, भाषणं द्यायचा, लेख लिहायचा; पण मुद्दा सोडायचा नाही. या संदर्भात दोन पुस्तकंही त्याच्या नावावर आहेत. एक आहे अफगाणिस्तानचा इतिहास आणि दुसरं भौतिकवाद, चंगळवादावर भाष्य करणारं (Hakikat-I-Madhhab-I Naychari-Bayan-i-Hal-i-Naychariyan). त्याच्या मते पाश्चात्त्य शैलीचा चंगळवाद मानवी प्रगतीच्या आड येणारा आहे. माणसाचा जगण्यातला खरा आनंदच तो हिरावून घेतो, असं सांगत तत्त्वज्ञानाच्या आधारे तो त्याचा युक्तिवाद

आग्रहीपणे मांडायचा. हे दोघं या उद्दिष्टांविषयी ठाम होते. ते लपवण्याचा प्रयत्नही त्यांनी कधी केला नाही. त्याविषयी कसलाही संदेह त्यांच्या मनात नव्हता. संदेह होता, तो त्यांच्या मागे नक्की कोण आहे, याबाबत. या दोघांचे वारंवार होणारे परदेश दौरे, परत लेखन-प्रकाशन आदींसाठी लागणारा पैसा कोण पुरवतो, याविषयी अनेक प्रश्न होते. त्यांची उत्तरं त्या वेळी लगेच मिळाली नाहीत. इतिहासाच्या पुलाखालनं बरंच पाणी आणि रक्तही वाहून गेल्यावर मग कुठे यांतल्या काही प्रश्नांची उत्तरं सापडली!

सर्वांत महत्त्वाची बाब म्हणजे जमालुद्दिनच्या मागे ब्रिटिश सरकार होतं, हे उघड झालं. ब्रिटिशांनी हे का केलं, हे समजून घेण्यासाठी त्या वेळची त्या परिसरातली भौगोलिक आणि राजकीय परिस्थिती समजून घ्यायला हवी. हा 'ग्रेट गेम' नावानं ओळखला जाणारा, बड्यांकडून आशिया–आफ्रिकेतले देश गिळंकृत केले जाण्याचा काळ. इंग्लंडच्या साम्राज्यवादी स्वप्नांना काही मोजकेच स्पर्धक उभे ठाकत होते. एक होता अर्थातच रशिया. आपल्या अवाढव्य आकारानं युरोप आणि आशिया खंडांत पसरलेला हा देश मध्य आशियातील अनेक देशांत ब्रिटिशांना आव्हान म्हणून उभा राहू पाहात होता. ऑटोमन साम्राज्य त्या वेळी शेवटच्या घटका मोजत होतं. इराक, सीरिया, जॉर्डन, लेबनॉन, सौदी अरेबिया, संयुक्त अमिराती ते इस्रायल या नावांनी जे देश पुढे जन्माला आले, ते भूभाग या ऑटोमन साम्राज्याचा भाग होते.

या सर्वांवर अनेकांचा डोळा होता. इंग्लंड, रशिया यांच्याप्रमाणे फ्रान्स आणि जर्मनी हे देशही या परिसरावर नजर ठेवून होते. इंग्रजांनी १८८१ सालीच इजिप्त गिळंकृत केला होता, तर सम्राट कैसरच्या नेतृत्वाखाली जर्मनीनं बॉनपासून बगदादपर्यंत रेल्वेलाइन ओढत आपण काय करू शकतो, याची चुणूक दाखवली होती. सुवेझवर इंग्रजांचा ताबा होताच, भारतही पूर्ण त्यांच्या आधिपत्याखाली होता. साम्राज्यशकट असंच विनासायास हाकत राहायचं, तर या प्रदेशांवर नियंत्रण असायला हवं, हे इंग्लंडनं सर्वांत आधी ओळखलं होतं. नाही म्हटलं, तरी त्या वेळची एकमेव महासत्ता होती ती. आपले असंख्य इस्लामी लागेबांधे या राजकीय कामासाठी वापरायचं इंग्लंडनं ठरवलं. एकदा उद्दिष्ट नक्की झाल्यावर या खेळात कोणाकोणाला वापरता येईल, याचा शोध सुरू झाला. अशा वेळी जमालुद्दिन आणि मोहंमद यांच्यासारख्यांकडे दुर्लक्ष होणं अशक्यच होतं. तेव्हाही वास्तविक इंग्रज अधिकाऱ्यांना कल्पना होती, की हे दोघं धर्माला चुकीच्या मार्गानं नेतायत. पण त्याचं सोयरसुतक सांभाळत बसायला वेळ नव्हता. मार्ग नंतर सुधारता येईल, आधी तो तयार तर होऊ दे, या विचारापायी या दोघांची सेवा मुबलकपणे वापरायचा निर्णय इंग्रजांनी घेतला.

जमालुद्दिन आणि मोहंमद त्यामुळे आयुष्यभर ब्रिटिश सरकारचे हस्तक म्हणून काम करत राहिले. नंतर असे अनेक तयार होणार होते, त्यांच्या पावलांवर पाऊल टाकून. या सर्वांचा खर्च राणीचं सरकार करायचं. कारण उघड आहे. साम्राज्याच्या शाश्वतीसाठी कितीही आणि कसलीही किंमत द्यायची इंग्रजांची तयारी होती. ब्रिटनच्या साम्राज्यासाठी महत्त्वाच्या असणाऱ्या अनेक देशांत राष्ट्रवादाचे, काही ठिकाणी समाजवादाचे, निधर्मी सत्तेचे वारे वाहायला लागले होते. या खाऱ्या वाऱ्यांपासून राणीच्या सरकारला धोका होता. जमालुद्दिन आणि मोहंमदसारखे हस्तक या खाऱ्या वाऱ्याचा उपयोग ब्रिटिश साम्राज्याच्या नौकेच्या शिडात भरण्यासाठी करायचे. पण हा आपला खेळ आपल्यासाठीच घातक ठरू शकतो, याचा अंदाज अजून सायबाच्या सरकारला यायचा होता.

कारकिर्दीच्या पुढच्या टप्प्यात या दोघांच्या इंग्लंडप्रेमाची साक्ष ठळकपणे पटत गेली. या काळात त्यांच्या साप्ताहिकाचं प्रकाशन सुरूच होतं. पण पाणी वाटतंय त्याच्यापेक्षा जास्तच मुरतंय, असा संशय फ्रेंच सरकारला आला असावा. त्यांच्या चोरट्या इंग्रजप्रेमाच्या खुणाही कदाचित उघड झाल्या असतील. काय असेल ते असेल, पण फ्रेंच सरकारनं त्यांच्या साप्ताहिकाचं प्रकाशन बंद करायला लावलं. या निर्णयामागची कारणं कधीच उघड झाली नाहीत; पण ज्यांना समजायचं, त्यांना समजलं. फ्रान्स सरकारनं दणका दिल्यावर दोघंही मग लंडनला जाऊन थडकले.

तिथे गेल्यावर त्यांना सुदानमध्ये इंग्रज सरकारपुढे निर्माण होत असलेल्या समस्येवर मार्ग काढायचा होता. त्या देशात इंग्रजांच्या विरोधात असंतोष खदखदू लागला होता. तिथला आदिवासी धार्मिक आणि राजकीय कारणांसाठी इंग्रजांच्या विरोधात उठाव करण्याच्या मन:स्थितीत होता. त्याला रोखण्यासाठी काहीतरी करणं आवश्यक होतं. ही डोकेदुखी खरं पाहायला गेलं, तर होती इंग्रज सरकारची. पण ती या दोघांनी आपल्या शिरावर घेतली. सुदानमधला तडफदार आणि म्हणून लोकप्रिय शेख मोहंमद अहमद याला पटवण्याची जबाबदारी या दोघांनी घेतली. या शेखनं स्वत:ला 'महदी' म्हणजे तारणहार असा किताब लावून घेतला होता. तिथल्या आदिवासींचं धार्मिक आणि राजकीय आक्रमणांपासून संरक्षण करण्याची जबाबदारी आपलीच आहे, याविषयी त्याच्या मनात तिळमात्र संशय नव्हता. इंग्रजांना रोखल्याखेरीज इथला धार्मिक भ्रष्टाचार रोखला जाणार नाही, अशी त्याची धारणा होती आणि त्या दिशेनंच त्याची पावलं पडत होती. इंग्रज सरकारसाठी ही धोक्याची घंटा होती, पण ती राजकीय अर्थानं!

त्याचे धार्मिक परिणाम अधिक दूरगामी होते. म्हणजे सुदानच्या निमित्तानं प्रथमच

इस्लाममधले दोन प्रवाह एकमेकांच्या समोर उभे ठाकणार होते. एक सुदानच्या महदी शेख मोहंमदचा. धर्माच्या अगदी ग्रांथिक शुद्धतेला वास्तवात आणण्याचा आग्रह धरणारा आणि त्या दिशेनं प्रयत्न करणारा. दुसरा जमालुद्दिन आणि मोहंमदचा. धर्माची आधुनिक मांडणी करून तो अधिकाधिक लोकप्रिय करण्याच्या प्रयत्नात असणारा. या दोघांच्या मते सुदानच्या शेख महदीची विचारसरणी अगदी आदिम होती आणि त्यामुळे ती धर्माला अधिकच भूतकाळात घेऊन जाण्याची शक्यता होती; तर शेख महंमदच्या मते जमालुद्दिन आणि मोहंमद यांच्या धर्मकल्पना आंग्लाळलेल्या होत्या. हे दोघं धर्माचं दूषित तत्त्वज्ञान पसरवत आहेत, असा त्याचा आरोप होता. एकाच धर्माच्या दोन विचारधारा इतक्या ताणल्या गेलेल्या असताना या धार्मिक संघर्षात वरकरणी इंग्रजांना रस असायचं काही कारण नव्हतं. पण त्यांना तो होता; कारण त्यात त्यांचे राजकीय हितसंबंध गुंतलेले होते. त्यामुळे इंग्रज सरकारनं अप्रत्यक्षपणे या दोघांच्या मागे आपली ताकद उभी केली. पण आपल्या ताकदीबाबत नेहमीप्रमाणे त्यांचे गैरसमज होते. ते लगेचच दूर झाले. इंग्रजांचे एक अत्यंत नावाजलेले लष्करी अधिकारी चार्ल्स गॉर्डन यांच्या तुकडीवर महदीच्या समर्थकांनी हल्ला केला. त्याची तीव्रता इतकी होती, की इंग्रजांचे सैनिक नुसते पराभूतच झाले नाहीत, तर त्यांचे प्रमुख गॉर्डन या हल्ल्यात मारलेही गेले. महदीच्या सैनिकांनी इंग्रजांना पार पिटाळून लावत सुदानची राजधानी खार्टूमवर ताबा मिळवला.

धार्मिक-राजकीय संघर्षात आधुनिक काळात रक्ताचे शिंतोडे पहिल्यांदा उडले, ते या वेळी. सुदानची आत्ताची अवस्था, त्या देशात इस्लामी अतिरेक्यांना मिळत असलेला वाढता पाठिंबा आणि तेलासारखी आधुनिक जगासाठी मूल्यवान ठरेल, अशी कोणतीही नैसर्गिक साधनसंपत्ती नसल्यानं या देशातल्या परिस्थितीकडे आजही होत असलेलं विकसित जगाचं दुर्लक्ष पाहिलं, की १८८५ साली पडलेले रक्ताचे ते डाग किती खोलवर आहेत, हे लक्षात येतं.

महदीच्या या दणक्यानं एकट्या ब्रिटिशांचीच कोंडी झाली, असं नाही, तर ती जमालुद्दिन आणि मोहंमद यांचीही झाली. त्यांना कोणतीच भूमिका उघडपणे घेता येईना. महदीवर टीका करायची, तर आपल्या सहधर्मबांधवाला विरोध केल्याचं चित्र निर्माण झालं असतं. हे दीर्घकालीन नुकसान परवडणारं नव्हतं. पण विरोध इंग्रजांनाही करता येत नव्हता. तिथे प्रश्न धर्माचा नव्हता, पण त्यांचं मीठ खात असल्यानं किती विरोध करायचा, याच्यावर काही मर्यादा येत होत्या. अशा परिस्थितीत या दोघांनी मधला मार्ग स्वीकारला. म्हणजे दोघांचंही

बरोबर ठरवण्याचा. स्थानिक पातळीवर या दोघांनी महदीला पाठिंबा दिला. तो करतोय, ते धर्माच्या रक्षणासाठी योग्यच आहे, अशी तोंडपुंजी भूमिका घेतली आणि बाहेर या भूमिकेचे धोके समजावून सांगायला सुरुवात केली. म्हणजे महदी जर असाच वागत राहिला, तर मुसलमान धर्मीयांची आधुनिकतेच्या मार्गावरची वाटचाल किती खडतर होईल, वगैरे युक्तिवाद ते करू लागले. महदीमुळे मुसलमान बांधवांच्या प्रगतीतले संभाव्य अडथळे जरी ते दाखवत असले, तरी त्यांना अभिप्रेत होते, इंग्रजी राजवटीच्या वाटेवरचे धोके. 'अन्य कोणत्याही सुज्ञ व्यक्तीप्रमाणेच मलाही अशी काळजी वाटते, की महदीच्या महत्त्वाकांक्षेचा वारू याच मार्गानं विनासायास वाटचाल करत राहिला आणि या मार्गात त्याच्या अनुयायांची संख्याही वाढत गेली, तर इजिप्त आदी परिसरात ज्यांचे कोणाचे हितसंबंध आहेत, त्यांना याचा सर्वाधिक फटका बसेल', असं जमालुद्दिननं एके ठिकाणी लिहिलंही. आता इजिप्त परिसरात इंग्रज वगळता आणखी हितसंबंध होते तरी कोणाचे! त्यामुळे त्याच्या लिखाणाचा रोख लगेचच अनेकांच्या लक्षात आला. असं असलं, तरी आपल्याला काय हवंय, याबाबत जमालुद्दिनच्या मनात गोंधळ नव्हता. म्हणजे इंग्रजांनी दमनशाहीचा मार्ग पत्करून सुदान प्रश्न हाताळू नये, असं त्याला वाटत होतं. इस्लाम संबंधातली कोणतीही समस्या ही इस्लामच्याच मार्गानं हाताळता येऊ शकते, त्याला अन्य उपायांची गरज नाही, असं या संदर्भात त्यानं त्या वेळी इंग्रजांना बजावलं. 'इस्लाम धर्माची जी शिकवण आहे, तिला आव्हान निर्माण झाल्यास ते हाताळण्याचा मार्ग इस्लामच्या शिकवणुकीतूनच निघू शकतो. मुसलमान आणि फक्त मुसलमान व्यक्तीच ही परिस्थिती योग्य प्रकारे हाताळू शकते. इस्लामला आव्हान देणाऱ्याचा बंदोबस्त इस्लामधर्मीयच करू शकतो', असं आणखी एके ठिकाणी त्यानं लिहिलं. थोडक्यात त्याचा आग्रह होता, की इस्लामच्या अनुयायाकडून लागलेली ही आग शमवण्याचं काम इस्लामच्याच दुसऱ्या कोणातरी अनुयायाकडे सोपवावं. इथे त्याला हे काम स्वत:लाच करायचं होतं किंवा काय, हे कळायला मार्ग नाही. पण ती शक्यता नाकारता येत नाही.

पण इंग्रजांना काही हे मान्य नव्हतं. इंग्रज सरकारनं त्याचा प्रस्ताव धुडकावला. त्यामुळे जमालुद्दिन इतका रागावला, की त्यानं देशच सोडला आणि तो सरळ रशियात निघून गेला. पण मोहंमदला मात्र जमालुद्दिनचा हट्टीपणा मान्य नव्हता. तो सांगतोय त्याच मार्गानं सुदानची समस्या सोडवायला हवी, याविषयी त्याच्या मनात दुमत नव्हतं. पण त्याचं म्हणणं होतं, इंग्रज आपलं ऐकत नसतील, तर

डोक्यात राख घालून घ्यायचं काही कारण नाही. त्यांना अन्य पर्यायांसाठी आपण वेळ द्यावा. जमालुद्दिनचा अर्थातच अन्य कोणत्याही पर्यायाला विरोध होता. त्यामुळे तो देश सोडून गेला. पण मोहंमदनं काही लंडनची कास सोडली नाही. आपला मुक्काम इंग्लंडच्याच राजधानीत ठेवत आफ्रिकेतल्या ट्युनिस इथे त्यानं आपली दुसरी छावणी सुरू केली. तिथून त्यानं अनेक आफ्रिकी देश, पश्चिम आशिया आदी पिंजून काढत आपल्या इस्लामी संघटनेचं काम सुरूच ठेवलं. याच काळात त्यानं आपल्या एका लेखात लिहिलं, 'इस्लाम हा एक असा बंध आहे, की त्याचं अस्तित्व एकदा मान्य केलं, की जात, वंश, वर्ण वगैरे सर्व मुद्दे गैरलागू ठरतात. हा धर्म जगातल्या सर्व मुसलमानांना एकत्र आणतो. आपण शेकडो वर्षांपूर्वी जन्माला आलेल्या एका देदीप्यमान परंपरेचा भाग आहोत, याचा विसर मुसलमानांनी कधीही पडू देऊ नये. या परंपरेतच विज्ञान, शास्त्र, तत्त्वज्ञान आदी ज्ञानशाखांची भरभराट इतिहासात झाली. तेव्हा या परंपरेचं पुनरुत्थान हे आपलं प्राथमिक कर्तव्य आहे, हे जगातल्या प्रत्येक मुसलमानानं लक्षात ठेवावं. इतिहासात ज्या ज्या भूभागावर इस्लामची सत्ता होती, पण काही कारणानं ती सोडावी लागली, तो सर्व भूभाग पुन्हा इस्लामच्या अमलाखाली आणणं हे आपलं निसर्गदत्त कर्तव्य आहे. या प्रदेशांतल्या सर्व समस्यांवर एकच उपाय आहे. तो म्हणजे इस्लाम. पवित्र कुराणाची निरंकुश सत्ता हेच आपलं ध्येय आणि ईप्सित असायला हवं'.

आत्ताच्या काळात या असल्या छातीठोक कर्कश युक्तिवादाची आपल्याला सवय झालीय. पण जवळपास १२५ वर्षांपूर्वी त्यानं जेव्हा हा युक्तिवाद केला, तेव्हा सारेच मुसलमान आणि अन्य भांबावले. विशेषत: युरोपमध्ये तर राजसत्ता गांगरल्याच. ज्या ज्या प्रदेशांवर मुसलमानी अंमल होता, त्यांवर तो पुन्हा प्रस्थापित करण्याची त्याची हाक ऐकून अनेकांच्या पोटात गोळा आला. कारण एकट्या युरोपातच स्पेनसारख्या अनेक देशांत इस्लामी अंमल होता. पुढे ख्रिश्चनांनी मुसलमानांचा पराभव करून अनेक देशांत आपली सत्ता प्रस्थापित केली आणि हा तर आता पुन्हा इस्लामी राजवटीची हाक देतोय, असं म्हटल्यावर अनेकांच्या डोळ्यांसमोर काजवे चमकले. पण इंग्रजांची त्या वेळची समजच इतकी अधू होती, की जमालुद्दिन आणि मोहंमदच्या प्रतिपादनाचा गर्भित अर्थ लक्षात न घेतल्यानं या दोघांना आपलं समर्थन तसंच चालू ठेवायचा निर्णय त्यांनी घेतला. तत्कालीन ब्रिटिश राज्यकर्ते इतके लघुदृष्टीचे होते, की त्यांच्या डोळ्यांसमोर एकच छोटं उद्दिष्ट होतं. ते म्हणजे रशियाला या प्रदेशात रोखण्याचं. या छोट्या उद्दिष्टापायी

लॉर्ड एव्हलीन क्रोमर : मोहंमद अब्दुह याला पद व प्रतिष्ठा मिळवून देणारे इजिप्तमधील ब्रिटिश प्रशासक

ते इतके आंधळे झाले होते, की त्यांना असं करण्यातला दीर्घकालीन धोका जाणवतच नव्हता. या दोघांना आपल्या तात्कालिक स्वार्थासाठी वापरायचं, इतकंच त्यांना माहीत होतं. त्यांच्या या पापाची फळं आपण सगळे अजूनही भोगतोय.

इकडे जमालुद्दिनच्या अनुपस्थितीत मोहंमदनं आपलं काम जोमानं सुरू ठेवलं. इंग्लंडची फूस होतीच. त्यांच्या मदतीनं तो लवकरच इजिप्तला परतला. इंग्लंडच्या साम्राज्यवादाचे इजिप्तमधले प्रतिनिधी लॉर्ड एव्हलीन क्रोमर यांच्या पाठिंब्यानं त्याला अधिकृत पदही मिळालं. आता तो सरकारी अधिकारी बनला. 'अल् अझर' या बड्या मशिदीची पुनर्रचना करण्यासाठी लॉर्ड क्रोमर यांनी एक समिती नेमली. तिचं प्रमुखपद दिलं मोहंमदला. झालंच, तर इजिप्त सरकारच्या अधिकृत मुखपत्राचं संपादकपदही त्याला देण्यात आलं. वर त्याची लोकप्रतिनिधिगृहावरही वर्णी लावण्यात आली. लॉर्ड क्रोमर हे ब्रिटनमधल्या काही उमराव घराण्यांमधले होते. त्यांचा स्थानिक प्रशासनात चांगलाच दबदबा होता. त्यांची आणि मोहंमदची चांगलीच तार जुळली. एक खानदानी राजसत्तेचा प्रतिनिधी, तर दुसरा तितक्याच खानदानी धर्मसत्तेचं प्रतिनिधित्व करू पाहणारा. त्यांच्यातली युती परस्परांच्या फायद्याची ठरली. नंतर तर मोहंमदला इजिप्तचा मुफ्ती म्हणूनच जाहीर करण्यात आलं. यामुळे अख्ख्या इजिप्तसाठी शरियाचा अर्थ लावण्याचा अंतिम अधिकार आणि फतव्याचं पावित्र्य त्याच्या निर्णयांना मिळालं. याच्या जोडीला वक्फसारख्या आर्थिकदृष्ट्या संपन्न यंत्रणांवरही त्याचा अधिकार निर्माण झाला. हे सगळं होत असताना तो धर्माची सामाजिक उपयुक्तता स्पष्ट करणं कसं आवश्यक आहे, याबाबतची आपली मतं सौम्य पण ठामपणे मांडत होता. जमालुद्दिनइतकाच तो

आग्रही होता. फक्त त्याची आग्रहाची पद्धत समोरच्याला न घाबरवणारी होती.

इजिप्तमध्ये मोहंमदचा असा उत्कर्ष होत असताना जमालुद्दिनचा इंग्लंडवरचा राग काही गेला नव्हता. आता तो रशियासाठी काम करू लागला होता. याच काळात त्यानं रशियन राज्यकर्त्यांच्या मनात भारत उठावाची कल्पना सोडण्याचा अयशस्वी प्रयत्न करून पाहिला. पण तिथेही त्याची डाळ काही शिजली नाही. तो नाराज झाला. पण आता जायला त्याला दुसरा कोणता देश उरला नाही. जमालुद्दिन पुन्हा इंग्लंडच्या आश्रयाला आला.

हा काळ होता लंडनच्या चहूअंगांनी बहरण्याचा. देशोदेशींचे, विविध धर्मांचे, पंथांचे असे अनेक मान्यवर त्या काळी लंडनला वास्तव्यास होते. गूढवादी, सूफी तत्त्वज्ञान मांडणारे, मेसनिस्ट्स, पौर्वात्यवादी तत्त्वज्ञान प्रमाण मानणारे ओरिएंटलिस्ट अशा अनेकांचं लंडन हे घर बनलं होतं. त्यांतल्या अनेकांना धर्माचं सुप्त आकर्षण होतं. त्याच्या मूलाकाराकडे जाता येऊ शकेल का, असा प्रश्न अनेकांना पडला होता. नेमका याच काळात जमालुद्दिन लंडनमध्ये येऊन दाखल झाला. इस्लामच्या शुद्ध स्वरूपाबाबत आग्रही. त्यात सूफीवादाचा अभ्यास. यामुळे जमालुद्दिन अनेकांच्या संपर्कात आला. यातलं एक प्रमुख नाव होतं एडवर्ड जी. ब्राऊन. हे महाशय विख्यात केंब्रिज विद्यापीठात प्राध्यापक होते. आधुनिक पौर्वात्यवादाचा जनक अशी त्यांची ओळख होती. पर्शियन परिसरावरचा एक अधिकारी भाष्यकार असा त्यांचा लौकिक होता. याच नात्यानं केवळ धार्मिकच नाही, तर राजकीय वर्तुळातही त्यांच्या मताला किंमत होती. तुर्कस्तान, पर्शिया आदी परिसरात त्यांचं वारंवार जाणं-येणं असायचं. त्यामुळे ब्राऊन यांच्याशी झालेला परिचय जमालुद्दिनसाठी मोठा महत्त्वाचा ठरला. (याच ब्राऊन यांच्या दोन विद्यार्थ्यांनी पुढे पश्चिम आशियाच्या राजकारणात महत्त्वाच्या भूमिका बजावल्या. एक म्हणजे टी.ई. लॉरेन्स. तो पुढे 'लॉरेन्स ऑफ अरेबिया' म्हणून ओळखला गेला आणि दुसरा हॅरी जॉन फिल्बी.)

तर या ब्राऊन यांचा पर्शियन गुरू होता मिर्झा मोहंमद बकीर. याच्यासमवेत त्यांनी साऱ्या इलाख्याची अनेकदा परिक्रमा केली होती. जवळपास सहा भाषा आणि तितकेच धर्म यांवर बकीर यांचा अधिकार होता. 'मी एकाचवेळी शिया मुसलमान, सूफी निरंकारी फकीर, ख्रिश्चन, कडवा ज्यू आणि तितकाच कडवा नास्तिक होतो', असं एके ठिकाणी मियाँ बकीर यांनी स्वत:विषयी लिहून ठेवलंय. या मिश्रणातून बकीर यांनी स्वत:चं असं एक खास रसायन तयार केलं. इस्लामी ख्रिस्तवाद. हे असं काही करणारे ब्राऊन, बकीर आणि तितकाच

विक्षिप्त जमालुद्दिन आणि तिकडे इजिप्तमधला त्याचा सहकारी मोहंमद हे परस्परांविषयीच्या आकर्षणानं एकत्र आले नसते, तरच नवल! या सर्वांना आणखी एकाची जोड मिळाली अब्दुल बहा. हे प्रसिद्ध अशा बहाई पंथाचे संस्थापक. या पंथाविषयी पश्चिम आशियाच्या परिसरात सर्व मुसलमानांना एक गूढ भीती होती. नव्हती ती फक्त इंग्रज सरकारला. कारण अब्दुल बहा यांच्या पंथाचा इंग्रजांच्या राजसत्तेला काही धोका नव्हता. किंबहुना ते आपल्या पंथाचा इंग्रजाभिमुखच अर्थ लावत होते. त्याचमुळे पुढे इंग्लंड सरकारनं अब्दुल बहा यांना 'सर' हा किताब बहाल केला. त्या वेळी ब्राऊन हे जणू बहा यांचे पाश्चात्त्य जगातले राजदूतच बनले होते. यातला प्रत्येक जण आपापल्या परीनं धर्माचा अर्थ लावण्याच्या प्रयत्नात होता. हे कमी होतं म्हणून की काय, पर्शियाचे इंग्लंडमधले राजदूत माल्कम खान हेही यांच्यात सामील झाले. 'पर्शियन सोसायटी ऑफ फ्रीमेसन्स'च्या प्रमुखाचे ते चिरंजीव. या सर्वांनी मिळून मग 'अरब मेसोनिक सोसायटी' स्थापन केली. धर्माचा सर्वसमावेशक अर्थ लावणं हे जरी त्यांचं अधिकृत ध्येय होतं, तरी त्याच वेळी इस्लामचं शुद्ध रूप कसं प्रत्यक्षात येऊ शकेल, हाच जमालुद्दिन आणि मोहंमद यांचा प्रयत्न होता. माल्कम खान यांच्या प्रयत्नामुळे जमालुद्दिन पर्शियात दाखल झाला. तिथे त्याचं चांगलं राजकीय पुनर्वसन होत होतं. प्रथम युद्धमंत्री आणि नंतर पंतप्रधान अशा पदांवर त्याच्या नेमणुकाही झाल्या.

पण त्याचं आणि इराणच्या शहांचं काही पटेना. त्याच वेळी इराणी अभिजन असा एक वर्ग होता, त्याच्याशीही जमालुद्दिनचे खटके उडू लागले. धर्माला आधुनिक रूप देण्याचा त्याचा प्रयत्न शहांना मान्य नव्हता, तर अभिजन वर्ग जमालुद्दिनच्या धर्माच्या पूर्ण शुद्ध रूपाच्या आग्रहामुळे त्याच्यापासून दुरावला होता. वारंवार इराणच्या मुल्ला-मौलवींना बदलण्याची हाळी घालण्याच्या त्याच्या सवयीला शहा पुरेपूर वैतागले. इतके, की त्यांनी मशिदीत सुरक्षारक्षक पाठवून जमालुद्दिनला अटक केली. वास्तविक जमालुद्दिनची तब्येत ढासळायला त्या वेळी सुरुवात झाली होती. तसा झोपूनच होता तो. पण तरी शहांच्या राजधर्माला त्याची काही दया आली नाही. त्यांनी जमालुद्दिनचा बाडबिस्तरा उचलला अणि त्याची रवानगी तुर्कस्तानच्या सीमेवरती करून दिली. हेतू हा, की यानं आता तरी स्वत:हून देशत्याग करावा. पण तरां काही त्यानं केलं नाही. तो आपला तुर्कस्तान, अफगाणिस्तान आणि पर्शिया या तीन ठिकाणी आलटून पालटून भटकत राहिला. आता त्याच्या भटकण्याकडे सुरक्षा व्यवस्था सोडल्या, तर कोणी लक्षही देत नव्हतं. पण त्याच्या

या अशा वागण्यानं तुर्कस्तानचा सुलतान अब्दुल हमीदही भडकला. त्यानं त्याच्या हकालपट्टीची धमकी दिल्यावर जमालुद्दिननं परत इंग्रज सरकारला आपल्यासाठी काही करायची गळ घातली. नाही म्हटलं, तरी त्यानं इंग्रज सरकारसाठी बरंच काही केलं होतं. हे लक्षात घेऊन इंग्रजांनी जमालुद्दिनला आपल्या अफगाण दूतावासातला अधिकारी म्हणून जाहीर केलं आणि त्या जोडीला त्याला राजनैतिक अधिकाऱ्याचा दर्जा आणि कुठेही ये-जा करायचा परवाना दिला. पण असा परवाना आणि सरकारी संरक्षण मिळालं, तरी जमालुद्दिनची आता वणवण करायची उमेद संपत आली होती. दुर्धर कर्करोगानं त्याला ग्रासलं आणि तो अंथरुणालाच खिळला. तुर्कस्तानच्या भूमीत १८९७ साली जमालुद्दिन अल्लाला प्यारा झाला.

त्याच्या कार्याची आधुनिक जगाला ओळख झाली, ती प्रा. ब्राऊन यांच्या 'द पर्शियन रिव्होल्यूशन' या ग्रंथामुळे. त्यात त्यांनी जमालुद्दिनचं मोठं उदात्त रूप उभं केलं; पण त्याच वेळी लॉर्ड क्रोमर यांच्यासारख्यांनी आपलं वेगळं मतही नोंदवलं. 'इस्लामच्या पुनरुत्थानासाठी प्रयत्न करणारा आधुनिक काळातला जमालुद्दिन हा पहिला पुरुष' असा त्यांनी त्याचा गौरव केला खरा; पण जोडीला हेही नोंदवलं, की 'परंपरावादी आणि सुधारणावादी अशा दोन्ही भूमिका एकाच वेळी साकारण्याच्या अट्टहासामुळे जमालुद्दिनचा घात झाला. यामुळे तो युरोपीय मुसलमानांना आपला वाटला नाही आणि त्याच वेळी पश्चिम आशियातल्या काहीशा मागास मुसलमानांनीही त्याला अव्हेरलं'. अर्थात 'त्याच्यामुळे इस्लामच्या पुनरुत्थानाची गरज त्या धर्मीयांच्या मनात अधोरेखित झाली, हे नि:संशय', असंही लॉर्ड क्रोमर यांनी लिहून ठेवलं.

काहीही असो, पण उद्याच्या इस्लामला जमालुद्दिननं मोठी उभारी दिली. त्याचं कार्य पाहून, लेखन वाचून प्रेरणा घेणाऱ्यांमधला एक महत्त्वाचा दुवा म्हणजे महंमद रशीद रिदा. जमालुद्दिनच्या धर्मविषयक कल्पना आणखी पुढे रेटण्यासाठी त्यानं एक नियतकालिक सुरू केलं. 'द लाइट हाऊस'. इस्लामी जहालीकरणाच्या चळवळीत या नियतकालिकाचा वाटा अनन्यसाधारण आहे. यामुळे जमालुद्दिन आणि मोहंमद याचे धर्मविचार पश्चिम आशियाच्या सांदीकोपऱ्यांत पोहोचले आणि यातूनच रशीद रिदाला नवा अनुयायी मिळाला, हसन अल बन्ना. त्यानंच जन्माला घातली आद्य इस्लामी दहशतवादी संघटना, 'मुस्लिम ब्रदरहुड'. या 'ब्रदरहुड'चा पुढे विराट वटवृक्ष झाला आणि त्याच्या पारंब्यांतून अनेक संघटना जन्माला आल्या. 'हमास', 'पॅलेस्टिनी संघटना' ते 'अल् कायदा' आणि इतकंच काय, पण पाकिस्तानातला पहिला इस्लामी राजकीय पक्ष 'जमाते-इस्लामी'... ही सगळी

जमालुद्दिननं लावलेल्या बीजातून फोफावलेल्या 'ब्रदरहुड'च्या झाडाचीच फळं. इस्लामी इतिहासात 'ब्रदरहुड'ची स्थापना हा त्यामुळेच एक मैलाचा दगड आहे. तो ओळखला जातो सैय्यद जमालुद्दिन मुहम्मद सफदर अल् अफगाणी याच्या नावानं.

आपल्या जन्मापासून ते नाव आणि कार्यापर्यंत परस्परविरोधी वाटणाऱ्या भूमिकांबाबत जमालुद्दिनला अनेकदा विचारणा व्हायची. त्याची उत्तरं तो द्यायचा, पण चलाखपणे. त्याचं एक आवडतं तत्त्व होतं, 'सत्याचा वापर काटकसरीनं करावा.' पुढे अनेक मुसलमान अतिरेकी संघटनांनी आणि त्यांना वापरणाऱ्या राजसत्तांनी या तत्त्वाचं सचोटीनं पालन करत धर्मकारण आणि राजकारणाची बेमालूम सरमिसळ केली. त्या अर्थानं सैय्यद जमालुद्दिन मुहम्मद सफदर अल् अफगाणी हा आजच्या ओसामा बिन लादेनचा आजोबा.

◈

वाळवंटातलं रक्तशिंपण

विसावं शतक उजाडलं, तेच मोठ्या झोकात. विज्ञान, तंत्रज्ञान अशा अनेक क्षेत्रांत मानवी प्रगतीची मजल शब्दश: गगनाला गवसणी घालू लागली होती. तिकडे पलीकडे अमेरिकेत राइट बंधूंची विमानं आकाशात उडाली होती. अलीकडच्या जर्मनीत रुडॉल्फ डिझेल यांना इंजिनात प्राण फुंकण्यात यश आलं होतं. इंग्लंडनं आपल्या सर्व युद्धनौका कोळशावरून तेलावर रूपांतरित करण्याचा निर्णय घेतला होता. त्यामुळे पर्शिया, इराक आदी देशांतल्या तेलाला मोठीच मागणी येणार होती आणि राजकारणाच्या दृष्टीनं महत्त्वाचं म्हणजे वयस्कर अशा ऑटोमन साम्राज्याला घरघर लागली होती. एखाद्या श्रीमंत पण नि:संतान वृद्धाच्या जाण्याची त्याच्या संपत्तीवर डोळा असणाऱ्यांनी वाट पाहावी, तसं इंग्लंड, फ्रान्स, जर्मनी आदी देश या साम्राज्याच्या नाकापुढे सूत धरून बसून होते. पण महाप्रचंड नौका बुडायला लागली म्हणजे काही लगेच पाण्याखाली जात नाही, तिलाही वेळ लागतो, तसं या साम्राज्याचं झालं होतं. ते शरपंजरी पडलं होतं; पण जिवंत होतं... आणि सगळ्यांत महत्त्वाची बाब म्हणजे अमेरिका अजून पश्चिम आशियाच्या 'सत्ता बळकाव' खेळात उतरायची होती. वनराज यायच्या आधी आसपासच्या कोल्ह्यांनी दादागिरी करून घ्यावी, तसं युरोपमधल्या देशांचं पश्चिम आशियाच्या वाळवंटात त्यामुळे चाललेलं होतं.

एक तुर्कस्तानातली अनिश्चितता सोडली, तर इंग्रजांसाठी परिस्थिती तशी बरी होती. तिथे जर्मनी, फ्रान्स आदी देशांकडूनच आव्हान निर्माण होत होतं; पण इंग्रजी साम्राज्याची दुसरी बाजू शाबूत होती. भारतात इंग्रजांची सत्ता पूर्णपणे प्रस्थापित

झाली होती. लॉर्ड क्रोमर यांच्या कृपेनं सुवेझ कालव्याच्या परिसरातली परिस्थिती नियंत्रणाखाली होती. त्यामुळे इंग्लंडचं भारताशी दळणवळण विनासायास सुरू होतं. अफगाणिस्तान, पर्शिया यांच्या आघाडीवर चिंता करावी, असं अजून तरी काही नव्हतं. ऑटोमन साम्राज्यावर त्यांचा डोळा होता, पण तिथे आत्ताच काही करता येणार नव्हतं. तो प्रश्न त्या साम्राज्याच्या विलयानंतरचा होता. आता काही तरी करावं, असा एक भूप्रदेश नाही म्हणायला शिल्लक होता. अरेबिया. हा प्रदेश अजून मातीचा ओला गोळा होता. सीमारेषांत बंदिवान व्हायचा होता. हीच वेळ होती त्याला आकार द्यायची. इंग्लंडनं आपलं लक्ष इथेच केंद्रित करायचं ठरवलं. पुढची जवळपास शंभर-सव्वाशे वर्षं सर्व जगाला तापदायक ठरतील, अशा हालचाली या प्रदेशात धर्माच्या क्षेत्रात सुरू होत्या. इस्लामच्या अतिशुद्ध रूपाचा कठोर आग्रह धरणारी धर्मसत्ता आणि धर्माचं हे रूप प्रमाण मानून त्यानुसार कारभार करू पाहणारी राजसत्ता या प्रदेशात जन्माला येत होती. या दोन्हींचा वापर इंग्लंडला आपल्या साम्राज्याच्या मजबुतीकरणासाठी करायचा होता.

इस्लामला नवा, कराल वहाबी चेहरा या परिसरात मिळू लागला होता. नंतर हाच इस्लामचा खरा चेहरा आहे, असं वाटावं, अशी परिस्थिती निर्माण होणार होती. वास्तविक वहाबी हा काही पूर्णार्थाने एक नवा पंथ नाही. सुन्नी शाखेत इस्लामच्या चार प्रमुख शाखा. शफाई, हनाफी, हनाबली आणि मलाकी. यांतल्या हनाबली या शाखेतून वहाबनं आपली पोटशाखा तयार केली. वास्तविक या चारही शाखांतल्या मुसलमानांमध्ये एकमेकांत रीतीरिवाजांवरून काहीशी मतभिन्नता होती. पण म्हणून आपल्या शाखेचा नाही, त्याला मुसलमानच मानायचं नाही, असं काही नव्हतं.

ती परंपरा महंमद इब्न अब्दुल वहाब यानं सुरू केली. धर्माच्या कडवेपणाला त्याची ही देणगी. या पंथाचा उद्गाता महंमद इब्न अब्दुल वहाब याचा जन्म या आधी जवळपास दोनशे वर्षांपूर्वीचा. १६९९ ते १७०३ या वर्षांत कधीतरी अरेबियाच्या नज्द प्रांतातल्या उऐना गावात त्याच्या जन्माची नोंद सापडते. जवळपास नव्वदएक वर्षांचं आयुष्य त्याला लाभलं. १७९१चा त्याचा अंतकाल. वहाबचं उऐना हे गाव याच प्रांतातल्या जेद्दाहसारखं शहर किंवा मक्का-मदिनेसारखी धर्मस्थळं यांच्यापासून तसं खूपच दूर. पण तरी त्याच्यावर इस्लामचा विलक्षण पगडा होता. त्याचे वडील त्या गावाचे काझी होते. तिथे हनाबली इस्लामी पंडितांचा त्याच्यावर प्रभाव पडला असावा. हे पंडित महंमदच्या वडलांशी चर्चा करण्यासाठी अनेकदा यायचे. या मंडळींना चौदाव्या शतकातला इब्न तय्यमिया याच्या धर्मविषयक

महंमद इब्न अब्दुल वहाब :
इस्लामला कराल जिहादी चेहरा
मिळवून देणारा असहिष्णू क्रूरकर्मा

विचारांचं आकर्षण होतं. या तय्यमियानं असं दाखवून दिलं होतं, की मंगोल मंडळींचं आक्रमण पश्चिम आशिया, मध्य आशिया आदी परिसरांत झाल्यापासून इस्लाम भ्रष्ट व्हायला सुरुवात झाली. मंगोलांच्या आक्रमणानंतरच ख्रिस्ती धर्माचं उदात्तीकरण या परिसरांत सुरू झालं, अनेक मुसलमानांना त्याचं आकर्षण वाटून त्यांनी त्या पद्धतीची जीवनशैली अंगीकारायला सुरुवात केली. जेरुसलेमच्या भोवती उगाच एक मोठं वलय तयार झालं आणि या सर्वाला ज्यू कारणीभूत आहेत, असा त्याचा आरोप होता. थोडक्यात, इस्लामवरचा अन्य धर्मीयांचा प्रभाव नष्ट केल्याखेरीज आपला धर्म वाढणार नाही, असं त्याचं सांगणं होतं. अब्दुल वहाब इतका त्याच्या प्रतिपादनानं झपाटलेला होता, की त्यानं तरुण वयातच तय्यमियाचे विचार आपल्या हस्ताक्षरात लिहून काढले. याच भारलेल्या अवस्थेत वहाबनं या भूप्रदेशाची परिक्रमा केली. नादिर शहा याच्या काळात तो पर्शियातही राहून गेल्याचा पुरावा आढळतो. याच काळात शहा शिया बनलेल्या पर्शियाला सुन्नी करण्याच्या प्रयत्नात होता. नंतर वहाब बसरातही काही दिवस होता. पण धर्माबद्दलच्या त्याच्या जहाल कल्पना ऐकून त्याची तिथून हकालपट्टी झाली. या सर्व काळाला पार्श्वभूमी होती, ती ऑटोमन साम्राज्याच्या स्तब्धतेची. १६८३मध्ये व्हिएन्नात रोखलं गेल्यानंतर ऑटोमन साम्राज्याचा विस्तार खुंटला तो खुंटलाच. त्याची वाढ तर सोडाच, पण आकुंचन व्हायला लागलं होतं. रशियन साम्राज्य या परिसरात हातपाय पसरायला टपून बसलं होतं. तिकडे पोर्तुगीजांनीही पर्शियन आखातात आपला खुंटा चांगलाच बळकट केला होता. इंग्रज, डच आदींच्या

नौका या परिसरांत येऊन विनासायास व्यापारउदीम करू लागल्या होत्या.

या सगळ्याचा परिणाम अर्थातच दुष्परिणाम आपल्या धर्मावर होतोय, असं अब्दुल वहाब याच्या मनानं घेतलं. तो इतका उद्विग्न झाला होता, की इस्लाम धर्मातल्या मशिदींचे घुमट, कबरी, त्यांच्यावर चादर घालण्याचा रिवाज, त्यांच्यासमोर नमाज पढणं, निधनानंतर एखाद्याला संत वगैरे जाहीर करणं... या सगळ्या सगळ्यांवर त्याचा भयंकर राग होता. अरेबियातल्या काही मशिदींत नवसासायासासाठी भक्तगण यायचे. कोण व्यवसायातल्या यशासाठी, कोणी मूलबाळ व्हावं म्हणून नवस बोलायचे. हे सगळं वहाबनं मोडून काढलं. या प्रथा-परंपरा मूळ इस्लाम धर्मात नाहीत, पाश्चात्त्यांच्या नादाला लागून आपल्या बांधवांनी परधर्मातले काही आचार, प्रथा उसन्या घेतल्या आहेत, अशी त्याची धारणा झाली. नमस्कार-चमत्कार, मन्नत वगैरे मानायचे प्रकार हे सारे बिगर-इस्लामी आहेत, याबाबत त्याची खात्रीच पटली आणि या सगळ्यांची हकालपट्टी करत धर्माचं शुद्ध रूप परत अमलात आणण्यासाठी आपण प्रयत्न करायचा, असं त्याच्या मनानं घेतलं. हे सगळं कसं करायचं, हे त्यानं आपल्या एका किताबात – 'तवाहिद'मध्ये – नोंदवून ठेवलंय. या उद्दिष्टाच्या पूर्ततेसाठी अनुयायांची – ज्यांना 'सलाफी' म्हटलं जायचं – फळीच्या फळी तयार करायच्या कामाला तो लागला. 'तो एक अल्लाच खरा. त्याचं रूप असल्याचा दावा करणाऱ्यांचा नायनाट करा', असाच त्याचा आपल्या अनुयायांना आदेश होता. याबाबत तो इतका कर्मठ होता, की त्या अल्लाचा अनुयायी असल्याचा दावा करणारा समजा मुसलमान जरी असला, तरी त्याला वहाब काफरच ठरवायचा. आपल्या मोहिमेत त्यानं पहिलं लक्ष्य केलं मशिदींवरच्या घुमटांना. मशिदींपेक्षा या घुमटांनाच हल्ली जास्त महत्त्व यायला लागलंय, याचा त्याला राग होता. (हा राग त्याच्या अनुयायांत आजही आहे. कोसावोच्या संघर्षात युगोस्लाव्हियात ज्या मुसलमानांवर सौदी समर्थकांकडून हल्ले झाले, त्यांनी तिथल्या मशिदींचे घुमट कापून टाकल्याचं आढळलं.) 'भक्तगण मशिदीतल्या परमेश्वरापेक्षा त्या घुमटांकडे बघूनच नमाज अदा करू लागलेत, हे ख्रिश्चनांसारखं आहे', असं तो म्हणायचा. या 'घुमट हटाव' मोहिमेची सुरुवात त्यानं केली, ती इस्लामला परमप्रिय असलेल्या 'झैद बिन अल् खताब'च्या मशिदीच्या घुमटापासून. तो धर्माच्या पालनाबाबत इतका कडवाकठोर होता, की एका महिलेला बदफैली असल्याच्या केवळ संशयावरून त्यानं जाहीरपणे दगडांनी ठेचून मारल्याचा उल्लेख आहे.

त्या वेळच्या शिया-सुन्नी वादाबाबतही वहाबची अशीच टोकाची मतं होती. वास्तविक त्या काळात अरबस्थानची पूर्व किनारपट्टी, आत्ताचा इराण, इराक,

बहारीन आदी नावांनी ओळखला जाणारा प्रदेश हा बहुसंख्य शिया पंथीयांचा होता. पण 'शिया हे प्रेषित महंमद पैगंबरापेक्षा त्याचा जावई अली आणि त्याची हसन आणि हुसेन या नावानं ओळखली जाणारी मुलं यांचे धार्जिणे आहेत. या दोघांची अशी एक घराणेशाहीच तयार झाली आहे. यांच्या घराण्याचे अनुयायी आपल्याला दैवी ताकद हासिल झाल्याचा दावा करतात', असा वहाब याचा आरोप होता. हे सगळं त्याला बंद करायचं होतं. पण त्याचा हा अतिरेक सहन करणं पारंपरिक मुल्ला-मौलवींनासुद्धा जड जात होतं. त्यामुळे अनेक उलेमांनाही वहाबची कटकट वाटू लागली. नाही म्हटलं, तरी त्यांनाही त्यांची अल्लाच्या नावची दुकानं त्यांच्या परीनं चालवायची होती. मध्येच कोणीतरी येतो आणि तुम्ही करताय, ते सगळंच गलत आहे, असं त्यांना ऐकवतो म्हटल्यावर त्यांच्याही हितसंबंधांना बाधा येणं साहजिकच होतं. त्यामुळे या सर्वांनी वहाबच्या विरोधात एकच आवाज उठवला. शेवटी त्याची उऐना प्रांतातून हकालपट्टी झाली.

मग तो फिरत फिरत आला नज्दमध्ये. हा प्रांत कागदोपत्री त्या वेळी होता ऑटोमन साम्राज्याचा भाग. पण तिथे यादवी होती. अनेक भटक्या टोळ्या आपली राजवट तिथे आणण्याचा प्रयत्न करत होत्या. त्यांच्या-त्यांच्यात जोरदार मारामाऱ्या, खरं म्हणजे टोळीयुद्धं भडकलेली होती. त्यांतल्या त्यात ताकदवान होती, ती इब्न सौद यांची टोळी. वहाब यानं अंदाज घेतला. या टोळीयुद्धात इब्न सौदच जिंकतील, याची खात्री झाल्यावर त्यांच्यापुढे त्यानं मैत्रीचा हात पुढे केला. शेवटी धर्मगुरूलासुद्धा आपली पोळी भाजून घेण्यासाठी विजेत्याचाच तवा लागतो. तो सौदनी आनंदानं पुढे केला. त्यांनाही राजमान्यतेसाठी अशा कुणाची तरी गरज होतीच. १७४४ साली वहाब आणि सौद ही युती जी जन्माला आली, ती आजतागायत मजबूत आहे. किंबहुना काळाबरोबर ती उलट जास्त मजबूत होतेय. त्या वेळी सौदनी अब्दुल वहाब याला जाहीर आश्वासन दिलं, "वाळवंटाचा हा तुकडा आपला आहे. या भूमीतून कोणीही आपल्याला हाकलू शकणार नाही. तसा कोणी विचार जरी मनात आणला, तर हा इब्न सौद आपल्या देहाची ढाल करून त्याला विरोध करील." वहाब याला दुसरं काय हवं होतं! त्यानं मान डोलावली आणि सौदना धर्माज्ञा केली, "मला वचन दे, जे जे म्हणून काफर तुझ्या मार्गात येतील, त्यांचा तू नायनाट करशील, अशा सर्व काफरांविरोधात तू कायमस्वरूपी जिहाद पुकारशील." या सौदच्या नावानं पुढे जो देश जन्माला आला, तो आजतागायत त्या वचनाचं इमानेइतबारे पालन करतोय. ते वचन दिल्यावर इब्न सौद यांना अब्दुल वहाब यानं आपल्या पंथाचा मुख्य इमाम जाहीर करून टाकलं.

अब्दुल इब्न अझीझ अल् सौद :
टोळीयुद्धात विजयी होऊन
नवं राजघराणं सुरू करणारा वहाबी इमाम

खरं म्हणजे ती शुद्ध राजकीय सोय होती. इब्न सौद यांना आपल्या सत्तेला मान्यता देण्यासाठी धर्मसत्तेचा एखादा आधार हवा होता, तर अशी धर्मसत्ता स्थापू पाहाणाऱ्या अब्दुल वहाब याला तलवारीचं सामर्थ्य देणारा राजसत्तेचा टेकू हवा होता. आपल्या या नव्या चळवळीला त्यांनी नाव दिलं 'अल् दवा इला अल् तवाहीद'. म्हणजे देवाचं एकमेवत्व मानणारे आणि ते राखण्यासाठी प्रयत्न करणारे. या भल्यामोठ्या नावाला पुढे पाश्चात्त्यांनी कात्री लावली. ते या मंडळींना म्हणू लागले 'वहाबी'.

पुढे वहाब आणि सौद या दोघांचं धर्मप्रेम इतकं उतू गेलं, की सौदनी अब्दुल वहाब याच्या मुलीशीच निकाह लावला. या दोघांपासून जी पोरंटोरं निपजली, ती सौदीवर आजतागायत राज्य करतायेत. पण या नव्या समीकरणाचा तत्कालीन परिणाम असा झाला, की सौदची प्रत्येक लढाई ही धर्मयुद्ध ठरू लागली. कारण त्यांच्या बाजूला साक्षात धर्मगुरूच होता. म्हणजे त्यांनी साध्या एखाददुसऱ्या टोळीवाल्यावर जरी हल्ला केला, तरी तो हल्ला धर्माच्या रक्षणासाठी असल्याचं ते आणि अन्य सांगू लागले. खरं म्हणजे हल्लेखोर आणि त्या हल्ल्याला बळी पडणारा हे दोघंही मुसलमानच. पण तरी ते धर्मयुद्ध ठरवलं जाऊ लागलं. वहाब आपल्या विचारसरणीबाबत किती अतिरेकी होता, याचा तपशील आणि त्याच्या चळवळीचा इतिहास ऑटोमन साम्राज्याचा तत्कालीन नौदल उपप्रमुख अयुब साबरी पाशा यानं कागदोपत्री लिहून ठेवलाय. 'आपल्या मताला जो कोणी विरोध करेल, तो धर्मविरोधी किंवा काफर म्हणून जाहीर करायचा अधिकार आपल्याला आहे', असं वहाबनं जाहीर करून टाकलं. अशा वेळी काय करायचं, हेही वहाबनं स्पष्ट

केलं. अशा सर्वांना ठार करायचा आणि त्यांची सर्व साधनसंपत्ती इस्लामच्या सेवेसाठी लुटायचा अधिकार त्यानं आपल्या अनुयायांना बहाल केला. आपल्या मताशी जराही भिन्नता दाखवणाऱ्यास वहाब माफ करत नसे. मरण वा आपल्या पंथात सामील होणं, असे दोनच पर्याय तो ठेवत असे. 'जिहाद' या संकल्पनेच्या बदनामीची सुरुवात वहाबनंच केली. वास्तविक तोपर्यंत मुसलमानी सत्ता आता दिसतात, तितक्या प्रमाणात असहिष्णू नव्हत्या. आपल्या प्रदेशातील ख्रिस्ती, ज्यू आदींचा धर्मपालनाचा अधिकार मान्य करणारे कित्येक मुसलमान राजे त्या काळी होते. काही जण या अन्य धर्मीयांकडून बऱ्याचदा वेगळा कर – जिझिया – वसूल करायचे. तरी या अन्य धर्मीयांना जगण्याचा, संपत्ती कमावण्याचा अधिकार कोणी नाकारला नव्हता. पण राजकीय क्षितिजावर वहाब आला आणि सारंच चित्र बदललं. अन्य धर्मीयांना जगण्याचाही मूलभूत अधिकार द्यायला त्याचा विरोध होता. त्यासाठीच त्यानं जिहादची नवी व्याख्या केली. तोपर्यंत जिहाद हा मुसलमानांना त्यांच्या धर्महक्कांपासून वंचित करणाऱ्याच्या विरोधात पुकारला जायचा. त्याबाबतही काही पद्धत होती. राज्यप्रमुख आणि धर्मप्रमुख यांचा होकार मिळाल्यानंतरच अशा जिहादची हाक दिली जायची. वहाबनं जे जे त्याच्या पंथाचे नाहीत – मग ते मुसलमान असले, तरीही – त्यांच्या विरोधात अशी जिहादची हाळी देण्याचा अधिकार आधी स्वत:कडे घेतला आणि मग आपल्या अनुयायांकडे हस्तांतरित केला.

त्याला तशीच राक्षसी ताकदीची जोड इब्न सौद याच्या रूपानं मिळाल्यानं तर त्याच्या अतिरेकाची तीव्रता आणखीनच वाढली. या दोघांनी मिळून त्या काळी जो उच्छाद मांडला, तो भयंकर होता. त्या नरसंहाराला मानवी इतिहासात तोड नसावी. आपल्या विरोधात उभा ठाकणाऱ्यालाच त्यांनी ठार मारलं, असं नाही, तर तटस्थांनाही त्यांनी अल्लाघरी पाठवून दिलं. आपल्या वहाबीकरणाच्या मोहिमेत त्यांनी करबला – आत्ताच्या इराकमधलं महत्त्वाचं शहर – या गावावर जो हल्ला केला, त्यात या गावातल्या शब्दश: प्रत्येक सजीवाला त्यांनी ठार केलं. जे रौसो या परदेशी प्रवाशानं या अत्याचारांची वर्णनं लिहून ठेवली आहेत. ती वाचताना अंगावर आजही काटा येतो. या दोघांच्या अनुयायांनी हाल हाल करून लोकांना मारलं. एखादी गर्भार महिला सापडली, तर ते तिचा गर्भ आधी पाडत आणि मग त्या महिलेला मारत. एखादं बाळ पाळण्यात आढळलं, तर त्याला तिथेच ठेवून झाडाची एखादी फांदी कापावी, तसा त्याचा एखादा अवयव ते खुडायचे. 'रक्ताचे पाटच्या पाट गावातून वाहत होते', असं रौसो यानं नमूद केलंय. एवढं करूनही

नंतर काहीतरी तीनेकशे जण वाचल्याचं त्यांच्या लक्षात आलं. तेव्हा त्यांना रांगेत उभं करून कोंबड्या-बकऱ्याच्या मानेवरनं सुरी फिरवावी तशा त्यांच्या मानांवरनं तलवारी फिरवल्या गेल्या. नंतर परत जाताना या गावकऱ्यांचं जे जे म्हणून नेता येण्यासारखं होतं, ते सर्व त्यांनी लुटलं. ही संपत्ती न्यायला त्यांना चार हजार उंट लागले, अशी नोंद आहे. मशिदींचं घुमटकर्तनही करायला ते विसरले नाहीत. ती नंतर त्यांची निशाणीच बनली. जिकडे जातील, तिकडे ते मशिदींचे घुमट सफा करायचे.

वास्तविक पाहता अर्वाचीन मानवी इतिहासातला हा पहिला इतका मोठा राजकीय दहशतवाद. पण यात मुसलमानच मारले गेल्यामुळे आणि पाश्चात्त्यांना काहीच तोशीस न लागल्यामुळे या सगळ्याची नोंद 'दहशतवाद' अशी झाली नाही, इतकंच.

अपवाद फक्त इंग्लंडचा. अर्थात त्यामागेही मोठा स्वार्थच होता. इंग्रजांना पश्चिम आशियात आपलं साम्राज्य विस्तारण्यासाठी अशी दांडगाई करणाऱ्यांची गरज होतीच. अगदी लोकशाहीवादी म्हणवून घेणाऱ्या सत्ता पाहिल्या, तरी एक लक्षात येतं, की अशा ताकदींना आपला सत्तेचा खुंटा बळकट होईपर्यंत अ-लोकशाही मार्गांचा पाठिंबा घेण्यात काहीही अनैतिक वाटलेलं नाही. इंग्लंडही त्याला अपवाद नव्हता. वास्तविक त्याच काळात सुधारणावादी मुसलमानांना हाताशी धरून आपल्या सत्तेचा परीघ रुंद करणं इंग्लंडला अशक्य नव्हतं. पण तो मार्ग वेळकाढू ठरला असता. त्यामुळे अन्य सर्व राजकीय शक्तींप्रमाणे इंग्लंडनंही शॉर्टकटला प्राधान्य दिलं आणि इब्न सौदचे वंशज – तेही सौदच – त्यांच्यामागे आपली ताकद उभी करण्याचा निर्णय घेतला. इतिहासात १८६५ साली इंग्लंडचे अधिकारी आणि इब्न सौद यांच्यात पहिली भेट झाल्याचा उल्लेख आहे. त्यानंतर लगेचच इंग्लंडमधून सौदना मासिक तनखा सुरू झाला. याचा पुढचा टप्पा १८९९ साली नोंदला गेला.

त्या वेळी लॉर्ड कर्झन भारताचे व्हाईसरॉय होते. त्यांनी अरेबियाच्या परिसरातल्या वाळूत रेषा ओढून एक नवा देश जन्माला घातला. कुवेत. तिथे ब्रिटिशांनी एक नवी वसाहत तयार केली आणि सौदना तिकडे येण्याचं आमंत्रण दिलं. सौदना त्या परिसरात पाय रोवायला नाहीतरी एखादा जमिनीचा तुकडा हवाच होता. त्यामुळे ते ही संधी वाया घालवण्याचा प्रश्नच नव्हता. ते आले. एक-दोन वर्षांत स्थिरावले. इथे राहून त्यांना आता आपली महत्त्वाकांक्षा पूर्ण करणं सोपं जाणार होतं. आता त्यांचं लक्ष्य होतं रियाध. ऑटोमन साम्राज्याचा रशीद याचं तिथे राज्य होतं. या रशीदच्या विरोधात निर्णायक लढा उभारण्यासाठी सौद

सज्ज झाले. या वेळी त्यांच्या मागे होता इंग्रजांच्या टेकूवर उभा असलेला कुवेतचा अमीर. त्याच्या मदतीनं इब्न सौद यांनी हल्ल्याची योजना आखली आणि भल्या पहाटे बेसावध रशीदला घरातच गाठून त्याला कंठस्नान घातलं.

१९०२ साली रियाधवर इब्न सौदचा वहाबी झेंडा फडकला. त्यानंतर भरभक्कम बदाउनींची सौदनी आपल्या टोळीत मोठ्या प्रमाणावर भरती केली. त्यांना वहाबी पंथाच्या कडवेपणाची दीक्षा दिली आणि बघता बघता पुढच्या दोन-पाच वर्षांत अशी जवळपास १२ हजारांची खडी फौज त्यांच्या दिमतीला तयार झाली. तोपर्यंत या परिसरातील जमिनीखाली तेल असल्याची भूमिका जोर धरू लागली होती. प्रत्यक्षात ते अजून सापडायचं होतं. पण ते नक्की सापडणार, अशी सर्व संबंधितांची खात्री पटू लागली होती.

यात आघाडी घेतली अर्थातच इंग्लंडनं. त्यांनी आपला इतके दिवस सौदीत असलेला राजनैतिक अधिकारी सौदच्या दिमतीला दिला. त्याचं नाव विल्यम शेक्सपिअर. सतराव्या शतकातल्या त्या महान लेखकाशी नामसाधर्म्य सांगणारा हा शेक्सपिअरही लेखणीवरच उपजीविका करत होता. फरक इतकाच, की या शेक्सपिअरची लेखणी सरकारी करारमदार कागदांवर उतरवण्याचं काम करत होती. इब्न सौद आणि राणीचं सरकार यांच्यातला असा पहिला करार शब्दबद्ध करण्याचा मान जातो, तो या शेक्सपिअरकडे. त्या शेक्सपिअरची निष्ठा फक्त लेखणीवरच होती. हा लेखणीबरोबरच तलवारही चालवायचा. हा आपल्या सरकारी कामात इतका निष्ठावान होता, की तो सौदबरोबर राणीच्या सरकारच्या वतीनं प्रत्यक्ष लढाईत उतरला. ऑटोमन साम्राज्याच्या सौदी भूमीतल्या शेवटच्या तुकड्यांसाठी ज्या काही चकमकी उडाल्या, त्यातल्या एकात सौदच्या खांद्याला खांदा लावून लढताना हा शेक्सपिअर आपल्या प्राणांस मुकला.

पुढे भविष्यात उलगडणारी सौदी शोकांतिका ही 'शेक्सपिअरन ट्रॅजेडी' ठरली ती अशी!

यानंतर लगेचच इंग्लंडनं सौदच्या सत्तेला राजमान्यतेचा कौल दिला. १९१५ सालची ही गोष्ट. ही अशी मान्यता द्यायला इंग्लंड किती उत्सुक असावं, तर तिकडे पहिलं महायुद्ध सुरू होऊन ते चांगलं स्थिरावलं असताना इंग्लंडनं बाकी सगळे महत्त्वाचे विषय बाजूला ठेवून सौदना मान्यता देण्यात प्राधान्य मानलं. खरी धक्कादायक बाब तर पुढेच आहे. ती अशी, की इंग्लंड सौदना आपल्या बाजूला वळवण्यासाठी इतकं अधीर होतं, की सौदी राज्य अस्तित्वात यायच्या आधीच त्याला त्यांनी राजमान्यता देऊनही टाकली. हे बहुधा जगातलं असं पहिलं उदाहरण

असावं. म्हणजे एखादं बाळ जन्माला यायच्या आधीच त्याचं बारसंबिरसं करून त्याच्या नावाचा गाडी चालवण्याचा परवाना वगैरे काढला जावा, तसाच हा प्रकार. पण उतावीळ इंग्लंडनं तो केला. नज्दचा स्वतंत्र सत्ताधीश म्हणून त्यांच्या नावाची शाही द्वाही इंग्लंडनं फिरवली आणि त्यांना आपलं अंकित जाहीर करून यापुढचा कारभार इब्न सौद आपल्या सल्ल्यानं करतील, अशीही व्यवस्था केली. जवळपास पाच हजार मासिक पौंडांचा तनखा इंग्रजांनी सौदना मंजूर करून टाकला.

आता इंग्लंडच्या स्वप्नांना दुहेरी पंख फुटले. एका बाजूला इतकी वर्षं डळमळीत असलेलं ऑटोमन साम्राज्य आता तुटणार आणि त्यातले महत्त्वाचे प्रदेश आपल्या साम्राज्यात येणार म्हणून इंग्रजांच्या तोंडाला पाणी सुटलं. ऑटोमन साम्राज्याच्या विघटनाची ही प्रक्रिया जरा आणखी लवकर व्हावी म्हणून इंग्रजांनी अरेबियाच्या परिसरात दुहेरी आघाडी उघडली. एकीचं नेतृत्व होतं, हॅरी जॉन फिल्बी याच्याकडे. सौदच्या बरोबरीनं लढताना वाळवंटाच्या मार्गे ख्रिस्तवासी झालेल्या विल्यम शेक्सपिअरची जागा आता फिल्बीनं घेतली. केंब्रिजसारख्या विद्यापीठातल्या ट्रिनिटीसारख्या प्रतिष्ठित विद्यालयात अत्यंत हुशार म्हणून गणला गेलेला, आपल्या शैक्षणिक गुणवत्तेसाठी राणीची शिष्यवृती मिळवणारा फिल्बी हा हरहुन्नरी, पण तितकाच विक्षिप्त गृहस्थ होता. मूळचा तत्त्वज्ञानाचा विद्यार्थी. पौर्वात्य ज्ञानशाखांचं विशेष आकर्षण आणि परत केंब्रिजला प्रा. ब्राऊन यांच्यासारखा गुरू. त्यामुळे फिल्बी म्हणजे एक वैचारिक गुंता होता. सुरुवातीची नोकरी त्यानं भारतात केली आणि नंतर शेक्सपिअरच्या निधनानं अरेबियात निर्माण झालेली संधी साधत तो तिकडे गेला. वैयक्तिक आयुष्यात नास्तिकता पाळणाऱ्या फिल्बीला धर्माचं सामाजिक जीवनातलं महत्त्व कळत होतं. त्याच नजरेतून त्याला इब्न सौद आणि त्याच्या वहाबी पंथीयांविषयी आतमध्ये कुठेतरी ओलावा होता. फिल्बीच्या सौदीतल्या कामकाजावर नियंत्रण होतं, इंग्रजांच्या भारत कार्यालयाचं. ही झाली एक आघाडी.

इंग्रजांच्या आघाडीची दुसरी बाजू सांभाळली होती फिल्बीपेक्षाही अधिक रंगतदार अशा टी.ई. लॉरेन्स या अधिकाऱ्यानं. (शेक्सपिअर, फिल्बी यांच्याप्रमाणेच या वाळवंटाच्या प्रेमात पडणारा आणि पुढे 'लॉरेन्स ऑफ अरेबिया' म्हणून अजरामर झालेला तो हाच!) त्याचा कारभार हाताळला जात होता ब्रिटिशांच्या कैरोतल्या कार्यालयाकडून. या दोघांच्या मोहिमा भिन्न होत्या. फिल्बी काम करत होता नज्दचे सत्ताधीश इब्न सौद यांच्यासाठी, तर लॉरेन्स याच्याकडे जबाबदारी होती हिजाझ प्रांताची – त्यात मक्का आणि मदिना ही धर्मस्थळं येतात – तेथील राज्यकर्ते

हाशेमाईट घराण्याचे हुसेन यांना हाताळण्याची. त्यांची अब्दुल्ला आणि फैझल ही दोन मुलं या दोन शहरांच्या मोहिमेत आघाडीवर होती. हे हाशेमाईट घराणेवाले स्वत:ला थेट महंमद पैगंबरांच्या वंशातले मानायचे.

इंग्रज सरकारचा होरा होता, की अरेबियाच्या लढाईत अंतिम विजय या घराण्याचा होईल. नाही म्हटलं, तरी मक्का-मदिनेचा ताबा त्यांच्याकडे होता. हाशेमाईट जिंकतील आणि अंतिमत: आफ्रिकेच्या उत्तर भागापासून ते आशियातल्या भारतापर्यंत (अर्थातच यात सध्याचा पाकिस्तानही आला; कारण त्या वेळी त्याची वेगळी चूल मांडली जायची नाही.) सर्व भूभागांतल्या मुसलमानांची एकसंध अशी ताकद आपल्यामागे उभी राहील, असा इंग्रजांचा अंदाज होता. इंग्रजांनी असा विचार करायचं कारण असं, की तोपर्यंत या परिसरातील मुसलमानांना तुर्कांचं आकर्षण होतं. तुलनेनं निधर्मी अशी राजवट देणारं, संपन्न, परत लष्करीदृष्ट्या सुदृढ अशा ऑटोमन साम्राज्याचा नि:पात करून ते पूर्णपणे इंग्लंडच्या महासत्तेत विलीन करून घ्यायची इंग्लंडची मनीषा होती. एका निधर्मी, आदर्श ठरू पाहाणाऱ्या राजवटीचा मुकाबला करण्यासाठी इंग्रजांनी दोन माथेफिरू धर्मांधांना हाताशी धरण्याचा डाव टाकला.

पण तो प्रत्यक्षात अंगाशी आला. कारण ऑटोमनच्या संघर्षात इब्न सौदनी बाजी मारली आणि या साऱ्या भूभागाचं नामकरण 'सौदी अरेबिया' असं करत आपल्याच नावाचा टिळा देशाला लावला. इंग्रजी सत्तेला वाटत होतं, तसं हाशेमाईट घराणं काही जिंकलं नाही. पण इंग्रजांना काळजीचं काही कारणच नव्हतं. छापा किंवा काटा काहीही पडलं, तरी त्यांचाच विजय होता. ते दोन्ही बाजूंनी खेळत होते. हाशेमाईट घराणं जिंकलं असतं, तरी तो इंग्रजांचा विजय ठरला असता; कारण त्याच्यामागे लॉरेन्स आणि त्याचे इंग्रज अधिकारी होते... आणि सौद जिंकल्यावरही त्यांना खेद व्हायचं काही कारण नव्हतंच; कारण त्यांनाही पाठिंबा देणारी जॉन फिल्बीची तुकडी इंग्रजी होती.

सौदच्या विजयामुळे एक प्रश्न फक्त इंग्रजांना पडला. त्या हाशेमाईट घराण्याचं काय करायचं? त्यांच्या पुनर्वसनाचा विचार करायला हवा होता. तो धूर्त साम्राज्यवादी नेते विन्स्टन चर्चिल यांनी चुटकीसरशी सोडवला. बुद्धिबळाच्या पटावरच्या चौकटी नव्यानं आखाव्यात, त्याप्रमाणे या परिसराचा नकाशा त्यांनी जरासा बदलला. दोन नवे देश तयार केले. ट्रान्सजॉर्डन आणि इराक. पहिल्याच्या राजपदी अब्दुल्ला याला बसवलं, तर दुसरा दिला फैझल याच्याकडे. पटावरच्या सोंगट्याच जणू. आहे काय अन् नाही काय. लंडनच्या

गारव्यात बसून वाळवंटातलं हे ज्वलजहाल राजकारण करणाऱ्यांत आघाडीवर होता, ब्रिटनच्या महाराणीपेक्षाही स्वामिनिष्ठ असणारा परराष्ट्रमंत्री लॉर्ड कर्झन, त्याला साथ देणाऱ्यांत महत्त्वाची भूमिका होती रॉबर्ट सेसिल, त्याचा पुतण्या लॉर्ड आर्थर बाल्फोर आणि परराष्ट्र खात्यातल्या पश्चिम आशिया कार्यालयाचा प्रमुख मार्क सायकस यांची. या साऱ्यांच्या कृत्याला सैद्धांतिक पाठिंबा देणारे होते अर्थातच विन्स्टन चर्चिल आणि अर्नाल्ड टॉयनबी. या सर्व उद्योगांच्या नोंदी ठेवताना लॉरेन्सनं केलेल्या टिपणांत या खेळांमागची विचारधारा स्पष्ट होते. लॉरेन्सनं लिहिलंय, 'एकदा का तुर्कस्तानची खिलाफत रसातळाला गेली, की त्याच्या कार्याचं उत्तरदायित्व महंमद पैगंबरांच्या घराण्याशी नातं सांगणाऱ्या हाशेमाईट कुटुंबीयांच्या म्हणजेच हुसेन याच्या खांद्यावर येऊन पडेल. ऑटोमन साम्राज्य खिळखिळं करणं आणि मुसलमानांचा एकसंध प्रभाव तोडणं हे जे आपलं अंतिम उद्दिष्ट आहे, ते साध्य करण्यात ही घटना उपयुक्तच ठरेल. यानंतर हाशेमाईट घराण्याची जी काही राजवट आकाराला येईल, ती आपल्यासाठी फायद्याची ठरेल. ही संधी जर योग्य प्रकारे हाताळली, तर अरब घराणी विखुरलेलीच राहतील आणि त्यांच्या एकमेकांतल्या द्वेषामुळे त्यांचे एकमेकांशी संघर्ष, स्पर्धा सुरूच राहील. त्यांची एकसंध अशी ताकद (आव्हान) उभी राहणार नाही.'

इंग्रजांच्या प्रत्येक खेळीमागे इतका निःसंदिग्ध विचार होता. पण राजकारणात कृती सांगोपांग विचार करून केली, तरी त्याचे परिणाम हवे तसे मिळतातच असं नाही. इंग्लंडच्या बाबतीत हेच झालं. लंडनमधून पश्चिम आशियाची सूत्रं हलवणाऱ्या धुरीणांची योजना होती हाशेमाईट मंडळींना ताकद द्यायची. अरेबिया, सीरिया, लेबनॉन, इराक आणि जॉर्डनमध्ये त्यांना सत्तेवर आणायचं आणि त्याच वेळी त्यांच्या माध्यमातून ज्यूंशी संधान बांधायचं आणि तिकडे पॅलेस्टाइनमध्येही ब्रिटनधार्जिणं सरकार आणायचं. इजिप्त आणि सुदान आधीपासूनच इंग्लंडच्या कह्यात होते. या तऱ्हेनं अरेबियाची संपूर्ण पश्चिम किनारपट्टी आपल्या पंखांखाली आणायची आणि मक्केत एक नवी खिलाफत उभारून तिच्यामार्फत ही वाळवंटातली सोंगं नाचवायची. त्याच वेळी तिकडे सौदीमध्ये इंग्लंडच्या भारत कार्यालयाचे राजकीय प्रतिनिधी सर पर्सी कॉक्स हे फिल्बीला हाताशी धरून तेलउत्खननाच्या क्षेत्रात काही हाताला लागतं का, ते चाचपडत होते.

पण या सगळ्याच खेळाचे फासे इंग्लंडला हवे होते, तसे काही पडले नाहीत. जॉर्डन आणि पॅलेस्टिनी यांची मोट बांधता येईल, असं वाटत होतं, पण तो प्रयत्न फसला. हे दोघं काही एकत्र नांदायला तयार नव्हते. तसंच इराकचंही. तिथे

काही राजकीय स्थैर्य येत नव्हतं. उलट स्थानिकांकडून इंग्रजांवर होणारे हल्ले वाढू लागले होते, तेव्हा इराकही डोकेदुखी बनला.

आंतरराष्ट्रीय राजकारणात दूरगामी ठरणारी आणखी एक घटना त्या वेळी घडली. रशियात बोल्शेव्हिकांनी क्रांती करून झारची राजवट संपुष्टात आणली. या नव्या सरकारनं पश्चिम आशियाबाबतचं आपलं धोरण उघड करताना इंग्लंड आणि फ्रान्स हे दोन देश अख्खा पश्चिम आशिया कसा आपापसांत वाटून घ्यायला टपलेत, हे जाहीर करून टाकलं. इतके दिवस जी बाब दडवण्याचा या दोन देशांचा प्रयत्न होता, तो फसला आणि आंतरराष्ट्रीय स्तरावर इंग्लंडला अंग चोरून घ्यावं लागलं. हे आपलं राजकारण उघडच झालंय, असं म्हटल्यावर फ्रान्सनं आपली मागणी आता अधिकच जोरानं रेटली. सीरिया आणि लेबनॉन या दोन देशांतून इंग्रजांनी पूर्णपणे काढता पाय घ्यावा, असा फ्रेंचांचा आग्रह होता. त्याबाबत ते कसलीही तडजोड करायला तयार नव्हते. परिणामी इंग्लंडला एक गोष्ट कबूल करावी लागली. जॉर्डनचे राजे हुसेन यांच्यावर जरा आपण जास्तच विसंबून राहिलो, ही चूकच झाली.

पण एव्हाना इब्न सौद आणि त्यांचे वहाबी अनुयायी मोकाट सुटले होते. परिसरातल्या विजयानं त्यांच्यातलं क्रौर्य अधिकच जागवलं गेलं होतं. त्यांच्या धार्मिक आक्रमणाचा तपशील आता जाहीर होऊ लागला. धर्माच्या नावाखाली इब्न सौदच्या अनुयायांनी वाळवंटात चार लाख समधर्मीयांची कत्तल केली होती. हे प्रत्यक्ष युद्ध आणि चकमकी यांत मारले गेलेले. यांच्याशिवाय वहाबींना विरोध करणाऱ्या जवळपास ४० हजार जणांना दवंडी पिटवून समारंभपूर्वक ठार करण्यात आलं. जे त्यांच्याइतके धोकादायक नव्हते, पण तरी ज्यांना शिक्षा होणं आवश्यक होतं, अशा साडेतीन लाख जणांना आपला कोणता ना कोणता अवयव अल्लाचरणी असाच जाहीरपणे अर्पण करावा लागला. म्हणजे इतक्या हातपाय तोडण्याच्या जाहीर शिक्षा या वहाबींनी त्या वाळवंटात निर्घृणपणे अमलात आणल्या.

अनेक सौदी अभ्यासकांच्या मते इब्न सौदपुढे दोन पर्याय होते. या धार्मिक अतिरेक्यांचा बीमोड करायचा किंवा त्यांचाच नेता म्हणून स्वत:ला सादर करायचं. सौदनी दुसरा पर्याय निवडला. राज्यशकट हाती घेतल्या घेतल्या त्यांनी आपल्याला विरोध करणाऱ्या इखवान सांप्रदायिकांची मोठ्या प्रमाणावर कत्तल केली होती. तेही तितकेच धर्मप्रेमी होते. तेव्हा मनात आणलं असतं, तर अशा कडव्या मंडळींना रोखून इब्न सौद आपल्या राजवटीचा चेहरा अधिक सौहार्दपूर्ण करू शकले असते. पण तसं न करता सौद त्या धर्मांधांनाच सामील झाले. त्यामुळे

सौदीच्या राजकीय चेहऱ्यावर धर्माच्या रासवटपणाचे जे डाग पडले, ते कायमचेच. फिल्बीच्या नोंदीनुसार १९२० पर्यंत इब्न सौदच्या कडव्या धर्मांध सैनिकांची संख्या ५० हजारांच्या वर गेली होती. सौदी आता त्यामुळे कोणत्या दिशेनं जाणार, हे ठरून गेलं होतं. वाळवंटात ठिकठिकाणच्या भटक्या टोळ्या मोडून काढण्याकरता सौदनी आपली वहाबी ताकद वापरली. अशा जवळपास ९८ टोळ्या होत्या. या टोळ्यांची निष्ठा अगदी स्थानिक पातळीवर कोणाला तरी वाहिलेली असायची. सौदनी त्या निष्ठेलाही दिशा दिली आणि धर्माच्या नावानं आपलं राज्य असल्याची द्वाही फिरवत या टोळ्यांचा विश्वास आणि कडवेपणाही आपल्या राज्यासाठी जोडून घेतला.

एव्हाना पहिलं महायुद्ध संपलं होतं. जगातल्या अनेक देशांच्या सीमा नव्यानं आखल्या जात होत्या. ब्रिटनला जी काळजी होती, ते ऑटोमन साम्राज्य आता खरोखरच लयाला गेलं होतं. अनेक परिषदा, चर्चा झडल्यानंतर पश्चिम आशियाची वाटणी झाली होती. फक्त एकच राहिलं होतं. मक्का भौगोलिकदृष्ट्या जरी सौदच्या देशाचा भाग बनली होती, तरी तिच्यावर जॉर्डनचे राजे हुसेन यांचा हक्क कायम होता. या मक्केचं मुखत्यारपत्र कागदोपत्री का होईना, त्यांच्याकडे होतं. हे काही इब्न सौदना मनापासून मंजूर नव्हतं; पण तरी ती व्यवस्था त्यांना मान्य करावी लागली होती.

तीही उलथून फेकण्याची संधी इब्न सौदना लवकरच मिळाली. झालं असं, की नवनिर्वाचित तुर्कस्थान देशाचे प्रमुख केमाल पाशा यांनी १९२४ साली घेतलेल्या एका निर्णयानं अख्ख्या इस्लामी विश्वाला हादरवलं. त्यांनी अत्यंत मागास रीतिरिवाजांना कंटाळून आपली खिलाफत स्वत:च्या हातानं गुंडाळून टाकली. त्यांना आपल्या धर्मात सुधारणा करायच्या होत्या. त्या जुन्या चौकटीत करणं अशक्य होतं. पण त्यांनी ती जुनी रचना मोडून काढल्या काढल्या जॉर्डनचे राजे हुसेन यांच्या आशा पल्लवित झाल्या. त्या चौकटीत त्यांना जाऊन बसायचं होतं. नाहीतरी ते मक्केचे मुखत्यार होतेच. त्यात जर या खिलाफतीचं प्रमुखपदही मिळालं, तर काय बहार होईल, असं त्याच्या मनानं घेतलं. या कार्यात पाठिंब्यासाठी त्यांनी इंग्लंड सरकारकडे भुणभुण लावली. पण तोपर्यंत इंग्रजांची खात्री झाली होती, की हुसेन यांच्यात काही दम नाही म्हणून. नाहीतरी इब्न सौदनी धुऊन काढल्यावर इंग्लंडनं राजे हुसेन यांना अरेबियापुरतं तरी वाऱ्यावरच सोडलं होतं. आता ते इंग्रजांच्या नाकदुऱ्या काढतायेत आणि इंग्रज मात्र त्यांना विचारायला तयार नाहीत, हे उघड झाल्यावर सौदनी याचा फायदा उठवायचं ठरवलं. राजे हुसेन यांचं मक्केतलं

उरलंसुरलं अस्तित्व धुऊन काढायला हीच संधी आहे, हे त्यांच्या लक्षात आल्यावर त्यांनी आपलं सैन्य वेळ न दवडता मक्केत घुसवलं आणि त्या धर्मस्थळाला शब्दश: रक्ताचा अभिषेक घातला. जॉर्डनचे राजे हुसेन यांचं समर्थन करणाऱ्या जवळपास प्रत्येक व्यक्तीनं – यात स्त्रियाही आल्या – इब्न सौदच्या हल्ल्यात प्राण गमावले.

परिसरातल्या एवढ्या रक्ताभिषेकानंतर अखेर सौदनी बाजी मारली. मक्का पादाक्रांत केली. संपूर्ण अरेबियाचे ते अनभिषिक्त राजे झाले. आता त्यांचं स्वप्न होतं संपूर्ण इस्लामचं सम्राटपद. इंग्लंडनं दोन्ही स्वप्नांच्या पूर्ततेसाठी त्यांना साथ द्यायचं वचन दिलं. पहिल्यासाठी लगेच तसा करारही केला. २० मे १९२७ला त्यांनी संपूर्ण सौदी अरेबियाचं स्वातंत्र्य मान्य केलं आणि त्या देशाचे नेते या नात्यानं इब्न सौदशी करार केला. दुसऱ्या स्वप्नाच्या पूर्ततेसाठी सौदनी मुस्लीम परिषद बोलावली. आपल्या देशात शरियाचा कायदा अंतिम असेल, असं जाहीर केलं. इस्लामी संस्कृतीचं अगदी शाही इतमामात आपल्या देशात जतन होईल, याची द्वाही फिरवली. इतकंच काय, पण संस्कृतिरक्षणासाठी खास धार्मिक पोलीस दल तयार केलं. देशातला प्रत्येक नागरिक दिवसातून पाच वेळा नमाज पढतोय की नाही, त्याचा पेहराव धर्मनियमांशी सुसंगत आहे की नाही, घरांघरांतल्या महिला कशा वागतायेत, हे सगळं पाहण्याची आणि त्यात सुधारणा करण्याची जबाबदारी या धार्मिक पोलीस दलावर सोपवण्यात आली.

हे इतकं रामायण घडत असताना हा सारा प्रवास आपल्याला कोणत्या दिशेनं घेऊन जाणार आहे, याची पूर्ण कल्पना ब्रिटिश उच्चाधिकाऱ्यांना आली होती. राणीच्या सरकारच्या अरब ब्यूरोचे प्रमुख डेव्हिड जॉर्ज होगार्थ यांनी इब्न सौद आणि त्यांची वहाबी सेना म्हणजे काय डोकेदुखी आहे, याच्या स्पष्ट नोंदी केल्या होत्या. समस्त मुसलमानी विश्वासाठी हा वहाबिझम संकटकारक ठरेल, असं त्यांचं भाकीत होतं. पण तरीही इंग्लंडला इब्न सौदचा मोह सोडवत नव्हता. याचं कारण एकच होतं, सगळ्या पश्चिम आशियात त्यांच्याइतका मजबूत खांदा असलेला त्या वेळी तरी अन्य कोणी राज्यकर्ता नव्हता. परत आधी जमालुद्दिन आणि मोहंमद यांचा बुद्धिवादी आणि विचारी वाटणारा पॅनइस्लामचा प्रयोग तितकासा यशस्वी न झाल्यानं इंग्रजांच्या विचारांचा लंबक एकदम दुसऱ्या दिशेला गेला होता. आता त्यांना कोणीही कितीही अविचारी असला, तरी चालणार होता. अट अर्थातच एकच होती. तो समर्थ असावा आणि त्यानं इंग्लंडच्या हितसंबंधांचं रक्षण करावं. हे करणारा कोणीही इंग्लडला चालणार होता. त्यासाठीच त्यांनी सगळे धोके

पत्करून इब्न सौदना पाठिंबा दिला. पण असं साहसवादाचं राजकारण करताना एका महत्त्वाच्या मुद्याकडे त्यांचं दुर्लक्ष झालं. ते म्हणजे कितीही वाढला, तरी वहाबी पंथ ही प्राधान्यानं धार्मिक चळवळ राहणार होती. त्याला मुख्य राजकीय प्रवाहाचा दर्जा मिळणार नव्हता. कारण त्यात राजकारण दुय्यम होतं आणि केंद्रस्थानी होतं ते धर्मकारण. इंग्लंडला गरज होती, ती राजकारण करणाऱ्याची. कधीतरी त्यात राजकारणाचा भाग म्हणून एखाद वेळी धर्माचा आधार घेतला गेला असता, तर ते एकवेळ चाललं असतं. पण इंग्रजांनी शोधला, तो भिडू निघाला राजकारणाच्या नावाखाली धर्मकारणच रेटणारा. राजकारण कमी आणि धर्मकारणच जास्त, असाच इब्न सौदचा कारभार निघाला.

भविष्याचा विचार केला, तर ही चूक अक्षम्य होती. कारण इंग्लंडच्या या आततायी कृतीमुळे धर्मकारण हेच राजकारण, असं मानायचा घातक पायंडा पडला. धर्मकारणाच्या गाडीला राजकारणाचं इंजिन लागायच्या ऐवजी राजकारणाची गाडी धर्मकारणाचं इंजिन खेचू लागलं. या गाडीला आता विकृत धर्मकारणाचं आणखी एक जबरदस्त ताकदीचं इंजिन लवकरच लागणार होतं... आणि इंग्रजांचा ज्या सौदवर विश्वास होता, त्यांच्या अरेबियन भूमीत हे होणार नव्हतं, तर बाजूच्या तांबड्या समुद्रापलीकडच्या इजिप्तमध्ये अशी नवी धर्मकेंद्री संघटना जन्माला येत होती आणि त्याचा परिणाम केवळ या परिसरातल्या राजकारणावरच होणार नव्हता, तर सारं जगच त्यात होरपळून निघणार होतं.

◈

अरबावतारी हिटलर

५ डिसेंबर १९२४ या दिवशी पवित्र मक्का-मदिनेत घुसून इब्न सौदच्या धर्मवेड्या सैनिकांनी परमेश्वराच्या साक्षीनं त्याचे वंशज म्हणवून घेणाऱ्या हाशेमाईट घराण्याच्या अनुयायांची मनसोक्त कत्तल केली. सौदच्या सैनिकांनी हाशेमाईट घराण्याच्या ज्या काही खुणा मक्का-मदिनेत होत्या, त्या या हत्याकांडात पुसून टाकल्या. यानंतर लगेचच इंग्लंडनं इब्न सौद यांना राजमान्यता दिली. या दोन ठिकाणांशिवाय मान आणि अकाबा या दोन प्रांतांत हाशेमाईट अजून सत्तेवर होते. पण मक्का-मदिनेत त्यांचं काय झालं, हे पाहिल्यावर ब्रिटननं हे प्रांत स्वत:हून हाशेमाईट घराण्याकडून काढून घेतले आणि सौद यांच्याकडे सोपवले. सौद यांच्या राजमान्यतेची प्रक्रिया मार्गाला लागली. आता इब्न सौद यांना धर्ममान्यतेच्या राजमुद्रेची आस लागली होती. समस्त इस्लामी बांधवांचे तारणहार अशी आपल्या नावाची द्वाही कधी एकदाची फिरवली जातेय, असं त्यांना झालं होतं. यातला दैवदुर्विलास असा, की त्यांच्या मार्गात अडथळा ठरू पाहत होते ते वहाबीच. या पंथाच्या अतिजहाल अशा इखवान गटानं सौद यांना आव्हान द्यायला सुरुवात केली. आणि तेसुद्धा कसं, तर सौद यांच्या धर्मशुद्धतेबद्दलच प्रश्न निर्माण करून!

सौद यांचे इंग्रजांशी उत्तम संबंध होते. खरं तर त्यांच्या पाठिंब्यामुळेच सौद सत्तेवर येणं शक्य झालं होतं. पण सौदच्या खांद्यावर असलेला इंग्रजांचा हात आता इखवानांनाच खुपू लागला. यामागे कारणं बरीच होती. एकतर सौद सत्तेत आल्यानंतर इखवानांना म्हणावा तितका वाटा मिळाला नव्हता. अतितीव्र धर्मवादी असले म्हणून काय झालं? सत्तेचा मोह त्यांना नसतो, असं थोडंच आहे? गमतीचा

भाग म्हणजे इतर अनेक धार्मिक शक्तींप्रमाणे इखवानही ताकाला जाऊन भांडं लपवण्याचा प्रयत्न करत होते. म्हणजे आपल्याला सत्तेत मोठा वाटा हवा आहे, असं ठणठणीतपणे ते सांगत नव्हते. नाही म्हटलं, तरी त्यांनी सौदसाठी इतक्या समधर्मीयांच्या मानेवरनं तलवारी फिरवल्या होत्या. तेव्हा त्याची जाणीव ठेवून सौद यांनी त्यांच्यासाठी काही भरभक्कम पदं वगैरे द्यायला हवी होती. ते न झाल्यामुळे इखवान नाराज झाले आणि थेट सौद यांनाच नापाक ठरवू लागले. इंग्रजांच्या म्हणजे परधर्मीयांच्या साहाय्यानं राज्य करण्याचा गुन्हा करत असल्याबद्दल ते सौद यांना दोष देत होते. ही बाब सौद यांच्या चांगलीच अंगावर आली. बरं, इखवान मंडळी काही दुर्लक्ष करावीत, अशी नव्हती. सौद यांनीच तर रक्तशिंपण करून इखवानांचं पालनपोषण केलं होतं. त्याच पुण्याईला आता फळं आल्यानंतर इखवानांकडे दुर्लक्ष करणं अवघड होतं. सुरुवातीला सौद यांनी भरभक्कम लाच, छोटीमोठी पदं देऊन इखवानांना गप्प करायचा प्रयत्न केला. काही काळ ते झालेही. पण नंतर पुन्हा त्यांची भुणभुण सुरू झाली. इंग्रजांना विरोध म्हणजे खरं तर सौदच्या पोटावरच पाय. पण ते काही इखवानांना पटेना. शेवटी मग सौदनी शांतपणे आपल्या खांद्याला खांदा लावून लढलेल्या कडव्या धर्मबांधवांच्या मानेवरनं तलवारी फिरवल्या, तेव्हा कुठे मामला शांत झाला.

आता सौद पुन्हा आपल्या धर्ममान्यता मिळवण्याच्या कामाला लागले. इस्लामी जगताची एक मोठी परिषद त्यांनी बोलावली. आपल्या नेतृत्वावर या बैठकीत शिक्कामोर्तब करून घेण्याचा सौद यांचा इरादा होता. समस्त मुसलमानांनी त्यांच्या मागे उभं राहावं, यासाठी प्रयत्न करणाऱ्या व्यक्तीचं नाव होतं शेख मुहम्मद अल् अहमद अल् जवाहिरी. या परिषदेत सौद यांच्यासाठी फारसं काहीच हासिल झालं नाही. आपल्या अनुयायांना नकारात्मक अर्थानं वहाबी ठरवणाऱ्यांचा त्यांनी खरपूस समाचार घेतला, इतकंच.

एव्हाना आसमंतात इब्न सौद यांचा भलताच दरारा निर्माण झाला होता. तरुण मुसलमानांसाठी तर ते हीरोच बनले होते. ते आणि त्यांचा वहाबीवादच मुसलमानांसाठी तारणहार ठरू शकेल, याच मार्गानं आपण सर्वांनी जायला हवं, अशी धारणा अनेक मुसलमानांची होऊन गेली होती. त्यातलं एक महत्त्वाचं नाव होतं महंमद रशीद रिदा. हा प्रत्यक्षात त्या जमालुद्दिन अफगाणी आणि मोहंमद अब्दुह यांचा शागिर्द. त्यातही परत गोहंमदला जास्त जवळचा. हाही इजिप्तमधलाच. त्या दोघांसारखाच इस्लामच्या हनाबली घराण्याचा. त्यामुळे विचारही साधारण तसेच. पाश्चात्त्यांच्या नादी लागल्यामुळे झालेल्या संस्कारसंकरापासून इस्लामला वाचवायला

महंमद रशीद रिदा : वहाबीवादाचा प्रचार करून पैसा कमावणारा 'दीपस्तंभ'

हवं, असं त्या दोघांप्रमाणे यालाही वाटायचं. फक्त फरक इतकाच, की अफगाणी आणि मोहंमद यांच्यापुढे वहाबीवाद आणि त्याचं प्रत्यक्षात आकाराला आलेलं इब्न सौद हे दृश्य रूप नव्हतं. ते रिदा याच्यापुढे होतं. त्यामुळे अफगाणी, मोहंमद यांची शिकवण वास्तवात आचरणात आणायची असेल, तर वहाबीवादाला पर्याय नाही, अशी त्याची खात्रीच पटली.

त्यामुळे आपल्या या विचारांच्या प्रचारासाठी त्यानं एक नियतकालिक सुरू केलं. 'अल् मनार'. म्हणजे दीपस्तंभ किंवा असंच काहीतरी. नंतर 'अल् वहाबियन' असा एक ग्रंथ लिहून त्यानं या शाखेविरोधातल्या टीकेला उत्तर दिलं. त्यानं या 'दीपस्तंभा'त लिहिलं, 'इस्लामी जगतासाठी क्षितिजावर एक चमचमता तारा इब्न सौद यांच्या रूपानं उगवला आहे. इस्लामचं भवितव्य उज्ज्वल करण्यासाठी आता याच सौद यांना महत्त्वाची भूमिका बजावावी लागणार आहे'. त्याचं इतकं उतू चाललेलं वहाबप्रेम बघून त्या वेळी काहींना त्यामागच्या कारणांबाबत शंका आली. शोध घेतला, तेव्हा त्यांना याचं कारण कळलं. रिदाचं दुकान इब्न सौद यांच्या पैशावर सुरू होतं. सौदी सम्राटाकडून दरमहा भरभक्कम रक्कम रिदा याच्यासाठी वळती होत होती. किती असावा हा पैसा? १९२६ साली दरमहा तब्बल सहा हजार पौंड इतका गलेलठ्ठ आकडा होता हा. अर्थात ही बाब चव्हाट्यावर आली म्हणून त्याची परिणामकारकता काही कमी होत नव्हती. रिदा तितक्याच पोटतिडकीनं इस्लामचं पुनरुज्जीवन कसं करता येईल, याचं मार्गदर्शन आपल्या 'दीपस्तंभा'तून करत होता. अनेक जण प्रभावित होत होते, पण त्यांतला एक

हसन अल् बन्ना : 'अल् इखवान अल् मुस्लिमिन'
अर्थात 'द मुस्लिम ब्रदरहुड' या धर्मसुधारक संघटनेचा संस्थापक

जण या प्रचारानं चांगलाच भारला गेला. त्याचं नाव हसन अल् बन्ना. इस्लामच्या पुढच्या वाटचालीतलं हे एक महत्त्वाचं नाव.

हा हसन बन्ना 'दीपस्तंभा'तल्या विचारानं इतका पेटला होता, की ते अमलात आणण्यासाठी काहीतरी भरीव करायचं त्याच्या मनानं घेतलं. आसपास डोळे उघडून बघायला लागल्यावर त्याच्या असं लक्षात आलं, की ऑटोमन साम्राज्याच्या पोटातून जे काही देश निघाले, त्यावर आता या ना त्या युरोपीय देशाचंच राज्य आहे. त्यानं हे सगळं मोडून काढायचा निश्चय केला. सुरुवात अर्थातच मातृभूमी इजिप्तपासून करणं सोयीचं होतं. तसंच त्यानं केलं. वास्तविक इजिप्तला १९२२ मध्ये इंग्रजांनी आपल्यापासून तोडून स्वातंत्र्य बहाल केलं होतं. पण ते कागदावरच होतं. कारण स्वातंत्र्य दिलं, तरी ब्रिटिश सरकारची इजिप्तमध्ये लुडबुड सुरूच होती. त्यामुळे या देशाला आपलं स्वत:चं असं परराष्ट्र काय किंवा देशांतर्गत काय, धोरणच आखता येत नव्हतं. याचा अनेकांना राग होता. विशेषत: धार्मिक क्षेत्रात इजिप्तची या इंग्रजांमुळे चांगलीच कोंडी होत असल्याची भावना मूळ धरू लागली होती. त्यांच्या विरोधात एक प्रकारचा राग साचू लागला होता. त्याचमुळे धर्मसुधारणा करण्यासाठी बन्नानं एक संघटना स्थापन केली. 'अल् इखवान अल् मुस्लिमिन' या नावाची. पाश्चात्त्यांनी हिचं सुटसुटीत नामकरण केलं, 'द मुस्लिम ब्रदरहुड'. ही घटना १९२८ सालची.

वास्तविक तिचा संस्थापक हसन अल् बन्ना हा गरीब घरातनं आलेला साधा

प्राथमिक शिक्षक. १४ ऑक्टोबर १९०६ या दिवशी दक्षिण इजिप्तमध्ये त्याचा जन्म. त्याचे वडील हे मोहंमद अब्दुह याचे शागिर्द होते, हे कळल्यावर हसनच्या रक्तात धर्मवेडाचं खूळ कसं शिरलं, ते कळू शकेल. जमालुद्दिन अफगाणी, मोहंमद अब्दुह आणि रशीद रिदा ही त्याला परमेश्वराची त्रिमूर्ती वाटत होती. त्याच्या कार्याचा झपाटा पाहिला, की तो जन्मत:च धर्मवेडा होता की काय, अशी शंका येते. जगातल्या सर्व इस्लामी अतिरेकी संघटनांचं मूळ असलेली 'ब्रदरहुड' ही संघटना जेव्हा बन्नानं स्थापन केली, तेव्हा तो जेमतेम बाविशीत होता. वाळवंटात जो असंतोष खदखदत होता, त्याला या संघटनेच्या मार्फत वाट करून द्यायचा त्याचा प्रयत्न होता. खरं तर त्याच्या वयाच्या सर्वांनाच त्या वेळी तुर्कस्तानच्या खिलाफतीचा विलय जिव्हारी लागला होता. ही आपली खिलाफत नाहीशी होण्यामागे इंग्लंडचा हात आहे, असं या सगळ्यांचं स्पष्ट मत बनलं होतं. ही चूक दुरुस्त करायला काहीतरी करणं आवश्यक होतं. याच घालमेलीतून 'ब्रदरहुड' जन्माला आली. अर्थातच, जन्मली त्या दिवसापासून हिंसाचार हे काही या संघटनेचं उद्दिष्ट नव्हतं. तरुणांना गोळा करावं, धर्माच्या चार गोष्टी सांगाव्यात, काही सांस्कृतिक कार्यक्रम करावेत, इस्लामचा गौरवशाली इतिहास त्यांच्यापुढे मांडावा, मुसलमानांनी साधेपणानं जगावं वगैरे संदेश पोहोचवावेत, असे या संघटनेचे विचार होते. धर्मग्रंथ म्हणून कुराण आणि धर्माचरण म्हणून सुन्ना – म्हणजे प्रेषिताची जीवनशैली – लोकप्रिय करावी, असा तिचा प्रयत्न होता. पण नंतर दहशतवादाचं जहर तिच्या कोणत्या टप्प्यावर मिसळलं, ते ना इंग्रजांना कळलं, ना खुद्द बन्ना आणि त्याच्या अनुयायांना. गंमत म्हणजे ब्रिटिशांचापण या संघटनेविषयी सुरुवातीला असाच बरा समज असावा. कारण त्यांनीच तर या संघटनेच्या स्थापनेला मदत केली होती. 'सुवेझ कॅनाल कंपनी' या ब्रिटिश कंपनीनं या 'ब्रदरहुड'ला सुरुवातीला हात दिला होता. आणि ही मदत नुसती पैशाची नव्हती, तर या कंपनीनं सुवेझ कालव्याच्या किनारी बसवलेल्या इस्माइलिया या आपल्या गावातच 'ब्रदरहुड'ला कार्यालय आणि बन्नाला राहायला जागा दिली होती. हे गाव वसवलं होतं, या कालव्याचा निर्माता फर्डिनंड द लेसेप्स या फ्रेंच अभियंत्यानं १८६३मध्ये.

स्थापनेनंतर जवळपास चार वर्षांनी बन्नानं 'ब्रदरहुड' कैरोत आणली. पुढच्याच वर्षी तिचं मोठं अधिवेशन भरवलं. नंतर गावोगावची तरुण मंडळं, व्यायामशाळा या 'ब्रदरहुड'ला संलग्न करण्याचा कार्यक्रम हाती घेतला गेला. सुरुवातीच्या टप्प्यावर हे सगळे स्वयंसेवक होते. लवकरच त्यांचे सैनिक झाले आणि मग तर रीतसर त्यांच्या बटालियन्स वगैरेच बनवायला बन्नानं सुरुवात केली. यानंतर या

‘ब्रदरहुड’चा आकार इतका मोठा झाला, की जेव्हा १९३७ साली राजे फारुख यांचं राज्यारोहण झालं, तेव्हा या सरकारी समारंभाच्या सुरक्षेची जबाबदारी बन्ना आणि त्याच्या ‘ब्रदरहुड’वर सोपवण्यात आली. या समारंभाच्या आदल्या वर्षी ‘ब्रदरहुड’ची सभासदसंख्या जेमतेम ८०० होती. एका वर्षात ती दोन लाख सभासद आणि ५० शाखा इतकी विस्तारली. १९४० पर्यंत ही संख्या झाली पन्नास लाख सभासद आणि दोन हजार शाखा. आता एवढी ताकद आल्यावर बन्ना बरंच काय काय करायला लागला. कुठे मशिदी बांध, शाळाच उभार, आणखी कुठे सांस्कृतिक मंडळच काढ, क्रीडा संघटनाच स्थापन कर, असे अनेक उद्योग त्यानं हाती घेतले. जणू काय तो प्रतिसरकारच बनला. या टप्प्यावर कुठेतरी बन्नाच्या मनात आपण समस्त मुसलमानांचं नेतृत्व करावं, अशी इच्छा निर्माण झाली. इतकी ताकद हासिल केल्यावर राजकीय नेतृत्वाची स्वप्नं पडली नसती, तरच नवल!

राजकारणाच्या बाबतीत ‘ब्रदरहुड’ला आव्हान एकच होतं. इजिप्तमध्ये अनेक विचारधारा असलेल्यांची एक राजकीय आघाडी झालेली होती, ‘वफ्द’ पक्ष या नावानं. यात डावे, उजवे, मध्यममार्गी असे अनेक जण होते. ही कधी तिथल्या राजसत्तेच्या बाजूनं असायची, तर कधी विरोधी. पण या पक्षातला डावा टक्का वाढल्यावर ती राजसत्तेच्या विरोधात गेली. मग बन्ना आणि ‘ब्रदरहुड’ अर्थातच राजाच्या बाजूनं उभी राहिली. या काळात बन्नाला राजे फारुख यांच्याकडून दणदणीत आर्थिक मदत मिळत गेली. त्याचा आवाज इतका वाढला, की राजे फारुख सर्व महत्त्वाच्या नेमणुका बन्नाचा सल्ला घेतल्यावरच करायचे. हे झालं देशांतर्गत राजकारण. पण ‘ब्रदरहुड’ला आंतरराष्ट्रीय स्तरावर नेणारी एक व्यक्ती याच काळात संघटनेला सामील झाली. महंमद अमीन अल् हुसैनी. याच्यामुळे संघटनेचं नाव-गाव जगभर झालं, ही एक बाब. पण त्याच्यामुळेच ही संघटना कायमची नरभक्षकही बनली. हुसैनी याच्यामुळे या संघटनेला तेव्हा जी काही रक्ताची चटक लागली, ती आजही भागलेली नाही.

हुसैनी याचा जन्म जेरुसलेममधला. १८९५ ते १८९७ या दोन वर्षांत कुठला तरी. त्या वेळचा जेरुसलेमचा मुफ्ती आणि ज्यूंचा पहिला विरोधक ताहिर अल् हुसैनी हा त्याचा जन्मदाता. त्यामुळे जन्मत: ज्यूद्वेषाची संथा त्याला मिळाली, यात काही विशेष नाही. घराणं जेरुसलेममधलं मोठं वतनदार. चांगला जमीनजुमला असलेलं, रावसाहेबाचं. या एकाच कुटुंबात एक नाही, दोन नाही, तर जेरुसलेमचे १३ माजी महापौर होते, यावरनं काय ते समजू शकेल. तर अशा घरातल्या हुसैनीला

महंमद अमीन अल् हुसैनी :
'ब्रदरहुड'ला रक्ताची चटक लावणारा
ज्यूद्वेष्टा नेता

जेरुसलेममध्ये चांगलं शिक्षण मिळालं. तो इस्तंबूल येथील महाविद्यालयात शिकला. नंतर फ्रेंच मिशनऱ्यांच्या शाळेत जाऊन त्यानं त्या भाषेचं शिक्षण घेतलं. नंतर तो कैरोला धर्मकायदा शिकण्यासाठी गेला. इथे त्याचा गुरू होता रशीद रिदा. तोच तो जमालुद्दिन अफगाणी आणि मोहंमद अब्दुह यांच्या शिकवणुकीनं भारलेला आणि सौदचे राजे इब्न सौद यांना आदर्श मानणारा. ऐन उमेदीच्या काळात हुसैनीनं 'रॉयटर्स'सारख्या जगप्रसिद्ध वृत्तसंस्थेत अनुवादकाचं कामही केलं जेरुसलेममध्ये. हे काम करत असतानाही त्याला राजकारणात रुची होतीच.

हुसैनीला मिसरूड फुटेपर्यंत पहिल्या महायुद्धाचे नगारे वाजायला लागले होते. त्याला आता हे महायुद्ध खुणावायला लागलं. हुसैनी त्या वेळची एकमेव मुसलमान महासत्ता असलेल्या ऑटोमन साम्राज्याच्या लष्करात सहभागी झाला. तोफखाना विभागात. ४७ वी बटालियन. काही काही योगायोग का घडतात, असा प्रश्न पडतो. हुसैनीच्या बाबतीत तशी परिस्थिती आहे. महायुद्धाच्या सुरुवातीला ऑटोमन साम्राज्य तटस्थ होतं. पण नंतर या युद्धात उडी घेतल्यावर त्यांनी अमानुष अत्याचार केले. या वातावरणात हुसैनीच्या बटालियनची नेमणूक झाली, तीच आर्मेनियन ख्रिश्चनांचं प्राबल्य असलेल्या शहरात. तिथेच त्याला रक्ताची चटक लागली असावी. १९१५ ते १९१८ या काळात तुर्की मुसलमानांनी आर्मेनियन ख्रिश्चनांचं नृशंस हत्याकांड केलं. त्याआधी जवळपास दोन हजार वर्षं आर्मेनियन ख्रिश्चन पश्चिम आशियातल्या अनेक भागांत राहात होते. पण महायुद्ध सुरू झालं आणि ऑटोमन सरकारनं त्यांना रशियन हस्तक ठरवून ठार करायला सुरुवात केली. २४

तुर्की मुसलमानांनी केलेलं आर्मेनियन ख्रिश्चनांचं नृशंस हत्याकांड : विसाव्या शतकातला पहिला राजकीय जिहाद

एप्रिल १९१५ या दिवशी ३१० आर्मेनियन लेखक, कलाकार, विचारवंत यांना इस्तंबूलमध्ये – तेव्हाचं कॉन्स्टॅन्टिनोपल – आपापल्या घरातनं बाहेर काढण्यात आलं. नंतर कोणाला फाशी देऊन, तर कोणाला गोळ्या घालून ठार मारण्यात आलं. नंतर साऱ्या आसमंतात त्यांचा वंशविच्छेदच सुरू झाला. अमानुष क्रौर्याची परिसीमा गाठणारी यातनागृहं आर्मेनियन ख्रिश्चनांना संपवण्यासाठी उभारण्यात आली. हा विसाव्या शतकातला पहिला राजकीय जिहाद. या इस्लामी जिहादच्या नावाखाली तुर्की सैनिकांनी किती ख्रिस्ती बांधवांना मारलं असावं, आपल्याला अंदाजही बांधता येणार नाही. पण तब्बल १५ लाख ख्रिश्चनांची या काळात हत्या झाली. अशा राजकीय हत्यांचा प्रत्यक्ष अनुभव हुसैनीला घेता आला.

या अनुभवानं समृद्ध होऊन तिथून हा पठ्ठा मग परत जेरुसलेमला आला. पाठोपाठ १९१८मध्ये ब्रिटिशांनी ऑटोमन साम्राज्याचा इतके दिवस भाग असलेलं पॅलेस्टाइन ताब्यात घेतलं. या युद्धात इंग्रजांच्या बाजूनं अरब आणि ज्यू तरुणसुद्धा ऑटोगन साम्राज्याच्या विरोधात लढले. अशा अरब तरुणांची ब्रिटिशांसाठी भरती करण्याचं काम हुसैनी हौसेनं करत होता. पण एका वर्षातच त्याचा इंग्रजांबाबत भ्रमनिरास झाला. ब्रिटिशांनी युद्धात फसवून अरबांना मुसलमान राजवटीच्या विरोधातच लढायला लावलं, याचा त्याला राग होता. तो राग त्यानं ज्यूंवर काढायला सुरुवात केली. हे ज्यू गटागटानं आपल्या मशिदींवर हल्ले चढवून त्या उद्‌ध्वस्त करतायेत, असा जोरदार प्रचार त्यानं सुरू केला. वातावरण आधीच तापलेलं. त्यात याचा असा हा प्रचार. त्यामुळे पॅलेस्टाइनमध्ये चांगल्याच

दंगली भडकल्या. वास्तविक तिथे तोपर्यंत मुसलमान आणि ज्यू हे गुण्यागोविंदानं राहात होते. पण हुसैनीचा विखार इतका होता, की ही शांतता कायमची लयाला गेली. भडक डोक्याचा कडवा ज्यूविरोधी नेता म्हणून हुसैनी आता ओळखला जायला लागला.

त्या वेळी ज्यूंमधल्या दहशतवादी वृत्तीची काळी बाजूही समोर यायला लागली होती. अतिरेकी धर्मवाद ज्यूंमध्येही चांगलाच मूळ धरू लागलेला होता. म्हणजे धार्मिक हिंसाचाराच्या बाबतीत मुसलमानांना झाकावं आणि ज्यूंना काढावं, अशी परिस्थिती होती. उजवे ज्यूही इस्लामी दहशतवाद्यांइतकेच निर्घृण होते. फक्त संख्येनं कमी असल्यानं आणि त्याहीपेक्षा पाश्चात्त्य प्रसारमाध्यमं त्यांच्या हाती असल्यानं ज्यूंची कृष्णकृत्यं इस्लामी मंडळींइतकी प्रकाशित झाली नाहीत, इतकंच. पण पश्चिम आशियात आणि त्यामुळे एकूण जगातच जी काही अनिश्चितता पसरली होती, तिच्यासाठी मुसलमानांइतकंच ज्यूंनाही जबाबदार धरणारा मोठा वर्ग अमेरिका, इंग्लंड आदी देशांत होता. उद्योगपती हेन्री फोर्ड हे याचं एक उदाहरण. त्यांनी तर पहिल्या महायुद्धाचा ठपका पूर्णपणे ज्यूंवर ठेवला. या युद्धाला त्यांचा पूर्णपणे विरोध होता. अमेरिकेतल्या बड्या बँकांना हवं होतं म्हणून पहिल्या महायुद्धाचा घाट घातला गेला, असं त्यांचं स्पष्ट मत होतं. हे सर्व बँकर्स ज्यू होते. आपली मतं जास्तीत जास्त लोकांपर्यंत मांडता यावीत म्हणून फोर्ड यांनी एक साप्ताहिकच त्या वेळी विकत घेतलं. 'डिअरबॉर्न इंडिपेंडंट' नावाचं. तिथे फोर्ड यांना आपल्या नावाचा स्तंभ लिहायचा होता. पण तेवढा वेळ त्यांच्याकडे नव्हता. मग त्यांनी मार्ग काढला. विल्यम कॅमेरून नावाचा पत्रकारच भाड्यानं घेतला त्यांनी. या पत्रकाराशी बोलून फोर्ड आपली मतं ऐकवायचे आणि मग तो त्यांच्या नावाचा स्तंभ साप्ताहिकात लिहायचा. त्याचं एक पुस्तकही बनलं. 'प्रोटोकॉल्स ऑफ लर्नेड एल्डर्स ऑफ झिऑन'. यावरनं नंतर बरंच मोठं वादंग माजलं. पुढे फोर्ड यांना त्यावरनं दिलगिरीही व्यक्त करावी लागली. हे झालं अमेरिकेतलं. पण युरोपातही ज्यूंवर पूर्ण विश्वास न ठेवणारा एक वर्ग होता. कारण पश्चिम आशियात ज्यू हिंसाचारही मोठ्या प्रमाणावर सुरू होता. काही हल्ले तर ज्यू दहशतवाद्यांनी अरबांच्या वेशात केल्याचं आढळलं. सुरुवातीला अशा काही दहशतवादी कृत्यांसाठी टीका झाली अरबांवर. पण लवकरच निष्पन्न झालं, की त्यामागे ज्यूच होते.

या अशांततेच्या तापलेल्या सुळावर हुसैनीला आपली नेतृत्वाची पोळी भाजून घ्यायची होती. त्यानं आपलं जाळं विणायला सुरुवात केली. सुरुवात केली ती 'अल अक्सा' या मुसलमानांच्या दृष्टीनं अत्यंत महत्त्वाच्या असलेल्या जेरुसलेममधल्या मशिदीपासून. हे स्थळ मुसलमानांसाठी पहिल्या तीन पवित्र स्थानांमधलं. पूर्वी

नमाजसुद्धा अल् अक्साच्या दिशेकडे तोंड करून म्हणायची प्रथा होती. नमाजाचं तोंड मक्केच्या दिशेनं नंतर वळलं. या मशिदीचं ऑटोमन युद्धात फार नुकसान झालं होतं. ते भरून काढण्यासाठी आणि तिला गतवैभव मिळवून देण्यासाठी हुसैनी यानं प्रयत्न सुरू केले. त्यासाठी खास तुर्कस्तानमधून मिमार केमलेट्टिन हा वास्तुविशारद त्यानं जेरुसलेमला नेला. गंमत म्हणजे या कामात त्याला मदत मिळाली कॅथॉलिक पुराणवस्तू संग्रहालय विभागाचा प्रमुख अर्नेस्ट रिचमंड याची. या दोघांच्या मदतीनं या मशिदीच्या पुनर्रचनेचा भव्य कार्यक्रम हुसैनी यानं हाती घेतला. तो किती भव्य होता, तर मशिदीच्या अख्ख्या घुमटावर सोन्याचा पत्रा त्याला लावायचा होता. त्यानं तो लावलाही. आजतागायत तो तसा आहे. त्यामुळे अगदी विमानातूनही ही मशीद झळाळून दिसते. या साऱ्याचा उपयोग त्यानं जसा अरबांच्या एकीसाठी केला, तसा आणि त्यापेक्षाही अधिक तो ज्यूंच्या विरोधात केला. या मशिदीला लागूनच पश्चिमेला एक भिंत आहे. ती जागा ज्यूंसाठी अतिपवित्र. 'वेलिंग वॉल' म्हणतात तिला. तिच्या समोर पारंपरिक ज्यू डोकं गदागदा हलवत स्तोत्रपठण करताना दिसतात. ज्यूंसाठी ही जागा सर्वांत महत्त्वाची. त्यामुळे हुसैनीचा मशीद सुशोभीकरणाचा प्रयत्न हा मुसलमानांना मशिदीकडे आकृष्ट करण्यापेक्षा ज्यूंना त्या धर्मस्थळापासून तोडणारा होता. त्यामुळे साहजिकच ज्यू आणि हुसैनीचे अनुयायी यांच्यात चकमकी घडू लागल्या. अगदी किरकोळ कारणांचं रूपांतर दंगलीत व्हायचं. या साऱ्यात हुसैनीचा वाटा मोठा होता. वातावरण कलुषित करण्यात त्याचा प्रत्यक्ष हात असल्याच्या तक्रारी इंग्रज सरकारकडे गेल्या. त्यातूनच जेरुसलेमचा लष्करी प्रशासक कर्नल स्टॉर्स यानं हुसैनीवर कारवाई केली. त्याला तुरुंगात टाकलं.

त्याच सुमारास सर हर्बट सॅम्युएल या अगदी मवाळ ब्रिटिश अधिकाऱ्याची पॅलेस्टाइनचा प्रशासक म्हणून नेमणूक झाली. त्याचा कसलाच दरारा नव्हता. नव्या पदावर तर त्याला अरब, पॅलेस्टिनींनी अगदी गुंडाळून टाकलं. त्यांच्याच दबावाला बळी पडून अखेर सॅम्युएल यानं हुसैनीची तुरुंगातून सुटका केली. त्याच्या सुटकेसाठी अरबांनी, पॅलेस्टिनींनी मोठी निदर्शनं केली होती. हे सॅम्युएल महाशय त्याला बळी पडले. १९२२ सालच्या जानेवारी महिन्यातली घटना. ही वेळ होती जेरुसलेमसाठी मुफ्ती निवडला जाण्याची. तीन स्थानिक मौलवी या पदासाठी रिंगणात होते. हुसैनीनंही निवडणूक लढवायचं ठरवलं. त्यानं ती लढवली, पण तो चौथा आला. पण अत्यंत अतर्क्य बाब म्हणजे तरीही सॅम्युएल आणि जेरुसलेमचा गव्हर्नर सर रोनाल्ड स्टॉर्स यांनी हुसैनीचीच नेमणूक या महत्त्वाच्या पदावर केली.

तोपर्यंत जेरुसलेमसाठी नुसता मुफ्ती असायचा. सॅम्युएलसाहेबानं त्याला पदोन्नती देऊन ग्रँड मुफ्ती केला. हे पद खास हुसैनीसाठी जन्माला घातलं गेलं. वास्तविक काही महिन्यांपूर्वीच ब्रिटिशांनी जेरुसलेममधल्या अशांततेला जबाबदार धरून त्याच्यावर कारवाई केली होती. ते विसरून इंग्लंडनं त्याला ग्रँड मुफ्ती केलं.

हे मुफ्ती पद फार महत्त्वाचं असतं. त्यावरची नेमणूक सरकारकडून होत असते. इस्लामी जगतात महत्त्वाचा असा जिहाद पुकारायचा अधिकार या मुफ्तीला असतो. फार प्रतिष्ठा असते या पदाला. पण ती सामाजिक आणि सांस्कृतिक या अर्थानं. या पदाला म्हणून असे काही शासकीय वा प्रशासकीय अधिकार नसतात. या पदावरच्या व्यक्तीकडे वक्फ फंडाचा मोठा निधी मात्र असतो. इलाख्यातल्या अनेक संस्थांची गंगाजळी ताब्यात असते. नाही म्हटलं, तरी वर्षाला ५० हजार पौंडांची उलाढाल या कौन्सिलकडून तेव्हा होत होती. परत पॅलेस्टिनी धर्मन्यायालयांवर त्याचं नियंत्रण होतं. महत्त्वाचं म्हणजे या पदावरच्या व्यक्तीनं धर्मकारणच करावं, राजकारणात पडू नये, असा संकेत असतो. तो अर्थातच हुसैनीनं पायदळी तुडवला आणि ब्रिटिशांनी त्याला ते करू दिलं. ते एवढंच करून थांबले नाहीत; हुसैनीची 'सुप्रीम मुस्लीम कौन्सिल'वरही नेमणूक केली. या पापातून इंग्लंडला आजतागायत मुक्ती मिळालेली नाही. कारण इथपासून हुसैनीकृत हाहाकाराचा वारू चहूदिशांनी उधळला.

ही सगळी ताकद त्यानं ज्यूंविरोधात हवा तापवायला वापरली. जिथे मिळेल तिथे तो ज्यूंविरोधात वातावरणनिर्मिती करायचा. ही यहुदी मंडळी मुसलमानांच्या मुळावर आली आहेत, असं त्याचं सांगणं असायचं. यातूनच परिसरात छोट्या-मोठ्या चकमकी उडू लागल्या. हा सगळा अहवाल वास्तविक इंग्रजांपर्यंत पोहोचवला जात होता. पण हुसैनीच्या वहाणेनं ज्यू विंचू परस्पर मरत असल्यामुळे इंग्रज खूश होते. ज्यू चेपले गेलेले ब्रिटिशांना हवंच होतं. कारण त्यामुळे बाल्फोर करारानुसार ज्यूंसाठी स्वतंत्र देश निर्माण करण्याची कटकट वाचणार होती. त्यामुळे पॅलेस्टाइनमध्ये जे काही चाललं होतं, त्याकडे ते कानाडोळा करत होते.

साहजिकच हुसैनीसाठी रान मोकाट मिळालं. यातूनच १९२८ साली शेजारी 'मुस्लीम ब्रदरहुड'ची स्थापना झाल्यावर त्यानं तिचं सदस्यत्व घेतलं. याच्यासारखा तडफदार नेता मिळाल्यामुळे बन्नाही खूश झाला. त्यानं हुसैनीला 'ब्रदरहुड'च्या पॅलेस्टाइनशाखेचं प्रमुख करून टाकलं. त्याचा आनंद हुसैनीनं मोठ्या प्रमाणात सामुदायिक दंगली भडकावून केला. २३ ऑगस्ट १९२९ या दिवशी अनेक पॅलेस्टिनी शहरांत अरबांनी ज्यूंवर हल्ले केले. जाफा, हेब्रॉन, मोत्झा, साफेद आदी शहरांत दंगे भडकले. त्यांची तीव्रता अर्थातच जेरुसलेममध्ये अधिक होती.

कारण तिथे ज्यूंनी अल् अक्सा मशिदीवर हल्ला केला, अशी अफवा हुसैनीनं पसरवून दिली होती. यामुळे इतके दिवस ज्यूंबरोबर गुण्यागोविंदाने राहणारे अरब पिसाळले. त्यांनी मागचापुढचा विचार न करता ज्यूंना मारायला सुरुवात केली. कोणालाच त्यांनी सोडलं नाही. एलित्झर स्लोमिन हे 'इंग्लिश पॅलेस्टाइन बँके'चे संचालक होते. अनेक अरबांशी त्यांचे उत्तम संबंध होते. खरं तर या बँकेचा फायदा अरबांनीच जास्त घेतलेला होता. पण त्यांनाही अरबांनी सोडलं नाही. त्यांच्या स्थानिक अरब मित्रांनी मध्ये पडायचा प्रयत्न केला. पण त्यांचा जीव काही वाचला नाही. जवळपास दीडशे ज्यू या दंगलीत मारले गेले. या दंगलीत पहिल्यांदा हुसैनीनं हाक दिली – 'ज्यूंचा नायनाट करा'. ज्यूंच्या विरोधात जाहीर झालेला हा पहिला मोठा जिहाद. या सगळ्या ज्यू कत्तली इंग्रज सैनिक अलिप्तपणे पाहात होते. कुठेही त्यांनी हस्तक्षेपाचा साधा प्रयत्नही केला नाही. नंतर त्या दंगलीची चौकशी वगैरे केली त्यांनी. समिती नेमली त्यासाठी. पण हुसैनी काही कुठे दोषी ठरला नाही.

हे ज्यूंचं शिरकाण एक लेखक दुरून युरोपातल्या ऑस्ट्रियात बसून मोठ्या लडिवाळपणे न्याहाळत होता. पहिल्या महायुद्धानंतर जेत्यांनी लादलेल्या अपमानास्पद अटी झुगारून जर्मनीची कशी उभारणी करता येईल, याच्या विचारात असलेल्या ॲडॉल्फ हिटलरला हे ज्यूंचं हत्याकांड मोठं आशादायी वाटत होतं. तिकडे तोही ज्यूंच्या वंशविच्छेदाचे, जर्मनांच्या आर्य पुनरुत्थानाचे युक्तिवाद करत नव्या राजकीय समीकरणांची जुळवाजुळव करत होता. यात यशस्वी होत अखेर १९३३ साली हिटलरनी जर्मनीची सत्ता हस्तगत केलीच. त्याचा आनंद जर्मनांना जितका झाला नसेल, तितका तो हुसैनी आणि त्याच्या चेल्यांना झाला. त्यांनी तारा वगैरे करून हिटलरच्या सत्तागमनाचं स्वागत केलं. हुसैनीच्या कार्याचं महत्त्व हिटलरना सत्तेवर यायच्या आधीपासूनच होतं. सत्ता हाती आल्यावर त्यांनी वेळ दवडला नाही. आपल्या प्रमुख गुप्तचर अधिकाऱ्याला पॅलेस्टाइनला पाठवून त्यांनी हुसैनीशी संपर्क साधला. तो तयार होताच. या वेळी एक अतिअभद्र युती जन्माला आली. ती इतकी अभंग होती, की हिटलरच्या मृत्यूनंतरही ती टिकून होती. हुसैनी याचं १९७४ साली निधन होईपर्यंत त्याला आणि 'ब्रदरहुड' संघटनेला नाझी आणि हिटलर यांच्याविषयी अपार जवळीक होती. वास्तविक हुसैनी याच्या आधीच अल् बन्ना यानं हिटलरशी संधान बांधलेलं होतं. या दोघांनी मिळून अरेबियात स्वतंत्र असं एक हेरांचं जाळं उभारलं होतं. बन्ना यानं हिटलरना आश्वासन दिलं होतं, 'जर कधी तुमच्या फौजा अरेबिया, इजिप्तमध्ये आल्याच, तर तुमच्या सैनिकांच्या खांद्याला खांदा लावून लढायला 'ब्रदरहुड'चे सैनिक

महंमद हुसैनी व अॅडॉल्फ हिटलर : ज्यूविरोधाच्या समान धाग्यानं जोडले गेलेले दोन 'फ्यूरर्स'

तयार असतील'. अल् बन्ना यानं हिटलरना लिहिलेल्या एका पत्रात आपल्या एका निष्ठावान, खंद्या ज्यूविरोधी नेत्याचा आवर्जून उल्लेख केला होता. हा नेता होता ग्रँड मुफ्ती हुसैनी. हिटलरप्रमाणेच अल् बन्ना यानं तिकडे इटलीत बेनिटो मुसोलिनींशीही संधान बांधलं होतं. त्यालाही हुसैनी याचा परिचय करून दिला होता. नंतर बऱ्याच काळानं हे उघड झालं.

त्या वेळी हुसैनी यानं लगेचच आपला हात हिटलरच्या मदतीसाठी पुढे केला. खरं म्हणजे तेही या क्षणाची वाट पाहात होते. ते सत्तेवर यायच्या आधीपासूनच खरं तर हुसैनी आणि हिटलर यांचा पत्रव्यवहार होता. दोघांची तार इतकी जुळली, की सत्तेवर आल्यावर हिटलरनी ठिकठिकाणांहून जेव्हा ज्यूंच्या हकालपट्टीची मोहीम सुरू केली, तेव्हा जनाब हुसैनी यानं हिटलरना सांगितलं, "त्यांना हाकलू नका, मारून टाका. हाकललंत, तर ती ब्याद पॅलेस्टाइनच्या डोक्यावर बसेल". ही दुसऱ्या महायुद्धाचे पडघम वाजू लागायच्या आधीची गोष्ट.

त्याच वेळी शेजारच्या इजिप्तमध्ये एक नवी राजकीय ताकद उदयाला येत होती. 'यंग इजिप्त पार्टी'. १९३३ सालच्या ऑक्टोबरमध्ये तिची स्थापना झाली. या नव्या पक्षाचं नेतृत्व करत होता पुढे इजिप्तचं अध्यक्षपद मिळवणारा एक तरुण – गमाल अब्दुल नासर. सुरुवातीला तोही 'ब्रदरहुड'चा कार्यकर्ता होता. त्याच तत्त्वज्ञानानुसार उभ्या राहिलेल्या त्याच्या पक्षापुढे आदर्श होता तो मात्र हिटलरचा. मशाल घेतलेले त्याच्या पक्षाचे कार्यकर्ते आपलं घोषवाक्य अभिमानानं मिरवायचे : 'एक व्यक्ती, एक पक्ष, एक नेता आणि अर्थातच एक परमेश्वर'. एवढंच त्यांना हवं होतं. हिटलरच्या पावलावर पाऊल टाकून याही पक्षानं ज्यूविरोधात नारा दिला.

ज्यूंवर सामाजिक, आर्थिक बहिष्काराची हाक दिली. त्या वेळी तो सारा परिसरच हिटलरमय झाला होता. याच नासर याच्या भावानं – नासिरी यानं – हिटलरच्या आत्मचरित्राचं – 'माइन काम्फ'चं – अरबी भाषांतर करून तरुणांपुढे एक मोठा ज्वलंत, राष्ट्रवादी आदर्श निर्माण केला होता.

हे सगळं सुरू असताना त्या वेळी हुसैनी यानं हिटलरच्या भरवशावर पश्चिम आशियात एक मोठा घाट घातला. १९३६ सालच्या एप्रिल महिन्यात संपूर्ण पॅलेस्टाइनभर ज्यू आणि ब्रिटिशांच्या विरोधात एक लाटच्या लाट तयार झाली. तिचं सुरुवातीला नेतृत्व केलं, फरहान अल् सादी यानं. पण तो मारला गेल्यावर हुसैनीनं या दंगलींचा ताबा घेतला. या दंगलीत पहिल्यांदा आत्मघातकी तुकड्या निर्माण केल्या गेल्या. आपल्या विरोधात आहेत त्या ज्यूंचीच कत्तल हुसैनीच्या अनुयायांनी केली, असं नाही, तर तटस्थ अरबांचीही त्यांनी शिकार केली. अनेक पॅलेस्टिनी विद्वान ख्रिश्चन यात मारले गेले. त्याचं हे कर्तृत्व बघून भेटायला आलेल्यांत एक होता फ्रँकॉईस जेनॉड. हा हिटलरच्या थर्ड राइशचा स्विस बँकर. हा होता मूळचा जिनिव्हाचा. तरुणपणातच तो हिटलरच्या तत्त्वज्ञानाकडे आकृष्ट झाला. आपण तुमच्यामुळे कसे भारले आहोत, वगैरे पत्रं पाठवायचा तो हिटलरना. स्वित्झर्लंडला हिटलर जेव्हा गेले, तेव्हा तो मुद्दाम त्यांना भेटला. नंतर अख्खं आयुष्यभर त्यानं हिटलरसाठी काम केलं. फ्यूररचे सगळे आर्थिक व्यवहार तो बघायचा. त्याच्या मार्फत हिटरलकडून हुसैनी याला आर्थिक मदत येऊ लागली. हिटलर, फ्रँकॉईस आणि हुसैनी या त्रिकुटाचा एकमेकांवर गाढ विश्वास होता. इतका, की हुसैनी याला हिटलरचं स्विस बँकेतलं खातं हाताळायची मुभा होती. या पाठिंब्यावर हुसैनीनं पॅलेस्टाइनमध्ये असा काही धुमाकूळ घातला, की इंग्लंडला आपला शांतपणा सोडावा लागला. १९३७ सालच्या जुलै महिन्यात इंग्रजांनी हुसैनीला पकडून तुरुंगात टाकायचा निर्णय घेतला. पण कसा कुणास ठाऊक, हुसैनीला याचा सुगावा आधीच लागला. तो तिथून पळाला आणि इराकमध्ये गेला. तिथेही त्यानं जमवाजमव सुरू केली आणि इंग्रजांविरोधात बंडाची तयारी सुरू केली. आता त्याला हिटलरचा राजरोस पाठिंबा मिळू लागला होता. याच जोरावर त्यानं नाझींच्या वतीनं इंग्रजांच्या विरोधात उठाव करण्यासाठी पॅलेस्टिनी सैनिकांना पेटवलं. या कार्यात त्याचा साथीदार होता, खरैला तुल्पाह हा स्थानिक नेता. या बंडाच्या प्रयत्नात जर्मनीनं बराच पैसा आणि शस्त्रसामग्री इराकमध्ये ओतली. या संघर्षात तिथला ब्रिटिश अधिकारी मारला गेल्यावर इंग्रज खडबडून जागे झाले. त्यांना हुसैनीच्या विरोधात कारवाईची गरज वाटू लागली.

पण एव्हाना चांगलाच उशीर झाला होता. हिटलरची सेना दुसरं महायुद्ध छेडायच्या तयारीत होती. इंग्लंडला आता त्या आघाडीवरही लढावं लागणार होतं. या वातावरणात कारवाईचा वास लागताच हुसैनी बंड तसंच सोडून तिथून पळाला, तो थेट बर्लिनमध्ये हिटलरच्या आश्रयाला गेला. तिथे त्याचं जंगी स्वागत झालं. नाझी सैनिकांनी त्याला जोरदार मानवंदना दिली. तिथे त्याचं वर्णन केलं गेलं, 'फ्यूरर ऑफ द अरेबिक वर्ल्ड'. त्याच्या स्वागताचा उन्माद इतका, की युरोपात हिटलर आणि आखातात हुसैनी अशा अर्थाच्या घोषणा दिल्या गेल्या. 'हिटलर-हुसैनी भाई भाई' छापाची काही गाणीही त्या काळी तयार झाली. यानं हुसैनी नाही म्हटलं तरी भारावून गेला असावा. आतापर्यंत कोणत्याच देशानं त्याचं असं कोडकौतुक केलं नव्हतं. तिथे मग त्यानं जोरदार भाषण ठोकलं. 'आपल्या दोघांच्याही प्रगतीतला मोठा अडसर कोणी असतील, तर ते ज्यू. त्यांचा जोपर्यंत नायनाट होत नाही, तोपर्यंत जगाचं भलं होणार नाही'. याच आवेगात त्यानं हाक दिली, 'सैनिकांनो, ज्यू जिथे दिसतील, तिथे त्यांना मारा. ज्यूंना नष्ट करणं हे परमेश्वरी कृत्य आहे. जे कोणी यात सहभागी होतील, त्यांच्यासाठी स्वर्गाचे दरवाजे उघडले जातील'.

हिटलरना तरी आणखी काय हवं होतं! त्यांनी हुसैनीची शाही बडदास्त ठेवली. दुसऱ्या महायुद्धाच्या संपूर्ण काळात हुसैनी जर्मनीत हिटलरचा पाहुणा होता. या काळात त्यानं अनेकदा रेडिओवरून जर्मन सैनिकांना उद्देशून भाषणं दिली. त्यांच्या प्रत्यक्ष भेटी घेतल्या. हा दोस्ताना एवढा होता, की कुख्यात ऑश्वोवित्झ इथल्या ज्यू छळ-छावण्या हुसैनीला दाखवायला हिटलरनी खुद्द हेनरिच हिमलर याला त्याच्याबरोबर पाठवलं. हुसैनी इतका विकृत होता, की तिथे गेल्यावर त्यानं आपल्या डोळ्यांदेखत काही ज्यूंना मारून दाखवा, असा हट्ट धरला आणि तो पुरवला गेलादेखील. नंतर यानं स्वत: गॅस चेंबर बघितले. तिथे विषारी वायू सोडून ज्यूंना मारण्याचं जे काम करत होते, त्यांच्या पाठीवर हुसैनीनं जातीनं कौतुकाची थाप मारली. याच वास्तव्यात त्यानं हिटलरसाठी 'फायनल सोल्यूशन' म्हणून ओळखली जाणारी ज्यूंच्या महाहत्याकांडाची योजना सादर केली. वास्तविक त्या आधी युरोपात पकडलेल्या ज्यूंना मारूनच टाकावं, असा काही हिटलरचा आग्रह नव्हता. त्यांची हकालपट्टी झालेलीसुद्धा त्यांना चालणार होती. पण 'नुसतं हाकलून चालणार नाही, त्यांना मारूनच टाकायला हवं. हाकललंत, तर ते सगळे पॅलेस्टाइनला जातील', अशी मसलत हुसैनीनं जातीनं हिटलरना दिल्याची नोंद आहे. त्याच वेळी ज्यू निर्वासितांच्या जवळपास पाच

हजार मुलांचं काय करायचं, असा प्रश्न होता. हुसैनीनं तो तत्काळ सोडवला. "यातला प्रत्येक जण मेलेला बघायला मला आवडेल," असं त्यानं सांगितलं. मानवी क्रौर्याची परिसीमा म्हणजे नाझी युद्धकैद्यांच्या बदल्यात १० हजार ज्यू मुलांच्या सुटकेचा प्रस्ताव रेड क्रॉसनं दिला होता. तोही यानं हाणून पाडला.

त्याच्या या कार्याचा गौरव म्हणून २५ एप्रिल १९४१ रोजी हिटलरनी हुसैनीला बोस्नियामधल्या नाझी हल्ल्याचं प्रमुख सूत्रधार बनवलं. तिथे गेल्या गेल्या हुसैनीनं आपली चुणूक दाखवली. तिथे त्यानं फ्यूररसाठी खास बोस्नियन मुसलमानांची नेमणूक केली. असे जवळपास एक लाख मुसलमान सैनिक त्यानं नाझींसाठी भरती केले. स्वत:ला 'इस्लामचा रक्षक' असा किताब घेतला. नागरिकांचे दोन गट केले. जे पारंपरिक ख्रिश्चन सर्ब नागरिक होते, त्यांना दंडावर निळी पट्टी लावणं बंधनकारक केलं, तर ज्यू सर्बना पिवळ्या रंगाची. वास्तविक या पट्ट्याबिट्ट्यांना तसा काहीच अर्थ नव्हता. कारण नंतर या सर्वांनाच ठार करण्याचा हुसैनीचा विचार होता. त्यानं तो अमलात आणलाही. किती माणसं मारली असावीत, त्यानं या परिसरात? २ लाख ऑर्थोडॉक्स ख्रिश्चन, २२ हजार बोस्नियन ज्यू आणि साधारण ४० हजार जिप्सी. या बोस्नियन मुसलमान सैनिकांचं वर्णन तो इस्लामचा अर्क असा कौतुकानं करायचा. (त्या अर्काची कडू चव आजही तिथे रेंगाळतीय. त्यानं त्या वेळी केलेल्या पापाची शिक्षा बोस्निया-हर्झगोवेनिया आजही भोगतंय.) इतकं करूनही हुसैनीची भूक भागली नव्हती. त्याचं एकच मागणं होतं हिटलरकडे. "तुम्ही जिंकल्यावर मला पश्चिम आशियात ज्यूंच्या शिरकाणात मदत करायची".

त्याची तयारीही हुसैनीनं केली होती. पॅलेस्टाइनमधल्या नाब्लुसमध्ये त्याला ऑश्वित्झच्या धर्तीवर ज्यू छळ-छावणी उभारायची होती. हे कार्य त्याच्या हातून घडावं म्हणून हिटलरनी त्याला नाझी राजवटीतल्या पॅन अरब सरकारच्या पंतप्रधानपदी बसवलं. या त्याच्या पंतप्रधानपदाचं कार्यालय होतं बगदादमध्ये. हिटलरनी त्याच्यासाठी ड्रेस्डेनमध्ये एक इस्लामी संस्थाही सुरू केली. नाझी तत्त्वज्ञान पुढे चालवण्यासाठी इस्लामी विद्वानांची नवी फळी तयार व्हावी, हा हेतू. १ मार्च १९४४ या दिवशी बर्लिनमध्ये हिटलरनी नाझी सैनिकांपुढे हुसैनीचं भाषण आयोजित केलं होतं. "परमेश्वराला तुम्हांला आनंदी करायचं असेल, तर आपलं ज्यूहत्येचं व्रत असंच चालू ठेवा", असा मोलाचा संदेश त्यानं नाझी सैनिकांना दिला.

परमेश्वराला बहुधा या अतिआनंदाचा कंटाळा आला असावा. कारण नंतर वर्षभरातच हिटलरचा पाडाव झाला. हुसैनीला मग जर्मनी सोडून स्वित्झर्लंडमध्ये जाऊन राहावं लागलं. नंतर तिथूनही तो फ्रान्सला पळाला. आश्चर्य असं, की

दोस्तांपैकी एकानंही हुसैनीच्या अटकेची मागणी केली नाही. ब्रिटिशांनी तर हुसैनीला काही केलंच नाही, असं वागायला सुरुवात केली. त्यांनी फ्रान्सकडे साधी मागणीसुद्धा केली नाही, 'हुसैनीला आमच्या ताब्यात द्या' म्हणून. उलट परराष्ट्रखात्यानं जाहीर खुलासा केला, हुसैनीला युद्धगुन्हेगार ठरवण्याचं काहीही कारण नाही. याचं कारण ब्रिटिशांना अजूनही हुसैनीला वापरायचं होतं. अर्थातच यामुळे फुगलेला हुसैनी मोठ्या विजेत्याच्या थाटात १९४६ साली इजिप्तमध्ये परतला. मोठ्या शाही इतमामात त्याचं स्वागत करण्यात आलं. सरकारी फौजफाटा देऊन त्याच्या सुरक्षेची व्यवस्था करण्यात आली. त्याला इतके दिवस ब्रिटिशांकडून आर्थिक रसद येत होतीच. सौदीनंही सढळ हातांनी आपल्या तेलखजिन्यातली एक धार त्याच्याकडे वळवली. इथे इजिप्तमध्ये हुसैनीला आता ब्रिटनच्या 'एम आय ६' या हेर संघटनेनं आपल्या कह्यात घेतलं. त्याची जर्मनीमधली रेडिओवरची कामगिरी बघून त्याच्याकडे एक अरब रेडिओ केंद्र सुरू करण्याची जबाबदारी दिली. 'अरब न्यूज एजन्सी' आणि 'निअरईस्ट ब्रॉडकास्टिंग स्टेशन' हे त्याच्या वतीनं सुरू करण्यात आलं. काम एकच आणि तेच. अरबांच्या बाजूनं आणि अर्थातच ज्यूंच्या विरोधात हवा तापलेली ठेवायची. हे करत असताना हुसैनीनं आणि 'ब्रदरहुड'नं मिळून एक अरब निमलष्करी मुक्तिवाहिनी दलही स्थापन केलं.

हुसैनी इजिप्तमध्ये बन्नाच्या सहयोगानं काम करायला लागला. या दोघांनी मिळून स्वतंत्र पॅलेस्टाइन सरकारही स्थापलं. कैरोत स्थापन झालेल्या या सरकारच्या प्रमुखपदी होता अर्थातच हुसैनी. पुढच्याच वर्षी १९४७ साली हुसैनी या सरकारचा प्रमुख म्हणून पॅलेस्टाइनमध्ये परतला. तिथे गेल्यावर त्यानं स्वतःच या नव्या देशाच्या स्थापनेची घोषणा केली. स्वतःला पॅलेस्टाइन प्रजासत्ताकाचा राष्ट्राध्यक्ष म्हणून घोषित केलं. पण ज्यूंनी दणका दिल्यावर हुसैनीला हे आपलं तान्हं प्रजासत्ताक गुंडाळून पुन्हा पळ काढावा लागला.

इकडे इजिप्तमध्ये राजे फारुख यांच्या राजवटीला घरघर लागली होती. 'ब्रदरहुड'ची गिधाडं त्यांच्याभोवती घिरट्या घालू लागली होती. इजिप्तची अर्थव्यवस्थाही काळजीचा विषय बनली होती. त्यात शेजारी पॅलेस्टाइनच्या समस्येनं तर इजिप्तचं कंबरडंच मोडलं. राजांच्या विरोधात निदर्शनं, संप, आंदोलनं सुरू झाली. 'ब्रदरहुड'चा वाढता प्रभाव, त्यात हुसैनीची मिळणारी साथ पाहता आपल्या सरकारचं काही खरं नाही, अशी रास्त भीती इजिप्त सरकारला वाटत होती. त्यातच त्यांनी धाडसी निर्णय घेतला. १९४८ सालच्या डिसेंबरमध्ये 'ब्रदरहुड'ला बेकायदेशीर संघटना ठरवून तिच्यावर बंदी आणली. अनेक कार्यकर्त्यांची धरपकड

झाली. संघटनेच्या अनेक नेत्यांना त्यांनी तुरुंगात टाकलं आणि ज्यांना तिकडे ठेवणंही धोक्याचं होतं, त्यांना सरळ फासावर लटकावलं. साहजिकच 'ब्रदरहुड' आणि समर्थकांत चांगलाच तणाव निर्माण झाला. त्याची परिणती झाली पंतप्रधान महंमद फाहमी नकारी यांच्या हत्येत. त्याच डिसेंबरात त्यांचा खून झाला. पण त्यानं हे चक्र थांबणार नव्हतं.

दोनच महिन्यांनी १२ फेब्रुवारी १९४९मध्ये खुद्द अल् बन्नाच मारला गेला. 'यंग मेन्स मुस्लीम असोसिएशन'च्या कार्यालयासमोर. कैरोतल्या भर बाजारपेठेत त्याला गोळ्या घालून ठार केलं गेलं. कोणी केलं हे कृत्य? आजतागायत त्याबाबत संदिग्धता आहे. अनेकांच्या मते सरकारी यंत्रणेनंच त्याला उडवलं, तर दुसरे कोणी थेट हुसैनीकडेच बोट दाखवत होते. नंतर दोन वर्षांत नासर सत्तेवर आले. त्यांनी महायुद्धातल्या सर्व दोषींना इजिप्तचे दरवाजे खुले केले. म्हणजे या युद्धात नृशंस नरसंहार करणाऱ्यांना न्यूरेंबर्ग खटल्याद्वारे शिक्षा ठोठावण्याचा प्रयत्न होत असताना इजिप्तनं मात्र त्या सर्वांना अभय दिलं. अर्थातच यात होता हुसैनी.

एव्हाना पुलाखालून रक्तच रक्त वाहून गेलं होतं. इस्रायलच्या निर्मितीमुळे पॅलेस्टाइनची जखम अधिकच वाहती होणार होती आणि दहशतवादी गादी सांभाळण्याचं, अधिक समृद्ध करण्याचं पुण्यकर्म हुसैनी याचा महंमद अब्दुल रौफ अराफात अल् कुडावा अल् हुसैनी नावाचा नातू करणार होता. फरक झाला होता, तो इतकाच, की त्या नातवाला हुसैनी आजोबांचं नाव लावणं पुढे राजकीयदृष्ट्या शहाणपणाचं वाटणार नव्हतं. म्हणून तो आपलं नाव बदलून अधिक सुटसुटीत करणार होता. तो नंतर झाला यासर अराफात.

◈

शीतयुद्धाच्या दाहक झळा

दुसरं महायुद्ध संपलं आणि जग एका अघोषित, दीर्घकालीन शीतयुद्धाच्या तडाख्यात सापडलं. त्याच्या झळांनी सारं जगच होरपळलं. या युद्धात अमेरिका आणि सोव्हिएत युनियन अशा दोन गटांत जगाची कशी विभागणी झाली, यातल्या ताणतणावांचा परिणाम म्हणून जग तिसऱ्या महायुद्धाच्या उंबरठ्यापर्यंत कसं आलं, वगैरे तपशील तसा सगळ्यांच्या परिचयाचा. पण या तिसऱ्या महायुद्धाची रणभूमी होती पश्चिम आशिया. हा यातला तसा अपरिचित घटक. जगाच्या राजकारणात जे काही ताणतणाव निर्माण झाले, त्याला पश्चिम आशियातला हा नाहीतर तो देश कारणीभूत होता आणि तिसरं महायुद्ध खरोखर झालंच असतं, तर त्याचाही केंद्रबिंदू पश्चिम आशियातलाच एखादा देश ठरला असता. कोणतंही श्रेय मिळण्याच्या बाबतीत पश्चिम आशिया तसा कमनशिबीच ठरलाय.

दुसरं महायुद्ध संपल्यानंतर पश्चिम आशियातल्या घडामोडींना विलक्षण वेग आला. १९४८मध्येच बन्नाची हत्या झाली. योगायोग असा, की त्याच वर्षी इस्रायलचा जन्म झाला. या बन्नाच्या निधनानंतर बऱ्याच गोष्टी बाहेर यायला लागल्या. सुरुवातीला तो फक्त ब्रिटिशांच्याच संपर्कात आहे, असा समज होता. तो खोटा ठरला. अमेरिकेची 'सीआयए' ही गुप्तचर यंत्रणा बन्ना आणि त्याची 'ब्रदरहुड' यांच्या दैनंदिन संपर्कात होती. ही खूण होती पश्चिम आशियातल्या साठमारीच्या खेळात अमेरिका नावाचा नवा तगडा खेळाडू उतरल्याची. 'ब्रदरहुड'च्या धाडसी दहशतवादानं अमेरिका प्रभावित झाली होती, हे कारण तर यामागे होतंच. पण त्याहीपेक्षा महत्त्वाचा होता, तो बन्ना आणि त्याच्या संघटनेचा कम्युनिस्टविरोधी

चेहरा. याचं अमेरिकेला कमालीचं आकर्षण होतं. जो जो कम्युनिस्टविरोधी, तो तो आपला, अशी ढोबळ खूणगाठ अमेरिकनांनी बांधलेली होती. त्यामुळे ही संघटना या परिसरातला 'लंबी रेस का घोडा' ठरणार आहे, याची अमेरिकेला लगेचच कल्पना आली. रशियाविरोधात कशाकशासाठी तिचा वापर करायचा, असा विचार करत अमेरिकेनं बन्नाला आंजारागोंजारायला सुरुवात केली. 'सीआयए'च्या कैरोतल्या कार्यालयात बन्ना हा नेहमीचा पाहुणा होता. लवकरच त्याच्या संघटनेला अमेरिकेकडून बऱ्यापैकी निधिपुरवठाही व्हायला लागला.

अमेरिका तोपर्यंत पश्चिम आशियाच्या वाळवंटात एक तटस्थ प्रेक्षक होती. खरं म्हणजे आपण नक्की काय करावं, याविषयी चाचपडत होती. वॉशिंग्टनमध्ये अधिकारी वर्तुळांतल्या धोरणात्मक चर्चा दोन मुद्यांभोवती घुटमळायच्या. एका गटाचं म्हणणं होतं, हे जे काही पश्चिम आशियात चाललंय, तो शुद्ध दहशतवादच आहे आणि अन्य कोणत्याही अमानवी कृत्यांप्रमाणे त्याचाही निषेधच व्हायला हवा. दुसऱ्या गटाचं म्हणणं होतं, दहशतवादी इस्लाम हा कम्युनिस्टांचा कडवा विरोधक ठरणार आहे, तेव्हा त्याचा फायदा अमेरिकेनं घ्यावा... या दहशतवादी मंडळींना आपल्या बाजूला वळवून रशियाविरोधी आघाडी मजबूत करावी. यावर दोन्ही बाजूंनी चर्चा-परिसंवाद झडत असताना आपण नक्की काय करावं, हे त्या देशाला अजूनही कळत नव्हतं. पण पश्चिम आशियातल्या तेलानं हा प्रश्न कायमचा सोडवला. आपल्या वाढीसाठी लागणारे ऊर्जास्रोत भविष्यात याच परिसरातून येणार आहेत, हे एकदा नक्की झाल्यावर अमेरिकेनं जराही वेळ घालवला नाही. या देशाचा झपाटा इतका होता, की तोपर्यंत पश्चिम आशियाच्या परिसरात स्थिरावलेल्या ब्रिटनला बाजूला ढकलून अमेरिकेनं बघता बघता त्या देशाची जागा घेतली. आपलं स्थान आपण कधी गमावलं, ते ब्रिटनच्या लक्षातही आलं नाही.

पश्चिम आशियाचं वाळवंट अमेरिकेच्या दिशेनं वळायला निर्णायक सुरुवात झाली, ती १९३३ साली. त्या वर्षी अमेरिकेनं इब्न सौदबरोबर पुढची ६० वर्षं सौदीत तेलउत्खननाचे अधिकार मिळवणारा करार केला. यातून तेलक्षेत्राच्या क्षेत्रातला एक महाखेळाडू जन्माला आला. 'अरेबियन अमेरिकन ऑइल कंपनी'. 'अराम्को'. या कंपनीच्या प्रसूतिपूर्व घटनांत अमेरिकेला सौदच्या जवळ नेण्याचं पुण्यकर्म केलं, हॅरी जॉन फिल्बी यानं. ही घटना घडेपर्यंत त्याचा आपल्या सरकारवरचा विश्वास पूर्णपणे उडाला होता. त्यामुळे ब्रिटिश परराष्ट्र मंत्रालयाची नोकरी सोडून त्यानं चक्क स्वत:चा व्यवसाय सुरू केला. वस्तुत: तो जे करणार होता, त्यात व्यवसाय कमी आणि दलालीच जास्त असणार होती. आधाराला

होते अर्थातच भरभक्कम इब्न सौद आणि त्यांचं सौदी साम्राज्य. हे नातं अधिकच पक्कं व्हावं म्हणून त्यानं ख्रिस्ताला रामराम केला आणि तो महंमद पैगंबराचा अनुयायी बनला. जॉनचा अब्दुल्ला फिल्बी झाला. खरं तर तो पक्का निरीश्वरवादी. हा काय आणि तो काय, त्याला सर्वच धर्म सारखे होते. पण इस्लामी झालो, तर आपली नवी दुकानदारी अधिक जोमानं चालेल, हे लक्षात आल्यानं त्यानं तो धर्म स्वीकारला. ज्या दिवशी त्यानं धर्मत्याग केला, त्या दिवशी आपल्या दैनंदिनीत त्यानं नोंद केली... 'अहाहा. आता मी मुसलमान होणार... किती मज्जा. मला आता किमान चार तरी बायका सहज करता येतील'! तो नुसता असं लिहूनच थांबला नाही, तर त्यानं खरोखरच तशा चार बायका केल्या. या बाबतीत तरी तो इतका कडवा बाटगा झाला, की त्याचं धर्मप्रेम केवळ निकाह लावण्यानं भागलं नाही. त्याला लग्नाच्या निमित्तानं इब्न सौदनी एक गुलाम स्त्री भेट म्हणून दिली होती, तिलाही आपल्या जनानखान्यात त्यानं सामावून घेतलं. सौद आणि फिल्बी हे समीकरण इतकं छान जुळलेलं होतं, की पुढे त्याला फोर्ड कंपनीची अख्ख्या सौदी अरेबियासाठीची एजन्सीसुद्धा मिळाली. त्याला आवडायचं उंटावरनं फिरायला. 'या मोटारी आणि त्यांचा आवाज म्हणजे नुसता वैताग आहे', असं तो म्हणायचा. पण त्याचा हा वैताग मोटारी विकायच्या आड मात्र कधी यायचा नाही. याच्याच कृपेनं 'स्टँडर्ड ऑइल ऑफ कॅलिफोर्निया' - 'सोकॅल' या कंपनीला अवघ्या अडीच लाख डॉलर्सच्या मोबदल्यात तीन लाख साठ हजार चौरस किलोमीटरच्या वाळवंटात तेलउत्खननाचा परवाना मिळाला. त्या बदल्यात स्वत:साठीही फिल्बीनं भरभक्कम दलाली ओरपली.

इतकं झाल्यानंतर अमेरिकेचे अध्यक्ष फ्रँकलिन डी. रूझवेल्ट यांनी सौदीच्या संपूर्ण रक्षणाची जबाबदारी घेतली नसती, तरच नवल. तशी त्यांनी परस्पर घोषणाही करून टाकली. 'सौदीच्या सुरक्षेत अमेरिकेची सुरक्षा गुंतलीय, सबब या देशाच्या रक्षणाची जबाबदारी आमची राहील', असं रूझवेल्ट यांनी जाहीरही करून टाकलं. ही घटना १९४३ सालची. म्हणजे अजून दुसरं महायुद्ध संपायचं होतं. यावरून अमेरिकेला आपल्या हितसंबंधांचा वास किती दूरवरून येतो, ते कळेल. सौदी आणि अमेरिका या संबंधांना बहर यायला मात्र दुसरं महायुद्ध संपावं लागणार होतं.

तसं ते एकदाचं संपलं आणि त्यानंतरच्या माल्टा परिषदेनंतर वॉशिंग्टनला जाताना रूझवेल्ट मुद्दाम वाकडी वाट करून इब्न सौदना भेटायला आले. तोपर्यंत सौदी भूमी सोडून कधीही बाहेर न पडलेल्या इब्न सौदना सगळ्या लवाजम्यासह

भेटीचं आमंत्रण अमेरिकेनं दिलं. त्यांना घेऊन यायला 'यूएसएस मर्फी' ही नौका पाठवून त्या सगळ्यांना सुवेझच्या तोंडावर थांबलेल्या 'यूएसएस क्विन्सी' या युद्धनौकेवर नेण्यात आलं. अध्यक्ष रूझवेल्ट 'क्विन्सी'वर होते. पण सौदीपर्यंत ही भलीमोठी युद्धनौका येऊ शकत नव्हती. म्हणून हा सव्यापसव्य अमेरिकेला करावा लागला. ही भेट सुखरूप पार पडावी, यासाठी अमेरिकेनं काय काय नाही केलं. वास्तविक त्या वेळी त्या युद्धनौकेवर रूझवेल्ट यांची कन्या ॲना आणि अन्य काही कुटुंबीयही होते. पण महिलांनी असं चारचौघांत दिसणं सौदना आवडणार नाही, याचा विचार करून आपली कन्या आणि अन्य महिलांना या महासत्तेच्या अध्यक्षांनी बोटीवरनं जायला सांगितलं. "सौद इथे आहेत, तोपर्यंत तुम्ही समोर इजिप्तच्या भूमीवर राहा, बोटीवर फिरकूही नका", असं त्यांना बजावलं. रूझवेल्ट यांचा मुलगा एलियट हा त्या वेळी तिथे होता. त्यानं या आठवणी लिहून ठेवल्या आहेत. 'चर्चेच्या काळात राजे सौद सतत माझ्या वडलांच्या व्हीलचेअरकडे कौतुकानं बघत होते. वडलांच्या ते लक्षात आल्यावर त्यांनी ती व्हीलचेअर राजे सौद यांना देऊन टाकली. त्यावर ते हरखूनच गेले. कोण कौतुक वाटलं त्यांना या गोष्टीचं. या छोट्याशा दानातून वडलांनी अनेक गोष्टी पदरात पाडून घेतल्या...' असं खुद्द अमेरिकी अध्यक्षांच्याच मुलानं नमूद केलंय.

या युद्धनौकेवर जगातल्या सर्वांत प्रगत देशाच्या अध्यक्षानं आदिम संस्कृती मिरवणाऱ्या देशमालकाला आलिंगन दिलं. जगाच्या राजकारणातल्या नव्या नाट्याचा पुढचा अंक तिथून सुरू झाला. या अंकात नायकाची भूमिका करणाऱ्या अमेरिकेची भूमिका तिहेरी होती. एक म्हणजे या प्रदेशातल्या तेलावर जास्तीत जास्त मालकी मिळवायची. दुसरं म्हणजे अशी मालकी मिळवू शकणारा स्पर्धक देश ब्रिटन याला तिथून हद्दपार करायचं. आणि तिसरं म्हणजे रशियाचं जे साम्राज्य पर्शियन आखाताला विळखा घालू पाहात होतं, ते रोखायचं. वास्तविक चार वर्षांपूर्वीच अमेरिकेनं इंग्लंडला अधिकृतपणे सांगितलं होतं, 'हा सारा परिसर आमच्यासाठी फार लांब आहे, अटलांटिक पलीकडून यावर आम्ही देखरेख करण्याऐवजी तुम्हीच हा परिसर हाताळा'. पण तेल सापडलं आणि अमेरिकेला तो एकदम जवळचा झाला. या भूमिका – बदलात 'सोकॅल', 'टेक्सास ऑइल कंपनी' यांनी महत्त्वाची भूमिका बजावली. त्यांनी अक्षरश: रूझवेल्ट यांच्या डोक्यावर बसून त्यांना आपल्या धोरणात बदल करायला लावला. तसा तो अमेरिकेनं केला अन् पश्चिम आशियाच्या राजकारणाला अधिकच धार आली.

गाडीत नव्यानं शिरणाऱ्यानं सीटवर बसलेल्याला 'जरा सरकून घ्या', अशी

आधी विनंती करावी आणि तो सरकल्यावर अख्खी सीटच व्यापून टाकावी, तसं ब्रिटनचं अमेरिकेच्या बाबतीत पश्चिम आशियात झालं. यानंतर ब्रिटनची जागा गेली ती गेलीच. पण निदान आपल्याला या परिसरात काहीतरी बूड टेकायला असावं म्हणून ब्रिटननं एक कल्पना पुढे मांडली. या साऱ्या प्रदेशाचं एकंदरच लष्करी धोरणात्मक महत्त्व लक्षात घेऊन पश्चिम आशियासाठी अशी एक 'मिडल ईस्ट कमांड' साऱ्या प्रमुख देशांनी तयार करायची. त्यात अर्थातच अमेरिका असणार होती. खेरीज स्वत: इंग्लंडसह फ्रान्स, तुर्कस्तान, जॉर्डन आणि इस्रायल हे देश असणार होते. १९५१ साली अशी कमांड कागदोपत्री जन्माला आल्यानंतर या कमांडकडून रक्षणाबाबतचा पहिला प्रस्ताव दिला गेला इजिप्तला. पण ज्यूंसाठी स्वतंत्र इस्रायलची निर्मिती एव्हाना झालेली असल्यानं इजिप्त नाराज होता. परत त्या देशात राष्ट्रवादी शक्तींनी चांगलीच उचल खाल्ली होती. या दोन्ही कारणांमुळे इजिप्तनं हा प्रस्ताव नाकारला. त्याच वेळी या कमांडचं पुढे काय होणार, याचा अंदाज अमेरिकेला आला असावा. त्यांनी यातून हळूच अंग काढून घेतलं. तरीही ब्रिटननं तुर्कस्तान, इराक, इराण आणि पाकिस्तान यांच्यासाठी असा करार केलाच. 'बगदाद करार' या नावानं तो ओळखला जातो. अमेरिका मात्र त्यापासून चार पावलं लांबच राहिली.

अर्थातच नंतर बगदाद करारच काय, पण बगदादही गडगडलं. झालं असं, की ब्रिटनच्या टेकूवर इराकच्या प्रमुखपदी बसवण्यात आलेल्या हाशेमाईट राजाच्या विरोधातच बगदादमध्ये उठाव झाला. इराकी कम्युनिस्ट पक्षानं उठाव करून त्या राजाला मारूनच टाकलं. मग या बगदाद कराराची जागा घेतली 'सेंट्रल ट्रीटी ऑर्गनायझेशन'नं – 'सेंटो'नं. यात अमेरिका सामील झाली. बरोबर होते इंग्लंड, तुर्कस्तान, इराण आणि पाकिस्तान हे देश.

त्या परिसरात घडणाऱ्या आणखी एका राजवटीचं परिमाण या साऱ्याला होतं. तिकडे इजिप्तमध्ये बऱ्याच उलथापालथी घडत होत्या. इकडे इस्रायल जन्माला येत असताना जो संघर्ष सुरू होता, त्यात इजिप्तला काहीही स्थान नव्हतं. एका मोठ्या देशाचं लष्कर म्हणून या देशाची कामगिरी अगदीच फिकी होती. त्यातल्या त्यात प्रयत्न केला तो लष्कराच्या एका तुकडीचं नेतृत्व करणाऱ्या तरुणानं. गमाल अब्दुल नासर यांनी. ते इजिप्शियन सैनिकांच्या पॅलेस्टाइनमधल्या तुकडीचं नियंत्रण करत होते. पण त्यांचं वैयक्तिक शौर्य काही फारसं कामाला आलं नाही. फालुजाच्या लढाईत त्यांच्या तुकडीचा घाम निघाला होता. तिथेच नासर यांनी निर्णय घेतला, आपल्या देशाला वर आणायचं. हे जे काही चाललंय, ते आपल्या देशाला लाजिरवाणं आहे.

या परिसरात इजिप्त ही एक शक्ती होती. पण ती इतकी निष्प्रभ झालेली पाहून त्यात चेतना ओतण्यासाठी आपणच कंबर कसायचं नासर यांच्या मनानं घेतलं.

त्यासाठी सैन्यदलातच त्यांनी एक गट तयार केला. आपापल्या तुकड्या सोडून समान विचारानं हे सगळे लष्करी अधिकारी एकत्र आले होते. त्यामुळे या गटाचं नावच पडलं - 'फ्री ऑफिसर'. हा गट बघता बघता वाढला. पुरेशी ताकद आलीय, याची खात्री पटल्यावर नासर यांनी राजे फारुख यांची सत्ता उलथून पाडण्याचा घाट घातला. त्यासाठी पद्धतशीर आखणी केली. समित्या वगैरे तयार केल्या; कोणी काय करायचं, ही कामं नक्की केली. पण ही तयारी सुरू असताना राजांना सुगावा लागलाच. त्यामुळे आपला कट राजा उलथून पाडणार, असं दिसताच या मुक्त अधिकाऱ्यांनी उचल खाल्ली. २२ जुलै १९५२ या दिवशी नासर यांनी बंडाचं निशाण उभारलं. चार दिवसांनंतर राजे फारुख यांच्या लक्षात आलं, आपलं काही चालणार नाही. त्यांनी सत्तात्याग केला. नासर आणि त्यांच्या नऊ महत्त्वाच्या सहकाऱ्यांनी इजिप्तची सूत्रं हाती घेतली. त्यात एक होते कर्नल अन्वर सादात.

नासर यांना केवळ मिरवण्यासाठी सत्ता नको होती. त्यांची काही स्वप्नं होती. त्यांना आपला देश बदलायचा होता. आणि ते जमलं, की साऱ्या अरबस्थानालाच नवा आधुनिक चेहरा द्यायचा होता. मुख्य म्हणजे आपल्या देशाची आर्थिक जीवनदायिनी असणारा सुवेझ कालवा त्यांना पूर्णपणे इजिप्तच्या अमलाखाली आणायचा होता. त्याच्या बरोबरीनं नाईल नदीवर उभारण्यात आलेलं आस्वानचं धरण आणखी मोठं करायचं होतं. अरबांचा नेपोलियन व्हायचं स्वप्न नासर यांच्या डोळ्यांत तरळत होतं. पण हे स्वप्नच त्यांना दगा देणार होतं. गरिबांच्या स्वप्नांमुळे प्रस्थापितांच्या हितसंबंधांना बाधा येऊन चालत नाही, हे नासर यांना समजायचं होतं. आस्वाननं त्यांना याची जाणीव करून दिली. या काळाचा आणखी योगायोग असा, की नासर सत्तेवर आल्यानंतर पुढच्याच वर्षी दोन मोठी स्थित्यंतरं जगात झाली. एक म्हणजे जोसेफ स्टालिन काळाच्या पडद्याआड जाऊन निकिता खुश्चेव सत्तेवर आले. त्याच वेळी तिकडे अमेरिकेत हॅरी ट्रुमन जाऊन नेतृत्वाची गाळ जनरल ड्वाइट आयसेनहॉवर यांच्या गळ्यात पडली.

सत्तेवर येताना आयसेनहॉवर यांच्या डोळ्यांपुढे दोन उद्दिष्टं होती. अगदी परस्परविरोधी. एक म्हणजे मिळेल त्या मार्गानं सोव्हिएत युनियनचा प्रभाव रोखायचा आणि दुसरं म्हणजे देशाच्या वाढत्या खर्चाला लगाम घालायचा. यातल्या पहिल्यानं त्यांना इतकं झपाटलं होतं, की दुसऱ्याचा त्यांना पूर्ण विसर पडला. कमालीच्या कम्युनिस्ट विरोधामुळे त्यांना ज्यात त्यात रशियाचा हात दिसू लागला होता.

ड्वाइट आयसेनहॉवर :
रशियाला विरोध करण्यासाठी
'ब्रदरहुड'ला जवळ करणारे अमेरिकी राष्ट्राध्यक्ष

जो अमेरिकेच्या बाजूचा नाही, तो सोव्हिएत युनियनचा हस्तक, अशी काहीशी धारणा त्यांची होती. या काल्पनिक रशियाविरोधानं त्यांना इतकं झपाटलेलं होतं, की तो नसलेला विरोध मोडून काढण्यासाठी ते वाटेल ते करायला तयार होते. त्यांनी तसं केलंही. अगदी 'ब्रदरहुड'चा त्या वेळचा प्रमुख सैद रमादान याला थेट व्हाइट हाऊसमध्येच पाचारण करून आपण कोणत्या स्तराला जाऊ शकतो, याची चुणूक कारकिर्दीच्या सुरुवातीलाच आयसेनहॉवर यांनी दाखवली. हा सैद रमादान 'ब्रदरहुड'चा संस्थापक हसन अल् बन्ना याचा जावई. त्याच्या जहाल भूतकाळाची, वर्तमानाची आणि अतिजहाल भविष्यविचाराची अमेरिकनांना पूर्ण कल्पना होती. पण तो केवळ रशियाविरोधात उभा राहाणार आहे, या एकाच गोष्टीसाठी अशा अतिरेकी व्यक्तीला व्हाइट हाऊसमध्ये सन्मानपूर्वक बोलावण्याचं पाप अमेरिकेनं केलं.

नासर यांच्यासारखे स्वतंत्र विचाराचे राज्यकर्ते महत्त्वाच्या देशात सत्तास्थानी येत असताना त्यांच्या दोन बाजूंना आयसेनहॉवर आणि ख्रुश्चेव हे दोन ध्रुव तयार व्हावेत, हा एक विलक्षण योगायोग. त्या वेळची साऱ्या पश्चिम आशियाची परिस्थितीच मोठी दयनीय होती. मोरोक्को, अल्जेरिया आणि ट्युनिशिया हे देश म्हणजे फ्रेंचांच्या वसाहती होत्या. पलीकडचे कुवेत, बहारिन, कतार, संयुक्त अरब अमिराती, येमेन आणि ओमानवर ब्रिटिशांचा अंमल होता. शिवाय इराक, जॉर्डन आणि सौदी अरेबिया या स्वतंत्र राजेशाह्या होत्या. पण नावापुरत्याच. त्यांची सूत्रं लंडनमध्येच बसून हलवली जायची. या सगळ्यांचा केंद्रबिंदू होता इजिप्त आणि ते केंद्रच आता थरथरू लागलं होतं. इथली राजेशाही नासर यांनी उलथून पाडली होती.

पश्चिम आशियाचा आणखी एक दुर्दैवी योगायोग असा, की तेलवाल्या आणि म्हणूनच संपन्न अशा सौदी अरेबिया, कुवेत, संयुक्त अरब अमिराती, कतार, बहारिन या देशांना कसलीही राजकीय-सामाजिक संस्कृती नव्हती, परंपरा नव्हती. आणि ती ज्यांच्याकडे होती, अशा इजिप्त, सीरिया, लेबनॉन आणि पॅलेस्टाइन यांच्या भूमीत तेल नव्हतं आणि म्हणून ते दरिद्री होते. लक्ष्मी आणि सरस्वती इथेही एकत्र नांदत नव्हत्या. अपवाद तसा दोघांचाच. इराक आणि इराण. त्यांना स्वत:चा असा चेहरा होता आणि तेलही होतं. अशा वातावरणात नासर यांना इजिप्तचं गतवैभव मिळवायचं होतं आणि अरबस्थानलाही त्याची झळाळी आणायची होती. नासर यांना राजेशाहीविरोधात तिटकारा होता. तसाच आणि तितकाच तिटकारा होता इंग्रज आणि अमेरिकेच्या या परिसरातल्या दादागिरीबद्दल. आपल्या आसपास चाललेला कर्कश धर्मवादही त्यांना नकोसा होता. या विचारधारेमुळे त्यांची राजवट डावीकडे झुकते की काय, असं अमेरिकेला वाटू लागलं होतं.

इंग्लंड आणि त्या परिसरात नुकतं कुठं पाऊल टाकणारी अमेरिका या दोघांसाठी हा धोक्याचा इशारा होता. त्यातही धोका अधिक होता तो अमेरिकेला. इंग्लंडचं जहाज या भागातून नाहीतरी बुडायला लागलं होतंच. त्यामुळे अमेरिकेला ब्रिटनची काळजी सोडून स्वत:च्या ताटाची काळजी घेणं आवश्यक होतं. या परिसरातल्या तेलावर डोळा ठेवून अमेरिकेनं नुकताच कुठे सौदी खिशात घातलेला होता. हे तेल आता अबाधितपणे मिळेल, अशी चिन्हं दिसत असताना नेमकं त्याच वेळी नासर यांचं अरब राष्ट्रवादाचं तुणतुणं जोरजोरानं वाजायला लागलं. त्याची अनेकांना भुरळ पडली. त्यांच्या राष्ट्रवादी विचारांमुळे नासर यांना त्या परिसरात चांगलाच मान मिळू लागला. हा माणूस आपलं काही भलं करू शकेल, अशी भावना मूळ धरू लागली. इजिप्तच्या रेडिओवरून राष्ट्रवादानं ओतप्रोत भरलेली नासर यांची भाषणं अगदी सीरिया, जॉर्डन, इराक, सौदी आदी देशांत मोठ्या नवलाईनं ऐकली जात होती. बाकी रेडिओचा नासर यांनी जो काही वापर केला, त्याबद्दल त्यांचं कौतुकच करायला हवं. इजिप्तकडून ज्या ज्या देशांना आर्थिक मदत दिली जायची, त्या त्या देशांना नासर मोठ्या प्रमाणावर रेडिओ संच द्यायचे. कैरोमध्ये त्यांनी 'व्हॉइस ऑफ अरब' स्टेशन तयार केलं होतं, यात काही विशेष नाही. पण तिथूनच ते 'व्हाइस ऑफ इराक, सीरिया', इतकंच काय 'व्हॉइस ऑफ सुदान' ही केंद्रंसुद्धा चालवायचे.

या सर्व केंद्रांवरून नासर यांचा उदोउदो चालायचाच. त्यांची ओजस्वी भाषणं सतत ऐकवली जायची आणि मनोरंजनाच्या कार्यक्रमात नासर यांनी आस्वान कसं वाढवलं, त्याची वर्णनं करणारी गाणी वाजवली जायची. हे सगळं भलतंच लोकप्रिय

झालं. अन्य कोणा राज्यकर्त्यानं त्यांच्याइतका रेडिओचा परिणामकारक वापर केल्याचं ऐकिवात नाही. याच काळात नंतर लेबनॉन, जॉर्डन, इराक आदी देशांत उठाव झाले. इराक आणि सीरियामध्ये तर नासर यांना पाठिंबा देणारी राजवट सत्तेवर आली. अल्जेरियात क्रांती होऊन तिथेही नासर यांना पाठिंबा देणारी राजवट जन्माला आली. यात त्या मुक्या नाही, पण बहिऱ्या रेडिओचा नक्कीच मोठा हात होता. त्यामुळे नासर यांना आवरण्यासाठी नंतर ज्या काही कारवाया आखल्या गेल्या, त्यात रेडिओ स्टेशनं बंद पाडणं पहिल्या क्रमांकावर असायचं. त्या वेळी अगदी सौदी राजघराण्यातही त्यांच्याविषयी मोठं आकर्षण होतं. सौदी राजपुत्र तलाल आणि त्याचे सहकारीच नासर यांना जाऊन मिळाल्यानं मोठीच खळबळ उडाली. सौदीसारख्या अतिमागास भागात सुधारणांची मागणी व्हायला लागली. हा रेटा इतका होता, की सौदीचा जर्मनीमधला राजदूतही नासर यांना सामील झाला आणि सौदीचा एकेकाळचा तेलमंत्री अब्दुल्ला तारिकी कैरोत बसून आपल्या मायदेशातल्या बंडखोरांना चोरट्या मार्गानं शस्त्रास्त्रं पाठवू लागला. सौदीच्या राजकीय-सामाजिक सुधारणांना असलेल्या विरोधामुळे तारिकी संतापला होता. त्यानं उघडपणे नासर यांच्याशी हातमिळवणी केली. या सगळ्यामुळे नासर सत्तेत रुजले, तर आज ना उद्या ते सौदीचा घास घेतल्याशिवाय राहाणार नाहीत, अशी अमेरिकेची खात्रीच पटली. सौदीचा घास म्हणजे तेलकंपन्यांवर गदा. परत नासर आणि रशिया एकत्र आले, तर काय होईल, ही भीती होतीच.

आणि ती रास्तही होती. सत्तेवर आल्या आल्या नासर यांनी आपला इजिप्त-विकासाचा कार्यक्रम मोठ्या धडाक्यानं राबवायला सुरुवात केली. पहिल्या क्रमांकावर होतं अर्थातच आस्वान धरण. वास्तविक ते सत्तेवर यायच्या आधीच ५० वर्षांपूर्वी आस्वान पूर्ण झालं होतं. परंतु नाईलच्या प्रवाहाचा ओघ इतका, की लवकरच ते लहान वाटायला लागलं. बांधल्यानंतर पाचच वर्षांत नाईलचं पाणी त्यावरनं वाहू लागलं. त्याची दोनदा उंची वाढवण्यात आली. पण १९४६ साली पुन्हा पाणी या वाढलेल्या उंचीवरनं ओसंडून वाहायला लागलं. मग त्या वेळी असा निर्णय झाला, की या धरणाची पुन्हा एकदा उंची वाढवायच्या ऐवजी वर आणखी एक धरण बांधू या. सर्व तपशील वगैरे ठरेपर्यंत इजिप्तमध्ये सत्तांतर होऊन नासर सत्तेवर आले होते. त्यांनी यासाठी चांगलाच जोर लावला. नवं धरण बांधणं म्हणजे मोठा खर्च होता. जवळपास २७ कोटी डॉलर्स उभारावे लागणार होते. त्यासाठी अमेरिका आणि ब्रिटननं मदत द्यायचं कबूल केलं. अट एकच होती, नासर यांनी नंतर इस्रायलचा तिढा सोडवायला मदत करायची. नासर तयार होते,

पण इंग्लंडला आणि त्याशिवाय आयसेनहॉवर यांना त्यांच्याविषयी खात्री नव्हती. नासर यांची लक्षणं तर त्यांचं डावं अंग दाखवणारी होती. त्यात भर म्हणून की काय, त्यांनी कम्युनिस्ट झेकोस्लोव्हाकियाशी शस्त्र-खरेदी करार केला आणि चिनी प्रजासत्ताकाला मान्यता दिली. मग तर काय, आयसेनहॉवर यांच्या शेपटीवरच पाय पडला.

तेव्हा नासर यांना रोखण्याचा मार्ग म्हणून अमेरिका आणि इंग्लंडनं आपली भूमिका बदलली. या दोघांनीही सांगितलं, 'आम्ही आस्वानसाठी कर्ज देणार नाही'. या दोन्ही देशांनी नासर यांची कोंडी करण्यासाठी एक योजना आखली. 'ओमेगा पॉलिसी' या नावानं ओळखल्या जाणाऱ्या या गुप्त, पण व्यापक योजनेत नासर यांना रोखण्यासाठी अनेक मार्ग... अगदी हत्याही सुचवण्यात आली होती आणि त्याच योजनेनुसार नासर यांच्या विरोधात सौदी राजांना पुढे करून मुसलमानांची दुसरी आघाडी उभारण्याचंही ठरवण्यात आलं होतं. नासर यांच्या वाढत्या ताकदीचं भौगोलिक संतुलन करण्यासाठी राजे सौद यांना बळ द्यायचं, मुसलमानांतच दोन गट पाडायचे आणि त्यातला एकही गट रशियाच्या आश्रयाला जाणार नाही, याची काळजी घ्यायची, असा साधारण आराखडा होता. 'आपले सगळे प्रयत्न असे हवेत, की त्यामुळे इजिप्त आणि सौदी अरेबिया यांच्यात दरी निर्माण होईल आणि ती कधीही भरून येणार नाही, याची आपण काळजी घ्यायला हवी...' इतक्या स्वच्छपणे आयसेनहॉवर यांनी या 'ओमेगा' योजनेबद्दल आपलं मत नोंदवलं होतं. आपल्या या विचारधारेपासून आयसेनहॉवर शेवटपर्यंत कधी ढळले नाहीत. नासर यांना रोखायचं आणि इब्न सौदना डोक्यावर घ्यायचं, या त्यांच्या कार्यक्रमात कधीही बदल झाला नाही. सुदृढ सौदसाठी वाटेल ते करायची त्यांची तयारी होती. सौदीचा विषय आला, की त्यांना कधीही पैशाची टंचाई भासायची नाही. १९५० साली सौदना त्यांनी पाच लाख डॉलर्स असेच मंजूर करून टाकले. सौदी शहरांपासून मक्का-मदिनेपर्यंत रेल्वे मार्गाच्या उभारणीसाठी. या पैशाचा काही वाटा मक्का-मदिना परिसराच्या सुशोभीकरणासाठीही जाणार होता. मशीद परिसर सुंदर झाला, रेल्वे सुरू झाली, तर समस्त इस्लाम जगतात इब्न सौद यांची प्रतिमा आणि प्रतिष्ठा सुधारायला मदत होईल, असं आयसेनहॉवर यांना वाटत होतं. सौदनी अर्थातच ते पैसे घेतले. रेल्वेचं काम काही लगेच सुरू केलं नाही. कारण त्यांना हे माहिती होतं, की याच कामासाठी नंतर पुन्हा पैसे मागितले, तरी आपल्याला कोणी नाही म्हणणार नाही. त्यामुळे त्या पैशाचा योग्य वापर करण्यासाठी सौदनी हे रेल्वे उभारणीचं कंत्राट दिलं आपल्या मित्राला. त्याचं नाव शेख महंमद बिन लादेन.

गमाल अब्दुल नासर आणि निकिता ख्रुश्चेव : अमेरिकी साम्राज्यवाद्यांना व्यावहारिक शह देणारे नेते

लादेन कुटुंबाला पोटाला लावण्यात अमेरिकेचा असा हात होता. लादेन-सौद या दोन घराण्यांतली दोस्ती नंतरही अबाधित राहिली. सौद यांच्यानंतर फैझल यांनीही आपल्या सरकारातली सगळी महत्त्वाची कंत्राटं लादेन कुटुंबीयांनाच दिली. लादेन कुटुंबीय अब्जाधीश झाले, ते त्यामुळे.

त्या योजनेचा पहिला भाग होता, आस्वान धरणासाठी नासर यांना रोखायचं. आस्वान हे इजिप्त आणि नासर यांच्यासाठी गंडस्थळ होतं. त्यावरच वर्मी घाव घालायचं या दोन महासत्तांनी ठरवलं. हा इजिप्तला मोठा फटका होता. पण नासर यांनी त्यावर मार्ग काढला. त्यांनी रशियाला मदतीची गळ घातली. रशिया 'नाही' म्हणणं शक्यच नव्हतं. आता आपण 'नाही' म्हटल्यावर इजिप्त रशियाकडून मदत मिळवणार, हे कळल्यावर अमेरिका आणि इंग्लंड या दोन्ही देशांतील राज्यकर्त्यांचा संताप संताप झाला. एकदा रशियाकडून मदत मिळतेय, याची खात्री झाल्यावर नासर यांनी आणखी एक धक्का ब्रिटनला दिला. त्यांनी आता सुवेझच्या राष्ट्रीयीकरणाची गरज जाहीरपणे व्यक्त करायला सुरुवात केली. त्या वेळी या कालव्यावर इंग्लंडचा ताबा होता. तो आता इजिप्तला हवा होता. अमेरिका आणि इंग्लंडनं आस्वानसाठी कर्ज नाकारल्यानंतर बरोबर पाचव्याच दिवशी नासर यांनी या दोघांना दणका दिला. त्यांनी सुवेझचं राष्ट्रीयीकरण करूनच टाकलं. 'तुम्ही कर्ज देत नाही आणि मला पैशांची गरज आहे. ती भागवण्यासाठी सुवेझ कालवा आमच्या ताब्यात असणं ही काळाची गरज आहे, त्यातल्या वाहतुकीच्या जकात उत्पन्नातून माझा निधी उभा राहणार आहे...' इतकं स्वच्छ स्पष्टीकरण वर त्यांनी दिलं.

खरं म्हणजे अशा परिस्थितीत इजिप्तला हाताळण्यात ब्रिटननं अधिक मुत्सद्देगिरी दाखवायला हवी होती. पण त्या देशानं एक बावळटपणा केला. एका अरब राष्ट्राला – तेही इजिप्तसारख्या – रोखण्यासाठी त्यांनी चक्क इस्रायलची मदत घेतली. यात इंग्लंडची आणखी फसगत अशी झाली, की इस्रायलला गुंतवण्यातला धोका लक्षात आल्यावर अमेरिकेनं हळूच इंग्लंडचा हात सोडून दिला. आयसेनहॉवर हे इंग्लंडचे पंतप्रधान अँथनी एडन यांना म्हणाले, ''तुमचं तुम्ही काय ते बघा.'' पण एडन काय बघू शकणार होते! अमेरिकेनं इंग्लंडची कोंडी केली होती. इंग्लंडनं सुवेझ परिसरातून माघार घ्यावी, यासाठी आयसेनहॉवर यांनी त्या देशाच्या वाटेवर असलेलं कर्जच रोखलं. शेवटी एडन यांना नाक मुठीत धरून या परिसरातून काढता पाय घ्यावा लागला. त्या वेळी एडन इतके संतापलेले होते, की त्यांनी नासर यांना हटवण्यासाठी मिळेल तो मार्ग वापरून बघितला. अगदी बँकर रॉथशिल्ड्स याच्या मदतीनं नासर यांच्यावर मारेकरी घालता येतील का, हेही त्यांनी चाचपून पाहिलं. इंग्लंडच्या 'एम-आय ६' नं 'सीआयए'ला एक तार करून नासर यांचा काटा काढण्याची विनंती केली. नासर-विरोधानं ते इतके बेभान झाले होते, की ''मला कसंही करून ग्रॅबर नासर याला मारायचंय,'' असं उघडपणे म्हणण्यापर्यंत त्यांचा तोल गेला होता. नासर यांची कोंडी करावी वगैरे सामोपचारी सल्ला देणाऱ्या आपल्या मंत्रीमंडळातल्या सहकाऱ्यांवर ते जाहीरपणे गरजले, ''हे वाटेल ते काय बोलताय. मला त्याला संपवायचंय. नासर यांची हत्या झालेली मला बघायचंय. मग इजिप्तमध्ये बेदिली माजली, तरी बेहत्तर; पण नासर राहाता कामा नये.'' याच बैठकीत हॅरॉल्ड मॅक्मिलन – जे नंतर पंतप्रधान झाले – यांनी आपल्या स्वत:च्या हातानं नासर यांचं डोकं फोडून कवटी बाहेर काढायची इच्छा प्रकट केली. दोघांच्याही इच्छा अपूर्णच राहिल्या. त्यामुळे एका भयाण हताशपणानं एडन यांना इतकं ग्रासलं, की त्यांना उपचार करून घ्यावे लागले. जगाला लोकशाहीचे धडे देणाऱ्या देशाच्या नेतृत्वाचा असाही चेहरा समोर आला.

पण यामुळे नासर यांची कॉलर अधिकच ताठ झाली. ते आता अधिक जोमानं सुधारणांचा कार्यक्रम राबवायला लागले. बाहेरची परिस्थिती पूर्णपणे नियंत्रणात नव्हती; पण सुवेझ कालव्याच्या संघर्षात इंग्लंडचं नाक कापलं गेल्यामुळे नासर यांना जरा उसंत मिळणार होती. तथापि आता त्यांचा विरोधक घरातलाच असणार होता - 'ब्रदरहुड'. नासर यांना जमीन-सुधारणा करायच्या होत्या. शिक्षणव्यवस्थेत आमूलाग्र बदल करायचा होता. आपला देश निधर्मी, आधुनिक व्हावा, असं त्यांना

वाटत होतं; तर 'ब्रदरहुड' अर्थातच यातलं काहीही न होऊ देण्यासाठी कटिबद्ध होती. साहजिकच नासर आणि 'ब्रदरहुड' हे आमनेसामने येणार, हे उघड होतं.

तसा प्रसंग लवकरच आला. पार्श्वभूमी होती नुकत्याच तापू लागलेल्या इजिप्त आणि इंग्लंडमधल्या सुवेझ कालव्याच्या वादाची. इंग्लंडमधल्या डाव्यांना नासर यांच्याशी तडजोड करावी, असं वाटत होतं, तर कडव्या उजव्यांचं नेतृत्व साहजिकच होतं साम्राज्यवादी विन्स्टन चर्चिल यांच्याकडे. त्यांचा या तडजोडीला विरोध होता. यातूनच 'ब्रदरहुड'चे कार्यकर्ते आणि नासर यांचे समर्थक यांच्यात वादावादी होऊ लागली. बघता बघता तिचं रूपांतर बाचाबाची आणि चकमकीत झालं.

यात 'ब्रदरहुड'ला मदत होती 'सीआयए'ची. अध्यक्ष आयसेनहॉवर आणि त्यांचे सहकारी परराष्ट्रमंत्री जॉन फॉस्टर डल्लास आणि त्यांचा भाऊ 'सीआयए'चा संचालक ॲलन डल्लास हे मनापासून 'ओमेगा' योजनेच्या अंमलबजावणीच्या कामाला लागले होते. या योजनेची सूत्रं होती कर्मिट रूझवेल्ट – माजी अध्यक्ष थिओडोर रूझवेल्ट यांचा नातू – याच्याकडे. शेजारी इराणमध्ये मोसादेघ यांना पदच्युत करून शहा यांना पुन्हा सत्तेवर बसवण्याचा अनुभव त्याच्या गाठीशी होता. असाच इराणप्रयोग इजिप्तमध्येही करता येतो का, याची चाचपणी त्याच्याकडून होत होती. या सर्वांनी 'ब्रदरहुड'ला मांडीवरच घेतलं. काय काय केलं असावं, अमेरिकेनं नासर यांना हटवण्यासाठी – त्यांच्यावर मारेकरी घातले; त्यांच्या कॉफीत विष घालण्याचा प्रयत्न केला; नासर खाणार असलेल्या चॉकलेट्समध्ये अतिजहाल विष मिसळणं जमेल का, हे पाहिलं; इतकंच काय, सिगरेटमधून विषप्रयोग करण्याचीही तयारी केली. 'सीआयए'कडे त्या वेळेला पूर्णपणे एकच काम होतं. नासर यांना मारायचं आणि जमलं नाहीच, तर किमान त्यांची राजवट तरी उलथून पाडायची. 'सीआयए' म्हणजे दहशतवादी संघटना वाटावी, इतक्या हत्या त्या काळी तिनं केल्या होत्या. नासर यांचा काटाही त्याच मार्गानं काढावा, असा अमेरिकेचा प्रयत्न होता. पण त्यात तिला यश आलं नाही. वास्तविक एका निधर्मी, आधुनिक नेत्याच्या विरोधात 'ब्रदरहुड'सारख्या दहशतवादी संघटनेला खतपाणी घालणं हा आतबट्ट्याचा व्यवहार होता. तो अमेरिकेनं निर्लज्जपणे केला. ही चूक अंतिमत: त्या देशाच्या इतकी अंगाशी आली, की तेव्हा डोक्यावर घेतलेलं हे मुस्लीम धर्मांधांचं भूत अमेरिकेला अजूनही उतरवता आलेलं नाही.

'सीआयए'च्या या राष्ट्रकार्यात कोणकोण होतं, हे पाहिलं, की या मंडळींनी राजकारण कोणत्या थराला जाऊन केलं, याचा अंदाज येतो. इंग्लंड अर्थातच

कर्मिट रूझवेल्ट :
'ओमेगा' योजनेचा अमेरिकी सूत्रधार

सहभागी झाला होता. इजिप्तचा जुना सत्ताधीश या नात्यानं आणि 'ब्रदरहुड'चा पहिला आश्रयदाता म्हणून या संघटनेत 'एम.आय. ६' चे बरेच खबरे होते. 'ब्रदरहुड'ला मदत द्यायला इराणही तयार होता. पण त्याच्या जोडीला या मुस्लीम अतिरेकी संघटनेला मदत केली ती इस्रायलनं. या देशाचा उद्देश वेगळा होता. इस्रायलला नासर मोठे झालेले नको होते. अख्ख्या इलाख्यात त्या वेळी इस्रायली नेतृत्वाला आव्हान देऊ शकेल, असा आब फक्त नासर यांचाच होता. त्यामुळे ते गेले, तर त्यात आपलाही फायदा आहे, असा विचार करून इस्रायलनंही या मोहिमेला हातभार लावला. या सगळ्या उपद्व्यापासाठी लागणारा खर्च सौदीनं आपल्या तिजोरीतून केला. ही सगळी मंडळी आता अमेरिकेसाठी म्हणजे पर्यायानं 'ब्रदरहुड'साठी काम करायला लागली. यातूनच 'ब्रदरहुड'च्या कार्यकर्त्यांची भीड चेपली. त्यांच्याकडून नासर-समर्थकांवर अधिकच हल्ले होऊ लागले. हल्ल्यांची धारही तीव्र झाली. आता नासर यांना काहीतरी करणं भाग होतं. तो क्षण आला. २६ नोव्हेंबरला 'ब्रदरहुड'च्या कार्यकर्त्यांनी थेट नासर यांना लक्ष्य करायचा प्रयत्न केला. त्यांच्यावर जवळून आठ गोळ्या झाडण्यात आल्या. ते बचावले. पण आता त्यांना 'ब्रदरहुड'ला वाचवणं शक्य होणार नव्हतं. नासर यांनी मोठ्या प्रमाणावर 'ब्रदरहुड'च्या कार्यकर्त्यांची धरपकड सुरू केली. 'ब्रदरहुड'च्या सहा प्रमुख नेत्यांना त्यांनी फासावर लटकावलं. अन्य काहींना इजिप्तबाहेर हाकलून दिलं. त्यांचं इजिप्तचं नागरिकत्वच नासर यांनी रद्दबातल करून टाकलं. यातलाच एक होता सैद रमादान.

इथे पुन्हा अमेरिका आणि सौदी एकत्र आले. इजिप्तमधून तडीपार झालेल्या 'ब्रदरहुड'च्या नतद्रष्ट नगांना सौदीनं आसरा दिला. त्यासाठी अमेरिकेनं पुढाकार घेतला. 'ब्रदरहुड'ला सौदीत पाठवून आपण काय करतोय, याचा कसलाही मागचापुढचा विचार अमेरिकेनं केला नाही. हे झाल्यामुळे इस्लाममधल्या तोपर्यंत वेगळ्या असलेल्या दोन अतिरेकी संघटना एकत्र आल्या. सौदीमधल्या वहाबींना हे 'ब्रदरहुड'वाले येऊन मिळाले. इस्लामी दहशतवादाचा एकसंघ असा दैत्य तयार झाला, तो यानंतरच. वास्तविक या ठगांना आपल्या भूमीत येऊ द्यायला राजपुत्र फैझल यांचा विरोध होता. असा कडवा धर्मवाद राजकारणासाठी म्हणून आपल्या देशात येऊ नये, अशी त्यांची ठाम भूमिका होती. इतके दिवस फैझल 'ब्रदरहुड'ला निधी देत होते. वाटलं, तर तो आणखी वाढवायची त्यांची तयारी होती. पण त्यांना ही मंडळी आपल्या भूमीत नको होती. पण अमेरिकेनं त्यांना पटवलं. त्यांना सांगितलं, 'तुम्हांला दोनच पर्याय राहतील. एकतर 'ब्रदरहुड'ला आसरा देऊन त्यांच्याशी हातमिळवणी करा. अन्यथा नापाक, निधर्मी नासर यांना शरण जा.' सौदीनं नास्तिकापेक्षा धर्मांधाला पसंती दिली. वहाबी आणि 'ब्रदरहुड' यांची हातमिळवणी आता अटळ होती.

या युतीनं मग बघता बघता सगळ्या सौदी संस्था ताब्यात घेतल्या. विद्यापीठं, धर्मसंस्था आदी ठिकाणी आता हे कडवे आणि अधिक कडवे एकत्र आले. हे कडवेपण किती होतं, याची एक चुणूक मदिना विद्यापीठात बघायला मिळाली. तिथं 'ब्रदरहुड' आणि वहाबी संकरातून शेख अब्दुल अझीझ बीन बाझ हा नवा विद्यापीठ प्रमुख झाला. त्यानं विद्यापीठाची सूत्रं हाती घेतल्या घेतल्या कोपर्निकसचे पृथ्वीबद्दलचे सगळे सिद्धांत अयोग्य असल्याचे जाहीर केले आणि तिला सपाट करून सूर्यालाच तिच्याभोवती फिरायला लावलं. हे ऐकून फैझल यांनी कपाळाला हात लावला. आपल्यापुढे काय वाढून ठेवलंय, ते आता त्यांना पुरतं कळून चुकलं.

याच काळात मक्केमध्ये 'मुस्लीम वर्ल्ड लीग' स्थापन झाली. तिचा अध्यक्ष होता सैद रमादान. व्हाइट हाऊसवारीनं पवित्र झालेला. यात रमादानला सहकारीही मोठे नामांकित मिळाले. हिटलरशी हातमिळवणी करणारा हाजी अमीन अल् हुसैनी... अफगाणिस्तानचा महंमद सादिक अल् मुजादिदी. हा 'सीआयए'चा त्या देशातला हस्तक होता... सौदीचे मुफ्ती महंमद इब्न इब्राहीम अल् शेख, येमेनमधला धर्मांध अब्दुल रहमान अल् इरयानी आणि अबुल अल् मौदुदी... यातल्या मौदुदीशी आपलं जवळचं नातं. तो मराठवाड्यातल्या औरंगाबादचा. पाकिस्तानला इस्लामी वाटेनं नेण्यात जिचा निर्णायक हात आहे, ती ही व्यक्ती. त्यानंच पुढे पाकिस्तानमध्ये 'जमात-ए-इस्लामी'ची जोपासना केली. धर्माच्या आधारावर जन्माला आलेला हा पहिला

राजकीय पक्ष. ही इतकी बडी बडी धेंडं. पण त्यांच्या कर्तृत्वाची कसलीही कल्पना 'सीआयए'ला नव्हती. 'हे सगळे रशियाविरोधी आहेत ना, एवढंच आम्ही बघत होतो. बाकी आम्हांला त्यांच्या कृत्यांविषयी काहीही देणं घेणं नव्हतं', असं खुद्द 'सीआयए'नंच नमूद केलेलं आहे. आपल्या या कृत्याचं समर्थन करण्यासाठी त्या वेळी अमेरिकेनं सतत रशियाकडे बोट दाखवलं. आपण या परिसरात निर्णायक भूमिका घेतली नाही, तर रशिया ती घेईल, परिणामी आपल्याला तेलाला मुकावं लागेल, असं अमेरिका सतत सांगत गेली. पण इतिहास असं सांगतो, की नासर यांना ना रशियात रस होता, ना रशियाला या प्रदेशात. नासर हे जराही कम्युनिस्ट नाहीत, असा दाखला खुद्द निकिता ख्रुश्चेव यांनी दिला होता. नासर हे चतुर राजकारणी होते. रशियाला अमेरिकेची आणि अमेरिकेला रशियाची भीती दाखवत त्यांना आपलं घोडं पुढं दामटायचं होतं. अशा नासर यांना आवरणं हे अमेरिकेपुढचं सगळ्यात मोठं आव्हान होतं.

पण त्याला तोंड द्यायच्या ऐवजी अमेरिकेनं 'ब्रदरहुड'ला मोठं करण्याचा सोपा मार्ग पत्करला. त्यांनी नासर आणि 'ब्रदरहुड' यांच्यामधल्या संघर्षात 'ब्रदरहुड'ची तळी उचलली. या संघर्षाला आता येमेनमध्येही तोंड फुटलं. नासर यांच्या पुढाकारानं सौदीला अगदी खेटून असलेल्या या चिमुकल्या देशात उठाव झाला आणि येमेनची राजवट नासरवादी ताकदींनी उलथून पाडली. त्या वेळी तिथे सत्तेवर होता भीमकाय देहाचा इमाम अहंमद. त्यानं नासर यांना बिगरइस्लामी ठरवून टाकलं होतं. पण त्याचं अचानक निधन झाल्यावर नासरवाद्यांनी देश काबीज केला. तथापि तोपर्यंत अमेरिकेत आयसेनहॉवर जाऊन जे.एफ. केनेडी सत्तेवर आले होते. येमेनमध्ये हे सगळं सुरू असताना ते म्हणाले, "मला माहीत पण नाहीय, हा देश कुठे आहे ते!"

पण तेलकंपन्यांनी त्यांचं अज्ञान दूर केलं. वास्तविक आयसेनहॉवर यांच्याइतके केनेडी असंतुलित नव्हते. आपल्याला पाठिंबा देत नाहीत म्हणून नासर यांना थेट रशियाचं हस्तक ठरवणं त्यांना मंजूर नव्हतं. नासर यांनी आपल्या देशात जहाल डाव्यांनाही तुरुंगात टाकलं होतं. तेव्हा ते खरोखरच तटस्थ असू शकतील, अशी केनेडी यांची भूमिका होती. पण केनेडी यांच्यावर तेलकंपन्यांनी प्रचंड दबाव आणला. 'आज नासर यांनी येमेनचा घास घेतल्यावर उद्या नक्की सौदीचा क्रम असणार; तसं झालं, तर आपली तेलाची साम्राज्यं नाहीशी होणार, हे नक्की', असं ठामपणे तेलकंपन्यांनी केनेडी यांच्यावर बिंबवलं. नासर यांना रशिया कसा शस्त्रपुरवठा करतोय, त्याची माहिती या तेलकंपन्यांनी पद्धतशीरपणे पेरायला सुरुवात केली. शेवटी केनेडी यांचाही नाइलाज झाला. तेलकंपन्यांचा दबाव झुगारून देणं त्यांनाही परवडणारं

नव्हतंच. त्यांनी अमेरिकेला अखेर या वादात गुंतवलं. तिकडे आपल्यावरच्या अन्यायाविरोधात मुस्लीम देशांत वातावरणनिर्मितीसाठी फैझल हेही दौऱ्यावर निघाले. सर्व इस्लामी देशांना त्यांनी जातीनं भेट दिली. अगदी पाकिस्तानलासुद्धा. नाहीतरी अनेक पाक लष्करी अधिकारी सौदीत प्रशिक्षणासाठी होतेच.

या सगळ्या घडामोडींचा विस्फोट झाला १९६७ सालच्या सहा दिवसांच्या युद्धात. या युद्धात इस्रायलनं इजिप्त, सीरिया, जॉर्डन आदी देशांना शब्दश: चारी मुंड्या चीत केलं. इजिप्त आपल्यावर हल्ला करण्याच्या तयारीत आहे, हे कळल्यावर इस्रायलनंच पहिली चाल केली आणि या देशाचं कंबरडंच मोडलं. इजिप्तच्या पराभवामुळे नासर यांची रयाच गेली. पण या अपमानाचा परिणाम असा झाला, की आसमंतात डावीकडे झुकणाऱ्या अनेक राजवटी सत्तेवर आल्या. सीरियात हफीझ असाद यांच्याकडे गादी आली, सुदानमध्ये जाफर नुमैरी आले, इराकमध्ये समाजवादी निधर्मी बाथ पक्षाकडे सत्ता आली, तर पलीकडच्या लिबियात मुअम्मर गडाफींनी तख्त हासिल केलं. या सर्वांचा आदर्श होते गमाल अब्दुल नासर आणि त्यांचा अरब राष्ट्रवाद. तसाच या सर्वांचा शत्रूही समान होता. इस्रायल आणि अर्थातच अमेरिका.

याच काळात पॅलेस्टिनींचा प्रश्नही चिघळला. पॅलेस्टिनी आणि जॉर्डन यांच्यात चांगलाच तणाव निर्माण झाला. पॅलेस्टिनींच्या अनिर्बंध वागण्यानं जॉर्डनचे राजे हुसेन पुरते कावले होते. त्यांच्या फौजा आणि पॅलेस्टिनी बंडखोर यांच्यात मोठ्या प्रमाणावर चकमकी झडत होत्या. १९७० सालच्या सप्टेंबर महिन्यात तो संघर्ष इतका टिपेला गेला, की जॉर्डनच्या सैनिकांना मोठ्या प्रमाणावर कारवाई करावी लागली. हजारो जण मारले गेले. तो संहार इतका भीषण होता, की त्यामुळे तो महिनाच 'ब्लॅक सप्टेंबर' म्हणून ओळखला जायला लागला.

इकडे इजिप्तमधली परिस्थितीही खालावली. हा ताणतणाव अखेर नासर यांना झेपला नाही. त्याच महिन्याच्या २८ तारखेला त्यांचं निधन झालं. नासर यांना एक वेगळाच आनुवांशिक आजार होता. त्यात शरीरात मोठ्या प्रमाणावर लोह साठत जातं. त्याचाच परिणाम म्हणून त्यांना हृदयविकाराचा तीव्र झटका आला आणि अरबांना सुधारणावादी चेहरा देऊ पाहणारे शेवटचे नेते नाहीसे झाले.

◈

रमादान, सादात आणि 'ब्रदरहुड'चा वेलू

आपले सासरे अल् बन्ना यांनी लावलेला 'ब्रदरहुड'चा वेलू सैद रमादान यानं अगदी गगनावर नेला. रमादानचं कौशल्य असं, की त्यानं या वेलाला उभं वाढवता वाढवता आडवंही पसरवलं. साक्षात अमेरिकाच या रोपाला पाणी घालायला असल्यानं या वेलूच्या मुळ्या अगदी चहूखंडांत पसरल्या. खोलवर. मूळच्या या कोरड्या वाळवंटातला हा वेल अगदी युरोप-अमेरिकेतही आपलं समजून पसरला, रुजला आणि बहरलाही. धर्माच्या खतपाण्यावर असं स्वत: वाढता वाढता या वेलानं एक केलं. वाळवंटात अरब राष्ट्रवादाचं जे रोपटं लागू पाहात होतं, त्याला पार झाकोळून टाकलं.

रमादानचा जन्म १९२६ सालचा. कैरोच्या जवळच असलेल्या शिबीन अल् कौम या खेड्यातला. त्याच्या घरच्या संस्कारांना दादच द्यायला हवी. फक्त १४ वर्षांचा असताना त्याला इस्लामी धर्मकारणाची गोडी लागली. या वयाचा असताना तो पहिल्यांदा अल् बन्ना याच्या संपर्कात आला. पुढे १९४६ साली कैरो विद्यापीठातून पदवी घेतल्यावर तर रमादान पूर्णपणे बन्नासाठीच काम करायला लागला. हा तरुण बन्नाला इतका भावला, की तो त्याचा स्वीय साहाय्यकच बनला. नाही म्हटलं, तरी पश्चिम आशियातलं रखरखीत वाळवंट सोडलं, तर बाकी जगाच्या ज्ञानाविषयी बन्ना तसा अनभिज्ञच होता. ती उणीव रमादाननं भरून काढली. वाळवंटापलीकडच्या जगासाठी तो बन्ना याचा कान आणि डोळे बनला. उजवा हातच बनून गेला तो बन्ना याच्यासाठी. याच काळात त्यानं मग हळूच कधीतरी आपल्या गुरूच्या मुलीचा हात मागितला असणार. वफा ही बन्ना याची धाकटी मुलगी. खूप धार्मिक. तेव्हा ती

रमादान याला आवडणं आणि हे बन्ना यांना आवडणं साहजिकच म्हणायला हवं.

आपला ऐन उमेदीचा काळ रमादाननं पॅलेस्टाइनमध्ये घालवला. तिथे 'ब्रदरहुड'चं बी पेरून मग त्यानं आसपासच्या अम्मान, दमास्कस, बैरूत आदी शहरांत ही संघटना रुजवली. वयाच्या अवघ्या १९व्या वर्षी त्यानं जेरुसलेममध्ये आपल्या भावी सासऱ्याच्या संस्थेची मुहूर्तमेढ रोवली, तेव्हा इस्त्रायल देशाचा जन्म व्हायचा होता. पुढच्या दोन वर्षांत 'ब्रदरहुड'च्या एकट्या पॅलेस्टाइनमध्येच २५च्या वर शाखा गेल्या. साहजिकच ही सगळी मंडळी इस्त्रायलचा जन्मल्या जन्मल्याच घोट घ्यायला निघाली होती. रमादानच्या कामाचा झपाटा इतका होता, की त्या काळात तो भारतातही येऊन गेला होता. पाकिस्तानच्या चळवळीचा प्रभाव जास्त असणाऱ्या भागांत तो फिरला होता. नंतर पाकिस्तान स्वतंत्र झाल्यावर दोन वर्षांनी १९४९ साली कराचीत भरलेल्या 'वर्ल्ड मुस्लीम काँग्रेस'मध्ये त्यानं मोठं झोकदार भाषण केलं होतं. पाकिस्तानात त्या वेळेला फुटकळ अशा दोन-चार डाव्या संघटना होत्या. त्यांनी रमादानचं वर्णन 'इंग्लंड-अमेरिकेचा हस्तक' असंच केलं होतं.

याच पाक वास्तव्यात त्याची अबुल अल् मौदुदी याची भेट झाली. तो रमादानच्या एकूणच व्यक्तिमत्त्वामुळे इतका प्रभावित झाला, की 'ब्रदरहुड'च्या धर्तीवर एक पाक संघटना काढण्याचा निर्धारच त्यानं केला. याला अनुसरून त्यानंच पुढे 'जमात-ए-इस्लामी' या पहिल्या धर्माधारित राजकीय पक्षाची स्थापना केली. रमादानच्या चाहत्यांत कोण नव्हतं! पाकिस्तानचे तत्कालीन पंतप्रधान लियाकत अली हेही रमादानभारित वर्तुळाचे सभासद होते. त्यांच्या कृपेनं रमादानला पाकिस्तानी रेडिओचा मुबलक वापर करता आला. नंतर त्यांनी रमादानच्या एका पुस्तकाला प्रस्तावनाही लिहिली. त्यांच्याच कृपेनं त्याला कधीही पाकिस्तानात येण्या-जाण्याची मुभा मिळाली. रमादान पाकिस्तानात दीर्घकाळ राहिलादेखील. अर्थात, ते काही त्याला इजिप्तपेक्षा पाकिस्तान जास्त आवडत होतं म्हणून नाही. त्याला ते आवडून घ्यावं लागत होतं. कारण त्याच्या मातृभूमीत 'ब्रदरहुड'चं कंबरडं मोडण्याचा प्रयत्न नासर यांच्याकडून सुरू होता. परत सासरेबुवांची – अल बन्ना – यांची हत्या झाली होती, तेव्हा त्याला पाकिस्तानात राहणं भाग होतं.

याच काळात पाकिस्तान राजकीय चेहऱ्याच्या शोधात होतं. अजून काही डाव्या, समाजवादी संस्था, पक्ष तिथे तगून होते. रमादान आणि मौदुदी यांच्या नेतृत्वाखालच्या धर्मवादी शक्तींनी या डाव्या, समाजवादी मंडळींना अडवायला सुरुवात केली. असे नवे आधुनिक विचार तरुण विद्यार्थी लगेच आत्मसात करण्याचा धोका असतो. तो

अबुल अल् मौदुदी : 'जमात-ए-इस्लामी' या राजकीय-धार्मिक पक्षाचा संस्थापक

लक्षात घेऊन या दोघांनी विद्यापीठांवर लक्ष केंद्रित केलं. धर्मवेडाच्या लशी इथेच एकदा टोचल्या गेल्या, की पोरं पुढच्या आयुष्यात काहीही करायला तयार असतात, हे फारच लवकर या दोघांनी ओळखलं. या सामुदायिक धर्मलशीकरणासाठी त्यांनी 'इस्लामिक स्टुडंट्स सोसायटी' अशी एक संस्थाच जन्माला घातली. या संस्थेनं पाकिस्तानला अतिधर्मवादी रंग देण्यात मोलाची कामगिरी बजावली. डाव्या, सुधारणावादी, इतकंच काय, पण अगदी अरब राष्ट्रवादी विचारांचे कोंबसुद्धा त्यांनी मुळातूनच उखडून टाकले. स्वातंत्र्यानंतर भारतात मोठ्या प्रमाणावर डाव्या चळवळी, विद्यार्थी संघटना रुजल्या आणि पाकिस्तानात मात्र ते तसं होऊ शकलं नाही. याचं कारण रमादानच्या कामगिरीत आहे. वयाच्या अवघ्या २७व्या वर्षी थेट अमेरिकेच्या अध्यक्षांनी त्याला भेटायला बोलवावं, यावरूनच रमादानच्या कर्तृत्वाचा अंदाज येऊ शकेल. 'सीआयए'च्या पाठिंब्यावर रमादाननं पुढे आयुष्यात प्रत्येक इस्लामी चळवळीला – अगदी इराणमध्ये अयातोल्ला खोमेनी यांच्याही – हातभार लावला.

इराणमध्ये मोसादेघ यांनी 'अँग्लो-इराणियन ऑइल कंपनी'चं राष्ट्रीयीकरण करून इंग्लंडला आव्हान दिलं होतं. हे मोसादेघ इजिप्तच्या नासर यांच्यासारखेच राष्ट्राभिमानी होते आणि त्यामुळे त्यांना इंग्लंडनं आपल्या देशातून आता निघून जावं, असं वाटत होतं. पण इराण काही इतरांसारखा देश नव्हता आणि चर्चिलही तेलाचं महत्त्व न जाणणाऱ्या अन्य राष्ट्रप्रमुखांसारखे नव्हते. त्यांना अर्थातच इराण सोडायचा नव्हता. पण मोसादेघ फारच हात धुऊन मागे लागल्यावर त्यांनी

विन्स्टन चर्चिल :
साम्राज्य लयाला गेलं, तरीही
साम्राज्यवादी गुर्मी कायम असणारे
ब्रिटिश पंतप्रधान

अमेरिकेला या वादात ओढलं. वास्तविक ट्रुमन सत्तेवर असताना त्यांना या इराण-इंग्लंड वादात पडायचं नव्हतं. पण १९५३ साली ते जाऊन आयसेनहॉवर आले आणि इंग्लंडनं त्यांच्या रशियाविरोधी भूमिकेचा फायदा उठवायचं ठरवलं. आपण इथून गेलो, तर रशिया इथे घुसेल, असं सांगत चर्चिल यांनी आयसेनहॉवर यांना इराणी घोड्यावर बसवलं. तेही बसले. आणि या दोघांनी मिळून मोसादेघ यांना उखडून टाकण्याचा चंगच बांधला.

त्यासाठी या दोघांनी मदत घेतली, ती अयोतोल्ला सैय्यद अबुल कासम कशानी याची. हा होता 'ब्रदरहुड'च्या इराणी शाखेचा प्रमुख. या दोघांनी मोसादेघ यांची हकालपट्टी करून त्यांच्या जागी शहा महंमद रझा पहलवी यांची राजवट यावी, या मागणीसाठी निदर्शनं केली. कशानीनं मशिदीतून त्यासाठी मोठ्या प्रमाणावर कार्यकर्ते गोळा केले होते. अमेरिकेची 'सीआयए' आणि इंग्लंडची 'एम. आय. ६' या दोन गुप्तचर संघटना पाठीशी असल्यानं पैशाची ददात नव्हती. या पैशाच्या जोरावर अमेरिका-इंग्लंडनं कशानी आणि त्याच्या स्वयंसेवकांचा पाठिंबा सहज विकत घेतला होता. हा कशानी १९२० साली इराणच्या पार्लमेंटचा सदस्यही होता. त्यामुळे धर्म आणि राजकारण या दोन्हींत असलेली आपली गती त्यानं सिद्ध केली होती. या दोन्हींतही तो अतिरेकी होता, हे ओघानं आलंच. त्यामुळे तुर्कस्तानातल्या केमाल पाशांच्या राजवटीचं कौतुक जेव्हा इराणच्या शहांनी केलं, तेव्हा कशानी यानं त्यांच्या विरोधात झोड उठवली होती. तुर्कस्तानसारखे आधुनिक विचारांचे वारे त्या देशात येणार नाहीत, याविषयी तो अगदी जागरूक

होता. पण राजकारणात एकदा विकलं जायला – मग ते धर्माच्या कारणानं का असेना – सुरुवात झाली, की माणसं काहीही करतात. कशानी हीच बाब अधोरेखित करत होता. ज्या शहा यांच्या राजवटीवर त्यानं मुल्लापणातून टीका केली होती, तेच मुल्लापण अमेरिकेनं विकत घेतल्यावर तोच कशानी आता शहा याची राजवट पुन्हा यावी, यासाठी आपला घसा फोडून निदर्शनं करत होता. त्याचा सारा शिष्यगणही त्यापेक्षाही अधिक जोमानं यात सामील झाला होता. यातला एक शिष्य अयातोल्ला रुहल्ला खोमेनी.

इराणचे शहा रझा पहलवी यांची बहीण राजकुमारी अश्रफ हिनं त्या काळातल्या घटनांच्या नोंदी करून ठेवल्या आहेत. शहा जेव्हा पहिल्यांदा सत्तेवर आले, तेव्हा त्यांच्या डोळ्यांपुढे तुर्कस्तानचा आदर्श होता. तिथल्या केमाल पाशांप्रमाणे आपण आपल्या देशालाही सुधारणेच्या वाटेनं नेऊ या, असा त्यांचा विचार होता आणि विचारानं शहा होतेही आधुनिक. त्यांनी महिलांवरची बुरख्याची सक्ती काढून टाकली, पुरुषांसाठी पाश्चात्त्य पद्धतीचे कपडे प्रचलित केले. शिया पंथीयांमध्ये धर्मकृत्य साजरं करण्याच्या काही अघोरी प्रथा होत्या. शहा यांनी त्या बंद करायला लावल्या. आणखी काय काय सुधारणा करता येतील, हे पाहण्याच्या उद्देशानं शहा यांनी सर्व संबंधितांची एक बैठकही बोलावली. त्याआधी वेड्या धर्मवीरांना त्यांनी तुरुंगात टाकलं. पण हा प्रयत्न त्यांना तिथेच सोडून द्यायला लागला. शहा यांच्या या बैठकीतच कशानी यानं स्पष्टपणे सांगून टाकलं, "सुधारणाबिधारणा काही नाही. गुमान इस्लामच्या वाटेनं चालत राहा."

शेवटी शहा झाले, तरी काय झालं, त्यांनाही सत्ता प्रिय होती. त्यासाठी खुर्ची सांभाळणं आवश्यक होतं. तेव्हा त्यांनी एकंदर परिस्थितीचा अंदाज घेतला आणि आपली सुधारणांची मनीषा बासनात बांधून गाडून टाकली. पण म्हणून काही कशानी याचा शहा यांच्यावरचा राग गेला नाही. आपल्याला दोघांशी लढायचंय... कम्युनिस्ट आणि शहा, हे त्यानं नक्की केलं. या मंडळींना ब्रिटनकडून चांगलाच खुराक मिळत होता. त्यामुळे तेहरानमध्ये गल्लोगल्ली असे अयोतोल्ला तयार झाले होते आणि त्यातला प्रत्येक अयोतोल्ला कोणत्या ना कोणत्या ब्रिटिश अधिकाऱ्याकडून मिळणाऱ्या खुराकावर जगत होता. अश्रफनं त्याा वेळचा एक किस्साही नोंदवून ठेवलाय. देशात मौलवींची संख्या इतकी वाढली, की हे सारे कोठून येतात, असा प्रश्न त्या वेळी अनेक इराणी मंडळींना पडायचा. अश्रफ म्हणते की, "त्या वेळी यातल्या अनेक मुल्ला-मौलवींची दाढी वर उचलून पाहिलं असतं, तर त्या खाली 'मेड इन इंग्लंड' अशी अक्षरं सापडली असती!"

हे सगळं कशानी याच्या धर्मप्रचाराच्या आड येत नव्हतं. 'ब्रदरहुड'च्या मार्गदर्शनाखाली त्यानं इराणमध्ये आपली अशी एक संघटना स्थापन केली. 'डिव्होटीज ऑफ इस्लाम'. इस्लामचे भक्तगण. बघता बघता या संघटनेचं चांगलंच बस्तान बसलं. तिला जोर आला आणि 'ब्रदरहुड'च्या पावलावर पाऊल टाकत तिनंही दहशतवादी कारवाया सुरू केल्या. शहा यांचे न्यायमंत्री अब्दुल हुसेन हाजीर यांना या संघटनेनं टिपलं. कारण काय, तर त्यांचं खातं शरियाची मनापासून अंमलबजावणी करत नव्हतं. २ वर्षांनी १९५१ साली तर या संघटनेनं थेट पंतप्रधान जनरल अली रझमरा यांनाच ठार केलं. रझमरा हे त्या वेळी इंग्लंडशी तेलव्यवहार करारात मायभूमीसाठी महत्त्वाची कामगिरी बजावत होते. इराणची 'अँग्लो-इराणियन ऑइल कंपनी' ही ब्रिटिशांसाठी ऊर्जादायिनी होती. त्यामुळे या कंपनीकडून कमीत कमी मोबदल्याच्या बदल्यात जास्तीत जास्त तेल कसं काढून घेता येईल, असा ब्रिटिशांचा प्रयत्न होता आणि हेच नेमकं रझमरा यांना होऊ द्यायचं नव्हतं. जेव्हा त्यांची हत्या झाली, तेव्हा त्यांच्या खिशात इराणच्या हिताचा तेलकरार होता, असं नंतर खुद्द शहा यांनी नमूद केलं. त्यांच्या बोलण्याचा रोख असा होता, की रझमरा जिवंत न राहण्यात तेलकंपनीचे... पर्यायानं ब्रिटिशांचे... हितसंबंध गुंतलेले होते. ब्रिटिशांचे डाव दुहेरी होते. ते इराणी लष्करातले घरभेदी आणि हे मुल्लामौलवी यांना एकाच वेळी नाचवत होते. ब्रिटिशांसाठी हे मुल्ला-मौलवी म्हणजे आपलं सत्ताकारण रेटण्यातलं आणखी एक प्यादं होतं, असं मत इराणचे यूनोमधले राजदूत अमीर अब्बास हैदा यांनी नंतर मांडलं. इंग्लंडचे सत्ताधीश इतके आंधळे होते, की असं करण्यातला दीर्घकालीन धोका त्यांना जाणवतही नव्हता. दुसऱ्या महायुद्धानंतर आपलं हे इस्लामप्रेम हे शीतयुद्धातलं मोठं अस्त्रच आहे, असा उलटा त्यांचा दावा होता. अर्थातच नंतर तो काळानं फोल ठरवला. हे सगळे धर्मवीर नंतर ब्रिटिशांवरच उलटले.

यानंतर एकाच वर्षात महंमद मोसादेघ सत्तेवर आले आणि गमतीचा भाग म्हणजे त्यांनी सत्तेवर यावं, यासाठी प्रयत्न करणाऱ्यांत अमेरिका होती. मोसादेघ यांच्या सुरुवातीच्या धोरणांमुळे ब्रिटिशांच्या आर्थिक साम्राज्यावर गदा येणार होती, म्हणून अमेरिकेला आनंदाच्या उकळ्या फुटत होत्या. अमेरिकेला आनंद याचा, की मोसादेघ हे ब्रिटिशांसाठी इराणचे तेल महाग करणार होते. त्यामुळे अमेरिका त्यांच्या इतकी प्रेमात होती, की अध्यक्ष ट्रुमन यांनी त्यांना खास अमेरिका भेटीचं आमंत्रणही दिलं आणि त्यांच्यासाठी खास शस्त्रकारारही केला. वर ब्रिटिशांना बजावलं, मोसादेघ यांच्या विरोधात काही करू नका. त्यामुळे इंग्लंडची चांगलीच चरफड झाली. अमेरिकेची इच्छा एकच होती. मोसादेघ यांनी इंग्रज कंपन्यांप्रमाणे

अमेरिकनांनाही इराणच्या भूमीवर तेलउत्खननाची परवानगी द्यावी. पण मोसादेघ यांनी अमेरिकेकडून शस्त्रं वगैरे पदरात पाडून घेतली आणि त्या देशाच्या हाती दिला धत्तुरा. अमेरिकी कंपन्यांच्या वतीनं सरकारनं केलेली तेलउत्खननाची मागणी त्यांनी फेटाळली.

एका रात्रीत मोसादेघ अमेरिकेसाठी शत्रू झाले. इतके दिवस 'सीआयए' ही 'एम आय ६'च्या विरोधात मोसादेघ यांच्यासाठी काम करत होती. पण आपल्या देशातल्या तेलकंपन्यांना मोसादेघ यांनी परवानगी नाकारल्या नाकारल्या 'सीआयए'नं 'एम.आय. ६'शी हातमिळवणी केली. या दोघांनी मिळून मोसादेघ यांच्या उच्चाटनाचा घाट घातला. मदतीला अर्थातच होता कशानी. वास्तविक सुरुवातीच्या काळात कशानी याचा मोसादेघ यांना पाठिंबाच होता. पण आपले पालक 'एम.आय. ६' आणि 'सीआयए' यांनी दिशा बदलल्यावर कशानी यानंही तोंड फिरवलं. नाही म्हटलं, तरी खाल्ल्या मिठाला जागण्याइतका प्रामाणिकपणा कशानी याच्यात होता. आपल्या मालकांकडून आदेश – आणि अर्थात त्या बरोबर पेटीतून डॉलरच्या थप्प्या – आल्यावर कशानी मोठ्या जोमानं कामाला लागला. कैरोतल्या रस्तोरस्ती त्यानं मोसादेघ यांच्या विरोधात भाषणबाजी सुरू केली. यात कशानीला हाताळण्याची जबाबदारी होती 'सीआयए'चा जॉन वॉलर याच्याकडे. नंतर निवृत्त झाल्यावर आयुष्याच्या उत्तरार्धात आपल्या त्या सगळ्या अनुभवांना त्यानं शब्दरूप दिलं. त्याचं इराणमधल्या त्या काळासंदर्भात एक वाक्य खूप बोलकं आहे. 'आम्ही अनेक मुल्ला-मौलवी हाताळले. आमचा अनुभव असा आहे, की अन्य कोणत्याही सामान्य माणसासारखंच या मुल्ला-मौलवींनाही मॅनेज करता येऊ शकतं... शेवटी पैसा आणि बाई यांचा मोह धर्मगुरूंना होत नाही, असं थोडंच आहे!'

'मोसादेघ हटाव' मोहिमेत अनेक मुल्ला-मौलवी सामील होते, तरी त्यांच्यात महत्त्वाचा होता कशानी. त्याचं तिथं असणं हे दंगली वगैरे घडवून आणण्यासाठी फार महत्त्वाचं होतं. कशानी त्यासाठी वातावरणनिर्मिती करायचा आणि 'सीआयए' त्याच्या कार्यकर्त्यांसकट सगळ्या जमावाचा जेवण्याखाण्याचा खर्च करायची. मोसादेघ हे रशियाचे हस्तक आहेत, असा पद्धतशीर प्रचार या सगळ्यांनी चालवला होताच. त्यासाठी इराणी पत्रकार, बुद्धिजीवींची एक फळीच तयार केली गेली होती. धर्मविरोधी कम्युनिस्टांच्या विरोधात लढायचंय, असं म्हटल्यावर या मंडळींना अधिकच चेव यायचा. 'सीआयए' त्यासाठी कोणत्या थराला गेली होती, याचा तपशील आता उपलब्ध झाला आहे. अमेरिकेच्या या गुप्तचर संघटनेनं इराणमधल्या डाव्या, समाजवादी पक्षांची बनावट लेटरहेड्स तयार करून त्यावरनं तिथल्या

इराणचे शहा
महंमद रझा पहलवी :
अँग्लो-अमेरिकनांच्या सत्तास्पर्धेतील एक प्यादं

वर्तमानपत्रांना, विचारवंतांना मोसादेघ यांना पाठिंबा देण्याचं आवाहन करणारी पत्रं लिहिली होती. या सगळ्या प्रयत्नांची दिशा एकच होती. मोसादेघ यांना हटवायचं. या कामात यथावकाश त्यांना यश आलंही. मोसादेघ यांच्या विरोधातला उठाव यशस्वी झाला, त्यांना न्यायालयात शिक्षा झाली आणि अर्थातच शहा यांच्याकडे पुन्हा सत्ता आली.

सत्तेवर येण्यासाठी नको त्या मंडळींची मदत घेतली, तर हीच मंडळी सत्ता मिळाल्यावर कशी अडचणीची ठरतात, याचा प्रत्यय आता शहा यांना येणार होता. वास्तविक याआधी सौदीचे इब्न सौद, इजिप्तचे नासर हे बेलगाम धर्मवाद्यांमुळे अडचणीत आलेले होते. पण इतिहासातल्या चुकांमुळे वर्तमानात शहाणपण शिकण्याइतके सगळेच शहाणे नसतात, हे खरं वर्तमान असतं. त्याचा प्रत्यय आजतागायत येतो. त्या वेळी तो शहा यांनाही आला. सत्तेवर आल्यावर त्यांनी कशानी आदी मंडळींच्या धर्मवादाला वेसण घालायचा प्रयत्न करून पाहिला. पण त्यात अर्थातच यश येणार नव्हतं. या धर्मवेड्यांची ताकद इतकी वाढली होती, की जे शहा आत्ताआत्तापर्यंत इस्लामला 'कालबाह्य' म्हणत होते, त्याच शहांवर सत्ता टिकवण्यासाठी त्याच कालबाह्य तत्त्वांना शरण जावं लागणार होतं आणि शहा यांचं दुर्दैव असं, की देशातले धर्मवेडे कमी होते म्हणून की काय, त्यांना सौदीतल्या अशा धर्मवेड्यांचीही साथ मिळणार होती. एरवी सौदी आणि इराण हे सुन्नी आणि शिया या मतभेदांमुळे एकमेकांना पाण्यात पाहतात. पण मध्ये 'सीआयए' असल्यामुळे ही दोन्ही मंडळी एकाच बाजूला होती आणि ती बाजू

अन्वर सादात : नासर यांच्यानंतरचे इजिप्तमधील अमेरिकाधार्जिणे नेते

होती शहा यांच्या विरोधाची. यात नंतर झालं असं, की आपला डाव साधल्यावर अमेरिकेला तिथे गुंतून राहण्यात फारसं स्वारस्य नव्हतं. शहा यांची पुनर्स्थापना केल्यावर अमेरिकेला हवी होती तशी इराणमध्ये तेलउत्खननाची संधी मिळाली. एकदा तेल मिळालंय म्हटल्यावर अमेरिका आपल्या पुढच्या लक्ष्याच्या शोधात निघाली. दरम्यानच्या काळात माजलेल्या धर्मवाद्यांना वेसण घालायची जबाबदारी येऊन पडली, ती शहा यांच्यावर. अर्थातच त्यांना ती पेलली नाही आणि यथावकाश तेही धर्मांधांच्या माऱ्यात सत्ता आणि स्थान घालवून बसले.

हाच खेळ नजिकच्या इजिप्तमध्येही खेळला जाणार होता. नासर यांची हत्या झाल्यावर सत्तेची झूल आपसूक त्यांचे उपाध्यक्ष अन्वर सादात यांच्यावर येऊन पडली. नाही म्हटलं, तरी नासर यांच्या कृतीमागे ठोस विचार असायचा. आपल्याला सत्तेतून काय हासिल करायचंय, याची स्पष्ट कल्पना नासर यांना होती. परत तटस्थ देशांच्या संघटनेत नासर आपले पंडित जवाहरलाल नेहरू आणि युगोस्लाव्हियाचे मार्शल टिटो यांच्या बरोबरीनं उभे होते. जागतिक राजकारणात त्यांची स्वत:ची एक खास भूमिका होती. सादात यांचं तसं काहीही नव्हतं. मुळात त्यांना कसला पायाच नव्हता. त्यामुळे सत्ता मिळाल्यावर तो मजबूत करायचा प्रश्नच नव्हता. सर्वार्थानं दिशाहीन असं त्यांचं नेतृत्व होतं आणि अशा नेतृत्वाचे जे हाल होतात, तेच हाल सादात यांचे होणार होते. सादात एकंदरच गोंधळलेले होते. वैयक्तिक आयुष्यात आपल्यावर दोघांचा प्रभाव पडल्याचा त्यांचा दावा होता. त्यातले एक होते ॲडॉल्फ हिटलर आणि दुसरे मोहनदास करमचंद

गांधी. महात्मा गांधी १९३२ साली इजिप्तमध्ये काही काळ होते. अन्यायाला वाचा फोडण्यासाठी, तो दूर करण्यासाठी अहिंसक मार्गानं आंदोलन करण्याच्या त्यांच्या शिकवणुकीचा आपल्यावर फार प्रभाव पडला, असं सादात सांगत. हे फारच झालं. खाटकाकडे काम करणाऱ्यानं पशुसंवर्धन मोहिमेचे गोडवे गावेत, तसाच हा प्रकार. त्यामुळे इतकी गोंधळलेली व्यक्ती सत्तेवर आलेली पाहून कैरोतल्या अमेरिकी राजनैतिक अधिकाऱ्यानं आपल्या अधिकृत अहवालात कळवलं, 'सादात काही आठवड्यांपुरतेच सत्तेवर राहतील.' पण हा अधिकृत अहवाल चुकीचा ठरवण्याचं काम अमेरिकेत अनधिकृत पातळीवरनं सुरू होतं, याची या राजनैतिक अधिकाऱ्याला कल्पना नसावी.

झालं असं, की सत्तेत आल्या आल्या सादात यांनी 'ब्रदरहुड'वर इजिप्तमध्ये असलेले सर्व निर्बंध एका फटक्यात उठवले. नाहीतरी तेही सुरुवातीच्या काळात 'ब्रदरहुड'शी संबंधित होतेच. आपले 'ते' दिवस आठवत त्यांनी या संघटनेला लावलेले वेसण काढून टाकले. मधल्या काळात नासर यांनी 'ब्रदरहुड'ला चांगलाच चाप लावला होता. रमादानवर तर त्यांनी देशत्यागाची वेळ आणली. इजिप्तच्या नागरिकत्वाला मोताद झालेला रमादान त्यानंतर पश्चिम जर्मनीत गेला. त्याचं तिथे सरकारी स्वागत झालं, कारण नासर यांनी पूर्व जर्मनीला मान्यता दिल्यानं पश्चिम जर्मनीचा इजिप्तवर राग होताच. तो त्यांनी रमादानला नागरिकत्व देऊन व्यक्त केला. नाहीतरी पश्चिम जर्मनी शीतयुद्धात अमेरिकेच्या गटात होता. पण हा देश एवढंच करून थांबला नाही, तर जर्मनांनी रमादानला राजनैतिक व्हिसा देऊन जगात कुठेही त्याच्या हिंडण्या-फिरण्याची व्यवस्था केली. बाकीच्या खर्चासाठी 'सीआयए' होतीच. तिथून तो मग स्वित्झर्लंडला गेला. तिथे त्यानं सौदी पैशाच्या साहाय्यानं 'इस्लामिक सेंटर ऑफ जिनिव्हा' अशी नेमस्त नावाची एक संस्था स्थापन केली. पण तिचं नेमस्तपण नावापुरतंच होतं. प्रत्यक्षात ती 'ब्रदरहुड'चं कार्यालय म्हणून काम करू लागली. नंतर या संस्थेचा व्याप इतका वाढला, की तिनं 'अल् तक्वा' नावाची स्वत:ची बँकच स्थापन केली. इथे बसूनच रमादाननं सौदीला 'मुस्लीम वर्ल्ड लीग' स्थापन करायला मदत केली. त्या वेळेला अर्थातच कोणीही उघडपणे काहीही बोललं नाही; पण या साऱ्या संस्थांचं अलिखित धोरण एकच होतं. ते म्हणजे जमेल त्या मार्गानं 'ब्रदरहुड'ला मदत करायची. तथापि रमादानला हा चोरटेपणा आता करावा लागणार नव्हता; कारण इजिप्तमध्ये – त्याच्या मायभूमीत – सादात सत्तेवर आले होते आणि आल्या आल्या त्यांनी 'ब्रदरहुड'ला हवं ते करायची मोकळीक दिली होती.

कमाल आधम :
सादात यांच्यावर हुकमत गाजवणारा
सौदी हेरप्रमुख

एक कुटिल त्रिकूट त्या काळात तयार झालं होतं. त्यात एक होते सादात. दुसरा कमाल आधम. हा सौदीचा गुप्तहेर प्रमुख आणि तिसरे हेन्री किसिंजर. हे त्या वेळी अमेरिकेचे परराष्ट्रमंत्री आणि राष्ट्रीय सुरक्षा सल्लागार होते. या तिघांचेही हितसंबंध एकमेकांचं भलं करण्यात तयार झाले. याचा पहिला दृश्य परिणाम असा झाला, की सादात यांनी अमेरिकन भांडवलाला इजिप्तचे दरवाजे सताड उघडले. तोपर्यंत रशियन लष्कर आणि हवाईदल तुकड्या इजिप्तच्या भूमीवर होत्या. जवळपास २७ हजार रशियन सैनिक इजिप्त-इस्रायल सीमेवर तैनात होते. सादात यांनी या सगळ्यांना परत पाठवलं. 'रशिया तुम्हांला शस्त्रं देईल, पण अमेरिका सोल्यूशन', असं त्यांचं एक वाक्य त्या वेळेला गाजलं होतं. नासर यांच्या पार्श्वभूमीवर सादात यांनी एकदम उजवीकडे वळण घेतलं. सत्ता हाती घेऊन वर्षही झालं असेल-नसेल, सादात पूर्णपणे अमेरिकेच्या आहारी गेले. याच्या जोडीला आधम यानं सादात यांच्याकडून अनेक कंत्राटं पदरात पाडून घेतली. सादात यांना उंची गोष्टींत रस होता. त्या पुरवून सादात यांना आधम यानं पूर्णपणे खिशात घातलं. ही जवळीक पुढे इतकी वाढली, की सादात यांची पत्नी जिहान हिच्या नावानं आधम यानं अनेक व्यवसाय कैरोत सुरू केले. या सगळ्यांत सादात यांची वैयक्तिक गुंतवणूक राहील, याचीही काळजी त्यानं घेतली. त्यामुळे हे सगळे व्यवसाय टिकवणं हे सादात यांच्या राजवटीचंही कर्तव्य बनलं. हा कमाल आधम सौदी राजे फैझल यांच्या अगदी निकटवर्तीयांतला. कारण राजे फैझल यांची पत्नी इफ्फत हिचाच तो भाऊ. राजे फैझल यांचा तो वैयक्तिक सल्लागारही होता. वास्तविक नासर

राजे फैझल :
सौदी अरेबियाचे सर्वेसर्वा

काळाच्या पडद्याआड गेल्यावर राजे फैझल यांना सादात यांच्याविषयीही काही खात्री नव्हती. हाही नासर यांच्यासारखाच डावा निघाला, तर काय घ्या, असं त्यांना वाटत होतं. पण सादात डावीकडे वळणार नाहीत, याची हमी आधम यानं राजे फैझल यांना दिली. अशी हमी देण्याइतपत सादात यांच्याविषयी त्याला विश्वास निर्माण झाला होता. अनेक आर्थिक व्यवहारांत गुंतवून सादात यांचा त्यानं पुरता बंदोबस्त केला होता. याच्याच जोडीला आधम हा किसिंजर आणि सादात, राजे फैझल यांच्यामधला दुवा होता. १९६७ सालच्या युद्धानंतर अमेरिकेला जवळपास सर्वच अरब देशांमधून आपली राजनैतिक कार्यालयं गुंडाळावी लागली होती. एकाही देशात – अगदी इजिप्तसकट – अमेरिकेचा दूतावास नव्हता. अपवाद होता फक्त सौदीचा. या एका देशातून अमेरिका अख्खं पश्चिम आशियाचं राजकारण हाकत होती. दोन व्यक्ती अमेरिकेसाठी महत्त्वाच्या होत्या. राजे फैझल आणि त्यांचा साथीदार कमाल आधम. यांच्या मदतीचा अप्रत्यक्ष उल्लेख किसिंजर यांनी आपल्या आत्मचरित्रात केला आहे. सौदीच्या मदतीमुळे अध्यक्ष निक्सन यांना अनेक देशांच्या परराष्ट्र मंत्रालयांच्या डोक्यावरून थेट त्या त्या देशांच्या प्रमुखांशी संपर्क साधण्याची व्यवस्था तयार करता आली, असं किसिंजर यांनी नमूद केलंय. ही सौदीची मदत म्हणजे कमाल आधम. स्वत: कुठेही प्रकाशात न येता त्यानं पडद्यामागचं राजकारण व्यवस्थित हाताळलं.

यामुळेच सादात यांना आपलं सत्तेवरचं घोडं पुढे दामटता आलं. सादात यांना नासर यांच्यासारखी प्रतिमा नव्हती; प्रतिभा तर नव्हतीच नव्हती, तेव्हा आपलं म्हणून

असं काहीतरी करून दाखवण्यासाठी त्यांनी भलभलते उद्योग सुरू केले. यातला महत्त्वाचा म्हणजे नासर यांच्या जुन्या समाजवादी सहकाऱ्यांना एकेक करून त्यांनी वेचायला सुरुवात केली. या सगळ्यांवर आपल्या हत्याकटाचे आरोप त्यांनी लावायला सुरुवात केली. त्या वेळी अमेरिका आणि रशिया या दोन प्रभाव-गटांतील देशांत एखाद्याला अडकवायचा असेल, तर एक सोपा मार्ग तयार झाला होता. आपल्या विरोधी गटाच्या देशाचा त्याला हस्तक ठरवायचं. म्हणजे रशियन गटातल्या देशांत अशा व्यक्तींना 'सीआयए'चा हस्तक ठरवलं जायचं, तर अमेरिकावादी देशांत तिथल्या विरोधकांना कॉम्रेड ठरवून रशियाच्या गटात ढकललं जायचं. सादात यांनी आपल्या अनेक जुन्या मंत्र्यांना रशियाचं हस्तक ठरवून घरी पाठवलं. यात इजिप्तच्या पार्लमेंटचे सभापती होते, माहितीमंत्री, संरक्षणमंत्री, अनेक अधिकारी अशी खूप मंडळी होती. नासर यांच्या काळात त्यांचे विश्वासू सहकारी असलेले हे सर्व जण एका रात्रीत रशियाचे हस्तक ठरले. शेकडो जणांना पदत्याग करावा लागला आणि चौकशीला सामोरं जावं लागलं. सादात आणि त्यांच्या बुरख्याआड किसिंजर व आधम दोघं खूश होते; कारण त्यांना हवं तसंच घडत होतं. सादात मोठ्या प्रेमानं स्वत:ची पाठ थोपटत याला इजिप्तमधली 'दुसरी क्रांती' म्हणू लागले. कोणतीही क्रांती सर्वप्रथम आपल्या पिल्लांना खात असते आणि सादात हे तर काय अगदीच निर्धोक पिल्लू होतं.

सादात यांनी तुरुंगाचे दरवाजे उघडल्यानंतर, सगळे निर्बंध दूर केल्यानंतर 'ब्रदरहुड' मोठ्या जोमानं आता बहरू लागली. इजिप्तमध्ये जिकडे तिकडे इमामांचे, मुल्ला-मौलवींचे तांडेच्या तांडे दिसू लागले. नासर यांनी आपल्या देशाला महत्प्रयासानं चढवत आणलेला आधुनिक मुखवटा बघता बघता नाहीसा झाला. महिलांचे चेहरे बुरख्यांआड दिसेनासे झाले. आपल्याला हव्या त्या दिशेनं इजिप्त वाटचाल करू लागलाय, याची खात्री पटल्यावर सौदी भूमीतून धर्मवीरांचे तांडेच्या तांडे इजिप्तकडे निघाले. रमादान यानं अधिकृतपणे इजिप्तमधील 'ब्रदरहुड'ची सूत्रं हाती घेतली. मधल्या काळात – नासर यांच्या राजवटीत – हातावर हात घेऊन बसावं लागलेलं असल्यानं हे सगळे धर्मवेडे काहीतरी करून दाखवण्यासाठी नुसते फुरफुरत होते. इतर आसपासच्या देशांत मनमानी करायला मिळत असताना इजिप्तमध्ये मात्र बघ्याची भूमिका घ्यावी लागल्यानं त्यांचा संताप झाला होता. सादात यांनी मुक्तद्वार दिल्यावर ही सगळी मंडळी हात साफ करून घ्यायला लागली. मोठ्या प्रमाणावर हिंसाचार सुरू झाला. इजिप्त तोपर्यंत इतका इस्लामवेडा नव्हता. त्यामुळे अनेकांना हे सगळं नवीन होतं. पण सादात यांनीच हिरवा झेंडा दाखवल्यामुळे कोणाचंच काहीही चालत नव्हतं. जो कोणी या

इस्लामच्या अतिरेकी पाइकांना विरोध करायचा, त्याची हत्या व्हायला लागली. साहजिकच इजिप्तमधले व्यापारी, व्यावसायिक इतकंच काय, पण साधे नागरिकही ही धर्माची चादर ओढून घ्यायला लागले. हा आवडीनिवडीचा प्रश्न नव्हता, सुरक्षेचा होता. सारं काही मनाजोगं करायला मिळतंय, असं दिसल्यावर अख्ख्या इजिप्तभर 'ब्रदरहुड'च्या शाखा मोठ्या जोमानं निघाल्या. या आवेगाचं प्रत्यंतर येत होतं विद्यार्थी संघटनांत. साऱ्या इजिप्तमधल्या विद्यापीठांतल्या विद्यार्थी संघटनांत 'ब्रदरहुड' घुसली. कम्युनिझमला विरोध करायचा, रशियाला शत्रू ठरवायचं आणि धर्माच्या आधारावर तरुणांना जोडून घ्यायचं, असा सोपा मामला होता. दुसऱ्या महायुद्धाच्या काळात 'ब्रदरहुड'नं विणलेलं गुप्तहेर यंत्रणेचं जाळं या काळात पुन्हा कार्यान्वित करण्यात आलं. त्या वेळी ही यंत्रणा 'ब्रदरहुड'च्या विरोधकांवर नजर ठेवण्यासाठी वापरली जात होती. आता ती या इस्लामवादाचे संभाव्य शत्रू कोण कोण असू शकतील, हे शोधायच्या कामाला जुंपण्यात आली. साऱ्या इजिप्तभर या संघटनेचे छुपे सभासद आपापल्या इलाख्यात इस्लामवादाला कोणी नाकं मुरडतंय का, यावर नजर ठेवून होते. अशांची माहिती मग 'ब्रदरहुड'ला कळवली जायची आणि अर्थातच अशा विरोधकांचा बंदोबस्त केला जायचा. या साऱ्यासाठी निधी सौदीतून येत होता आणि अमेरिका कानाडोळा करत होती. जोपर्यंत हे सगळं रशिया-विरोधाच्या नावाखाली सुरू होतं, तोपर्यंत अमेरिकेनं लक्ष घालायचं काही कारणच नव्हतं.

हे नव्यानं सापडलेलं आपलं धर्मप्रेम सिद्ध करण्याची एकही संधी सादात सोडत नव्हते. त्यांनी स्वत:ला इस्लामी देशप्रमुख लावून घेतात, तसा धर्मरक्षकाचा किताब घेतला. याबरोबर अर्थातच इजिप्तचं निधर्मीत्व संपुष्टात आलं. या पाठोपाठ धार्मिक कार्यासाठी म्हणून एक पद त्यांनी आपल्या मंत्रीमंडळात तयार केलं आणि त्या मंत्र्याला थेट उपपंतप्रधानपदाचा दर्जा दिला. इतकंच काय, शरियाच्या आधारावर देशाचे कायदेकानू बनवण्यासाठी सादात यांनी एक उच्चस्तरीय समितीही नेमली. या काळात इजिप्तचं वहाबीकरण पूर्णत्वाच्या मार्गावर होतं, असं मत अनेकांनी नोंदवून ठेवलंय. सौदी अगदी त्या वेळी इजिप्तचा मोठा भाऊ असल्यासारखा वागायला लागला होता. सौदीतून मशिदी उभारण्यासाठी मोठ्या प्रमाणावर पैसा येत होता, इजिप्तमधून अनेकांना सौदीत जाण्याच्या संधी उपलब्ध झाल्या होत्या आणि अनेक इजिप्ती पत्रकारांना सौदीकडून दरमहा गलेलठ्ठ पाकिटं नियमितपणे येत होती. इजिप्तचं इस्लामीकरण पूर्णत्वाच्या मार्गावर होतं. त्याला अधिक गती देण्यासाठी सादात यांनी आणखी एक खेळी केली.

सीरियाचं बोट धरून त्यांनी गाफील इस्रायलवर जोरदार हल्ला केला. ही ऑक्टोबर १९७३ सालची घटना. 'योम किप्पूरचं युद्ध' म्हणून ओळखलं जातं हे युद्ध. इस्रायलींसाठी हा सर्वांत मोठा पवित्र सण. साऱ्या देशभर सुट्टीचा निवांत माहोल असतो. तीच संधी साधून सादात यांनी इस्रायलव्याप्त इजिप्त आणि सीरियामध्ये मोठ्या प्रमाणावर फौजा घुसवल्या. हे असं काही होईल, अशी कोणाला अपेक्षा नव्हती. अगदी इस्रायलच्या चाणाक्ष 'मोसाद'लाही. त्यामुळे झाल्या प्रकारानं सुरुवातीला सगळेच गांगरले. इस्रायलची पिछेहाटही झाली. पण मग त्या देशानं स्वत:ला सावरलं. इस्रायली तुकड्यांनी नंतर आरियल शेरॉन यांच्या नेतृत्वाखाली जी काही मुसंडी मारली, तिनं इजिप्तच्या नाकातोंडात सुवेझचं पाणीच गेलं. शेरॉन यांनी इजिप्तची सेना पुढे पुढे येत असताना मागे जाऊन तिची रसद तोडली. शेरॉन यांनी हे सगळं इतक्या सफाईनं केलं, की पुढे इस्रायलच्या दिशेनं आलेली इजिप्तची अरबी सेना पूर्णपणे कोंडली गेली. शेरॉन यांची धडक थेट इजिप्तची राजधानी कैरोपर्यंत गेली. इजिप्तचा जीव इतका कासावीस झाला की, अमेरिका मध्ये पडली नसती, तर शेरॉन यांच्या सैनिकांनी सहज कैरोचा घास घेतलाही असता.

नासर याच्याप्रमाणे सादात यांनाही इस्रायलकडून मार खावा लागला. पण नासर यांच्याप्रमाणे सादात यांनी ते मनाला लावून घेतलं नाही. खजील वगैरे होणं सोडाच, सादात उलटे खूश झाले. जे काही झालं, ते लष्करीदृष्ट्या सादात यांच्यासाठी लाजिरवाणं होतं. तरी हीच मानहानी इस्लामी धर्मपीठांत त्यांच्या शिरपेचात मानाचा तुरा खोवणारी ठरली. 'ब्रदरहुड' आणि अन्य मुल्ला-मौलवींसाठी सादात एकदम प्रेमाचा विषय ठरले. इस्रायलवर हल्ला करण्याचं धाडस दाखवणारा नेता म्हणून धर्मकट्ट्यांवर त्यांचं कोण कौतुक झालं! सादात हेही हरखून गेले. कारण आता 'ब्रदरहुड' त्यांच्यावर फिदा होती आणि जे काही झालं, त्यामुळे अमेरिकेला आता या प्रदेशात कायमचं लक्ष घालावं लागणार होतं; कारण अमेरिकेच्या पाठिंब्यावर इस्रायल इजिप्त आणि सीरियाला असाच चेपत राहिला, तर अरबांच्या बाजूनं मध्ये पडण्याचा इशारा रशियानं दिला होता. त्यानं तशी तयारीही केली होती. त्यामुळे इजिप्त, सीरिया आणि इस्रायल राहिले बाजूलाच. रशिया आणि अमेरिका या महासत्ताच एकमेकांच्या समोरासमोर ठाकल्या. दोन्ही देशांच्या युद्धनौका आखातात उतरल्या. तिसऱ्या महायुद्धाची ठिणगी पडते की काय, अशी भीती निर्माण झाली, ती इथे, याच टप्प्यावर!

या युद्धानं तीन महत्त्वाच्या गोष्टी घडल्या. एक म्हणजे अमेरिकेला या प्रदेशात स्वत:ला गाडून घ्यावं लागलं. दुसरं म्हणजे युद्ध आणि त्यामुळे झालेली तेलाची

दरवाढ यामुळे सौदी खजिन्यात उत्पन्नाचा धबधबा सुरू झाला आणि तिसरं म्हणजे हा सारा पैसा अरबस्थानाच्या वहाबीकरणासाठी सौदीला वापरायला मिळाला. त्यामुळे अतिरेकी इस्लामला संजीवनीचा महाबूस्टर डोसच मिळाला; कारण असं, की १९६७ साली नासर यांचा इस्रायलबरोबरच्या युद्धात पराभव झाला, त्याचं कारण ते धार्मिक नव्हते, असं या धर्मपंडितांनी दिलं. नासर नास्तिक असल्यामुळेच अल्लातालानं त्यांचा पराभव केला, असं या मुल्ला-मौलवींचं म्हणणं होतं. पण त्यानंतर सहाच वर्षांनी धार्मिक सादात यांना पुन्हा इस्रायलच्या हातून मार खावा लागला. त्याचं कारण या मुल्ला-मौलवींनी असंच दिलं. सादात धार्मिक होते; पण त्यांची आस्तिकता जरा कमी पडली, त्यामुळे ते हरले. त्यांनी जरा अधिक धार्मिक व्हायला हवं, असा युक्तिवाद ही मंडळी करू लागली. आणि महत्त्वाचं म्हणजे तो अनेकांना पटलाही. त्यामुळे धर्मवादी अधिकच जोमानं कामाला लागले. १९७३ सालचं युद्ध इस्लामी झेंड्याखालीच लढलं गेलं. त्यात इजिप्तचा पराभव झाल्यामुळे अरब जगाचा सर्व सुधारणावादी कल्पनांवरचा उरलासुरला विश्वासही उडाला. अरबस्थानात कम्युनिझम, समाजवादी बाथ पक्ष हे सगळे निरुपयोगी ठरतात, असा सर्वसामान्य अरबांचा समज झाला. तेव्हा आता इस्लामवादाला पर्याय नाही, असं त्यांच्या मनानं घेतलं आणि यानंतरच अतिरेकी इस्लामवादाचा वारू चौखूर उधळला, असं महत्त्वाचं निरीक्षण 'सीआयए'च्या ज्येष्ठ विश्लेषिका मार्था केस्लर यांनी नोंदवून ठेवलंय.

तीस वर्षांनंतर जेव्हा अमेरिकी दफ्तरातली या संदर्भातली कागदपत्रं खुली झाली, तेव्हा एक धक्कादायक बाब समोर आली. ती म्हणजे १९७३च्या इजिप्तच्या इस्रायल वरच्या हल्ल्याची कल्पना कोणाला नव्हती, हे खरं नाही. हेन्री किसिंजर आणि कमाल आधम यांना या हल्ल्याचा संपूर्ण कार्यक्रम आधीपासूनच माहीत होता. कदाचित तो त्यांच्या सल्ल्यानंच आखला गेला असावा, असं मानायला जागा आहे. म्हणजे मनात आणलं असतं, तर हे युद्ध अमेरिकेला वेळेत रोखता आलं असतं. मोठा नरसंहार, या युद्धामुळे निर्माण झालेलं तेलसंकट, त्या पाठोपाठ जगावर आलेलं आर्थिक अरिष्ट रोखता आलं असतं आणि त्याहीपेक्षा महत्त्वाचं म्हणजे माथेफिरू इस्लामवाद इतक्या वेगानं फोफावला नसता.

पण हे अमेरिकेनं केलं नाही. त्या देशाला त्याचा फटका बसणारच होता; पण त्या आधी बसणार होता अन्वर सादात यांना. इस्रायलवरच्या हल्ल्याचं पुण्यकर्म केल्यामुळे समस्त धर्मगुरूंची आपल्यावर कृपा आहे, अशा भ्रमात असणाऱ्या सादात यांना या धर्मगुरूंनीच दणका दिला. युद्धपुण्याईच्या भ्रमात सादात इस्रायलशी

अन्वर सादात–
जिमी कार्टर–
मेनाचेम बेगिन :
इजिप्त-इस्रायल मैत्री कराराचे
तीन शिल्पकार

शांतता करार करून बसले. त्यासाठी त्यांनी १९७७ साली जेरुसलेमच्या भूमीवर पाय ठेवण्याचं पातकही केलं. पुढच्याच वर्षी या शांतता मोहिमेसाठी त्यांना आणि इस्रायलचे पंतप्रधान मेनाचेम बेगिन यांना संयुक्तपणे शांततेचं नोबेल पारितोषिक भले मिळालं असेल, पण त्यांच्या मायभूमीतल्या धर्मवेड्यांना हे पटणं शक्यच नव्हतं. ही सगळी मंडळी आता 'सादात हटाव' मोहिमेवर काम करायला लागली. असं करण्याइतकी ताकद सौदी, अमेरिका आणि मुख्य म्हणजे सादात यांच्यामुळेच या धर्मवेड्यांना मिळाली होती. लवकरच असा पहिला झटका सादात यांना बसला. कैरोतल्या इजिप्त लष्करी प्रशिक्षण केंद्रात एका कार्यक्रमासाठी सादात गेले होते. तमाम वरिष्ठ लष्करी अधिकारी त्या वेळी हजर होते. त्यांच्या देखत या वेळी सादात यांच्यावर पहिला हल्ला झाला. त्या वेळी त्यांना पहिल्यांदा जाणीव झाली, लष्कराचंसुद्धा किती मोठ्या प्रमाणात धार्मिकीकरण झालंय, त्याची. पण सादात यांनी या इतक्या ढळढळीत खुणांकडे दुर्लक्ष केलं. या हल्ल्यासाठी त्यांनी लिबियाला जबाबदार धरत आपल्या देशातल्या धर्मवेड्यांच्या वाढत्या कारवायांकडे कानाडोळाच केला. उलट यानंतर जे काही उरलेसुरले 'ब्रदरहुड'चे कार्यकर्ते तुरुंगात होते, त्यांचीही मुक्तता सादात यांनी केली. आपल्या या कृतीनं आपण धार्मिक ताकदींना आपल्याकडे वळवू, अशी त्यांना आशा होती. पण धर्मातिरेकी राक्षसाची भूक त्याला खायला दिलं, तर उलट वाढते, हे अजूनही त्यांना कळलं नव्हतं. पण... आता आणखी शिकायची संधी त्यांना मिळणारच नव्हती.

यानंतर काही महिन्यांतच सादात लष्कराच्या आणखी एका समारंभात प्रमुख पाहुणे होते. ६ ऑक्टोबर १९८१. इजिप्तच्या हवाईदलानं त्यांना मानवंदना

दिली. रशियन बनावटीच्या मिराज विमानांनी सादात यांना सलामी दिली. नंतर लष्कराचा क्रम होता. त्यासाठी सादात प्रतीक्षेत होते. पण मध्येच एक ट्रक आला आणि त्यांच्या सभामंडपासमोरच थांबला. त्यातून एक जवान उतरला. सादात यांना वाटलं, हा साऱ्या कार्यक्रमाचाच भाग आहे. ते हस्तांदोलनासाठी पुढे झुकले, तोच त्या मागच्या ट्रकमधून दुसऱ्या एकानं त्यांच्यावर हातबाँब टाकला आणि स्वयंचलित बंदुकीतून अंदाधुंद गोळीबार केला. सादात यांना लगेचच इस्पितळात वगैरे नेण्यात आलं. पण ते वाचू नयेत, अशीच एकंदर व्यवस्था असल्यानं सादात गेले. त्यांच्या बरोबरीनं आणखी ११ जणही... त्यांत क्यूबा, आयर्लंड आदी देशांचे राजदूत वगैरेही होते. वास्तविक इतके सगळे वरिष्ठ लष्करी अधिकारी तिथे हजर होते, पण सादात यांच्या मारेकऱ्याच्या दिशेनं एकही गोळी कोणी झाडली नाही. या हत्येमुळे अरब जगतात कसलीही प्रतिक्रिया उमटली नाही. सादात यांच्या हत्येमागे कोण आहेत, याची साधी चौकशी करण्याच्या फंदातही कोणी पडलं नाही. कारण 'ब्रदरहुड'चा हात ठसठशीतपणे सगळ्यांना दिसत होता.

धर्म आणि पैशाच्या राजकारणाच्या ताकदीचा अंदाज न आलेला आणखी एक राजकारणी आपल्याच खेळाचा बळी ठरला. वास्तविक सादात यांची द्वितीय पत्नी जेहान ही त्यांना बजावत होती, 'ब्रदरहुड'ला पाणी घालून तुम्ही विषवल्ली पोसताय. पण त्यांनी आपल्या पत्नीचं काही ऐकलं नाही. कदाचित म्हातारपणी झालेल्या त्या दुसऱ्या लग्नातली त्यांची पत्नी त्यांच्यापेक्षा वयानं निम्म्यापेक्षा अधिक लहान होती, यामुळे असेल. सादात यांनी आपली पहिली पत्नी एहसान हिनं पाठोपाठ तीन कन्यारत्नांना जन्म दिल्यावर तिला तलाक दिला होता. या वेळी त्यांची तिसरी मुलगी जेमतेम दोन आठवड्यांची होती. नंतर त्यांनी जेहानशी निकाह लावला. या माणसाचा शेवट इतका वाईट झाला, की त्यांच्या जनाजाला खांदा द्यायला एकाही अरब देशातला साथीदार आला नाही. सुदानचे अध्यक्ष गाफर निमेरी हे एक तेवढे आसमंतातले होते. 'अरब लीग'मधल्या २४ पैकी फक्त २ देशांनी सादात यांच्या अंत्ययात्रेला आपले प्रतिनिधी तेवढे पाठवले होते.

कोणत्याही राष्ट्रप्रमुखाच्या हत्येनंतर माजतो, तसा गोंधळ इजिप्तमध्येही माजला. दहशतवाद्यांनी उत्तर इजिप्तमधली काही शहरं ताब्यात घेतली. हा तिढा सोडवायला सादात यांच्यानंतर सत्तेवर आलेले त्यांचे सहकारी होस्नी मुबारक यांना जरा वेळ लागला. सादात यांची हत्या झाली, तेव्हा तेही घटनास्थळी होते. त्यांच्या हाताला गोळी लागली. मुबारक यांनी सादात यांच्या हत्येनंतर संशयित मारेकऱ्यांची मोठ्या प्रमाणावर धरपकड केली. 'ब्रदरहुड'च्या अनेक कार्यकर्त्यांना

तुरुंगात जावं लागलं. सादात यांच्या हत्येचा फतवा काढणारा ओमार अब्दुल रहमान यालाही अटक झाली. तुरुंगवास झाला. नंतर अर्थातच तो सुटला. पण त्याच्या कारवाया सुरूच होत्या. १९९३ साली अमेरिकेत 'वर्ल्ड ट्रेड सेंटर'वरच्या हल्ल्यात तो पुन्हा सापडला. पण १९८१ साली सादात यांच्या हत्याकटात त्याच्यासमवेत आणखी एक साथीदार होता. अयमान अल् जवाहिरी. जवाहिरीलाही तीन वर्षं तुरुंगवासाची शिक्षा झाली. १९८४ साली तो सुटला. सौदीत काही काळ राहून मग तो पाकिस्तानात पेशावरला गेला. तिथे त्याला त्याच्या पुढच्या आयुष्याचा साथीदार मिळणार होता. ओसामा बिन लादेन.

इस्रायल आणि पॅलेस्टाइन : एक जखम वाहती

वर्ष संपता संपता २६ डिसेंबर २००८ या दिवशी इस्रायलनं गाझा पट्टीवर मोठाच हल्ला चढवला. गाझा ही एक दुर्दैवी मानवी वसाहत. 'आई जेवू घालत नाही आणि बाप भीक मागू देत नाही', ही म्हण या समस्त वसाहतीला लागू पडावी.

खरं म्हणजे या वसाहतीला आईबापच नाहीत. त्यामुळे कोणी कोणाला जेवायला घालायचा प्रश्नच नाही. गाझा म्हणजे जेमतेम ४० किलोमीटर लांब आणि १० कि.मी. रुंद अशी ही एक चिंचोळी पट्टी. एका बाजूला समुद्र. दुसरीकडे इस्रायलची सीमा. तीही बंद केलेली. यायला-जायला दोनच मार्ग. एकावर इस्रायलचं नियंत्रण. दुसऱ्यावर इजिप्तचं. रात्री-बेरात्री फक्त आजारी आणि महत्त्वाच्या व्यक्तींनाच ये-जा करण्याची संधी.

अशा या वातावरणात जवळपास १५ लाख पॅलेस्टिनी कोंबून कोंबून राहतात. यांना इतिहास आहे, तो दुर्दैवाचा आणि भविष्य आहे, ते याच दुर्दैवाच्या दशावताराचं. कोणीही यावं आणि युद्ध करून जावं, अशीच एकंदर परिस्थिती. परत तिथे राहाणाऱ्यांतही गटबाजी. या परिसरात दोन-तीन कुटुंबांचीच – हमुला म्हणतात त्यांना – दादागिरी चालते. ही कुटुंबं तरी किती मोठी! तर एकेकात हजार-दीडहजार सदस्य. या तालेवार कुटुंबांचा एकमेकांशी छत्तिसाचा आकडा. त्यांचं आपापलं पक्षीय राजकारण. परत त्यांच्या त्यांच्यात माऱ्यामाऱ्या. त्या बंदुका वगैरे घेऊन होतातच, पण नाही बंदुका सापडल्या, तर आदिमानवाची आठवण करून देणाऱ्या शैलीत हे झगडतात. मध्यंतरी यातल्या हलीस कुटुंबीयांनी आपल्या विरोधी गटातल्यांच्या घरी जाऊन जे घरात होते, त्यांना गच्चीवरनं गवताच्या पेंड्या फेकाव्यात तसं फेकून मारलं. विकसित जगाला या गाझाविषयी काही भावनाच

नाहीत. असल्या, तर यांचं असंच होणार, अशा पद्धतीच्या. आपापल्या उद्दिष्टांसाठी, धर्मांसाठी लढणाऱ्यांत हकनाक मरायचं, हेच या गाझावासीयांचं प्राक्तन.

तर अशा या गाझावर आधी इस्रायली हवाईदलानं २००८ संपता संपता जोरदार बॉंबफेक केली. मग पाठोपाठ लष्करानं या परिसरात मुसंडी मारली. त्यांचं लक्ष्य होतं 'हमास.' या संघटनेचं कार्यालय, प्रमुख नेत्यांची घरं असं सगळं इस्रायलनं नेम धरून टिपलं. हे करता करता साधारण पाचएकशे बळी पडले. 'हमास'चे अतिरेकी इस्रायलवर काही कारण नसताना क्षेपणास्त्रं सोडतात, आमच्या नागरिकांना मारतात. वास्तविक या आधी २००८ सालच्या जूनपासून सहा महिने उभयतांत युद्धबंदी करार होता. तो संपत असताना 'हमास'नं खोड्या काढायला सुरुवात केली, त्यामुळे आम्हांला 'हमास'चा बीमोड करण्यासाठी हल्ल्याशिवाय पर्यायच नाही, असं इस्रायलचं म्हणणं. ते खरं करण्यासाठी त्यांनी चहूबाजूंनी हल्लाबोल केलं. हमास कायमचं नष्ट करणं हे त्यांचं उद्दिष्ट होतं. वरकरणी कोणालाही हे ठीकच वाटेल.

पण आपलीच निर्मिती अशी आपल्याच हातांनी नष्ट करताना इस्रायलला काय वाटत असेल, हा प्रश्न आहे. एका क्षुद्र राजकारणासाठी आपण ही संघटना जन्माला घालण्याची चूक करायला नको होती, असं एकदा तरी एका तरी इस्रायली राजकारण्याला वाटलं असेल का? फारशी शक्यता नाही. इस्लामी दहशतवाद्यांना आपल्या तत्कालीन स्वार्थासाठी वापरण्याचं पाप इस्रायलनंही केलेलं आहे. आता हा देश जगापुढे 'इस्लामी दहशतवादाचे आम्ही कसे बळी ठरतोय', हे अगदी छाती पिटून सांगतोय. ते खरं आहेही; पण एके काळी आपणच या मंडळींना लाडाकोडानं जवळ केलं होतं, चांगलं पालनपोषण करून त्यांना वाढवलं होतं, याचा सोईस्कर विसर त्या देशाला पडलाय. दहशतवादाच्या रक्तात इस्रायली हातही चांगलेच माखलेत. या पापातून त्यांना मुक्ती नाही.

ज्यूंचा धर्मवादही अरबांइतकाच हिंसक होता. अशा आक्रमक ज्यूवादासाठी त्यांच्या अनेक संघटना होत्या. यातली पहिली 'हाशोमर'. म्हणजे सुरक्षारक्षकांची संघटना. तिची स्थापना १९०७ सालची. जे ज्यू निर्वासित या प्रदेशात ठिकठिकाणांहून येत होते, त्यांचं रक्षण करणं हे तिचं प्राथमिक उद्दिष्ट होतं. अशा ज्यू निर्वासितांच्या 'किबुत्झ' नावानं ओळखल्या जाणाऱ्या स्वयंपूर्ण अशा सहकारी वसाहती इस्रायलमध्ये तयार झाल्या होत्या. त्यांचं संरक्षण हे 'हाशोमर'वाले करायचे. यातून पुढे जन्माला आली 'हगनाह.' म्हणजे रक्षण. १९२०ला स्थापन झालेल्या संघटनेत ज्यू संरक्षण व्यवस्थेची मुळं आहेत. कारण 'हगनाह' होतीच मुळी निमलष्करी संघटना. १९-२०-२१ या वर्षांत या परिसरात अनेक अरबी

दंगली झाल्या. या दंगलीत इंग्रज अधिकारी अरबांचीच बाजू घेतायत, तेव्हा आपलं संरक्षण आपल्यालाच करायला हवं, या भूमिकेतून 'हगनाह'चं कार्यक्षेत्र वाढत गेलं. यानंतर स्थापन झाली 'इरगुन' नावाची आणखी एक संघटना. 'नॅशनल मिलिटरी ऑर्गनायझेशन इन द लँड ऑफ इस्रायल'. १९३१ ते १९४८ या काळात या संघटनेनं पॅलेस्टाइन परिसरात अतोनात हिंसाचार घडवला. झीव जाबोटिंस्की हा कडवा उजवा झिऑनिस्ट या संघटनेच्या मागे होता. जिहाद आदी संकल्पनेबाबत काही इस्लामी जसे माथेफिरू होते, तितकेच ज्यूही माथेफिरू होते. प्रत्येक ज्यूला पॅलेस्टाइन भूमीत प्रवेश करायचा हक्क आहे. सशस्त्र ज्यू हेच ज्यूंसाठी स्वतंत्र राज्याची निर्मिती करू शकतील. अरबांना आणि इंग्रजांना सतत धारेवर धरणं हाच ज्यू राष्ट्राकडे जाणारा मार्ग आहे, असं त्याचं ठाम मत होतं. नुसतं फक्त मतच मांडून तो थांबला नाही. त्यानं खरोखरच दहशतवादी कारवाया या परिसरात मोठ्या प्रमाणावर केल्या. सुरुवातीला याच्या निशाण्यावर होते अरब आणि इंग्रजही. स्वतंत्र इस्रायलच्या निर्मितीस पुरेसा पाठिंबा ब्रिटिश देत नाहीत, या धारणेमुळे या संघटनेनं अनेक ब्रिटिश अधिकाऱ्यांची हत्या केली. या संघटनेला खरंतर ब्रिटिश परराष्ट्रमंत्री लॉर्ड अर्नेस्ट बेव्हन यांनाच मारायचं होतं. ते काही त्यांना जमलं नाही. पण अमेरिकेचे माजी संरक्षणमंत्री जेम्स फॉरेस्टल हे काही तितके नशीबवान नव्हते. १९४९ साली ते नौदलाच्या रुग्णालयातच संशयास्पद स्थितीत मेलेले आढळले. त्यांची हत्या ज्यू दहशतवाद्यांनी केल्याचा संशय त्या वेळी व्यक्त झाला होता. अध्यक्ष ट्रुमन यांच्या कार्यकालात हे फॉरेस्टल ज्यूविरोधी गटाचे मानले जात होते. स्वतंत्र इस्रायलच्या निर्मितीला आणि नंतर त्याला अमेरिकेने मान्यता द्यायला त्यांचा कडवा विरोध होता. त्याची किंमत त्यांना अखेर अशी मोजावी लागली.

त्याआधी २२ जुलै १९४६ला पॅलेस्टाइनमधल्या 'किंग डेव्हिड' या हॉटेलात प्रचंड मोठा बॉंबस्फोट झाला. ९१ जणांचे जीव त्यात गेले. ४५ जण गंभीर जखमी झाले. हा बॉंबस्फोट घडवणारे अतिरेकी अरबांच्या वेशात होते. त्यामुळे सुरुवातीला अरबांचा सर्व स्तरांवरून निषेध झाला. पण थोड्याच दिवसांत सत्य उघड झालं. अरबांच्या वेशात आलेले अतिरेकी प्रत्यक्षात ज्यू होते. 'इरगुन'चे सदस्य. या 'किंग डेव्हिड' हॉटेलस्फोटाचा कट रचला होता, मेनाचेम बेगिन यांनी. ते 'इरगुन'चे नेते होते त्या वेळी. नंतर पुढे ते इस्रायलचे पंतप्रधानही झाले आणि 'किंग डेव्हिड' स्फोटानंतर ३२ वर्षांनी त्यांना चक्क शांतिदूत म्हणून नोबेल पारितोषिकानं गौरवण्यातही आलं.

दुसऱ्या महायुद्धानंतर पश्चिम आशियातल्या देशांच्या सीमा आणि त्यांचं

राजकारण नवा आकार घेत असताना नवनवीन संघटनाही जन्माला येत होत्या. यातली सगळ्यांत महत्त्वाची होती 'फताह'. पॅलेस्टिनी नागरिकांसाठी स्वतंत्र भूभागाची मागणी करणारी ही संघटना ही 'अल् कायदा'चा उदय व्हायच्या आधी दहशतवादाचा चेहरा बनून राहिली होती. ही संघटना, या संघटनेच्या पोटातून निघालेल्या अन्य पॅलेस्टिनी संघटना आणि त्यांचा यासर अराफात यांच्यासारखा नेता हे सगळे पश्चिम आशियातल्या राजकारणातले अतिरेकी घटक. यांनी कधी सनदशीर राजकारण केलंच नाही आणि त्यांच्या असनदशीर मार्गांच्या हव्यासाचा फायदा अमेरिका आणि तिच्या मांडीवरचा इस्रायल यांनी पहिल्यापासून उचलला. जगाच्या राजकारणात इस्रायल-पॅलेस्टाइन वाद हा एक वाहती जखम बनून राहिलाय. ही जखम पश्चिम आशियात केंद्रस्थानी असली, तरी तिच्या वेदना मात्र साऱ्या जगाला सोसाव्या लागत आहेत. महत्त्वाचा भाग असा, की ही जखम कधीच भरू नये, ती वाहतीच राहावी, यात अनेकांचे हितसंबंध गुंतून राहिलेत. त्यांतलं एक महत्त्वाचं नाव यासर अराफात आणि दुसरं अर्थातच इस्रायल.

अराफात यांना रोखण्यासाठी दुसरी एखादी पर्यायी संघटना असावी, यासाठी हा 'हमास'चा घाट घातला गेला. त्यामागे होती अर्थातच अमेरिका, सौदी अरेबिया आणि इस्रायल. पॅलेस्टिनींच्या 'फताह'चा पाया होता 'लीग ऑफ पॅलेस्टिनियन स्टुडंट्स' ही संघटना. ही होती 'ब्रदरहुड'चं पिल्लू. या संघटनेच्या मूळ चेहऱ्याप्रमाणे इस्लाम, अतिरेकी इस्लाम यात या संघटनेचं बीज होतं. पण मध्ये एका टप्प्यावर इस्लामी धर्मवाद्यांना या संघटनेतल्या राष्ट्रवादी शक्तींकडून विरोध होऊ लागला. या विरोधकांना इस्लामच्या शुद्धतेपेक्षा पॅलेस्टाइन भूमीची गरज महत्त्वाची वाटत होती. त्यामुळे त्यांचा भर धर्मापेक्षा राजकारणावर होता. हे अर्थातच 'ब्रदरहुड'ला पटणारं नव्हतं. या मतभेदांचं पर्यवसान लीगच्या फुटीमध्ये झालं आणि त्यातून खलील अल् वझीर, सलाह खलफ आणि यासर अराफात हे वेगळे झाले. मग यातून जन्माला आली अराफात यांची 'फताह' आणि नंतर 'पॅलेस्टिनी लिबरेशन ऑर्गनायझेशन' म्हणजे 'पीएलओ'.

या संघटनांच्या पुढच्या वाटचालीत आंतरराष्ट्रीय राजकारणाचे गुंते आहेत. हा सारा परिसरच त्या वेळेला तापलेला होता. इथलं राजकारण फिरत होतं धर्मवादी आणि राष्ट्रवादी यांच्याभोवती. इजिप्त या इथल्या सगळ्या राष्ट्रवादी चळवळींचं केंद्र बनला होता, तर 'ब्रदरहुड' धर्मवाद्यांच्या केंद्रस्थानी होती. नासर यांची सत्ता स्थिरावलेली होती आणि ते आता डावीकडे वळणार, हे नक्की झालं होतं. याच टप्प्यावर ते आणि 'ब्रदरहुड' यांच्यात संघर्ष सुरू झाला. 'ब्रदरहुड'नं त्यांच्या

हत्येचा दोनदा अपयशी प्रयत्न केला. इतक्या घरच्या समस्या होत्या, तरी नासर यांचं आसपासच्या परिसरातल्या राजकारणातलं लक्ष जराही कमी झालेलं नव्हतं. पॅलेस्टिनी भूमीत चाललेल्या संघर्षात त्यांनी राष्ट्रवादी विचार करणाऱ्या 'फताह'ची तळी उचलली होती. साहजिकच पॅलेस्टिनींचा जोर वाढला होता. याचा दुसरा अर्थ, ही इस्रायलसाठी धोक्याची घंटा होती. पॅलेस्टिनींच्या बरोबरीनं याच काळात इराक, सीरिया आणि लिबिया हे देशही अमेरिकेला फारसा भाव देत नव्हते. अमेरिकेचं जोखड मानेवर ठेवायला या देशांत मोठा विरोध होता. याच्या उलट इस्रायल, जॉर्डन, सौदी आणि अमिराती इथली परिस्थिती होती. या देशांनी अमेरिकेला आपल्या खांद्यावर हात ठेवू दिला होता. या आपल्या गटातल्या देशांच्या सहकार्यानं विरोधी देशांची कोंडी करण्याचा प्रयत्न अमेरिकेकडून सुरू होता. यातल्या सीरिया आणि पॅलेस्टाइनला 'ब्रदरहुड'च्या कारवायांना तोंड द्यावं लागत होतं, तर इस्रायल आणि जॉर्डन या देशांना 'ब्रदरहुड'कडून पाठिंबा मिळत होता. या दोन्ही देशांना अमेरिकेचा आशीर्वाद होता. जॉर्डनमध्ये तर पॅलेस्टिनींच्या गुंडगिरीविरोधात इस्रायल आणि 'ब्रदरहुड' दोघेही राजे हुसेन यांना मदत करत होते. पॅलेस्टिनी संघटना कोणत्याही परिस्थितीत वाढू द्यायची नाही, असाच हा सारा प्रयत्न होता. पण तरीही पॅलेस्टिनींना वाढता पाठिंबा होता.

त्याला शह देण्यासाठी 'ब्रदरहुड', सौदी अरेबिया आणि इस्रायल यांनी एक कट आखला. गाझा परिसरात धार्मिक, सांस्कृतिक, मानवतावादी कार्य करणाऱ्या संस्था या तिघांनी स्वत:च स्थापन करायला सुरुवात केली. ही साधारण १९६५-१९६६ ची गोष्ट. या परिसरात इस्रायलनं ठरवून मोठ्या प्रमाणावर पॅलेस्टिनींची आयात होऊ दिली. सौदीनं त्यांच्यासाठी मशिदी बांधायचा सपाटा लावला. त्यासाठी पैसा शब्दश: खोऱ्यानं ओतला जात होता. या काळात गाझा पट्टीत मशिदींची संख्या २०० वरनं ६०० वर गेली. इस्रायल त्या वेळी पॅलेस्टाइनमधल्या खेड्यांत सांस्कृतिक संघटनांच्या निर्मितीला उत्तेजन देत होता. इस्रायलचा उद्देश सरळ होता. अशा संघटना तयार होऊ द्यायच्या आणि पैशाच्या जोरावर त्यांना कह्यात ठेवायचं. गाझामधलं इस्लामी विद्यापीठ हे अशा संघटनांचं केंद्रच बनलं. इजिप्तमधल्या महाविद्यालयांत पॅलेस्टिनींना बंदी घातली गेल्यावर गाझामधलं हे विद्यापीठ या विद्यार्थ्यांसाठी एकमेव संधी होती. या विद्यापीठात इस्रायल इतका पक्षपात करत होतं, की समजा, विद्यार्थ्यांच्या दोन गटांत भांडणं, माऱ्यामाऱ्या झाल्या आणि पॅलेस्टिनींची बाजू योग्य असली, तरी इस्रायल 'ब्रदरहुड' समर्थकांची बाजू घेऊन पॅलेस्टिनींना वाऱ्यावर सोडायचं.

त्यात झालं होतं असं, की १९६७ सालच्या सहा दिवसांच्या युद्धानंतर पश्चिम किनारपट्टी आणि गाझाचं व्यवस्थापन इस्रायलच्या ताब्यात आलं होतं. त्यानं पॅलेस्टिनींना मुक्तद्वार दिल्यामुळे अशा पॅलेस्टिनी विद्यार्थ्यांचा लोंढाच लोंढा गाझा परिसरात येऊ लागला होता. राजकीय आणि भौगोलिक परिस्थितीमुळे त्या वेळी हजारो विद्यार्थ्यांना इथलं विद्यापीठ हाच शैक्षणिक आसरा होता. १९८०पर्यंत ते त्या इलाख्यातलं सगळ्यात मोठं विद्यापीठ बनलं. जवळपास ४,५०० विद्यार्थी तिथे शिक्षण घेत होते. या विद्यार्थ्यांच्या अनेक संघटना त्या वेळी जन्माला आल्या. लवकरच अशा संघटनांचं जाळं तयार झालं आणि त्याचं नेतृत्व गेलं शेख अहमद यासिन याच्याकडे. वरकरणी मानवतावादी, धार्मिक दिसणाऱ्या चळवळीचा हा नेता नंतर इतका ताकदवान बनला, की नंतर समस्त इस्रायलींच्या डोक्यावरच त्यानं मिरी वाटली. गाझावर अंमल असलेल्या इस्रायलच्या लष्करी अधिकाऱ्यांनी शेख यासिनला 'इस्लामिक सेंटर' उभारायची परवानगी दिली. या परिसरातल्या सगळ्या मशिदी मग हळूहळू या नव्या सेंटरकडे वर्ग करण्यात आल्या. साहजिकच या नव्या केंद्राद्वारे सगळ्या इलाख्यातल्या इस्लामी कारवायांचं सूत्रसंचालन करायची सोय झाली. १९७८ साली यासिन यानं मग आणखी एक संघटना काढली – 'इस्लामिक असोसिएशन'. यातही पॅलेस्टिनी मोठ्या प्रमाणावर होते.

दक्षिण पॅलेस्टाइनमधल्या तोर या खेड्यात तशा सधन कुटुंबातला यासिन १२व्या वर्षीच अपंग झाला. फुटबॉल खेळताना पडून त्याच्या पाठीच्या मणक्याला इजा झाली आणि त्याच्या हातापायांची हालचालच बंद झाली. नंतर आजार बळावल्यानंतर त्याचं आयुष्य व्हीलचेअरवरच गेलं. तशाच अपंगावस्थेत यासिननं शिक्षण घेतलं. कैरो विद्यापीठात इंग्रजीचा अभ्यास केला. इथेच त्याचा 'ब्रदरहुड'शी संपर्क आला. त्याच्या अतिरेकी धार्मिक जाणिवांना फुंकर घातली जात असताना या महत्त्वाच्या वयात आपल्या मायभूमीत पॅलेस्टिनी निर्वासितांच्या हालअपेष्टांमुळे त्याच्या राजकीय जाणिवांना धार येत गेली. आपल्या परिसरासाठी काही करायला हवं, या विचारानं त्यानं 'अल् मुजम्मा अल् इस्लामी' ही संघटना स्थापन केली. हिला ज्यू आणि अरबी पाणी मिळाल्यानंतर याच संघटनेचं रूपांतर १९८७ मध्ये झालं, 'हमास' या संघटनेत. पृथ्वीच्या अंतापर्यंत या परिसरातल्या मालमत्तेवर मुसलमानांशिवाय अन्य कोणाचाही हक्क असता कामा नये, अशी यासिन याची धारणा होती. हा हक्क स्थापन करण्यासाठी जिहाद आणि फक्त जिहाद हा एकच मार्ग आहे, अशी त्याची शिकवण होती. पण हा जिहाद त्याला आत्मघातकी स्वरूपात नको होता. आपलं कमीत कमी नुकसान करून आपल्या

शेख अहमद यासिन :
गाझा परिसरातील पॅलेस्टिनी विद्यार्थ्यांची
संघटना बांधणारा कडवा नेता

शत्रूचा खातमा करणारा जिहाद सुरू करायचा त्याचा मानस होता. पण त्याला हेही माहीत होतं, की त्यासाठी ही वेळ योग्य नाही. त्यासाठी त्याची थांबायची तयारी होती. तोपर्यंत या काळात आपल्याला अभिप्रेत असलेल्या जिहादसाठी वातावरणनिर्मिती करायचं त्याचं ध्येय होतं. त्या अर्थानं हा गाझातल्या इस्लामी मंडळींचा आध्यात्मिक गुरू होता. याच शिकवणुकीच्या आधारे त्यानं दोघांना आपलं शत्रू ठरवलं. सुरुवातीला यासर अराफात व त्याची 'फताह' आणि नंतर अर्थातच इस्रायल.

या परिसरात धर्मवादी 'ब्रदरहुड'नं राष्ट्रवादी शक्तींशी – मग त्या इस्लामी असल्या, तरी – लढायचा धडा घालून दिलेला होताच. इजिप्तमध्ये ती नासर यांच्या विरोधात लढत होती, तर सीरियात बाथ पक्षाच्या विरोधात. याच धोरणाला अनुसरून 'ब्रदरहुड' ही पॅलेस्टिनींची अमानुष कत्तल करणाऱ्या जॉर्डनचे राजे हुसेन यांच्या पाठीशी उभी राहिली. तोच धडा यासिननं गिरवायचं ठरवलं. त्यामुळे परकीय शत्रूपेक्षा 'फताह' ही स्वकीय संघटनाच त्याची मुख्य विरोधक बनली. 'फताह' ही परमेश्वराच्या इच्छेविरोधात काम करतीय, असं 'ब्रदरहुड' म्हणू लागली. 'हमास'नंही तिच्या सुरात सूर मिसळला. 'फताह' ही निधर्मी संघटना आहे, ती जोपर्यंत इस्लामी होत नाही, तोपर्यंत ती आपलं प्रतिनिधित्व करू शकणार नाही, असं 'हमास' म्हणू लागली. अनेक पॅलेस्टिनी हे धर्मानं ख्रिश्चन होते, त्यांना हे जहरी इस्लामवाले आपले वाटायची काहीच शक्यता नव्हती. इतर अरबांच्या तुलनेत ते बऱ्यापैकी सुधारलेले, शिकलेले आणि पाश्चात्त्य जीवनशैलीकडे झुकणारे होते.

युरोप, अमेरिका आणि अगदी रशियातही त्यांना पाठिंबा असणारा मोठा वर्ग होता. विचारधारेनं ते राष्ट्रवादी होते. याउलट पॅलेस्टिनींमधल्या इस्लामींचं होतं. त्यांचा राष्ट्रवादाला विरोध होता, ते सगळे धर्मकेंद्रित होते. त्यांना पॅलेस्टिनींसाठी स्वतंत्र भूप्रदेश असण्यापेक्षा पॅलेस्टिनींच्या इस्लामीकरणाचा मुद्दा जास्त महत्त्वाचा होता. यामुळेही हे सगळे 'ब्रदरहुड'पासून दुरावले होते.

आंतरराष्ट्रीय राजकारणातसुद्धा शत्रूचा शत्रू तो आपला मित्र, हे तत्त्व लागू पडत असल्यानं इस्रायलनं यासिनच्या या संघटनेला जवळ करायला सुरुवात केली. या संघटनेला ज्यू वळचणीखाली आणण्याची कामगिरी पंतप्रधान मेनाचिन बेगिन यांनी सोपवली आपल्या 'शिन बेत' या संघटनेवर. १९७७ साली बेगिन यांचा हेरत आणि लिकुड पक्ष हे मजूर पक्षाचा पराभव करून सत्तेवर आल्यावर त्यांनी शेख यासिन याच्या संघटनेला अधिकृत मान्यता दिली. गाझावर तेव्हा ब्रिगेडियर जनरल यिझटॅक सेगेव हा ज्यू प्रशासक होता. त्याच्यामार्फत मोठमोठ्या रकमा यासिन याच्या संघटनेला पुरवल्या जायला लागल्या. 'शिन बेत'नं मग या संघटनेत आपलं जाळं विणायला सुरुवात केली आणि बघता बघता यासिन त्यात अडकला. 'हमास' अधिकृतपणे जन्माला यायच्या आधीपासून हा सगळा व्यवहार खास इस्रायली पद्धतीनं हाताळला जात होता. त्यातली सफाई इतकी होती, की कुठेही इस्रायलचा हात दिसत नव्हता. त्या देशाच्या वतीनं अमेरिका – तीही पडद्यामागून – सूत्रं हलवत होती. वर चेहरा दिसत होता, तो सौदी अरेबियाचा. यासिन याच्या या सांस्कृतिक संघटनेला सौदीकडून दरमहा मोठी रसद पुरवली जात होती. अट एकच होती, यासिननं पॅलेस्टाइन आणि त्यातही यासर अराफात यांच्या विरोधात आपला संघर्ष तीव्र करत न्यायचा. या पडद्यामागच्या हालचाली अर्थात मध्येच कधीतरी चुकून पडदा वर गेल्यामुळे उघड्या पडायच्या. तसंच १९८४ साली झालं. यासिन याच्या निवासस्थानी त्या वेळी प्रचंड शस्त्रसाठा इस्रायली सुरक्षा रक्षकांना आढळला. झालं. यासिनला अटक झाली. खटला वगैरे झाला. त्यात त्याला १५ वर्षांची शिक्षा ठोठावण्यात आली. पण आश्चर्य असं, की पुढच्याच वर्षी इस्रायलनं त्याची तुरुंगातून हळूच सुटका केली. कसलाही गाजा नाही की वाजा नाही. पण यासिन सुटला, त्या वेळेस त्यानं एवढंच विधान केलं, 'माझ्याकडचा शस्त्रसाठा हा इस्रायलींच्या विरोधात वापरण्यासाठी नव्हताच, तो मी पॅलेस्टिनींच्या विरोधातच वापरणार होतो.' हे इतकं बाळबोध स्पष्टीकरण दिल्यावर ज्यांना काय कळायचं, ते कळलं. पण कोणीच काही बोललं नाही. 'पीएलओ'चे यासर अराफातची प्रतिक्रिया मात्र आली, 'यासिन आणि त्याची संघटना ही इस्रायलचीच निर्मिती

आहे.’

किती कोलांटउड्या मारल्या इस्रायलनं या काळात. लेबनॉन आणि सीरिया ही त्याची आणखी दोन उदाहरणं. सीरियाचे राज्यकर्ते हफीझ असाद यांना इस्लामवाल्यांचा विरोध होता. तेही एकतर निधर्मी अशा बाथ पक्षाचे होते आणि परत शिया ज्याला कमी लेखत, त्या ‘अल् वाईट्स’ या धार्मिक अल्पसंख्य गटाचे होते. ‘ब्रदरहुड’च्या मते तर ते इस्लामी नव्हतेच. इथल्या ‘ब्रदरहुड’चं नातंसुद्धा इजिप्तच्या अल् बन्नाशी होतं. त्याच्या अनुयायांनीच सीरियात ‘ब्रदरहुड’ची स्थापना केली होती. ‘शबाब महंमद’ – महंमदचे तरुण अनुयायी. या नावानं सीरियन ‘ब्रदरहुड’नं साऱ्या देशात आपलं जाळं उभारलं होतं. पुढे अल् बन्नाचा दोस्त मुस्तफा सीबाई याच्याकडे या संघटनेचं नेतृत्व आलं. पण नंतर सीरियात राष्ट्रवादी वारे वाहू लागल्यावर ‘ब्रदरहुड’ला तिथे राहणं अडचणीचं वाटू लागलं. यातूनच चकमकी सुरू झाल्या. १९६७ साली इस्रायलकडून हार पत्करावी लागल्यावर तिथल्या ‘ब्रदरहुड’नंही सीरियाच्या विरोधात जिहादची हाक दिली. त्यात असाद यांनी नवी निधर्मी राज्यघटना जारी केल्यानंतर ‘ब्रदरहुड’ आणखीनच विखारी बनली. त्यानंतर ‘ब्रदरहुड’नं मोठ्या प्रमाणावर सीरियात दहशतवादी कारवाया सुरू केल्या. लष्करी प्रशिक्षण देणाऱ्या शाळेवर हल्ला करून २०० विद्यार्थ्यांची कत्तल केली, स्कूल बसमध्ये बॉंब फोडून एकाच दिवशी ८० मुलांना ठार केलं आणि नंतर तर थेट असाद यांनाच नापाक ठरवून त्यांच्यावर मारेकरी घातले. या साऱ्यात ‘ब्रदरहुड’ला जॉर्डन आणि इस्रायलची साथ होती. या दोन्ही देशांनी सीरियन बंडखोरांना प्रशिक्षण देण्यासाठी सीरियाच्या सीमेवर खास प्रशिक्षण छावण्या सुरू केल्या होत्या. नंतर नंतर तर हा संघर्ष अधिकच पेटला. १९८० साली तर एका किरकोळ अफवेवरून रक्ताचे पाटच्या पाट वाहिले. सीरियाचे प्रमुख असाद यांना पदच्युत करण्यात ‘ब्रदरहुड’ला यश आल्याची अफवा हमा या शहरात उठली. त्या आनंदाचा उन्माद म्हणून ‘ब्रदरहुड’च्या कार्यकर्त्यांनी त्या गावातल्या सर्व सरकारी कर्मचाऱ्यांना, बाथ पक्षाच्या कार्यकर्त्यांना ठार करायला सुरुवात केली. ही बातमी कळल्यावर असाद अर्थातच चिडले. त्यांनी लष्कराला पाचारण केलं आणि आपला भाऊ रिफाद असाद याच्या नेतृत्वाखाली ‘ब्रदरहुड’ला प्रत्युत्तर द्यायला पाठवलं. मग या सैनिकांनी असा काही नरसंहार केला, की गावातल्या गटारांतून सांडपाण्याऐवजी रक्त वाहत होतं. नंतर कित्येक दिवस हे रक्ताचे ओहोळ तसेच होते आणि गावात मानवी मांसाचा वास नुसता वातावरणात भरलेला होता.

या अमानुष हत्याकांडानंतर मात्र सीरियातून ‘ब्रदरहुड’ची काहीशी पिछेहाट

झाली. शेजारच्या लेबनॉनमध्ये तर परिस्थिती यापेक्षा गुंतागुंतीची. तिथे इस्लामी, पॅलेस्टिनी यांच्या जोडीला ख्रिश्चनही. त्यामुळे गुंतागुंत अधिकच. तिथल्या लष्करातली ख्रिश्चनांची एक तुकडीच इस्रायल पोसत होता; कारण ही तुकडी पॅलेस्टिनींचे नेते अराफात यांच्या विरोधात होती. या वातावरणात तिथे आणखी एक दहशतवादी संघटना जन्माला आली. 'हेझबोल्लाह'. हिला इराणच्या शिया राजवटीचा पाठिंबा होता. इस्रायलनं लेबनॉनमधल्या ख्रिश्चनांच्या एका गटाला हाताशी धरलं होतं, तर 'हेझबोल्लाह' त्या देशातल्या इस्लामींची पाठराखण करत होती. नंतर या संघटनेनंही इस्रायलच्या विरोधात दहशतवादी कारवाया मोठ्या प्रमाणावर सुरू केल्या. हसन नसरल्लाह हा या संघटनेचा नेता. आजही आहे. त्याला ठार करण्यासाठी इस्रायलनं जंग जंग पछाडलं. २००६ साली अगदी मोठं युद्धही सुरू केलं. पण नसरल्लाह सुखरूप आहे. उलट इराणचे महमंद अहमदीनजाद यांच्या सहकार्यानं इस्रायलला जगाच्या नकाशावरनं पुसून टाकायची भाषा करतोय.

बऱ्याच अतिरेकी संघटनांची सुरुवात धर्मादाय वगैरे संस्थांच्या रूपानं होते. 'हमास' याला अपवाद नाही. अधिकृतपणे जन्माला आल्यानंतर दोनच वर्षांनी 'हमास'नं इस्रायलवर हल्ले सुरू केले. पण तरीही या संघटनेच्या खऱ्या स्वरूपाबद्दल अमेरिका आणि नंतर इस्रायल यांचे डोळे उघडले नव्हते. आत्ताआत्तापर्यंत म्हणजे १९९५ पर्यंत या संघटनेला दहशतवादी संघटनाही ठरवलं गेलं नव्हतं. त्याचमुळे अगदी अमेरिकेतसुद्धा या संघटनेची पाळंमुळं गेली. शिकागोमध्ये राहणारा मोहंमद सलाह हा मोटारगाड्यांचा विक्रेता हा सुरुवातीला 'हमास'चा अमेरिकेतला केंद्रबिंदू होता. 'हमास'नं त्याला दहशतवादाचं – अगदी रासायनिक अस्त्रं कशी वापरावीत इथपर्यंत – शास्त्रशुद्ध प्रशिक्षण दिलेलं होतं. या सलाहनं भर शिकागोत १९९० साली 'हमास'चं कार्यकर्ता प्रशिक्षण शिबिर आयोजित केलं होतं. जवळपास २५ जणांचा त्यात सहभाग होता. या सगळ्यांना कारबॉंब कसे पेरायचे इथपासून ते आत्मघातकी हल्ल्यापर्यंतचं सगळं प्रशिक्षण दिलं गेलं होतं. मग यातल्या दोन उल्लेखनीय कामगिरी करणाऱ्यांची रवानगी प्रत्यक्ष कामगिरीसाठी सीरियात करण्यात आली. राहिलेले बाकीचे इस्रायलमध्ये ज्यूंना टिपण्यासाठी रवाना झाले. हे प्रकरण इथेच संपलं नाही. विस्कॉन्सिन, कन्सास अशा शहरांमध्येही ही अशी 'हमास' प्रशिक्षण शिबिरं अगदी नव्वदीच्या सुरुवातीपर्यंत घेतली जात होती. त्याच्या बरोबरीनं ही सगळी मंडळी प्रचंड प्रमाणावर पैशाची उलाढाल करत होती. या सलाहलाच १९९२मध्ये अमेरिकेतल्या एका सौदी नागरिकानं आठ लाख

डॉलर दिले. त्यातले एक लाख डॉलर रोखीत घेऊन तो पॅलेस्टाइनला जाऊन आला. कोणी अडवलं नाही की साधी चौकशीही नाही. २००१मध्ये जेव्हा 'हमास'नं अमेरिकेविरोधातच जिहाद पुकारला, तेव्हा सगळ्यांचे डोळे खाडकन उघडले.

आणि धक्कादायक बाब म्हणजे हे सगळं राजकारण ज्या व्यक्तीभोवती फिरत होतं, त्या व्यक्तीचं पॅलेस्टाइनशी काहीही घेणंदेणं नव्हतं. ती त्याची जन्मभूमीही नव्हती आणि कर्मभूमी नावापुरतीच होती. स्वत: कधीही या माणसानं लष्करी वा दहशतवादी कृत्यांत भाग घेतला नाही. कारण दुसरं काहीही नाही. भीती. पण तरी स्वत:भोवती कडवा दहशतवादी असं वलय तो तयार करू शकला. बरं, शांततेसाठी कधी प्रयत्न केलेत म्हणावं, तर तसंही नाही. पण तरी शांततेसाठीचं नोबेल मिळवण्याइतका बनेलपणा त्याच्या अंगी होता. या माणसाचं यश म्हणजे त्यानं बेमालूमपणे स्वत:ला या वादाशी जोडून घेतलं. हे काम इतक्या सफाईनं त्यानं केलं, की सर्वसामान्यांना पॅलेस्टाइन म्हटलं, की यासर अराफात हेच नाव डोळ्यांपुढे येतं. त्याचा जन्म इजिप्तच्या कैरोमधला. १९२९ सालचा. वडील हे मोठे व्यापारी. त्यामुळे घरी वातावरण सुखवस्तू. त्यांच्या पाच मुलांपैकी हा एक. पण आई वारल्यानंतर पुढच्या पालनपोषणासाठी वडलांनी त्याची रवानगी काकाकडे जेरुसलेमला केली. तेव्हा अर्थातच इस्रायलचा जन्म व्हायचा होता आणि हा सारा प्रदेश इंग्रजांच्या राजवटीखाली १९१८ सालच्या 'लीग ऑफ नेशन्स'च्या करारानुसार 'मँडेटरी पॅलेस्टाइन' नावानं ओळखला जात होता. इंग्रजांनी पॅलेस्टिनी आणि ज्यू अशा दोघांनाही या प्रदेशात त्यांच्यासाठी देशनिर्मितीचं वचन देऊन इथल्या राजकारणाचा खेळखंडोबा करायला नुकतीच कुठे सुरुवात केली होती.

इंग्रजांनी दोघांनाही असा शब्द दिल्यामुळे दोन्ही गटांत त्यावरनं हमरीतुमरीचं राजकारण सुरू होतं. यासर अराफात वाढत होते ते या अशा वातावरणात. अभियांत्रिकीच्या शिक्षणासाठी ते कैरोत गेले खरे; पण तोपर्यंत इथल्या राजकारणात काहीतरी करायची चटक त्यांना लागलेली होती. हा दुसऱ्या महायुद्धाचा काळ. तरुणपणच्या त्या ओल्या दिवसांत त्यांच्यावर प्रभाव पडला, तो हाजी अमीन अल् हुसैनी याचा. हुसैनी त्या काळात हिटलरच्या संपर्कात होता आणि त्यांच्या मदतीनं पश्चिम आखातातल्या वाळवंटात बरंच काही करायचा त्याचा मानस होता. आपल्या या चेल्याची गाठ हुसैनी यानं जॉर्ज हबश अल् हकीम याच्याशी घालून दिली. पुढे आपल्या काळ्या कारवायांसाठी बदनाम झालेल्या 'पॉप्युलर फ्रंट ऑफ द लिबरेशन ऑफ पॅलेस्टाइन' या संघटनेचा हा संस्थापक. याच्या संपर्कात आल्यानंतर अराफात यांनी कधीही आपलं हुसैनी याच्याशी असलेलं नातं उघड केलं नाही.

यासर अराफात : पॅलेस्टाइनमधील अरबांचे सतत वादग्रस्त राहिलेले दहशतवादी नेते

उलट ते पडद्यामागे राहील, याचीच त्यांनी काळजी घेतली.

अल् हकीमच्या सहवासात आल्यानंतर अराफात यांनी दहशतवादाशी आणि पॅलेस्टाइनसाठी लढण्याची दीक्षा घेतली खरी; पण प्रत्यक्ष रणभूमीवर मात्र कधीही ते उतरले नाहीत. अगदी त्यांच्या डोळ्यांदेखत १९४८ सालचा पॅलेस्टाइन-ज्यू संघर्ष सुरू होता. अराफात तर त्या वेळी विशीत होते. पण ते तिकडे फिरकले नाहीत. नंतर इस्रायलची निर्मिती झाल्यानंतर साऱ्या अरब देशांनी त्याच्या विरोधात रण माजवलं. इजिप्त, सीरिया, ट्रान्सजॉर्डन, लेबनॉन, इराक आदी देशांनी या नवख्या देशावर चारी दिशांनी हल्ला चढवला, तेव्हाही अराफात गायबच होते. त्या संघर्षाचं वर्णन 'अल् नकाबा' – महासंकट – असं केलं गेलं होतं. या महासंकटाच्या वेळीही नाही आणि नंतर १९५६ सालच्या सुवेझ संघर्षाच्या वेळीही अराफात कुठे दिसले नाहीत.

पण याच काळात त्यांनी आपली 'फताह' ही संघटना जन्माला घातली. उद्देश तोच. स्वतंत्र पॅलेस्टाइन निर्मितीसाठी लढणं. हे इतकं तीव्र लढणं जमत नसल्यामुळे असेल कदाचित, पण अराफात यांनी दहशतवादाची आपली अशी एक खास शैली विकसित केली. ते सॉफ्ट टार्गेट्स शोधायचे. शाळेच्या बसेस, बाजारपेठा, रेल्वे अशा ठिकाणी या 'फताह'नं दहशतवादी कारवाया सुरू केल्या. असं करण्यात धोका कमी होता आणि प्रसिद्धी जास्त मिळायची. त्यांचं नाव खरं झालं, ते विमान अपहरणांच्या सपाट्यामुळे. त्या काळी विमान, रेल्वे आणि बसप्रवासात सुरक्षेचे उपाय सारखेच असायचे. एखादं रिव्हॉल्व्हर किंवा चाकू

विमानात सहज नेता यायचा. असं करून 'फताह'ची मंडळी मग त्याच्या धाकावर विमान अपहरण करायची. पुढे जॉर्डनच्या संघर्षात – जो 'ब्लॅक सप्टेंबर' नावानं ओळखला जातो – अराफात यांच्या 'फताह'नं एकाच दिवशी तीन विमानांचं अपहरण केलं होतं. 'पॅन ॲम', 'टीडब्ल्यूए' आणि 'स्विस एअर'. त्यांना 'एल् अल'च्या विमानाचंही अपहरण करायचं होतं, पण इस्रायली सुरक्षा रक्षकांनी त्यांचा प्रयत्न हाणून पाडला. जॉर्डनमध्ये 'फताह'चे काही कार्यकर्ते तुरुंगात होते. त्यांच्या सुटकेसाठी हा सगळा घाट घातला गेला. ही तिन्ही विमानं जॉर्डनकडे वळवण्यात आली. त्या वेळचं वातावरण लक्षात घेऊन जॉर्डनचे राजे हुसेन यांनी 'फताह'च्या कार्यकर्त्यांना तुरुंगातून सोडलं आणि त्या बदल्यात ३०० विमानप्रवाशांची सुटकाही झाली. पण त्यानंतर जॉर्डन आणि 'फताह'चे दहशतवादी यांच्यात ज्या चकमकी उडाल्या, त्यात दोन हजारांपेक्षाही अनेक जीव गेले.

अर्थात, यासर अराफात यांना याचं सोयरसुतक असायचं काही कारण नव्हतं. अशा घटनांमुळेच तर कराल दहशतवादी या त्यांच्या प्रतिमेला उजाळा मिळत होता. त्यांना हे सगळं हवंच होतं. अराफात यांचे कार्यकर्ते दहशतवाद आणि अत्याचारांच्या बाबतीत कोणत्या थराला जात होते, याची वर्णनं वाचली, की एखादा माणूस इतका अमानवी कसा होऊ शकतो, असा प्रश्न पडल्याशिवाय राहात नाही. जॉर्डनमध्ये अराफात यांना ज्यांनी ज्यांनी विरोध केला किंवा पाठिंबा द्यायला नकार दिला, त्यांना तर त्यांनी हालहाल करून मारलंच. एका पोलिसाला भर बाजारात मारून त्याचं धडावेगळं शिर घेऊन अराफात यांचे कार्यकर्ते गावात फुटबॉल खेळले होते. दुसऱ्या एका प्रकरणात वृद्ध जॉर्डेनियनच्या देखत त्याची मुलगी अराफात यांच्या अनुयायांनी पळवून नेली. तिच्यावर सामूहिक बलात्कार केला आणि तिचे स्तन कापून तसा तो देह वडलांकडे परत पाठवून दिला. असं अनेकांच्या बाबतीत काय काय त्यांनी केलं.

हे सगळं आपण पॅलेस्टाइन-निर्मितीसाठीच करतोय, असा आभास अराफात सतत निर्माण करत गेले. पण यातून त्यांची प्रतिमा आणि त्यांच्यासाठी संपत्ती सोडलं, तर काहीच निर्मिती झाली नाही. या दहशतवादाच्या जोरावर अराफात हे भलेमोठे खंडणीखोर बनले होते. आपल्या उद्दिष्टांच्या नावाखाली त्यांनी अनेकांना लुटलं, शस्त्रांची दलाली केली, अमली पदार्थांच्या व्यापारात आपले हात बरबटवले, आर्थिक देवाणघेवाणीत गफले केले... आणि हे सगळं 'पॅलेस्टिनींच्या भल्यासाठी'. या मातृभूमिहीन, गरीब, अन्नाला मोताद झालेल्या पॅलेस्टिनींच्या नावानं अराफात आयुष्यभर गळे काढत राहिले. पण दुसऱ्या बाजूला तिकडे

फ्रान्सच्या राजधानीत पॅरिसमध्ये ऐषारामात राहणाऱ्या आपल्या पत्नीला दरमहा एक लाख डॉलर्स वेतन मिळेल, अशी व्यवस्था त्यांनी आपल्या संघटनेमार्फत लावून दिली. आपल्या सामाजिक दहशतीचा वापर त्यांनी स्वत:च्या सुखलोलुपतेसाठी सढळपणे केला. सुरुवातीला दहशतवाद माजवायचा आणि एकदा का लोक घाबरायला लागले, की त्या प्रतिमेचा दरारा पिळून पिळून आपली घरभरणी करायची. त्यामुळे जेव्हा अराफात यांचं नोव्हेंबर २००४ला निधन झालं, तेव्हा 'टाइम' साप्ताहिकानं आता त्यांच्या पैशांचं काय होणार, अशी मुखपृष्ठकथा लिहिली. कोट्यवधी हा शब्द कमी पडावा, इतकी संपत्ती अराफात यांनी जमवली होती. शत्रुराष्ट्र इस्रायलपासून ते स्वित्झर्लंडपर्यंत अनेक देशांतल्या बँकांत त्यांचा हा पैसा होता.

पाश्चात्त्य विश्वाचा सुरुवातीला त्यांच्याविषयी असलेला भाबडा आशावाद आणि नंतर लबाड दृष्टिकोन यामुळे यासर अराफात यांचा राजनैतिक दर्जा उंचावतच गेला आणि राजकारण खालावत गेलं. त्यांच्या मागे अरब सरकारं होती अणि अरब म्हणजे तेल. त्यामुळे त्यांना सतत पाश्चात्त्यांचा पाठिंबाच मिळत गेला. खरं तर अनेक दहशतवादी प्रकरणांत अमेरिकेच्या एफबीआयनं त्यांच्या दहशतवादी कृत्यांची चौकशी केलेली होती. पण त्याबाबतचा निर्णय राजनैतिक पातळीवर पडून राहायचा. पुढे काहीही व्हायचं नाही. पाश्चात्त्यांच्या याच दृष्टिकोनामुळे अराफात यांना यूनोमध्ये स्थान मिळालं. यातूनच १९९३मध्ये बिल क्लिंटन अमेरिकेचे अध्यक्ष असताना त्यांनी अराफात आणि इस्रायलचे तत्कालीन पंतप्रधान यिझटॅक रॅबिन यांना हातात हात घ्यायला लावून 'ऑस्लो करार' अमलात आणला. त्यात पॅलेस्टाइनला स्वतंत्र दर्जा देऊन त्याचे मुख्य कार्यकारी अधिकारी म्हणून यासर अराफात यांची नेमणूक करण्यात आली. पण पूर्व जेरुसलेमचं काय होणार, तिथल्या इस्रायली निर्वासितांचं काय करायचं, या मूलभूत प्रश्नांचा उलगडाच केला गेला नव्हता. तरीही पाश्चात्त्य जगाचा एवढा आशावाद, की हा करार झाला म्हणजे पॅलेस्टाइनचा प्रश्न सुटला, असंच सगळे मानायला लागले. पण या कराराचं आणि अराफात यांचं पितळ लवकरच उघडं पडलं आणि तिथे 'ये रे माझ्या मागल्या' सुरू झालं. या परिस्थितीचं कसलंही राजकीय भान न ठेवता याच विकसित जगानं पुढच्याच वर्षी अराफात यांना शांततेचा नोबेल पुरस्कार दिला. त्यांना एकट्याला तो देणं बरं दिसणार नाही म्हणून तो इस्रायलच्या रॅबिन यांनाही दिला. या पुरस्काराचा तोपर्यंत इतका अपमान कधी झाला नव्हता.

अराफात यांना हाताळण्याबाबत इस्रायली राजकारण्यांत दोन प्रवाह होते. मेनाचेम बेगिन, यिझटॅक शमीर आणि आरियल शेरॉन आदी अतिउजव्यांचं

म्हणणं होतं, या असल्या माणसाशी चर्चा वगैरे करायची काहीही गरज नाही, मिळेल त्या मार्गानं त्याला आणि त्याच्या संघटनेला तुडवायचं. पण यिझटॅक रॅबिन, शिमॉन पेरेस, एहुद बराक आदी तुलनेनं मवाळ नेत्यांचं म्हणणं होतं, 'पीएलओ'शी चर्चा करावी; शस्त्रसंधी वगैरेच्या माध्यमांतून शांतता प्रस्थापित झाली, की वेस्ट बँक, गाझा संदर्भात तोडगा तयार करावा. 'मोसाद'सारख्या गुप्तहेर यंत्रणेतही एक अधिकारी वर्ग असा होता, की त्याचा शेख यासिन याच्यासारख्याला पाठिंबा द्यायला उघड विरोध होता. यासिन हा केवळ अराफात यांच्या विरोधात आहे म्हणून त्याला आणि त्याच्या 'हमास'ला पोसण्याचं पातक इस्रायलनं करू नये, हा खेळ नंतर आपल्यावरच उलटू शकतो, असं निःसंदिग्ध मत 'मोसाद'च्या अधिकाऱ्यांनी वारंवार नोंदवलं होतं. पण अतिरेकी साहसवाद्यांचा बऱ्याचदा राजकारणात विजय होत असतो. त्याचमुळे बेगिन–शेरॉन यांना आपलं घोडं पुढे दामटता येत होतं. शेरॉन यांचा युक्तिवाद असा, की 'आधी यासिन याच्या 'हमास'च्या हातून अराफात यांचा निःपात करू. तो एकदा झाला, की मग 'हमास'चा काटा काढता येऊ शकेल.' असाच काहीसा विचार करणारी मंडळी 'हमास'मध्येही होती. 'इस्रायलच्या मदतीनं बाटग्या अराफातला धडा शिकवता येतोय, तो आधी शिकवून घ्यावा आणि त्याचा काटा दूर झाला, की इस्रायलींचा समाचार घ्यावा', असं 'हमास'च्या नेतृत्वाचं गणित होतं. त्याचमुळे 'हमास'नं सुरुवातीला गाझा, वेस्ट बँक आदी परिसरांत इस्रायलींच्या उपस्थितीला कसलाही विरोध केला नाही. वास्तविक अराफात यांच्याकडून 'हमास'पुढे दोस्तीचा पैगाम आला होता. 'आपल्या दोघांचा खरा शत्रू इस्रायलच असणार आहे, तेव्हा आपण दोघं एकत्र येऊन त्यांचा मुकाबला करू या', असं 'फताह'तर्फे 'हमास'ला सांगण्यात आलं होतं. पण त्या वेळेला 'हमास'वाले म्हणाले, "आधी तुम्ही सगळे इस्लामी व्हा आणि तुमच्यात जी डावी मंडळी आहेत, त्यांना दूर करा." अराफात इतकं मान्य करणं शक्य नव्हतं. परिणामी ही युती काही झालीच नाही.

पुढे १९८७ नंतर पॅलेस्टिनी आणि इस्रायली यांच्यातल्या संघर्षाला धार आल्यावर मात्र 'हमास' ज्यूंच्या विरोधात उतरली. हाच पहिला 'इंतिफदा'. इस्रायल विरोधात संघटित दहशतवादी हल्ला. ही पॅलेस्टिनींकडून निर्माण झालेली पहिली दहशतवादी लाट. यात 'हमास' सक्रिय आहे, असं दिसल्यावर इस्रायलनं आता त्यांच्यावरही बडगा उगारला. हे दहशतवादी हल्ले तिहेरी होते. म्हणजे या तिघांमधला प्रत्येक घटक अन्य दोघांना एकत्र येऊ देत नव्हता. 'पीएलओ' आणि इस्रायल यांच्यात शस्त्रसंधी होण्याची शक्यता निर्माण झाल्यावर 'हमास' उचल

खायची आणि इस्रायली 'हमास'शी बोलणी वगैरे करायच्या तयारीत आहेत, असं दिसलं, की 'पीएलओ' उसळायची. कोण अधिक दहशतवादी, यावरच जणू सगळ्यांत अहमहमिका लागली होती. हा दहशतवाद इतका तीव्र होता, की इस्रायली आणि पॅलेस्टिनी यांच्यातला संघर्ष त्यामुळे जागतिक राजकारणाच्या कार्यक्रमपत्रिकेवर प्राधान्यानं आला. यातूनच ऑस्लो शांतता कराराचा प्रस्ताव पुढे आला. रॅबिन, पेरेस आदी जे नेते इस्रायली राजकारणात मवाळ म्हणून ओळखले जात होते, त्यांच्यात आणि 'पीएलओ'त नॉर्वेतल्या ऑस्लोमध्ये शांतता करारासंदर्भात बोलणी सुरू झाली. इस्रायल आणि पॅलेस्टाइनची समस्या कायमची मिटवण्याची शक्यता याच काळात निर्माण झाली. 'पीएलओ' आणि इस्रायल यांच्यातल्या शस्त्रसंधी कराराच्या शक्यतेमुळे 'हमास'ही निष्प्रभ होत होती.

नेमकी याच काळात इस्रायली राजकारणातल्या कडव्या उजव्यांनी उचल खाल्ली. १९९४ सालच्या फेब्रुवारीत बरुच गोल्डस्टेन या अतिरेक्यानं हेब्रॉनमध्ये मशिदीत घुसून नमाज पडणाऱ्या मुसलमानांची अकारण हत्या केली. हा गोल्डस्टेन ज्यूंमधल्या कडव्या गटाचा कार्यकर्ता होता. या गटाचा 'पीएलओ'शी कसलाही शस्त्रसंधी करायला विरोध होता. त्याच्या कृत्यानं पुन्हा एकदा दंगा भडकला. इतके दिवस निपचित पडून असलेल्या 'हमास'ला अचानक संजीवनी मिळाली. हा इस्लामवर ज्यूंनी केलेला हल्ला आहे, असं सांगत 'हमास'च्या कार्यकर्त्यांनी अंदाधुंद अत्याचार घडवून आणले. मुसलमान आणि ज्यू अशा दोन्हीकडच्या कडव्यांना यामुळे बळ आलं. ही परस्परविद्वेषाची आग इतकी तीव्र होती, की ज्यूंमधल्या कर्मठांनी आपल्याच देशाच्या पंतप्रधानांची – यिझटॅक रॅबिन यांची – तेल अवीव्हमध्ये भरदिवसा हत्या केली. रॅबिनच गेले म्हटल्यावर समन्वयवादी ज्यूंमध्ये एकदमच पोकळी निर्माण झाली. याचा परिणाम असा झाला, की चर्चेद्वारे ही समस्या सुटू शकते, असं जे वातावरण तयार झालं होतं, त्यालाच तडा गेला. त्यामुळे १९९६ सालच्या निवडणुकीत पुन्हा कडवे लिकुडवाले विजयी झाले. पंतप्रधानपदी आलेल्या बेंजामिन नेतान्याहू यांनी हा जनादेश मानून तडजोडीचा मार्ग सोडला आणि सगळ्या पॅलेस्टिनींच्या विरोधात त्यांनी जोरदार आघाडी उघडली. ते इतके टोकाला गेले, की १९९७ साली त्यांनी जॉर्डनमध्ये घुसून थेट यासिन याच्या हत्येचाच घाट घातला. पण त्याच्या आणि पश्चिम आशियाच्या दुर्दैवानं ते अयशस्वी ठरले. त्यामुळे या हल्ल्यात वाचलेल्या यासिन याला अधिकच चेव आला. हे अशांततेचं, हिंसाचाराचं वातावरण असंच सुरू राहिलं.

१९९९ साली नेतान्याहूंचं सरकार पडल्यावर अमेरिकेचे अध्यक्ष बिल क्लिंटन

यिझटॅक रॅबिन :
कर्मठ ज्यूंच्या हल्ल्याला
बळी पडलेले मवाळ इस्रायली नेते

यांनी इस्रायलच्या पंतप्रधानपदी आलेले बराक यांना हाताशी धरून पुन्हा एकदा 'पीएलओ' आणि इस्रायल यांच्यात शस्त्रसंधी घडवायचा प्रयत्न केला. यात यश येणार, अशी शक्यता निर्माण होत असतानाच पुन्हा एकदा ज्यूंमधल्या युद्धखोर गटानं गडबड केली. आरियल शेरॉन यांनी अत्यंत चिथावणीखोर अशा कृत्यात मुसलमानांसाठी मक्का-मदिनेइतक्याच महत्त्वाच्या असलेल्या जेरुसलेममधल्या मशिदीवरच चढाई केली. हे झाल्यावर मुसलमान शांत बसणं अशक्यच होतं. यातूनच इस्रायलविरोधात दुसरा 'इंतिफदा' सुरू झाला. आत्मघातकी बॉंबहल्ल्यांत शेकडो ज्यू मारले गेले. अशा वातावरणात आपणही आक्रमकच व्हायला हवं, असा विचार सर्वसामान्यांच्या मनातही बळावतो, तसाच तो इस्रायलमध्येही बळावला आणि त्या नंतरच्या निवडणुकांत थेट आरियल शेरॉनच पंतप्रधानपदी विराजमान झाले. बुलडोझर म्हणून ओळखल्या जाणाऱ्या शेरॉन यांना आता अडवणारं कोणीही नव्हतं. त्यांनी सत्तेवर आल्यावर भूमिका घेतली, 'आता पॅलेस्टिनींशी चर्चा नाही; जे काय बोलायचं, ते आपली शस्त्रंच बोलतील.' ते इतक्या टोकाला गेले, की अराफात यांच्याशी तोपर्यंत असलेले चर्चेचे सगळे मार्ग त्यांनी बंदच केले.

जगाच्या दुर्दैवानं नेमकं याच काळात अमेरिकेत जॉर्ज बुश यांच्यासारखा तितकाच बेजबाबदार राजकारणी सत्तेवर आल्यानं सामोपचारानं प्रश्न मिटण्याची शक्यताच मावळली. शेरॉन यांच्याप्रमाणे बुश यांनीही जाहीर केलं, आपण अराफात यांच्याशी चर्चा करणार नाही. त्यामुळे पॅलेस्टिनी मोठ्या विचित्र कात्रीत सापडले. वास्तविक एव्हाना अराफात यांची चर्चेची तयारी झाली होती. पण

व्हायचं काय, तर 'हमास'चे अतिरेकी कुठंतरी दहशतवादी कृत्य करायचे आणि शेरॉन त्यासाठी अराफात यांच्या 'पीएलओ'ला जबाबदार ठरवून जबरदस्त प्रत्युत्तर द्यायचे. याचा थेट परिणाम म्हणून 'पीएलओ' दिवसेंदिवस अशक्त होत गेली, तर 'हमास' ही अधिकाधिक दहशतवादी. 'हमास'चा पाठिंबा पण वाढत गेला. १९९६ साली तिच्या मागे जेमतेम १५ टक्के पॅलेस्टिनी होते आणि २००२ सालापर्यंत हे प्रमाण ४२ टक्के इतकं झालं. पण इस्रायल आणि त्याहूनही महत्त्वाचं म्हणजे अमेरिकेनं हे समजूनच घेतलं नाही. बुश यांची एकंदर कुवत लक्षात घेता त्यांच्याकडून फारशी अपेक्षा ठेवणं चुकीचंच होतं. अमेरिकेतच इतका आडमुठा राजकारणी सत्तेवर असल्यानं पश्चिम आशियातला संघर्ष टाळू शकेल, अशी ताकदच जगाच्या पाठीवर उरली नाही. नंतर तर शेरॉन यांनी 'पीएलओ'चं मानगूट पकडून त्यांनाच सांगितलं, 'हमास'ला शांत करा म्हणून. अराफात त्या प्रयत्नात होतेही. २००१ साली अराफात यांना 'हमास'नं तसं वचनही दिलं, दोघांत तसा करारही झाला. आत्मघातकी हल्ले थांबवण्यासाठी 'हमास' राजी झाली. खुद्द यासिन या शस्त्रसंधीबाबत घोषणा करणार होते. त्या दिवशी अशी घोषणा व्हायला तासभराचा अवधी असताना इस्रायली सैनिकांनी गाझातल्या यासिन यांच्या कार्यालयावर जबरदस्त बॉंबफेक केली. १७ जण ठार झाले. त्यात आसपासच्या इमारतीतली लहान मुलंही होती. काही महिन्यांनीच 'मोसाद'नं थेट यासिन यांनाच टिपलं. दोन वर्षांनी आजारपणात खुद्द यासर अराफातही मरण पावले. बेजबाबदार वागण्यातून येणाऱ्या आजारानं आधीच अशक्त झालेल्या त्यांच्या कुडीत प्राण आणखी काही काळ राहणं शक्यच नव्हतं. राहिली ती 'हमास'; आणि इस्रायलसाठी काव्यगत न्याय असा, की नंतर गाझात 'हमास'च सत्तेवरच आली. अराफात यांच्या संघटनेचा निवडणुकीत पराभव करून. 'फताह' आणि पुढे 'पीएलओ'ला संपवण्यासाठी जन्माला घातलेली 'हमास' नंतर इस्रायलच्याच मुळावर आली.

इस्लामी दहशतवाद वाढवण्यात इतका मोठा सक्रिय वाटा उचलल्यावर ज्यू धर्मीयांच्या हिताचा एकमेव रक्षक असलेल्या इस्रायलपुढे त्याच देशाचा भूतकाळ हा असा आ वासून उभा आहे आणि आता त्याला साथ मिळालीय इराणची. इस्रायलनं आपल्याच हातानं निर्माण केलेलं हे धर्मसंकट आता असं दुहेरी बनलंय.

या परिसरातल्या दहशतवादावर जेव्हा जेव्हा बोललं जातं, तेव्हा त्या चर्चेतल्या सहानुभूतीचा ओघळ नकळतपणे इस्रायलच्या अंगणात जातो. अरब कोरडेच राहतात. जगातल्या बऱ्याचशा प्रसारमाध्यमांवर ज्यू बांधवांची पकड असल्यामुळे हे होत असेल कदाचित. पण त्याचबरोबर एका महत्त्वाच्या प्रश्नाकडे एकाच

दृष्टिकोनातून बघायच्या आपल्या सवयीमुळेही हे असं होतं. इस्रायल ही जशी ज्यूंसाठी प्रॉमिस्ड लँड आहे, तशीच ती पॅलेस्टिनींसाठीही आहे, हे आपण लक्षात घेत नाही. आपण म्हणतो, इतकी वर्षं इस्रायल संघर्ष करतोय. पण हे म्हणत नाही, की इतकी वर्षं पॅलेस्टिनी मायदेशासाठी झगडतायत. आपल्या दृष्टीनं यासर अराफात हे फक्त दहशतवादी. पण आपल्याला हा प्रश्न पडत नाही, की इतरांना देण्यासाठी काहीही नसतानासुद्धा या माणसानं इतकी वर्षं नेतृत्व कसं काय केलं? असं काय होतं त्यांच्याकडे, की या निर्वासितांना वाटत होतं, आपल्या देशाचं स्वप्न पूर्ण होईल? आपल्याला हे जाणवतही नाही, की या मंडळींना मायभूमीच नाही.

असे प्रश्न आपल्याला पडत नाहीत, यातच या परिसराच्या दुर्दैवाचं सार आहे. त्याचा कडवटपणा समस्त इस्लामी जगात इतके दिवस खोलवर मुरलाय. तो आता बाहेर पडतोय. उदाहरणार्थ – इराण.

◈

इराणी इडा आणि सैतानांशी करार

पश्चिम आशियाच्या राजकारणात इराणनं अमेरिकेला जेवढं घुमवलंय, तितकं अन्य कोणा देशाला जमलेलं नाही. जवळपास ५० वर्षं झाली, पण अमेरिकेची इराणी इडा काही अजून टळलेली नाही. इराण हा देश आणि संस्कृती या नात्यानं अरबांत मोडत नाही, हे खरं आहे. पूर्वाश्रमीचा हा पर्शिया. मोठा संस्कृतिसंपन्न देश. त्यामुळे आम्ही या अरबी टोळीवाल्यांसारखे नाही, याचा इराण्यांना कोण अभिमान! आणि परत आसपास सगळा सुन्नी सुळसुळाट असताना शियांचं प्राबल्य असलेला हा एक मोठा देश. पश्चिम आशियातली महासत्ताच. पश्चिम आशियातल्या इतर देशांप्रमाणे अमेरिका इराणात आली, ती तेलासाठी आणि नंतर मग तेलोत्तर राजकारणात अडकली. या देशानं महंमद मोसादेघ यांची चांगली रीतसर निवडून आलेली सत्ता उलथून पाडली. शहा महंमद रझा पहलवी यांना सत्तेवर आणलं. पुढे त्यांच्या विरोधात धर्मगुरूंना उचकवलं. नंतर अफगाणिस्तानात रशिया घुसल्यावर कम्युनिस्टांना विरोध करतील, या आशेवर खोमेनीसारख्यांना अमेरिकेनं पोसलं. पण या खोमेनींनी अशी काही पाचर मारली, की त्यात अडकलेली अमेरिकेची शेपूट २००९ साल आलं, तरी सुटलेली नाही.

या महासत्तेचा इराणबाबत अंदाज किती चुकावा, तर खोमेनी यांनी इराणमध्ये पाऊल ठेवल्यानंतर एका दिवसानं म्हणजे २ फेब्रुवारी १९७९ रोजी तेहरानमधल्या अमेरिकी दूतावासाचे प्रमुख जॉर्ज लँब्राकस यांनी वॉशिंग्टनला आपल्या सरकारकडे एक संदेश पाठवला. त्यात त्यांनी खोमेनी यांच्यामुळे अमेरिकेचं कसं कसं भलं होणार आहे, याची जंत्रीच सादर केली आणि जोडीला नेहमीचा मुद्दा होता,

'ही शिया पंथीयांची राजवट इतकी शिस्तबद्ध आहे, की कम्युनिझमच्या वाढत्या धोक्याला सामोरं जायला ती चांगलीच समर्थ आहे. ही राजवट इराणला जो पुरोगामी चेहरा देऊ इच्छिते, त्याला सर्वसामान्य इराण्यांचा मोठ्या प्रमाणावर पाठिंबाच आहे'. या लँब्राकस यांचा एक मुद्दा तेवढा अर्धा खरा निघाला. तो म्हणजे 'यापुढे आता इराणमध्ये राजकारण्यांपेक्षा मुल्ला-मौलवींचंच राज्य येण्याची शक्यता आहे'. पण लँब्राकस पुढे असंही म्हणाले, की ''असं झालं तरी ही राजवट बऱ्याच अंशी पाश्चात्त्यांशी जुळवून घेईल.'' खोमेनींमध्ये ज्या देशाच्या अधिकाऱ्याला इराणी राजवटीचा पुरोगामी चेहरा दिसतो, त्या देशाविषयी आता काय बोलायचं!

तो संपूर्ण कालखंडच अमेरिकेचा इराणबाबतचा गोंधळ दर्शवणारा होता. त्याची सुरुवात झाली होती, अगदी जॉन केनेडी यांच्या काळातच. त्या आधी मोसादेघ यांना पदच्युत करून आपली दिशा अमेरिकेनं स्पष्ट केली होतीच. नंतर शहा आले. सुरुवातीचा काही काळ सोडला, तर त्यांचीही दडपशाही सुरू झाली. हे प्रकरण फारच हाताबाहेर जातंय, असं दिसल्यावर अध्यक्ष केनेडी यांनी शहा यांनाही उलथून पाडण्याचा पर्याय निवडला होता. पण त्यांनी तो अमलात मात्र आणला नाही. कारण शहा यांना त्याचा सुगावा लागल्यावर त्यांनी केनेडी यांना पटवलं. एखादा विद्यार्थी जसा शिक्षकांनी दांडगाई करताना पकडल्यावर 'मी आता परत नाही असं करणार', अशी गयावया करतो, तसंच शहांनी केलं. ''तुम्ही सांगाल ते करतो,'' असं ते केनेडी यांना म्हणाले. केनेडी यांनी मग राज्यकारभारात काय काय सुधारणा करायला हव्यात, त्याची यादीच पाठवून दिली शहा यांच्याकडे. त्यातली एक महत्त्वाची सूचना होती, जमीन मालकी हक्कांत सुधारणा. हा प्रकार आपल्याकडे होता तसाच. काही मूठभर जणांच्या हातीच जमिनीची मालकी. बहुसंख्यांना काही नाही. असं झालं, की समाजात असंतोष असतो. तसा तो त्या वेळी इराणमध्ये होता. अमेरिकेनं सांगितल्यावर शहा यांनी त्यात सुधारणा करण्यासाठी हातपाय हलवायला सुरुवात केली. म्हणजे जमिनीचं न्याय्य वाटप करता येईल का, वगैरे. पण त्याला सडकून विरोध झाला. यात आघाडीवर होते मुल्ला-मौलवी. कारण ही बडी जमीनदार मंडळीच तर धर्माची आश्रयदाती होती. धर्मरक्षक अशा या जमीनदारांकडच्या संपत्तीला जेव्हा शहा यांनी हात घालायचा प्रयत्न केला, तेव्हा हे मुल्ला-मौलवी पेटून उठले. त्यांचं नेतृत्व केलं एका तरुणानं. रुहल्ला खोमेनी. त्याचा त्या वेळी अयातोल्ला व्हायचा होता. त्या वेळी खोमेनी यानं एक इस्लामी संघटनाही जन्माला घातली. तेहरानमधल्या

दोन डझनभर बड्या जमीनदारांचा त्यात सहभाग होता. पुढे या खोमेनीच्या मागे अयातोल्लापद लागल्यानंतर आणि सत्ता आल्यानंतर हे सगळेच्या सगळे त्यांच्या राजवटीत बड्या पदांवर नेमले गेले. त्या वेळी इराणमध्ये एक मोठा विरोधाभास होता. तो म्हणजे शहा विचारधारेनं होते आधुनिक. पण त्याच वेळी जमीनदारी वृत्तीही तितकीच त्यांच्यात होती. 'या मुल्ला-मौलवींच्या मेंदूची वाढ गेल्या हजार वर्षांत झालेली नाही', हे त्यांचे गाजलेले उद्‍गार याच काळातले. पण समस्या ही होती, की मेंदूची वाढ झाल्याच्या खुणा शहा हेही फारसे दाखवत नव्हते. निदान शासक या भूमिकेतून तरी!

केनेडी यांच्या नंतरच्या काळात अमेरिकेच्या इराणबाबत उलट्यासुलट्या उड्या बरीच वर्षं सुरू होत्या. यातला मोठा कलाकार म्हणजे हेन्री किसिंजर. त्या दशकातली पहिली जवळपास पाच वर्षं त्यांनी इराणला पाळण्यात घालवली. अध्यक्ष रिचर्ड निक्सन यांच्या कार्यकालातली. शहा यांची अमेरिकेच्या तालावर नाचणारी राजवट किसिंजर आणि कंपूच्या दिमतीला असल्यानं या मंडळींना खोमेनींचं अस्तित्व कुठे जाणवतच नव्हतं. याच गटात सामील होती 'सीआयए'. त्यामुळेच या संघटनेचे संचालक रिचर्ड हेल्म्स यांची इराणमध्ये राजदूत म्हणून नेमणूक या मंडळींनी करवून घेतली. या हेल्म्स महाशयांचा इराणमध्ये मोठा दबदबा होता. का, तर ते स्वित्झर्लंडला शाळेत असताना शहा त्यांचे वर्गबंधू होते म्हणे. त्यांच्या जोडीला होते 'सीआयए'चे कर्मिट रूझवेल्ट. माजी अध्यक्षांचे नातू. त्यांच्या पदरी होतं, मोसादेघ यांना हटवण्याचं पुण्य. या कंपूला पश्चिम आशियात एक तगडा दरवान हवा होता. अमेरिकेचे हितसंबंध जपणारा, येता-जाता सलाम करणारा. सर्वसाधारणपणे दरवानाला वेळच्या वेळी नवा कोरा गणवेश, हाती एखादं शस्त्र दिलं, की जरा बरं वाटतं. त्याचा अहं खुलतो. ही मंडळी इराणबाबत हेच करायची. इराण त्याचमुळे नवनव्या अमेरिकी शस्त्रांचं आगरच बनला या काळात.

हा गट सत्ताबाह्य झाल्यानंतर उदय झाला, तो कार्टर गटाचा. लिबरल असा. या गटातल्या मंडळींना मानवाधिकारांचं उल्लंघन वगैरे प्रश्न पडायचे. आधीचे निक्सन आणि किसिंजर असल्या 'क्षुद्र' गोष्टींनी कधी विचलित होत नव्हते. त्यांची नजर अमेरिकी हितसंबंधांवरनं कधीही ढळली नाही. पण कार्टर यांचं तसं नव्हतं. कोणत्याही देशप्रमुखानं – त्यात तो अमेरिकी मदतीवर चालणार असेल, तर अधिकच – आपल्या नागरिकांवर अत्याचार करू नयेत, त्यांना विचारआचार स्वातंत्र्य द्यावं, वगैरे मानणारा हा गट होता. या गटाला इराणमध्ये जे काही

रोनाल्ड रेगन :
सत्तेवर येण्यासाठी शत्रूशीही
संधान बांधणारे अमेरिकन राष्ट्राध्यक्ष

चाललंय, ते पटत नव्हतं. अशातही शहा यांच्यासारख्या व्यक्तीला निक्सन, किसिंजर भरभरून शस्त्रास्त्रं देतायत, हेही कार्टर यांना मान्य नव्हतं. इराणला इतकं ताकदवान करणं योग्य नाही, उलट शहांची राजवट जेवढ्या लवकरात लवकर संपुष्टात आणता येईल, तितक्या लवकर ती आणावी, असं मानणारा हा गट होता. पण म्हणून शहा यांना काही पर्याय त्यांच्या डोळ्यांसमोर होता, असं नाही. शहा यांच्या मागे असलेली खोमेनी यांची सावली या मंडळींनाही दिसली नाही. अध्यक्ष व्हायच्या आधीपासूनच कार्टर यांचा शहा यांना विरोध होता, हे शहाही जाणून होते. त्यामुळे अमेरिकेत कार्टर यांचा विजय झाल्यावर शहा यांच्या मनात काळजीची पाल पहिल्यांदा मोठ्यानं चुकचुकली होती.

इराणबाबत तिसरा जो एक गट होता, तो कार्टर प्रशासनाच्या काळातच तयार होत होता. या गटाचे सभासद माथेफिरू अमेरिकावादी होते. हल्लीच्या काळात निओकाँझर्वेटिव्हज – निओकॉन्स – म्हणून ओळखले जातात ते. त्यांच्या केंद्रस्थानी होते नंतर अध्यक्षपदी येणारे थिल्लर रोनाल्ड रेगन. जगाच्या राजकारणातली नायकाची भूमिका आणि एखाद्या गल्लेभरू चित्रपटातली नायकाची भूमिका एकाच गांभीर्यानं करण्याचा त्यांचा लौकिक. या गटासाठी अमेरिकेचे आणि फक्त अमेरिकेचे हितसंबंध हेच महत्त्वाचे होते. दुसऱ्या देशात कोणतीही राजवट येऊ दे किंवा जाऊ दे, आपण आपलं आपल्या देशापुरतंच बघायचं, ही त्यांची विचारसरणी. त्यामुळे हा गट इराणमध्ये शहा सत्तेवर असताना ठामपणे त्यांच्या पाठीशी होता आणि त्यांना जावं लागल्यावर सत्ता बळकावणाऱ्या खोमेनी यांची

तळीही या गटानं तितक्याच निर्लज्जपणे, ठामपणे उचलली. या गटाचं आणखी एक वैशिष्ट्य म्हणजे या गटाला इस्त्रायली जवळचे होते.

कार्टर यांच्या व्हाइट हाऊसमध्येच इराणचं काय करायचं, याबाबत मतभेद होते. यातला अतिधक्कादायक भाग म्हणजे कार्टर यांच्या काळात सुरुवातीला गोंधळाख्यान पूर्णवेळ सुरू राहिल्यानं तब्बल चार महिने इराणबाबत अमेरिकेचं काहीही धोरण नव्हतं. त्याचमुळे कार्टर यांना मशिदीत किती ताकद असू शकते, हे कळायला बराच वेळ लागला. शहा यांना परागंदा व्हावं लागून खोमेनी सत्तेवर आले, तरी कार्टर यांचं या मशिदीस्थ ताकदीकडे लक्षच नव्हतं. किंबहुना आपलं सत्तेवर येणं हीच शहा यांच्या शेवटाची सुरुवात आहे, हे कार्टर यांना समजलंच नाही. अमेरिकेत कार्टर सत्तेवर आले आणि इराणमध्ये शहाविरोधकांना जोर आला. कार्टर यांची इराणबाबतची मतं एव्हाना सर्वांना माहीत झालेली असल्यानं त्यांच्या कार्यकालात शहा यांना निक्सन यांच्या वेळी मिळत होतं, तसं अभय मिळणार नाही, हे नक्की होतं. त्याचमुळे कार्टर आल्या आल्या शहाविरोधी गटाच्या हालचालींत जान आली.

शहांनी आपला कारभार सुधारावा, प्रशासनात सुधारणा आणाव्यात, यासाठी कार्टर यांनी दबाव आणायला सुरुवात केली. कार्टर याबाबत इतके आग्रही होते की, शहा यांच्यावर वचक राहावा, यासाठी त्यांनी चक्क शहा यांच्या विरोधकांशी बोलणी सुरू केली. हा प्रकार शहा यांच्यासाठीही नवा होता. तोपर्यंत अमेरिकेला आर्थिक बाबतीत जे काही हवं, ते दिलं, की अमेरिका चूप बसायची. पण हा अमेरिकी पायंडा कार्टर यांनी मोडल्यावर मात्र शहा गांगरले. त्यात कार्टर हे आपल्या विरोधातल्या मुल्ला-मौलवींशी बोलतायत, म्हटल्यावर शहा यांची आणखीनच कोंडी झाली. या कालबाह्य धर्मगुरूंना पाठीशी घालून खरं म्हणजे कार्टर राजकारण उलट्या दिशेला नेत होते. काही अभ्यासकांच्या मते कार्टर यांनी शहा यांना पर्याय शोधायला सुरुवात केली, कारण 'सीआयए'चा गुप्त अहवाल. शहा यांना कर्करोग झाल्याची 'सीआयए'ची माहिती होती. नंतर दुर्दैवानं ती खरी ठरली. पण त्या वेळी अमेरिकेचा विचार असा, की समजा, शहा यांचं मध्येच काही बरंवाईट झालं, तर नव्यानं येणारा सत्ताधीश आधीच आपल्या बाजूनं वळवून ठेवलेला बरा.

या विचारागागचं दुसरं एक कारण म्हणजे कार्टर यांचे राजकीय गुरू झीबिग्न्यू ब्रेझिंस्की यांचा प्रभाव हेही होतं. हे ब्रेझिंस्की नंतर कार्टर यांचे परराष्ट्र धोरण सल्लागार आणि 'सीआयए' प्रमुख बनले. कम्युनिझमच्या वाढत्या

झीबिग्न्यू ब्रेझिंस्की :
जिमी कार्टर यांचे राजकीय गुरू

प्रभावाला रोखायचं काम इस्लाम करू शकेल, असा त्यांचा सिद्धांत होता. या दृष्टीनंच शहा यांना पर्याय शोधताना ही मुल्ला-मौलवी मंडळी आपल्या कह्यात असलेली बरी, असं वाटून कार्टर आपली धोरणं आखत होते. पण यातली दुसरी शक्यता त्यांच्या राजवटीनं लक्षातच घेतली नाही. या प्रक्रियेत मुल्ला-मौलवी प्रबळ होतील आणि शहा यांच्या साथीदारांना वा मोसादेघ यांच्या पक्षातील नेत्यांना दुय्यम भूमिका घ्यायची वेळ येईल, असं अमेरिकेला कधीही वाटलं नाही. सुरुवातीला खोमेनी यांच्या आसपास सुटाबुटातल्या धर्मगुरूंचा वावर होता. खोमेनी यांच्या इब्राहिम यझदी, सादेक किंवा अबू हसन बनी सद्र आदी इंग्रजी बोलणाऱ्या सहकाऱ्यांनी अमेरिकी अधिकाऱ्यांवर चांगलंच गारूड केलं होतं. हे अमेरिकी अधिकारी इतके पोकळ, की सहकाऱ्यांच्या वेशावरनं त्यांनी खोमेनी यांच्याबाबत मत बनवलं. आपल्याकडे इंग्रजी वृत्तवाहिन्या जसं एखाद्या राजकीय नेत्याला केवळ शैलीदार इंग्रजी बोलता येतं म्हणून त्याला फार मोठा नेता मानतात, तसाच हा प्रकार. पण जास्त धोकादायक. सुटाबुटात होते म्हणून या खोमेनींच्या सहकाऱ्यांची धर्मनिष्ठा तितकीच अभ्रष्ट होती. अमेरिकी अधिकाऱ्यांना वाटलं, ही मंडळी पाश्चात्त्य पेहरावात आहेत म्हणजे आपल्यासारखीच असतील. त्यांचा अंदाज साफ चुकला. मुल्ला-मौलवींचे कपडे घालणारे मध्ययुगीन खोमेनी ताकदवान झाले म्हणून काय सत्तेवर थोडेच येणार, असाच अमेरिकेचा ग्रह होता. हे असं होत होतं, कारण अमेरिकेकडे सुरुवातीला इराणी तज्ज्ञच नव्हते. सौदी, अरब आणि हे इराण प्रकरण यांना एकाच मापानं मोजून चालणार नाही, हे

कळायलाच अमेरिकेनं खूप वेळ घालवला.

आणि नेहमीप्रमाणे अमेरिकेला भरीला घालायला इस्रायल होताच. या देशानं अशी हवा निर्माण केली, की खोमेनी यांचे सहकारी हे कडवे रशियाविरोधी आहेत, त्यामुळे आपण त्यांना पोसायलाच हवं. अमेरिकी प्रशासन त्यालाही 'हो' म्हणालं. अमेरिकेला इराणबाबत लवचीक धोरण घ्यायला लावण्यामागे इस्रायली हितसंबंध मोठ्या प्रमाणावर होते. इराण ही आसमंतातली एकमेव बिगरअरब राजवट होती. त्यामुळे इस्रायलच्या दृष्टीनं ती सत्तासंतुलनासाठी महत्त्वाची होती. इस्रायलचे राष्ट्रपिता बेन गुरियन यांच्या राजकीय धोरणाचं एक तत्त्व होतं. 'अरबविरोधक तितुका मेळवावा'. त्या अर्थानं इस्रायलला इराणशी जवळीक हवी होती. काही मंडळींशी थेट आघाडी करता येते, काहींशी असलेली आघाडी उघड करणं त्यांच्यासाठी सोयीचं नसतं. पण तरी ते आपल्यासाठी उपयुक्त असतात, अशांना दूरस्थ सहकारी मानून वागवावं, असा गुरियन यांचा सल्ला असायचा. इस्रायल त्या मार्गानं जात होतं. तुर्कस्तान आणि इराण हे असे इस्रायलचे दूरस्थ सहकारी होते. त्यात परत इराणमध्ये मोठ्या प्रमाणावर ज्यू नांदत होते. इराणी कायद्यानुसार एका ज्यूला मजलिसमध्ये प्रतिनिधित्व दिलं जातं. इस्रायलमध्येही मोठ्या प्रमाणावर मूळची इराणी असलेली ज्यू मंडळी चांगल्या चांगल्या पदांवर होती. बाई प्रकरणावरनं नुकताच राजीनामा द्यावा लागलेले इस्रायली अध्यक्ष मोशे कात्साव हे मूळचे इराणी. संरक्षणमंत्री आणि लष्करप्रमुख शौल मोफाझ हेही इराणचेच. आता एकमेकांचा गळा घोटण्याची भाषा करणाऱ्या या दोन देशांत किती घसट होती... सहा दिवसीय युद्धात सुवेझ कालवा बंद झाल्यावर इराणनं आपल्याकडचा तेलपुरवठा करून इस्रायलला मोठी मदत केली होती. त्या आधी आपल्या क्रूर कृष्णकृत्यांसाठी बदनाम झालेल्या 'साझेमन इ एंतलात अमानियत इ केसवार' ऊर्फ 'सवाक' या इराणच्या गुप्तचर यंत्रणेला आकार देण्यात इस्रायलचा वाटा होता. १९५७ ते १९७९ म्हणजे अयातोल्ला खोमेनी सत्तेवर येईपर्यंत या 'सवाक'नं मोठा धुमाकूळ घातला होता. शहा यांचा लष्करी अधिकारी तेमुर बख्तियार हा या संघटनेचा पहिला प्रमुख. त्याला आणि त्याच्या सहकाऱ्यांना हेरगिरीचं प्रशिक्षण सुरुवातीला दिलं 'सीआयए'नं. वृत्तपत्रांची मुस्कटदाबी, विरोधकांवर नजर ठेवणं अशा किरकोळ विषयांसह आपल्या विरोधकांना नेस्तनाबूद करण्यासाठी योग्य ते सर्व उपाय – यात त्यांचा अमानुष छळ ते हत्या – त्यांना शिकवलं 'सीआयए'नं. नंतर 'सीआयए'ची जागा घेतली इस्रायलच्या 'मोसाद'नं. या काळात जवळपास ५,७०० प्रत्यक्ष गुप्तचर कर्मचारी आणि ६०,००० छुपे हस्तक इतका मोठा

व्याप या संघटनेचा झाला. पण शहा यांची नंतर बख्तियार याच्यावरची मर्जी उतरली. त्याची हकालपट्टी झाली. आणि तो राजकीय विरोधक होतोय, असं दिसताच बख्तियार याचा काटा काढला गेला. १९७० साली त्याची भर रस्त्यात हत्या झाली. दाखवला गेला तो अपघात. हे सगळं 'सवाक' 'मोसाद'पासून शिकली. परत या दोन देशांत अनेक मोठे आर्थिक व्यवहार होत होते. दोन्ही देशांमधल्या राजकीय संस्कृतीनुसार त्यांची जाहीर वाच्यता फारशी कधी झाली नाही. परत लष्करी सहयोग होता, तो वेगळाच. या देशांनी मिळून महाक्षेपणास्त्र तयार करण्याचा प्रकल्प हाती घेतला होता, 'प्रोजेक्ट फ्लॉवर' नावाचा. खोमेनी यांची राजवट आल्यावर हे इस्रायली संबंध कागदोपत्री संपले. मग ते पडद्यामागून सुरू होते. इराकबरोबरच्या युद्धात इस्रायलनं जवळपास २५० कोटींची शस्त्रं इराणला विकली होती. नंतर अत्यंत वादग्रस्त ठरलेल्या इराण काँट्रा प्रकरणाची वाट इस्रायलनंच लावली.

हे सगळं अर्थातच अमेरिकेच्या सल्ल्यानंच सुरू होतं. तेव्हा इस्रायल जो सल्ला देतोय, त्याचा अर्थ काय, हे अमेरिकेला आणि तिच्या 'सीआयए'ला माहीत असणं अपेक्षितच होतं. त्यामुळेच इराण हा अमेरिकेची गुप्तचर यंत्रणा 'सीआयए' हिचा किती मोठा पराभव आहे, हे लक्षात येतं. दुसऱ्या महायुद्धात जपानी पर्ल हार्बरपर्यंत येतील, याचा सुगावा जसा 'सीआयए'ला अजिबात लागला नव्हता, तशीच इराणमधल्या घडामोडींबाबत 'सीआयए' आंधळी होती. काही अभ्यासकांच्या मते ११ सप्टेंबर २००१ला 'वर्ल्ड ट्रेड सेंटर'चं जे शिरकाण झालं, ते जसं 'सीआयए'चं अपयश आहे, तितकं मोठं अपयश त्याआधी 'सीआयए'चं इराणबाबत आहे. कारण इस्लाम, धर्मवाद आणि त्याच्यानंतर जन्माला आलेला राजकीय इस्लाम याचा कसलाही गंध 'सीआयए'ला नव्हता. १९७०च्या दशकानंतर पश्चिम आशियाच्या राजकारणात अमेरिकेची जी वाताहत झाली... आणि जी अजूनही संपलेली नाही, तिचं मूळ हा राजकीय इस्लाम समजून घेण्यातल्या अपयशात आहे. इराणमध्ये हे सगळं सुरू असताना वास्तविक त्याच काळात अफगाणिस्तानातही मोठ्या उलथापालथी होत होत्या. तिथल्या रशियाच्या सहभागानं अमेरिकेला इतकं नादावलं होतं, की दुसरं काहीही समजून घेण्याच्या परिस्थितीत हा देश नव्हता. पश्चिम आशियाच्या एका भव्य पटावर इराण म्हणजे आणखी एक प्यादं आहे, आपण ते कसंही कुठंही हलवू शकतो, त्यात काहीही धोका नाही, ही अमेरिकेची मिजास इराणनं सणसणीत चपराक लावून उतरवली.

सत्तेवर आल्यानंतर आठवडा व्हायच्या आतच खोमेनी यांच्या धर्मस्वयंसेवकांनी

तेहरानमधल्या अमेरिकी दूतावासावर हल्ला करून तो ताब्यात घेतला. ही घटना १४ फेब्रुवारी १९७९ची. तीन दिवसांपूर्वीच ११ फेब्रुवारीला शहा यांची राजवट अधिकृतपणे पडली होती. त्या महिन्याच्या १ तारखेलाच खोमेनी आपलं फ्रान्समधलं वास्तव्य संपवून तेहरानला परतले होते. दुसऱ्याच दिवशी त्यांचं आगमन हे कसं शुभसूचक आहे, हे तेहरानमधल्या अमेरिकी दूतावासानं वॉशिंग्टनला कळवलं. त्यानंतर नवव्या दिवशी इराण सरकारवर खोमेनी यांनी पूर्ण कब्जा केला. खोमेनी यांच्या चालीचा कसलाही अंदाज नसलेल्या कार्टर यांनी खोमेनी यांच्या राज्यारोहणाचं जाहीर स्वागत केलं, मदतीचा हात पुढे केला. त्यांना वाटलं, खोमेनी प्रसन्न मुद्रेनं म्हणतील, 'शुक्रिया.' पण अमेरिका इतकी तोंडावर आपटली, की हे स्वागतबिगत करून चार दिवस होत नाहीत, तोच खोमेनींच्या धर्मानुयायांनी अमेरिकी दूतावासच आपल्या ताब्यात घेऊन टाकला. त्यातून अमेरिकेची कशीबशी सुटका झाली खरी. पण नऊ महिन्यांनी हाच खेळ पुन्हा खेळला जाणार होता आणि तेव्हा मात्र आपल्या कर्मचाऱ्यांना वाचवता वाचवता अमेरिकेचे प्राण कंठाशी येणार होते. तोपर्यंत अमेरिकेला आशा होती, इराणमध्ये धर्मप्रधान सत्ता असली, तरी असेना का, पण ही नवी राजवट लोकशाहीवादी असेल. अयातोल्ला खोमेनी यांनी अमेरिकेचं हे स्वप्न वाळूमोल केलं.

नंतर अमेरिकेचा सगळा प्रयत्न होता, तो खोमेनी यांच्याशी जुळवून घेण्याचा. शहा गेल्यावर त्यांना जवळच्या असलेल्या बिल सुलीवान या आपल्या राजदूताला अमेरिकेनं बदललं आणि त्याच्या जागी वॉल्टर कटलर याची नेमणूक केली. त्याला एकच आदेश होता, खोमेनी यांच्याशी अमेरिकेचे सौहार्दपूर्ण संबंध लवकरात लवकर स्थापित करायचे. पण खोमेनी यांनी अमेरिकी दूतावास काबीज केला आणि अमेरिकेला 'धाकटा सैतान' ठरवून टाकलं. खोमेनी यांनी 'थोरल्या सैतान'पदाचा मान इस्त्रायलला बहाल केला. पण आपण सैतान नाही आणि असलोच, तर धाकटे नक्कीच नाही, हे खोमेनी यांना समजावून सांगण्याची जबाबदारी कटलर याच्यावर आली. पण तो खोमेनी यांच्यापर्यंत पोहोचूच शकला नाही; कारण त्याआधीच अमेरिकी काँग्रेसनं खोमेनी यांचा धिक्कार करणारा ठराव मंजूर केला. त्यामुळे अयातोल्ला इतके चिडले, की कटलर याची तेहरानमधली नेमणूकच अमेरिकेला रद्द करावी लागली.

खोमेनी यांनी विचित्रपणे आपल्या राजवटीची घडी बसवली होती. कागदावर दिसायला इतर सरकारांसारखं एक सरकार होतं. त्यात एक अध्यक्ष होते, अब्दुल

हसन बनी सद्र नावाचे. तसेच मंत्री वगैरे होते, सगळ्या सरकारांमध्ये असतात तसे. पण या व्यवस्थेच्या मागे एक अदृश्य सत्ता होती. तिथे केंद्रस्थानी होते अयातोल्ला खोमेनी. अमेरिकी सरकार या कागदावरच्या सरकारशी चर्चा-मसलत करत होतं. कारण खोमेनी त्यांना जवळ फिरकू देत नव्हते. त्यात कार्टर यांनी १९७९ सालच्या उत्तरार्धात एक घोडचूक केली. मरणासन्न शहांना उपचारासाठी अमेरिकेत येण्याची मुभा दिली. वास्तविक शहा यांनी आपल्या देशात येऊ नये, असंच कार्टर यांचं मत होतं. पण त्यांच्यासाठी किसिंजर यांनी जोरदार लॉबिंग केलं. कार्टर यांचा नाइलाज झाला. शहा शब्दश: मरण्यासाठी अमेरिकेत आले. ते तिकडे पोहोचले आणि इकडे तेहरानमध्ये खोमेनी गरजले, "बघा, अमेरिका कशी अजूनही शहा यांच्या पाठीशी आहे. ते सत्तेवर यावेत, असं अजूनही अमेरिकेला वाटतं."

खोमेनी यांची अमेरिकेविरोधातली भाषा इतकी चिथावणीखोर होती, की त्यानंतर लगेचच इराणी विद्यार्थी तेहरानमधल्या अमेरिकी दूतावासात शिरले. राजकारणात वेळेला फार महत्त्व असतं. योग्य वेळी योग्य गोष्ट साधायची कला ही चांगल्या राजकारण्यालाच अवगत असते. त्या अर्थानं खोमेनी हे कार्टर यांच्यापेक्षा सरस ठरले. अमेरिकेनं शहा यांना उपचारासाठी आश्रय दिला, म्हणून खोमेनी यांनी थयथयाट केला आणि त्याची परिणती अमेरिकी दूतावासावरच्या हल्ल्यात झाली. पण हे होतं वरवरचं निमित्त. झालं होतं असं, की 'सीआयए' एव्हाना समजून चुकली होती, की खोमेनी काही आता आपल्याला ऐकत नाहीत. ऐकणं तर सोडाच. ते 'सीआयए'च्या अधिकाऱ्यांना भेटलेही नव्हते. तेव्हा दुसरी काही व्यवस्था होऊ शकते का, याची चाचपणी 'सीआयए'नं आपल्या पद्धतीनं सुरू केली. यात मुख्य सत्ताधीश जो असतो, त्याच्या आसपासच्यांना फोडणं ही पहिली चाल असते. ती 'सीआयए'नं केली. खोमेनी यांच्या भोवताली जे आंग्लाळलेलं कोंडाळं होतं, त्यांतल्या काहींना गळाला लावायचा प्रयत्न 'सीआयए'नं सुरू केला. खोमेनींचे पंतप्रधान बझारगन, परराष्ट्रमंत्री यझदी, संरक्षणमंत्री मुस्तफा चमारान आदी मंडळी 'सीआयए'च्या रडारवर होती. त्यातल्या काहींना अल्जेरियाची राजधानी अल्जीयर्स इथे 'सीआयए'चे प्रमुख ब्रेझेंस्की गुप्तपणे भेटले. याचा सुगावा खोमेनी यांना लागताच त्यांनी वेळ दवडला नाही. 'सीआयए' आणि अमेरिका यांना आपल्या विरोधात काही करायची संधी मिळायच्या आतच खोमेनी यांनी पहिला वार केला. आपल्या आसपासच्या या आंग्लाळलेल्या मंडळींना दूर केलं. त्यांच्या जागी कर्मठ शिया मुल्ला-मौलवी नेमले आणि परिस्थिती

इब्राहिम असगरझादेह : अमेरिकी दूतावासावरील इराणी हल्ल्याचा धूर्त सूत्रधार

पूर्णपणे आपल्या नियंत्रणाखाली असल्याची खात्री पटताच अमेरिकेवर वार केला. कार्टर यांना उसंतही मिळाली नाही. यातूनच तोपर्यंतच्या सगळ्यात लाजिरवाण्या परिस्थितीला अमेरिकेला सामोरं जावं लागलं. आपल्या कर्मचाऱ्यांना आपल्याच दूतावासात तब्बल ४४४ दिवस बंदी केलं गेल्याचं अमेरिकेला पाहावं लागलं.

खोमेनी यांचा तडाखा इतका जबरदस्त होता, की अमेरिका नावाची महासत्ता मटकन बसलीच. ४ नोव्हेंबर १९७९ ते २० जानेवारी १९८१ असे ४४४ दिवस अमेरिकेच्या तेहरानमधल्या दूतावासातल्या कर्मचाऱ्यांचा जीव खोमेनी यांच्या मुठीत होता. या अमेरिकी मानहानी नाटकाची सुरुवात कागदोपत्री केली इब्राहिम असगरझादेह या विद्यार्थ्यानं. त्यानं आपल्या पाचएकशे सहकाऱ्यांना जमवून त्या दिवशी भल्या पहाटे सहा वाजता अमेरिकी दूतावासावर हल्ला केला. त्याआधी काही दिवस या विद्यार्थ्यांनी दूतावासाशेजारच्या इमारतीच्या गच्चीत बसून अमेरिकी सुरक्षा यंत्रणेचा पूर्ण अभ्यास केला. सकाळी सहा-साडेसहा वाजता रात्रपाळी संपून दिवसपाळीचे जवान कामावर येतात. हे हेरून त्यांनी याच काळात घुसखोरीचा निर्णय घेतला. ही योजना इतकी पद्धतशीर होती, की त्यांना अमेरिकी सुरक्षा यंत्रणेच्या कार्यपद्धतीचा पूर्ण अंदाज होता. म्हणजे आपण दूतावासाच्या प्रांगणात शिरल्यावर अमेरिकी सैनिक आपली झडती घेतील, आपल्याकडची शस्त्रं काढायला लावतील, वगैरे सगळं त्यांना माहीत होतं. त्यामुळे त्यांनी दूतावासाचा दरवाजा फोडायला लागणारी अवजारं आपल्या महिला कार्यकर्त्यांच्या बुरख्याआड दडवली. या महिलांना 'बुरखा वर करा,' असं सांगायची हिंमत अमेरिकी जवानांत नाही, हे त्यांना पक्कं ठाऊक होतं आणि नेमकं तसंच झालं.

पहिल्या फळीत जे विद्यार्थी होते, त्यांनी आपल्याकडची शस्त्रं अमेरिकी जवानांना सापडतील, अशीच ठेवली. त्यांना ती सापडलीही. मग बघता बघता जमाव वाढत गेला. त्यात मग विद्यार्थिनीही सामील झाल्या. त्यांच्याबरोबर आपसूक शस्त्रं अवजारंही आत आली आणि मग ठरल्याप्रमाणे या विद्यार्थ्यांनी हंगामा केला. त्यांना कसं आवरायचं, त्यांच्यावर गोळीबार करायचा की नाही, या प्रश्नांची उत्तरं अमेरिकी सैनिकांना वॉशिंग्टनहून दिली जायच्या आत या विद्यार्थ्यांनी दूतावासाचा दरवाजा फोडला. ते आत घुसले आणि सर्व अमेरिकी कर्मचाऱ्यांना या विद्यार्थ्यांनी ओलीस ठेवलं. ''आम्ही महिला आणि अल्पसंख्याकांची कदर करतो,'' असं सांगत या विद्यार्थ्यांनी नोव्हेंबरच्या अखेरीस १३ महिला कर्मचारी आणि एका कृष्णवर्णीयाला मोकळं केलं. पण उरलेल्या ५२ अमेरिकनांच्या सुटकेबाबत चकार शब्द काढला नाही. या विद्यार्थ्यांची एकच मागणी होती, 'कारवाईसाठी शहांना इराणच्या ताब्यात द्या.' वास्तविक विद्यार्थी म्हणवून घेणाऱ्यांना शहांचं काय होणार, याची उठाठेव करायचं काहीच कारण नव्हतं. पण त्यांच्यामागून खोमेनी सूत्रं हलवत होते. तेव्हा अमेरिकेनं ही मागणी मान्य करायची काही शक्यताच नव्हती. या नाटकाचा कळसाध्याय म्हणता येईल, असा प्रसंग घडला १९८० सालातल्या ५ फेब्रुवारीला. त्या दिवशी जवळपास नक्की झालं, की इराणी विद्यार्थी अमेरिकी ओलिसांना गोळ्या घालून ठार करणार. त्यासाठी या अमेरिकनांचे हात बांधले गेले, त्यांच्या डोळ्यांवर पट्ट्या लावल्या गेल्या, शेजारच्या खोलीत एकेकाला नेण्यात आलं. त्यांचे हात मोकळे केले गेले. इराणी विद्यार्थ्यांनी त्यांना आदेश दिला, 'कपडे काढा.' त्यांनी ते काढले. मग डोळ्यांवरच्या पट्ट्या काढण्यात आल्या. इराणी विद्यार्थ्यांनी बंदुकांनी नेम धरला. पण गोळ्या घातल्याच नाहीत. इतकी मानहानी केल्यावर हे विद्यार्थी ओलिसांना म्हणाले, ''काही नाही. आम्हांला तुमची जरा गंमत करायची होती.''

या असल्या अवस्थेत जगणाऱ्या आपल्या कर्मचाऱ्यांची मुक्तता व्हावी, यासाठी अमेरिकेनं शक्य ते सर्व प्रयत्न केले. अनेक इस्लामी पंडितांना मध्यस्थीसाठी गळ घातली. अनेक देशांच्या प्रमुखांनी, राजनैतिक अधिकाऱ्यांनी खोमेनी यांच्याकडे शब्द टाकून पाहिला. यातल्या कशालाही यश येत नाहीय, हे पाहिल्यावर शेवटचा प्रयत्न म्हणून धाडसी लष्करी कारवाईचीही तयारी केली. तिचं नाव 'ऑपरेशन ईगल क्लॉ'. २४ एप्रिल १९८० रोजी आरएच ५३ डी ही आठ हेलिकॉप्टर्स या कारवाईत सहभागी होणार होती. पर्शियाच्या आखातात त्यासाठी

'यूएसएस निमित्झ' ही विमानवाहू युद्धनौका खास तैनात करण्यात आली. या युद्धनौकेवरून ही विमानं उडणार होती आणि वाळवंटात एकदा इंधन भरून प्रत्यक्ष लष्करी कारवाई करून अमेरिकी ओलिसांची सुटका करणार होती. पण या 'ईगल क्लॉ'ची अगदीच चिमणी झाली. तांत्रिक अडचणींमुळे आठपैकी सहाच हेलिकॉप्टर्स प्रत्यक्षात सहभागी होऊ शकली. पण त्याच वेळी इतकं सोसाट्याचं वाळूचं वादळ उठलं, की सहापैकी पाच जणांना आपला प्रयत्न सोडूनच द्यावा लागला. त्यात परत 'सीआयए'नं त्या हेलिकॉप्टर्सच्या पायलट्सना बजावलं होतं, "आपापसात अजिबात संपर्क ठेवायचा नाही. संपर्क करायचा प्रयत्न केलाच, तर ते रेडिओ संदेशवहन इराणी लष्करी टिपेल आणि परिणामी तुम्ही टिपले जाल." त्यामुळे या साऱ्या हेलिकॉप्टर पायलट्सना आपला दुसरा सहकारी काय करतोय, याचा कसलाही अंदाज नव्हता. त्यामुळे त्यांच्यात काहीही ताळमेळ राहिला नाही. आणि शेवटी आपलेच गुडघे फोडून घेत हे हेलिकॉप्टर्स पायलट हात हलवत 'यूएसएस निमित्झ'वर परतले. अमेरिकेची उरलीसुरली लाज पर्शियन आखातात बुडाली. हा सगळा असफल प्रयत्न उघड झाल्यावर खोमेनी गरजले, 'अमेरिकेला त्या अल्लातालानंच शिक्षा केली आणि या सैतानांचं हे असंच होत राहणार'!

यानंतर आता खोमेनी यांना आवरण्याची इच्छा आणि त्राण यापैकी काहीही कार्टर यांच्यात शिल्लक राहिलं नाही. 'ऑपरेशन ईगल क्लॉ'नंतर आणखी एक असाच प्रयत्न करायचा 'सीआयए'चा आग्रह होता. पण त्याला काही कार्टर बळी पडले नाहीत. या त्यांच्या हतबलतेनंतर खोमेनी मोकाट सुटले नसते, तरच नवल. त्याच वर्षी २७ जुलैला अमेरिकेत शहा यांचं विजनवासात निधन झालं. एकेकाळचा हा शक्तिमान सत्ताधीश, पण आपला शेवटचा दिस मायभूमीत जावा, ही साधी इच्छा काही पूर्ण करू शकला नाही. त्यानंतर दोनच महिन्यांनी इराणनं आपला शेजारी इराकवर हल्ला चढवला. पुढची दहा वर्षं हे युद्ध चालणार होतं. त्यानंतर इराणमधल्या ओलीस नाट्याला वेगळंच परिमाण मिळालं.

आणि त्यानंतर जगाला दिसलं, अमेरिका किती घाणेरडं राजकारण करू शकते. हा काळ होता अमेरिकेत अध्यक्षीय निवडणुकांचा. आपली उरलीसुरली प्रतिष्ठा इराणमध्ये घालवून बसलेल्या जिमी कार्टर यांच्या विरोधात उभे ठाकले होते रोनाल्ड रेगन. मोठी ऐतिहासिक निवडणूक होती ती. एक उमेदवार आपली गेलेली लाज मिळवण्याच्या प्रयत्नात असलेला आणि दुसरा ती फारशी नसलेला व त्यामुळेच फिकीरही न करणारा. ही निवडणुकीची हवा तापत असताना तेहरानमधल्या अमेरिकी ओलिसांना सोडवण्याचा प्रयत्नही जोमानं होत

अयातोल्ला रुहल्ला खोमेनी :
इराणमधील धार्मिक क्रांतीचे नेते

होता. त्यामागच्या प्रामाणिकपणामुळे असेल किंवा अन्य कारणामुळे असेल, पण अमेरिकेत निवडणुकीत जिमी कार्टर यांच्या मागेच जनमताचा कौल राहणार, अशी लक्षणं दिसू लागली होती. त्यामुळे रेगन यांच्या कळपात मोठं चिंतेचं वातावरण पसरलं आणि जेव्हा हे ओलीस खरोखर सुटणार, असं स्पष्ट झालं, तेव्हा तर रेगन यांनी हायच खाल्ली. जनमताचा तराजू कार्टर यांच्या बाजूनं झुकणार, हे नक्की झालं. निवडणूकपूर्व चाचण्या हेच दाखवत होत्या. ओलीस सुटले, तर कार्टर जिंकणार, ही काळ्या दगडावरची रेघ होती. या टप्प्यावर अत्यंत गलिच्छ असं राजकारण जन्माला आलं.

आपल्या निवडणूक फायद्यासाठी ही ओलिसांची सुटका लांबवण्याचा घाट रेगन यांनी घातला. या पापात त्यांचे वाटेकरी होते, उपाध्यक्षपदाचे उमेदवार थोरले जॉर्ज बुश. या निलाजऱ्या राजकारणात रेगन, बुश यांना साथ होती विल्यम कॅसे यांची. ते त्या वेळी रेगन यांचे प्रचारप्रमुख होते. पुढे रेगन सत्तेवर आल्यावर 'सीआयए'चं प्रमुखपद त्यांच्याकडे गेलं, यावरनं त्यांच्या मदतीचं मोल लक्षात येऊ शकेल. या मंडळींनी १९८० सालच्या ऑक्टोबर महिन्यात म्हणजे अध्यक्षीय निवडणुकीला जेमतेम एक महिना असताना खोमेनी यांच्याशी संधान बांधलं. त्यांच्या अनुमतीनं बुश आणि कॅसे हे दोघं खोमेनी यांचे पंतप्रधान बनी सद्र यांना पॅरिसमध्ये गुप्तपणे भेटले. त्यासाठी एक खाजगी विमान त्यांनी भाड्यानं घेतलं आणि फ्रान्स हवाई दलाच्या सहकार्यानं पॅरिसच्या अलीकडे त्यात इंधन भरण्याची सोय करवून घेतली. ही भेट आटोपून बुश

वॉशिंग्टनला 'हिल्टन हॉटेल'मध्ये निवडणूक प्रचारसभेत ठरल्याप्रमाणे सामील झालेदेखील. या कानाचा छडा त्या कानाला लागला नाही. या चोरट्या भेटीत बुश आणि कॅसे यांनी इराण सरकारशी एक तितकाच गुप्त करार केला. एव्हाना इराण हा शेजारच्या इराकशी युद्ध छेडून बसला होता. त्याला पैशाची आणि त्याहीपेक्षा शस्त्रास्त्रांची नितांत गरज होती. धर्माच्या नावावर सत्ता मिळवता आली, तरी ती टिकवायला धर्म पुरेसा नसतो, याची जाणीव एव्हाना खोमेनी यांनाही झाली असावी. त्याचमुळे आतापर्यंत 'छोटा सैतान' म्हणून ज्याच्यावर ते तोंडसुख घेत होते, त्या अमेरिकेशी हातमिळवणी करायची तयारी खोमेनी यांनी दाखवली आणि पुढचा काव्यगत न्याय असा, की 'छोट्या सैताना'शी केलेल्या या गुप्त कराराची अंमलबजावणी खोमेनी यांच्यासाठी 'मोठा सैतान' – इस्रायल – करणार होता. हे कराराचं राजकारण शिजलं ऑक्टोबर महिन्यात. म्हणून त्याला अमेरिकी राजकारणातला 'ऑक्टोबर धक्का' म्हणतात. निवडणुकीच्या आधी एखादी कलाटणी देणारी घटना आजही 'ऑक्टोबर सरप्राइज' म्हणून ओळखली जाते.

या पॅरिसमधल्या भेटीत रेगन यांच्या रिपब्लिकन पक्षानं इराणी पंतप्रधानांच्या हातात तब्बल चार कोटी डॉलर्स टेकवले. ही सुरुवातीची रक्कम होती. आपलं इराणनं ऐकलं, तर अमेरिका खोमेनी यांना अमर्याद शस्त्रपुरवठा करायला तयार होती. त्यासाठी अमेरिकेची एक अट होती. ती काय होती, हे कळलं, की राजकारण कोणत्या थराला जाऊ शकतं, हे समजेल. रेगन महाशयांनी खोमेनींना सांगितलं, "आम्ही तुमच्यासाठी वाटेल ते करू. तुम्ही फक्त एक करायचं. अमेरिकेतली अध्यक्षीय निवडणूक होईपर्यंत तुमच्या तेहरानमध्ये बंदिवासात असलेल्या अमेरिकी ओलिसांची सुटका करायची नाही." हे असं का, तर ओलिसांची सुटका झाली असती, तर त्याचा फायदा कार्टर यांना मिळाला असता आणि निवडणुकीत रेगन हरले असते. इतक्या मदतीच्या बदल्यात ही छोटीशी अट मान्य न करण्याचा वेडेपणा खोमेनी करतील, अशी शक्यताच नव्हती. जवळपास एक वर्ष नाहीतरी हे अमेरिकन त्यांच्या तावडीत होते. आणखी दोन महिने त्यांना ठेवलं म्हणून काही आकाश कोसळणार नव्हतं. उलट हे केल्यानं अमेरिकन मदतीचा धबधबाच सुरू होणार होता. त्यामुळे खोमेनी या कटात सामील झाले. ठरल्याप्रमाणे ही निवडणूक पार पडली. त्याच्या आधी ओलिसांची सुटका काही झालीच नाही. परिणामी कार्टर यांना पराभव पत्करावा लागला. २० जानेवारी १९८१ या दिवशी रोनाल्ड रेगन यांनी अध्यक्षपदाची सूत्रं हाती घेतली आणि काही मिनिटांत तिकडे तेहरानमध्ये ४४४ दिवसांनंतर अमेरिकी ओलिसांची सुटका

"All the News That's Fit to Print"

The New York Times

REAGAN TAKES OATH AS 40TH PRESIDENT; PROMISES AN 'ERA OF NATIONAL RENEWAL'

MINUTES LATER, 52 U.S. HOSTAGES IN IRAN FLY TO FREEDOM AFTER 444-DAY ORDEAL

'ALIVE, WELL AND FREE'

Captives Taken to Algiers and Then Germany — Final Part Complex

Teheran Captors Call Out Insults As the 52 Leave

FREEZE SET ON HIRING

Californian Stresses Need to Restrict Government and Buoy Economy

दोन बोलक्या ठळक बातम्या : रेगन-खोमेनी 'करारा'चे वृत्तपत्रीय प्रतिबिंब

झाली. अर्थातच हा अजिबात योगायोग नव्हता. खोमेनी यांनी शब्द पाळला होता.

त्यानंतर इराण-अमेरिका-इस्त्रायल हे राजकारण पडद्यामागून सुरू राहिलं. सर्वसामान्य समजतात इराण आणि इस्त्रायल – म्हणजे कडवा शिया मुसलमान देश आणि तितकाच कडवा यहुदी – यांच्यातून विस्तवही जात नसणार. पण ते दाखवायला. प्रत्यक्षात यांच्यात कल्पनाही करता येणार नाही, इतकं सहकार्य होतं. इराणला आपल्या युद्धात इराकच्या अणुभट्ट्यांचा वेध घ्यायचा होता. नेमका कसा मारा केला, की अणुभट्ट्या उद्ध्वस्त होतात, हे इस्त्रायलनं इराणला शिकवलं. या माऱ्याची तयारी करून दिली. पण तरीही इराणपेक्षा इराकचं विमानदळ भारी होतं. त्यांनी हा इराणी हल्ला परतून लावला. इराणला आपल्या शत्रुराष्ट्राच्या अणुभट्ट्या काही नष्ट करता आल्या नाहीत. तेव्हा आपल्या या आंतरधर्मीय मैत्रीला जागण्यासाठी हे काम इस्त्रायलनं स्वत: जातीनं केलं. ७ जून १९८१ला इराकची ओसिराक अणुभट्टी इस्त्रायली हवाईदलानं इराणसाठी उद्ध्वस्त केली. इस्त्रायली हिशोब सरळ होता. त्या देशाला या युद्धात इराणचं पारडं जड असायला हवं होतं. अन्यथा इराकचा सद्दाम हुसेन शिरजोर झाला असता. तसं झालं असतं, तर तो इस्त्रायलला धोका होता. त्यामुळे इस्त्रायल सतत दक्ष होता. अमेरिकेकडून इराणला शस्त्रास्त्रपुरवठा व्हावा, याबाबत. तीनेक वर्षं हे सगळं पडद्यामागून सुरू होतं. १९८४ साली पडद्यासमोर आलं. या काळात अनेक परदेशी नागरिकांची अपहरणं होत होती. अगदी 'सीआयए'चा पश्चिम आशिया प्रमुख विल्यम बक्ले याचं 'हेझबोल्ला' या इराणप्रेरित दहशतवादी संघटनेनं लेबनॉनमध्ये अपहरण केलं. आता एवढ्या मोठ्या अधिकाऱ्याचं अपहरण झालंय म्हटल्यावर

त्याच्या सुटकेसाठी अमेरिकेला तितकंच मोठं काहीतरी करणं भाग होतं. तेव्हा अध्यक्ष रेगन म्हणाले, "बक्ले याच्या सुटकेसाठी अमेरिका वाटेल ते करायला तयार आहे." इस्रायल जणू या वाक्याची वाटच बघत होतं. लगेचच 'मोसाद'चा एक अधिकारी डेव्हिड केमचे रेगन यांचे सुरक्षा सल्लागार रॉबर्ट मॅक्फर्लेन यांना भेटला. प्रस्ताव दिला. 'इराणला गुप्तपणे मोठा शस्त्रपुरवठा झाला, तर ओलिसांची सुटका करता येईल'. लगेचच एक विमानभर शस्त्रसाठा इराणकडे रवाना झाला. जणू काही सगळं ठरलेलंच होतं. पण हे विमान अमेरिकेतून उडालं नाही. ते डोळ्यांवर आलं असतं. त्यामुळे इस्रायलमधून हा शस्त्रसाठा तेहरानकडे रवाना झाला. हा सगळा व्यवहार 'मोसाद'नं चोखपणे पार पाडला. या चोरट्या शस्त्रविक्रीत 'मोसाद', अमेरिका आणि इराण यांना मदत केली कुख्यात अदनान खशोगी यानं. या सगळ्या व्यवहारात चोरून शस्त्रपुरवठा करायची जबाबदारी 'सीआयए' आणि 'मोसाद'नं खशोगीवर सोपवली होती. त्याचे जगातल्या सगळ्या बड्या मंडळींशी संबंध होते आणि आपल्या ऐयाशी राहणीमानासाठी तो प्रसिद्ध होता. आपल्याकडे याचा संदर्भ म्हणजे माजी पंतप्रधान नरसिंह राव यांच्या काळात महत्त्व प्राप्त झालेले चंद्रास्वामी हे खशोगीच्या जवळच्या वर्तुळातले होते.

तोपर्यंत 'सीआयए'च्या प्रमुखपदी विराजमान झालेले विल्यम कॅसे, परराष्ट्रमंत्री जॉर्ज शुल्ट्झ, संरक्षणमंत्री कास्पर वेनबर्गर, सुरक्षा सल्लागार रॉबर्ट मॅक्फर्लेन आणि लष्करी अधिकारी कर्नल ऑलिव्हर नॉर्थ यांचा एक कंपूच तयार झाला. या गुप्त इराणी शस्त्रपुरवठ्यासाठी. अध्यक्षांनी त्यांना मान्यता दिली आणि अधिकृतपणे त्याची नोंद केली ओलिसांच्या बदल्यातला शस्त्रपुरवठा अशी. बक्ले सुटल्यानंतरही अमेरिकेनं हा शस्त्रपुरवठा सुरूच ठेवला. 'यातून येणारा पैसा अधिकृत सरकारी नोंदीत दाखवू नका,' असा आदेश खुद्द रेगन यांनी काढला होता. या व्यवहारासाठी 'सीआयए' कर्मचारीच शस्त्रास्त्रांचे व्यापारी बनले, काही फक्त कागदोपत्रीच अस्तित्वात असलेल्या कंपन्या जन्माला आल्या, स्विस बँकांमधल्या गुप्त खात्यांतून तो पैसा भरला-काढला गेला. ही उलाढाल नक्की कितीची झाली, ते कधीच उघड झालं नाही. पण जवळपास पन्नास एक कोटी डॉलर्सचा थेट फायदा रेगन यांच्या या आदेशामुळे लपवला गेला. जवळपास १,५०० टीओडब्ल्यू क्षेपणास्त्रं, सातएकशे हॉक क्षेपणास्त्रं वगैरे बराच मोठा शस्त्रसाठा इराणला पुरवला गेला. यातून आलेला सगळा पैसा त्यांनी शेजारच्या निकाराग्वान काँट्रा बंडखोरांना पुरवला. तिथे हे काँट्रा बंडखोर डाव्या सॅंडिनिस्टा राजवटीविरोधात लढत होते. आणि कम्युनिस्टांना जो जो विरोध

करत असेल, त्याला मदत करणं अमेरिकेचं शीतयुद्धीय कर्तव्य असल्यानं या काँट्रा बंडखोरांना रेगन मदत करत गेले. १९८६ साली लेबनॉनमधल्या 'अल् शिरा' या नियतकालिकानं पहिल्यांदा ही भानगड उघड केली. त्याला सीरियानं ही बातमी पुरवली. जे काय चाललं होतं, त्याला सीरियाचा विरोध होता.

ही बातमी फुटल्यावर अमेरिकेची आंतरराष्ट्रीय पंचाईत झाली. सुरुवातीला रेगन यांनी हे काँट्रा प्रकरण झटकायचा बराच प्रयत्न केला. पण नंतर फारच गाजावाजा झाला याचा. चौकशी समिती वगैरे नेमली गेली. त्यात साक्ष देताना रेगन, जॉर्ज बुश आदींना निवडक विस्मरण झालं आणि शेवटी 'सीआयए'चे अधिकारी ऑलिव्हर नॉर्थ वगैरे मामुली लोकांना शिक्षा झाली. या सगळ्या काळात रेगन एकच सांगायचा प्रयत्न करत होते. 'अमेरिकेनं अयातोल्ला रुहल्ला खोमेनी यांच्यासारख्या धर्मांधाशी अजिबात हातमिळवणी केलेली नाही. आम्ही केलं ते एवढंच, इराणमधल्या मवाळांना पाठिंबा दिला'.

अर्थातच हे खोटं होतं. रेगन सरकार थेट धर्मांध अशा खोमेनी यांच्याशीच व्यवहार करत होतं. १९८० सालच्या निवडणुकीत कार्टर यांना पराभूत करण्यासाठी रेगन यांनी खोमेनी यांची मदत घेण्याचं जे खालच्या पातळीचं राजकारण केलं, त्या व्यवहारातून तयार झालेली ही आडपैदास होती. राजकारण या थराला गेल्यानंतर पश्चिम आशियाच्या राजकारणाचे रंगच बदलले. ते अधिक गहिरे झाले. त्यात जहाल इस्लामचा धार्मिक रंग मिसळला गेला.

अमेरिकी राजकारणाच्या या साहसवादानंतर रशिया स्वस्थ बसणं शक्यच नव्हतं. या दुसऱ्या महासत्तेनं आपलं मैदान निवडलं. अफगाणिस्तान.

◈

रशियाचं व्हिएतनाम

काळाच्या ओघात काही काही (गैर)समजांना सत्याचा दर्जा मिळतो. अफगाणिस्तानात रशियानं सैन्य घुसवल्यामुळे अमेरिकेनं त्याला प्रत्युत्तर म्हणून मुसलमानांमधल्या अतिरेक्यांना जवळ केलं, हा असाच एक (गैर)समज. सत्याचा दर्जा मिळालेला. कम्युनिझमच्या वाढत्या प्रभावाला रोखण्यासाठी म्हणून अमेरिकेनं इस्लाममधल्या असहिष्णू मंडळींना उत्तेजन दिलं, कम्युनिझमचा प्रतिवाद म्हणून इस्लामच्या आगीत तेल ओतलं, असं मानायची पद्धत आहे. निदान अमेरिका आणि त्या देशाच्या पदराखालचे विचारवंत, प्रसारमाध्यमं असा समज पसरवत असतात. म्हणजे कम्युनिस्ट रशियाच्या चिथावणीखोर क्रियेची प्रतिक्रिया म्हणून अमेरिकेनं जे काय केलं, ते केलं, असा दावा केला जातो. या वाक्याचा दुसरा अर्थ असा, की रशिया जर अफगाणिस्तानात घुसला नसता, तर अमेरिकेनं जे काही केलं, ते केलं नसतं.

पण हे साफ चुकीचं आहे. वस्तुस्थिती बरोबर याच्या उलट आहे. रशियानं आपलं सैन्य अफगाणिस्तानात घुसवून तिथे आपली राजवट आणायच्या आधी कितीतरी वर्षं अमेरिकेनं पश्चिम आशियात धार्मिक राजकारणाची मुहूर्तमेढ रोवली होतीच. पण रशियन सैन्य अफगाणिस्तानात प्रवेश करायच्या आधी किमान सहा महिने तरी अमेरिकेनं आपल्या सैन्याच्या अफगाण मोहिमेचे आदेश दिले होते. वास्तविक तोपर्यंत अफगाणिस्तान आदी परिसरात अमेरिकेला रस नव्हता. एकतर त्या देशात तेल वगैरे आवश्यक चिजा नाहीत आणि परत तिथे ऐतिहासिकदृष्ट्या रशियाचाच प्रभाव. कित्येक वर्षांपासून रशिया आणि अफगाणिस्तान यांचे लष्करी

संबंध होते. या मालकी हक्कावरून अगदी १८८५ सालीही रशिया आणि इंग्रजांच्या फौजांत पंजदेह इथे चकमक झडली होती. १९१९ सालच्या क्रांतीनंतर रशियानं अफगाणिस्तानात मोठ्या प्रमाणावर मदत ओतायला सुरुवात केली. १९७८ पर्यंत रशियानं अक्षरश: सोन्याच्या रुबल्सचं शिंपण करून अफगाणी भूमी आपल्या कह्यात ठेवली होती. याच्या जोडीला शस्त्रविक्रीही होती. नंतर रशियाच्या रेड आर्मीनं अफगाणिस्तानात सुरक्षा रक्षकांना प्रशिक्षण देण्याची जबाबदारी घेतली होती. १९५६ साली दोन देशांत औपचारिक करार होऊन अफगाण लष्कराच्या प्रशिक्षणाची, त्यांना अद्ययावत करण्याची जबाबदारी रशियानं स्वत:कडे घेतली. अमेरिकेनं अफगाणिस्तानात लक्ष घातलं, ते आयसेनहॉवर यांच्या काळात. त्या वेळी आयसेनहॉवर यांनी 'सीआयए'ला कामाला लावून अफगाणिस्तानचा सविस्तर अभ्यास करवून घेतला होता. या अभ्यासाचा निष्कर्ष होता – अफगाणिस्तान हा देश अमेरिकेसाठी फारसा काही महत्त्वाचा नाही, तेव्हा इथे आपण काही वेळ आणि पैसा खर्च करण्याची गरज नाही. पण नंतर अमेरिकेनं आपल्या धोरणाची दिशा बदलली. १९७०च्या दशकात शिरताना अमेरिकेच्या अफगाणी स्वप्नांना धर्माचे पंख फुटू लागले होते.

त्यात रशियातल्या परिस्थितीमुळे अमेरिकेच्या तोंडाला पाणी सुटलं. सत्तरीच्या दशकात रशियात जी खानेसुमारी झाली, त्याचा तपशील एव्हाना उघड झाला होता. सोव्हिएत युनियनच्या अमलाखालील मध्य आशियातल्या अनेक प्रजासत्ताकांत मुसलमानांची लोकसंख्या लक्षणीयरीत्या वाढली. आर्मेनिया, उझबेकिस्तान, अझरबैजान, किरगिस्तान, तुर्कमेनिस्तान, ताजिकिस्तान, चेचन्या आदी प्रांत हे मुस्लीमबहुल बनले. या सर्वांना इस्लाम धर्माच्या झेंड्याखाली एकत्र आणता येईल का, याची चाचपणी अमेरिकेनं सुरू केली. पण तसं काही करायचं, तर त्यासाठी अमेरिकेकडे बळ नव्हतं. ते तयार करण्याची दीर्घकालीन योजना आखली गेली. ती अमलात आणण्यासाठी अमेरिकेनं दोन साथीदार निवडले. सौदी अरेबिया आणि पाकिस्तान. आणखी एक साथीदार होता. त्याला देश नव्हता, पण तो सर्व देशांत होता. 'मुस्लीम ब्रदरहुड'. यासाठी एक संस्था तयार केली गेली. 'एशिया फाउंडेशन.' ही 'सीआयए'चा अभ्यासू मुखवटा असलेली संस्था. काबूल विद्यापीठात या संस्थेनं मोठ्या प्रमाणावर आपल्या अनुयायांची, समर्थकांची घुसखोरी करवली. वरकरणी या मंडळींनी हाती घेतलेले प्रकल्प इस्लामच्या अनुषंगानं कोणता ना कोणता अभ्यास करणारे होते. इस्लामचा उर्दू शब्दकोश, इस्लामी चालीरितींचा अभ्यास... असं काय काय. याच संस्थेची संलग्न अशी 'इस्लामिक

रीसर्च इन्स्टिटट्यूट' या नावाची एक संस्था पाकिस्तानात पेशावर इथे उभारण्यात आली. या संस्थांचं लक्ष्य होतं कोरे विद्यार्थी. या तरुण मंडळींना धर्माची करकरीत दीक्षा देणं सोपंही होतं आणि ते दीर्घकालीन फायद्याचंही होतं. या अभ्यासक्रमाचं सूत्रसंचालन होतं मौदुदी कुटुंबाकडे.

अमेरिकेनं त्यांना उत्तेजन द्यायला सुरुवात केली. लवकरच अमेरिकेच्या लक्षात आलं, अफगाणी माती अजूनही ओली आहे. हवा तसा आकार देता येईल. मग या कामगिरीसाठी अमेरिकेनं अनेकांना ओवून घेतलं. यात महत्त्वाची होती 'ब्रदरहुड' आणि जिनिव्हात सैद रमादाननं स्थापन केलेली 'ब्रदरहुड'ची 'वर्ल्ड मुस्लिम लीग' ही वरकरणी सनदशीर वाटणारी संस्था. हे सगळे अफगाणिस्तानच्या इस्लामीकरणासाठी झपाट्यानं कामाला लागले. एका अर्थानं त्यांच्यापुढे मोठं असं आव्हान नव्हतंच, कारण अफगाणिस्तान हा काही तुर्कस्तानसारखा आधुनिक वगैरे देश तेव्हाही नव्हता. इथला समाज मुळात तसा धार्मिकच. अगदी कर्मकांडात अडकलेला. पण फरक इतकाच, की तरीही इथला इस्लाम हा श्रद्धेय धर्म होता. ते काही राजकीय अस्त्र नव्हतं. इराणमध्ये होतं तसं. पण अमेरिकापुरस्कृत या संस्थांना नेमकं तेच करायचं होतं. इस्लामला राजकीय कार्यक्रमाचा मुलामा दिला, की त्याची ताकद वाढते, असा अमेरिकेचा अनुभव होता. 'ब्रदरहुड'नं मग मूळच्या अफगाणी असणाऱ्या पण काही कारणानं स्थलांतरित झालेल्यांना मायदेशी हाकायला सुरुवात केली. कैरोतल्या अल् अझर मशिदीत मोठ्या प्रमाणावर अफगाणी होते. त्यांना या ना त्या कारणानं एकत्र आणून त्यांच्या परतीची, अफगाणिस्तानातल्या पुनर्वसनाची योजना आखली गेली. सुरुवातीच्या काळात त्यांचा स्थानिक डाव्या संघटनांशी संबंध आला, पण इस्लामींनी बाजी मारली.

अमेरिकापुरस्कृत इस्लामच्या अफगाणिस्तानातल्या सुरुवातीच्या बिनीच्या शिलेदारांत होते अब्दुल रसूल सय्यफ, बुऱ्हानुद्दीन रब्बानी आणि गुलाबुद्दीन हेकमत्यार. हे तिघेही 'ब्रदरहुड'च्या कोणत्या ना कोणत्या पोटशाखेशी संबंधित होते. 'सीआयए'च्या जिवावर जगणारी आणखी एक संघटना इथे तयार झाली. 'ऑर्गनायझेशन ऑफ मुस्लिम यूथ'. काबूल विद्यापीठातला धर्मविषयक अभ्यासक्रमाचा प्रमुख गुलाम महंमद नियाजी हा तिचा संस्थापक होता. या चौघांनी एकत्र येऊन अफगाणिस्तानातली इस्लामी चळवळ आता कोणत्या मार्गानं आणि गतीनं जायला हवी, याचा एक आराखडा तयार केला. याचाच एक भाग म्हणून या मंडळींनी एक लष्करी गुप्तचर यंत्रणा उभारायला सुरुवात

बुऱ्हानुद्दीन रब्बानी : अमेरिकापुरस्कृत इस्लामचे अफगाणिस्तानातील एक बिनीचे शिलेदार

केली. याच्याच जोडीला पुढचा धोकादायक टप्पा होता. अफगाणिस्तानी लष्करात जी धार्मिक मंडळी होती, त्यांना आपल्याकडे वळवायचं. म्हणजे लष्करात धर्माच्या आधारे बेदिली माजवायची.

१९७३मध्ये पलीकडे अरब देश आणि इस्रायल यांच्यातला तणाव वाढत असताना अमेरिकेला अफगाणिस्तानात घुसण्यासाठी पहिल्यांदा एक कारण सापडलं. त्या वर्षी अफगाणिस्तानात मोठा दुष्काळ पडला होता. अन्नधान्याची मोठी टंचाई होती. ही संधी साधून राजपुत्र महंमद दाऊद यानं कम्युनिस्टांच्या सहकार्यानं सत्ता हस्तगत केली. तोपर्यंत १९३३ ते १९७३ या काळात अफगाणिस्तानात राजे मोहंमद झहीर शहा यांची राजवट होती. हे महंमद दाऊदचे काका. आपल्या काकाच्या राजवटीत दाऊद पंतप्रधान होता. त्याच्याच काळात 'पीपल्स डेमोक्रॅटिक पार्टी ऑफ अफगाणिस्तान'– 'पीडीपीए' या डावीकडे झुकणाऱ्या पक्षाची चांगलीच वाढ झाली. पुढे हा पक्ष फुटला. त्याचे दोन गट झाले. एक 'खल्क' म्हणजे जनसामान्यांचा. त्याचं नेतृत्व होतं नूर महंमद तारिकी याच्याकडे. दुसरा 'पर्चम' गट. त्याचा म्होरक्या होता बब्राक कर्माल. १७ जुलैला या दाऊदनं आपल्या काकावर भ्रष्टाचार आणि नाकर्तेपणाचा आरोप करत त्याची सत्ता उलथून पाडली. त्यानं राजेशाही बरखास्त करून अफगाणी प्रजासत्ताक स्थापन केलं. या वेळी पहिल्यांदा डावीकडे झुकणारी राजसत्ता आणि कर्मठपणाकडे वाटचाल करणारी धर्मसत्ता यांच्यात अफगाणिस्तानात चकमक झडली. हे मुल्ला-मौलवी आपल्याला फारच विरोध करतायेत, असं दिसल्यावर दाऊदनं सगळ्यांना तुरुंगात टाकून दिलं. त्याच्या कारवाईनं ही इस्लामी धर्मआघाडी

अगदीच कमकुवत झाली.

१९७३ सालच्या युद्धानंतर तेलाचे भाव वाढले आणि अफाट गतीनं वाढणाऱ्या आपल्या गल्ल्याचं काय करायचं, हा प्रश्न सौदीला पडला. हा पैसा मग अफगाणिस्तानातल्या धर्मकार्यासाठी वापरायचं ठरलं. वास्तविक याच वेळी अमेरिका सौदीला धडा शिकवायला निघाली होती. १९७३ सालच्या अरब-इस्रायल युद्धात अमेरिकेनं इस्रायलच्या पारड्यात आपलं वजन टाकल्यानं रागावलेल्या सौदीनं तेलास्त्र उगारलं आणि अमेरिकेच्या गोटातल्या देशांवर तेलबहिष्कार टाकला. त्या वेळी अमेरिकेचे परराष्ट्रमंत्री हेन्री किसिंजर इतके संतापले, की त्यांनी काहीही करून सौदीचा माज उतरवायची योजना आखली. 'सीआयए'च्या पश्चिम आखातातल्या अधिकाऱ्यांना त्यांनी बोलावलं, आदेश दिला. 'या परिसरातल्या एखाद्या शेख साम्राज्याची अशी वाताहत करा, की तेलाची शेखी मिरवणाऱ्या सौदीला त्यावरून काय तो संदेश जाईल'. त्यांचा रोख होता, तो बहारीन किंवा संयुक्त अरब अमिराती वगैरे छोटासा देश आणि त्यातले तेलसाठे काबीज करण्यावर. खरं तर सौदीत घुसून त्या देशाचे तेलसाठेच हस्तगत करण्याची महाभयानक योजनादेखील अमेरिकेनं आखली होती. याबाबत किसिंजर हट्टाला पेटले होते. अमेरिकेचा त्या वेळचा सौदीतला राजदूत जेम्स अकिन्स याला किसिंजर यांच्या मनात काय चाललंय, याचा अंदाज नव्हता. त्यामुळे त्याच्या हातून एक प्रमाद घडला. त्याला एका वार्ताहर परिषदेत विचारण्यात आलं, ''अमेरिकेची सौदी तेलसाठे काबीज करण्याची योजना आहे का?'' त्यावर अकिन्स म्हणाला, ''असं काही करू पाहणारा ठार वेडा तरी असला पाहिजे किंवा रशियाचा एजंट!''

यानंतर काही महिन्यांतच अकिन्स याची उचलबांगडी झाली. पण 'सीआयए'चे आखातातले अधिकारीही अकिन्स याच्याच मताचे होते. त्यांनी किसिंजर यांना सबुरीचा सल्ला दिला, म्हणून पुढचा भयंकर प्रसंग टळला. अन्यथा रशिया अफगाणिस्तानात घुसायच्या कितीतरी वर्षं आधी अमेरिकेची सौदीत घुसखोरी झाली असती. तसं झालं असतं, तर इतिहासाला वेगळं वळण मिळालंही असतं.

पण या टप्प्यावर अमेरिकेनं सौदीची मदत अफगाणवासी इस्लामींकडे वळवायची संधी साधली. इराणचे शहा, नंतर पाकिस्तानचे झुल्फिकार अली भुट्टो आणि त्यांच्या नंतर जनरल झिया उल् हक यांच्या मदतीनं पहिल्यांदा 'सीआयए'नं डाव साधला. यात पैशाची मदत मोठ्या प्रमाणावर शहा पहलवी आणि सौदी

राजघराण्यानं केली. वास्तविक स्वत:च्या देशातल्या मुल्ला-मौलवींचे शहा कडवे टीकाकार होते. ही मागासलेली धर्मगुरू मंडळी देशाला मागे नेतील, असं ते उघडपणे म्हणायचे. पण याच धर्मगुरूंच्या तितक्याच कडव्या, दुराग्रही अफगाणी भाऊबंदांना मात्र शहांचं सक्रिय उत्तेजन होतं. 'सीआयए'नं त्यासाठी उघडपणे इराणच्या 'सवाक' या अत्यंत बदनाम झालेल्या गुप्तचर यंत्रणेशी हातमिळवणी केली. शहा यांना पाकिस्तान आणि सौदी अरेबिया या आणखी दोन अमेरिकी बगलबच्च्यांचा पाठिंबा होता. त्यांचं उद्दिष्ट एकच होतं. अफगाणिस्तानातल्या धर्मवाद्यांना एकत्र आणायचं. याचं सूत्रसंचालन करत होती इजिप्तमधल्या कैरोतली 'इखवान अल् मुस्लिमिन'– म्हणजेच 'मुस्लिम ब्रदरहुड' ही संघटना. यातूनच अफगाणिस्तानातले जे इस्लामी एकत्र आणले गेले होते, त्यांना पैसा, शस्त्रं द्यायला सुरुवात झाली. याच्या जोडीला खबऱ्यांचं जाळं तयार करण्यासाठी मोठ्या प्रमाणावर पैसा ओतला गेला. हे खबरे काम करणार होते अफगाण सरकार, लष्कर, सर्वसामान्य नागरिक यांतले रशियाचे समर्थक शोधण्याचं. ही अशी रशियासमर्थक मंडळी, संस्था वगैरे शोधल्या गेल्या, की 'सीआयए', 'सवाक' आणि पाकिस्तानची 'आयएसआय' हे मिळून प्रत्यक्ष हल्ल्याची योजना आखायचे. सुरुवातीला अर्थातच या चकमकी छोट्या प्रमाणावर होत होत्या.

पण दोन वर्षांत इस्लामी धर्मवाद्यांची भीड चेपली. १९७५ साली या सर्वांनी मिळून दाऊदच्या विरोधात बंडच केलं. हेकमत्यार आणि रब्बानी या दुकलीकडे त्याचं नेतृत्व होतं. पण या मंडळींच्या दुर्दैवानं दाऊद वाटत होता, तितका अशक्त नव्हता. त्यानं आपलं लष्कर एकत्र केलं आणि या इस्लामींवर असा प्रतिहल्ला चढवला, की त्यांना उठावाचा प्रयत्न सोडूनच द्यावा लागला. जवळपास २७ हजारांची कत्तल केली त्यानं. यात असंख्य मुल्ला-मौलवीही होते. हेकमत्यार आणि रब्बानी यांना तर अफगाणिस्तान सोडून पळून जावं लागलं. हेकमत्यार पाकिस्तानात जाऊन बसला. पण तिकडे अफगाणिस्तानात दाऊदच्या दणक्यानं इस्लामी धर्मवादी चांगलेच पांगले. इतके, की पुढची तीन-चार वर्षं त्यांना फारसं असं काहीच करता आलं नाही. पुन्हा नव्यानं सगळी जुळवाजुळव करायची वेळ आली त्यांच्यावर. याच काळात दाऊदच्याही लक्षात आलं, की आपल्याला वाटतेय, तितकी इस्लामींची जमवाजमव वरवरची नाही. रशियाच्या विरोधात मोठ्या प्रमाणावर ही मंडळी धर्माच्या आश्रयाला आली आहेत. यांना मोठा पाठिंबा आहे.

त्यानं आता उजवीकडे तोंड फिरवायचं ठरवलं. तो विचारानं डावा होता

म्हणून काही त्याला सत्तेपेक्षा विचार प्रिय होता, असं नाही. कोणत्याही मार्गानं सत्तेवर राहणं हे त्याचं पहिलं उद्दिष्ट होतं. हे एकदा स्पष्ट झाल्यावर त्यानं आपल्या विचाराला आणि रशियाप्रेमाला स्वत:च्या हातानं मूठमाती दिली. डाव्या संघटनांना वाऱ्यावर सोडलं आणि आपल्या देशातल्या इस्लामी संस्थांना आपलंसं करायला त्यानं सुरुवात केली. अमेरिका, शहा, सौदी आणि पाकिस्तान या कंपूच्या फार विरोधात काही आपल्याला जाता येणार नाही, याचा अंदाज आल्यावर हा पठ्ठा १९७६ साली थेट शहा आणि नंतर झुल्फिकार अली भुट्टो यांनाच भेटला. त्यांच्या सल्ल्यानुसार मग आपल्या सत्ता वर्तुळातले जे कोणी डावे, रशियन समर्थक होते, त्यांची हळूहळू हकालपट्टी करायला त्यानं सुरुवात केली. त्यांच्या जागी अर्थातच या अमेरिकी मित्रगटाला पटतील-रुचतील, अशांच्या नेमणुका तो करत गेला. सत्ता टिकवण्यासाठी म्हणून त्यानं घेतलेला रशियाविरोधी झोका इतका लांब गेला, की डाव्या मंडळींना सत्तेवरून हाकलून त्याचं समाधान झालं नाही. त्यांनी जिवंत राहणंही त्याला मंजूर नव्हतं. दाऊदनं त्यांना वेचून ठार करायला सुरुवात केली. त्यासाठी त्यानं एक छुपी यंत्रणाच वसवली. या काळात जवळपास ११ हजार राजकीय कैदी फासावर लटकावले गेले. एरवी मानवी हक्क वगैरेंबाबत बोलणाऱ्या अमेरिकेनं दाऊद याच्या या अकारण हत्याकांडाकडे जाणूनबुजून कानाडोळा केला. आपली सत्ता टिकणार असल्याच्या आनंदात दाऊद इतका मश्गूल होता, की आपली ही गुप्त मारेकरी यंत्रणा 'सवाक' – 'आयएसआय'च्या ताब्यात कधी गेली, ते त्याला कळलंही नाही.

प्रत्येक बळाच्या विरोधात दुसरं बळ तयार होत असतं. दाऊदच्या बाबतीत हेच घडत गेलं. केवळ दुसऱ्या विचाराचे आहोत म्हणून किती मरायचं, असा प्रश्न अफगाणी डाव्यांना पडला असावा. असे डावे मग एकत्र येत गेले. १९७८ सालच्या एप्रिल महिन्यात नूर महंमद तारिकी यांच्या नेतृत्वाखाली या डाव्या शक्तींनी रशियाच्या मदतीनं दाऊदच्या विरोधात उठाव रचला. इस्लामवाद्यांना अमेरिका उघड खतपाणी घालत असताना रशिया गप्प बसण्याची अपेक्षा ठेवणं चुकीचंच होतं. रशियानं तराकी याच्या नेतृत्वाला नुसता पाठिंबाच दिला, असं नाही, तर त्यांच्याशी मैत्रीचा करारही केला. सत्ता मिळताच तारिकींनी अध्यक्षपद, पंतप्रधानपद आणि 'पीडीपीए'चे सरचिटणीसपदही आपल्याकडे ठेवलं. पण लवकरच या सरकारातही दोन गट पडले. तारिकी आणि उपपंतप्रधान हफिझुल्ला खान अमीन हे 'खल्क' गटाचे एका बाजूला आणि बब्राक करमाल, महंमद नजीबुल्लाह हे दुसऱ्या बाजूला. यातून या दोन शक्तींमध्ये साऱ्या अफगाणिस्तानभर चकमकी झडल्या.

हजारो डावे-उजवे समर्थक हकनाक मेले. हे सरकार जेमतेम १८ महिने टिकलं. त्या काळात तारिकींचा प्रयत्न होता रशियन पद्धतीनं राज्य करण्याचा. त्यांना सुधारणा करायच्या होत्या. विवाहाच्या परंपरा, जमीन मालकी हक्क, शेतकऱ्यांची कर्जमाफी आदी विषय त्यांच्या कार्यक्रम-पत्रिकेवर होते. असं काही करायचं, तर देशाची माहिती असावी लागते. त्याची तारिकी यांच्याकडे वानवा होती. या मंडळींचा संबंध फक्त शहरांशी होता. त्यामुळे सुधारणा अंगावर उलटल्या. त्याबाबत इराणप्रमाणेच इथेही घडलं. जी बडी जमीनदार मंडळी वगैरे होती, त्यांचा या सुधारणांना वगैरे विरोध होता. या मंडळींनी मग तारिकीविरोधकांना एकत्र आणायला सुरुवात केली.

त्यांच्या पाठीमागे होते अर्थातच मुल्ला-मौलवी आणि त्यांच्या पाठीमागे होते 'सीआयए', सौदी अरेबिया आणि पाकिस्तान. या तिघांनी अफगाणिस्तानातला असंतोष पसरवण्यासाठी यथाशक्ती प्रयत्न केले. 'सीआयए'नं सौदी राजपुत्र टर्की याला आपल्या बाजूला वळवलं. हा सौदी गुप्तचर यंत्रणेचा प्रमुख होता. त्यानं वचन दिलं, हवा तेवढा पैसा पुरवण्याचं. अमेरिका, पाकिस्तान हे मिळून जेवढे पैसे घालतील, तितकी रक्कम सौदी घालणार, असं ठरलं. पहिल्याच वर्षी जवळपास ३०० कोटी डॉलर्स सौदीनं खर्च केले. यावरून हा सत्तासंघर्ष किती तीव्र होता, याची कल्पना येईल. पुढच्या वर्षी ही रक्कम ६०० कोटी डॉलर्सवर गेली. त्यांच्या या कष्टाला अखेर मनासारखी फळं दिसायला लागली. साऱ्या अफगाणिस्तानभर सरकारविरोधात असंतोष दाटून आला. ठिकठिकाणी निदर्शनं वगैरे व्हायला लागली. त्यांना यथावकाश हिंसक वळण मिळालं आणि अखेर १९७९ सालच्या सप्टेंबरात अध्यक्षीय प्रासादातच गोळीबार होऊन तारिकी मारले गेले. उपपंतप्रधान हफिझुल्ला अमीन यांनी सत्ता ताब्यात घेतली. पण सरकारविरोधातला असंतोष काही थंडावला नाही. एकूण २८ पैकी २४ प्रांतांत अशांतता होती या काळात. त्यातून कुनार खोऱ्यात नूरिस्तानी जमातीकडून सरकारविरोधात पहिला उठाव झाला. नंतर दुसरी एक ताकदवान जमात सरकारविरोधातल्या उठावात सामील झाली. पश्तून. लवकरच हे बंड शहरांत शिरलं. अमीन यांनी राक्षसी ताकद वापरून हे उठाव चिरडले. अगदी विमानांतून बॉंबफेक करून त्यांनी आपल्या विरोधकांना नेस्तनाबूद करायचा प्रयत्न केला. सुमारे २४ हजार अफगाणी नागरिक त्यात मारले गेले. हजारो जणांना अटक झाली. जे पोलिसांच्या हाती सापडले, ते बेमौत मेले. कुणाचं नाकच तोड, दुसऱ्याचा एक हातच काप, आणखी कुणाचा लिंगच्छेद कर, अशा आदिम मार्गांनी हा उठाव चिरडण्याचा प्रयत्न झाला, पण तरीसुद्धा ही बंडाची ठिणगी विझली नाही.

आता अमीन यांच्यापुढे दुसरा पर्यायच राहिला नाही. त्यांनी आपला मित्रदेश रशियाकडे मदतीची याचना केली. पहिल्यांदा त्यांची मागणी फक्त १५-२० हेलिकॉप्टर्स आणि त्यात मावतील इतके रशियन सैनिक इतकीच होती. जून महिन्यात अशी किरकोळ मदत रशियानं पाठवलीही. पण त्यानं काही भागेना. मग अमीन यांची मागणी वाढत गेली. जुलै महिन्यात आणखी रशियन कुमक आली. त्यानंही परिस्थिती नियंत्रणाखाली येईना. आता अशा किरकोळ मदतीवर अफगाणिस्तान शांत होणार नव्हता. याचं कारण असं, की आता अमेरिकाही बंडखोरांना उघडपणे मदत देऊ लागली होती. पाकिस्तानातून मोठ्या प्रमाणावर शस्त्रास्त्रं अफगाण मुल्ला-मौलवींना मिळू लागली. जुलै महिन्यात मोठ्या रशियन सैन्याच्या तुकड्या अफगाणिस्तानात येऊ लागल्या. ३ जुलैला अमेरिकेत अध्यक्ष कार्टर यांनी अफगाणी बंडखोरांच्या मागे उभं राहण्यासाठी अधिकृत आदेश जारी केला.

ऑपरेशन 'सायक्लॉन'ला सुरुवात झाली. अध्यक्ष कार्टर यांनी स्वत:च्या सहीनं अमेरिकी लष्कराला, 'सीआयए'ला अफगाणिस्तानात उघडपणे जाऊन कारवाई करण्याचा आदेश दिला. 'अमेरिकेच्या हितसंबंधांना बाधा येईल, अशी कोणतीही ताकद अफगाणिस्तानात आम्ही वाढू देणार नाही,' अशी जाहीर वल्गना कार्टर यांनी केली. तिकडे इराणातल्या घटनांत तोंड लपवावं लागल्यानं कार्टर यांना असं काही बोलून छातीत हवा भरून घ्यायची होती. या साऱ्या अमेरिका-रशिया संघर्षात जुलै १९७९ हा महिना सूचक आहे. रशियाचं सैन्य अफगाणिस्तानात घुसलं ते १९७९ सालच्या डिसेंबर महिन्यात. म्हणजेच रशियानं अफगाण मोहीम हाती घ्यायच्या आधीच अमेरिकेनं आपलं अफगाण पाऊल उचललेलं होतं. म्हणजेच रशियाच्या आधी अमेरिका या देशात घुसली होती.

या उघड प्रक्षोभक लष्करी कृत्याला वैचारिक मुलामा द्यायचं महत्त्वाचं काम केलं, ते ब्रेझेंस्की यांनी. इराणमधील खोमेनींच्या उदयानं प्रेरित झालेल्या इतर प्रत्येक देशात असे खोमेनी तयार करता येतील, असं चित्र ब्रेझेंस्की यांनी उभं केलं. या आपल्या मोहिमेला नाव दिलं – 'आर्क ऑफ इस्लाम'. पश्चिम आशिया आणि मध्य पूर्व यांतले काही देश यांना एकत्र आणून ही इस्लामची कमान तयार करायची. वास्तविक खोमेनी यांनी अमेरिकेचं नाकच काय, चांगला चेहराही ओरबाडला होता. त्या ओरखड्यांचे वळ भरून यायच्या आत खोमेनी यांच्या रूपात अमेरिकेला कम्युनिझमवर उत्तर सापडल्याचा भास झाला. हे खोमेनी मॉडेल पश्चिम आशिया, मध्य आशिया यांच्यामधल्या मुसलमानबहुल देशांत राबवून

रशियन कम्युनिझमच्या वाढत्या प्रभावाला काटशह देता येऊ शकेल, अशी शक्यता अमेरिकी राज्यकर्त्यांच्या मनात निर्माण झाली. अध्यक्ष जिमी कार्टर यांचे सुरक्षा सल्लागार ब्रेझेंस्की यांनी अमेरिकेच्या या राजकीय महत्त्वाकांक्षेला सिद्धांतरूप देण्याचा प्रयत्न केला. या परिसरातल्या इस्लामी देशांची एक मोट बांधायची आणि या सर्वांना कम्युनिस्ट रशियाच्या अंगावर सोडायचं, असा त्यांचा विचार होता. तो कृतीत आणण्यासाठी सौदीची मदत मिळू शकणार होती. पश्चिम आशियाचं अंगण आपल्यालाच आंदण दिलेलं आहे, त्यावर अन्य कोणी आलेला चालणार नाही, अशी अमेरिकेची भूमिका सुरुवातीपासूनचीच. या परिसरातलं तेल हे याचं अर्थातच प्रमुख कारण. पण दुसरं तितकंच महत्त्वाचं कारण म्हणजे या परिसराचं भौगोलिक स्थान. एका बाजूनं हा परिसर आशियाला जवळचा. किती, तर अगदी आफ्रिकेत घुसलेला; तर दुसरीकडे वरच्या बाजूला युरोपचाच भाग. युरोपातले ग्रीस, सायप्रस आदी देश तर आशियालाच जास्त जवळचे आणि या दोघांच्यामध्ये अक्राळविक्राळ रशिया. शीतयुद्धाच्या काळातला दुसरा ध्रुव. या दोन ध्रुवांच्या संघर्षात धर्म सापडला.

इराणमधल्या घडामोडींनंतर अमेरिकेनं या परिसरावर आपलं लक्ष अधिकच केंद्रित केलं. ब्रेझेंस्की यांच्या सल्ल्यानं अमेरिकेनं याबाबतच्या विचारांना कृतीची जोड दिली. कार्टर यांनी त्यासाठी सशस्त्र दलांची एक स्वतंत्र यंत्रणा जन्माला घातली. सेंट्रल कमांड किंवा 'सेंटकॉम'. पूर्व आफ्रिका ते मध्य आशिया ते अफगाणिस्तान हा सारा परिसर या 'सेंटकॉम'च्या अखत्यारीत आला. ही कायमस्वरूपी व्यवस्था होती. २००१ आणि नंतर २००३ सालचं आखातातलं युद्ध या 'सेंटकॉम'नंच लढलं. याच्या जोडीला रॅपिड डिप्लॉयमेंट फोर्स – 'आरडीएफ' – हाही तयार केला. इराणमधल्या ओलीस नाट्यात लष्करी मार्गानं अमेरिकी नागरिकांची सुटका करण्याच्या अयशस्वी प्रयत्नात अमेरिकेची चांगलीच फटफजिती झाली होती. त्याची पुनरावृत्ती होऊ नये म्हणून कार्टर यांनी या व्यवस्था जन्माला घातल्या. या इतक्या तयारीनंतर ही यंत्रणा वापरून बघायचा मोह अमेरिकेला झाला नसता, तरच नवल!

इराणमधल्या धार्मिक क्रांतीच्या पार्श्वभूमीवर याला विलक्षण महत्त्व होतं. ते ब्रेझेंस्की यांच्या लक्षात लगेच आलं. त्यांनी या प्रदेशांतल्या मुसलमानांना रशियाच्या कम्युनिस्टविरोधात एक शक्ती म्हणून उभं करायची कल्पना मांडली. हा काळ कार्टर यांच्या राजवटीचा अखेरचा. इराणमध्ये जे काही झालं, त्यामुळे कार्टर नाहीतरी दुखावलेले होतेच. त्यांनी ही कल्पना सत्यात आणायला होकार

दिला, तर या ब्रेझेंस्की गुरुजींनीच लिहिलं मध्य आशियातलं धर्मांध राजकारणाचं हे रहिमायण. ते मूळचे रशियन. तिथल्या परिस्थितीमुळे असेल कदाचित, पण अत्यंत कडवे कम्युनिस्टविरोधक. पोलंड, कॅनडा असं फिरत फिरत नियती त्यांना अमेरिकेत घेऊन आली. इथे ते काही काळ शिक्षकही होते. परराष्ट्रनीती हा त्यांचा अभ्यासाचा विषय. त्यांच्यावर प्रभाव होता अलेक्झांडर बेनिंग्सेन यांचा. हे युरोपातले नामवंत प्राध्यापक. नंतर काही काळ पॅरिसमध्ये काढून ते शिकागोत आले. अमेरिकेत 'रँड कॉर्पोरेशन' या विख्यात विचारगटात ते सक्रिय होते. इथेच ब्रेझेंस्की यांचा त्यांच्याशी संपर्क आला. सोव्हिएत रशियाच्या अमलाखालील प्रजासत्ताकांमधला कच्चा राष्ट्रवाद हा त्यांच्या चिंतनाचा विषय. त्यांनीच पहिल्यांदा रशियाप्रणीत प्रदेशांमधला वाढता इस्लाम हा कम्युनिस्टांना आव्हान देऊ शकतो, हे साधार लिहिलं. त्यांची पुस्तकं आणि लिखाण त्या वेळी रशिया अभ्यासगटात चर्चिली जात होती. चेचन्या प्रांतातले नक्षबंदी हे इस्लामपंथीय रशियाला जेरीस आणतील, हे त्यांचं भाकीत आजही काळाच्या कसोटीवर अचूक मानलं जातं. अमेरिकेनं कम्युनिझमच्या विरोधात या इस्लामी मंडळींना वापरायला हवं, हा आग्रह त्यांचाच. त्यांचं म्हणणं असं, की अमेरिकेनं समजा, हे धोरण अवलंबलं आणि ते तितकंसं यशस्वी झालं नाही, तर फार फार तर काय होईल, इस्लामी परंपरावाद्यांच्यात भर पडेल. पण तरीही ही मंडळी इराणमधल्या धर्मांधांपेक्षा कमी धोकादायक असतील. हा त्यांचा अंदाज मात्र चुकीचा ठरणार होता. ब्रेझेंस्की या विचारधारेत तयार झालेले. केनेडी, निक्सन आदी अमेरिकी अध्यक्षांसाठी काम केल्यानंतर ते कार्टर यांच्या निवडणुकीत त्यांचे परराष्ट्र धोरण सल्लागार होते. निवडून आल्यावर कार्टर यांनी त्यांना आपलं सुरक्षा सल्लागार नेमलं. आपण ब्रेझेंस्की यांचे विद्यार्थी आहोत, असं कार्टर अभिमानानं सांगायचे.

त्या वेळी जुलै ते डिसेंबर या काळात अफगाणिस्तानातली अशांतता नुसती फुलून आली होती. 'सीआयए'ला मैदानात पाहून रशियाच्या 'केजीबी' या गुप्तचर यंत्रणेनंही शड्डू ठोकले. युरी आंद्रेपॉव यांच्या अध्यक्षतेखाली 'केजीबी'नं आपला एक तळच अफगाणिस्तानात उघडला. डिसेंबर महिन्यात रशियानं आपल्या लष्कराला सगळी सामग्री तेलपाणी करून अगदी सज्ज ठेवायला सांगितलं. हळूहळू हे कम्युनिस्ट साम्राज्य अर्धनागर अफगाणिस्तानचा घास घेण्यासाठी पावलं टाकायला लागलं. पहिल्यांदा काबूलचा इतर प्रांतांशी असलेला संपर्क तोडण्यात आला. अफगाणी लष्करातल्या जवानांसारखा गणवेश घालून रशियानं आपले सैनिक घुसवले. २७ डिसेंबर १९७९ या दिवशी जवळपास ७००

रशियन जवानांची तुकडी काबूलमध्ये दाखल झाली. या तुकडीनं सगळी महत्त्वाची सरकारी कार्यालयं, प्रसारमाध्यमांची केंद्रं आदी ठिकाणं ताब्यात घेतली. त्या दिवशी संध्याकाळी सात वाजता या कारवाईला सुरुवात झाली. २८ तारखेला सकाळी ती संपलीही. राष्ट्राध्यक्षांच्या प्रासादातच मोठी धुमश्चक्री उडाली. अमीन 'सीआयए'चा एजंट असल्याचा रशियाला संशय होता, तेव्हा रशियन सैनिकांनी त्याचाच काटा काढला. म्हणजे ज्यानं रशियाला निमंत्रण दिलं, त्यालाच पहिल्यांदा रशियन सैनिकांनी उडवलं. मग काबूलमधल्या रशियन केंद्रानं जाहीर केलं, 'आम्ही अफगाणिस्तानला अमीन यांच्या दुष्ट राजवटीतून मुक्त केलं आहे'. रशियानं अफगाणिस्तानशी १९७८ साली झालेल्या कराराचा दाखला दिला आणि त्यानुसार या देशाचं रक्षण हे आपलं कर्तव्य आहे, असा दावा केला. लवकरच या कर्तव्यपालनाच्या मोहिमेत सुमारे ८० हजार रशियन जवान, १८०० रणगाडे, दोन हजार विमानं सामील झाली. पुढच्या एकाच आठवड्यात काबूल विमानतळावरून रशियन विमानांनी जवळपास चार हजार उड्डाणं केली. नंतर आणखी दोन तुकड्या अफगाणिस्तानात आल्या. रशियन सैन्य एक लाखावर गेलं.

रशियन सैन्यानं इकडे अफगाण मोहिमेची अधिकृत घोषणा केली आणि तिकडे अमेरिकेत ब्रेझेंस्की यांनी आपले अध्यक्ष जिमी कार्टर यांना अत्यानंदानं संदेश पाठवला – 'आता सोव्हिएत रशियाला त्यांचं व्हिएतनाम देण्याची आपल्याला संधी आहे'. त्यातच ब्रेझेंस्की यांनी रशिया जर अफगाणिस्तानात यशस्वी ठरला, तर कोणकोणते धोके संभवतात, याचं तपशीलवार वर्णन केलं. अफगाणिस्तानात रशिया जर जिंकला, तर भारतीय उपखंडापर्यंत त्याचे परिणाम होऊ शकतात, अशी भीती त्यांनी कार्टर यांना घातली. त्यामुळे मिळेल त्या मार्गानं रशियाच्या अफगाणिस्तानातल्या विरोधकांना – मुजाहिदीनांना – मदत करायची गरज त्यांनी कार्टर यांना पटवून दिली.

त्यानंतर १९ वर्षांनी १९९८ साली 'ले नुवेल ऑब्झर्वेतूर' या फ्रेंच प्रकाशनाला दिलेल्या मुलाखतीत ब्रेझेंस्की यांनी सत्य परिस्थितीची कबुली दिली. 'सर्वसाधारण जो समज आहे, की रशियन सैन्य आधी घुसलं आणि मग त्याला प्रतिक्रिया म्हणून अमेरिकेनं आपल्या कारवाया सुरू केल्या, तो चुकीचा आहे. आमच्या रशियाला उचकवण्याच्या उचापती आधी सुरू झाल्या. किंबहुना आमचा प्रयत्नच असा होता, की आमच्या उद्योगांमुळे रागावून रशियावर अफगाणिस्तानात सैन्य पाठवायची वेळ आणायची. त्यात आम्ही यशस्वी झालो'. इतक्या प्रच्छन्नपणे ब्रेझेंस्की यांनी सत्याची कबुली दिली. या वेळी त्यांना मुलाखतकर्त्यानं विचारलं, ''तुम्हांला असं

गुलाबुद्दीन हेकमत्यार : विरोधकांना चळचळा कापायला लावणारा दुष्ट, पण अमेरिकेचा लाडका टोळीवाला

नाही का वाटत, की या अमेरिकेच्या राजकारणामुळे इस्लामी धर्मवादी मोकाट सुटले?'' त्यावर उत्तर देताना ब्रेझेंस्कींनी प्रतिप्रश्न केला, ''यात अधिक धोकादायक काय होतं, असं तुम्हांला वाटतं? आमच्या कारवाईमुळे शीतयुद्ध संपुष्टात आलं, युरोप स्वतंत्र झाला, हे महत्त्वाचं की किरकोळ मुस्लीम संघटनांची ताकद वाढली, हे महत्त्वाचं?''

म्हणजे त्यांचा सूर असा, की धर्मवाद वाढला, हा धोका कम्युनिझमचा प्रभाव संपुष्टात आला, यापेक्षा कमी महत्त्वाचा आहे. काय काय केलं, अमेरिकेनं रशियाचं नाक कापण्यासाठी! सुरुवातीला अमेरिका खांद्यावर घेऊन नाचली, गुलाबुद्दीन हेकमत्यारला. त्याच्या दुष्टपणाचं कौतुक 'सीआयए'नं केलंय. हा हेकमत्यार इतका भयंकर होता, की त्याचं नाव निघालं, की मुस्लीम धर्ममार्तंडही चळाचळा कापायचे. आपल्या विरोधकांच्या अंगाची सालटी केळं सोलल्यासारखी जिवंतपणे सोलणं हा त्याचा आवडता उद्योग होता. हा अशा मार्गानं रशियाच्या सगर्थकांना मारतो, याचं 'सीआयए'ला कोण कौतुक! इस्लामच्या चालीरिती न पाळणाऱ्या महिलांच्या चेहऱ्यावर भर रस्त्यात ॲसिड ओतायची प्रथा यानंच सुरू केली. याला पाकिस्तानच्या 'आयएसआय'नं पुरेपूर वापरला. त्याच्या सगळ्या कारवायांकडे दुर्लक्ष केलं गेलं. अगदी त्याच्या अंमली पदार्थांच्या व्यापाराकडेही.

रशियन सैन्य अफगाणिस्तानात स्थिरावलंही नसेल. पण लगेच अमेरिकेनं आपले खायचे दात दाखवायला सुरुवात केली. कार्टर यांचे संरक्षणमंत्री हॅरॉल्ड ब्राऊन हे चीनमध्ये गेले. त्यांना चीनकडून शस्त्रास्त्रांची मदत हवी होती. मुजाहिदीनांसाठी. चीनही या खेळात सामील झाला. मग इजिप्त. तिथे सादात

यांनीही मोठा शस्त्रसाठा कबूल केला. पाकिस्तान अमेरिकेच्या कळपात होताच. मग या देशानं शस्त्रास्त्रखरेदी करून ती मुजाहिदीनांपर्यंत पोहोचवण्याची जबाबदारी घेतली. यातून मोठा हिंसाचार होईल, निरपराध हकनाक मरतील, हे अमेरिकेला लक्षात आलं नाही का? आलं. 'इथे नैतिक व मानवी विचार करून अनेकांचे जीव वाचवायचे, की वाटेल ती किंमत देऊन कम्युनिझमचा धोका संपवायचा, हा प्रश्न होता. मी दुसरा पर्याय निवडला, माणसं वगैरे मरतील ते ठीक आहे, मला काही त्याचं फार मोठं ओझं वाटलं नाही,' असं मत खुद्द कार्टर यांच्या काळातला 'सीआयए' प्रमुख स्टान्सफील्ड टर्नर यानं अधिकृतपणे नोंदवलं. 'व्हिएतनामच्या संघर्षात ५८ हजार मेले. हा आकडा काही माझ्या डोळ्यांसमोरून कधी गेला नाही. या औषधाची चव रशियालाही द्यायची संधी आता अमेरिकेला मिळालीय, ती सोडा कशाला?' असा त्याचा प्रश्न होता. कोणत्याही सुसंस्कृत समाजाला या प्रश्नाचं उत्तर देता येणार नाही.

तुलनेनं मवाळ असलेल्या कार्टर यांचं हे वागणं. तर त्यांच्यानंतर सत्तेवर आलेल्या रोनाल्ड रेगन यांच्या बाबतीत राजकीय समजूतदारपणाबाबत सगळा आनंदच होता. अफगाणिस्तानातली स्थिती बघून त्यांना तर चेवच आला. पाकिस्तानला, त्या देशातल्या रशियाविरोधी मुल्ला-मौलवींना मदत करण्याबाबत अमेरिकेत तोपर्यंत जे काही निर्बंध होते, ते त्यांनी धाब्यावरच बसवले. रशियन विरोधानं ते इतके आंधळे झाले होते, की मुळात कमीच असलेला त्यांचा सारासार विवेक अधिकच आटला.

रेगन सत्तेवर आल्यानंतर त्यांना आपल्या धोरणांमुळे पाकिस्तान आणि सौदी अरेबिया अधिकाधिक जवळ येतायत, हे कळलंही नाही. अमेरिकेच्या दृष्टीनं सौदी आणि पाकिस्तानी एकत्र येण्यात कसलाच धोका नव्हता; कारण दोघांच्याही निष्ठा अमेरिकेलाच वाहिलेल्या होत्या. पण या दोन्ही देशांच्या मनात त्यांच्या स्वत:चा असा काही स्वार्थ असू शकतो, हा विचारही रेगन यांना शिवला नाही. पाकिस्तानसाठी खरा शत्रू होता भारत. भारताकडून काश्मीरच्या नंदनवनात कापलं गेलेलं आपलं नाक पाकिस्तान विसरायला तयार नव्हता. शिवाय बांगलादेशाची ताटातूट... त्या युद्धात स्वीकारावी लागलेली बिनशर्त शरणागती... ९३,००० सैनिकांना भारताचे युद्धकैदी म्हणून राहावे लागण्याची नामुष्की... इ. इतरही घटक होते. त्यांचा बदला घेण्यासाठी त्याला सशक्त व्हायचं होतं, काही मित्र जमवायचे होते. अफगाणिस्तानच्या निमित्तानं त्याला ही संधी मिळाली. परत दुसरीकडे सौदीला अफगाणिस्तानात एक सुन्नी सहकारी सापडला होता. अन्यथा

शियापंथीय इराण हा इराकविरोधातल्या युद्धात मजबूतच होत होता. कोणता तरी अन्य सुन्नी प्रांत त्यामुळे सौदीला आधारासाठी हवा होता. तो अफगाणिस्तानात मिळाला. पाकिस्ताननं हाताशी धरलं गुलाबुद्दीन हेकमत्यारला, तर सौदीनं वापरलं अब्दुल रसूल सय्यफ याला. हा अफगाण 'ब्रदरहुड'चा प्रमुख. या दोघांनी अफगाणिस्तानात आपापल्या राजकीय आघाड्या उघडल्या. आसपासच्या मुस्लीम देशांतून अस्वस्थ तरुण हुडकायचे, त्यांना स्वर्गप्राप्तीचा मोह दाखवायचा, जुजबी लष्करी प्रशिक्षण द्यायचं आणि द्यायचं पाठवून अफगाणिस्तानात, हा याचा मोठा उद्योगच बनला. अमाप सौदी पैसा, त्यामुळे तितकीच अमाप मिळणारी अमेरिकी शस्त्रसामग्री आणि पाकिस्तानची अमर्याद मदत यांच्या जिवावर या मंडळींनी अफगाणिस्तानात धुमाकूळ घातला. बघता बघता हे इस्लामी धर्मवादी आसपासच्या मध्य आशियातल्या सगळ्या इस्लामबहुल देशांत पसरले.

रेगन यांच्या काळात 'सीआयए'च्या प्रमुखपदी आला बिल कॅसे. हा तितकाच आक्रमक. कम्युनिझमविरोध नसानसांत भिनलेला. हा ब्रेझेंस्कीच्या आणखी एक पाऊल पुढे गेला. त्याला नुसत्या अफगाणिस्तानात रशियाला परेशान करून समाधान मिळेना. रशियाच तोडायला हवा, हा ब्रेझेंस्की यांचा विचार तो अमलात आणायला निघाला. त्यासाठी अफगाणिस्तानाच्या भोवती जे सोव्हिएत युनियनचे इस्लामी प्रांत होते, तिथे यांनी या मुल्ला-मौलवींना पिसाळवायला सुरुवात केली. इस्लामचा रक्तरंजित अर्थ लावणाऱ्या लिखाणाच्या लाखालाखाच्या प्रती या मंडळींनी अमेरिकेत, पाकिस्तानात छापून घेतल्या आणि या प्रांतांत वाटल्या. प्रचंड प्रमाणावर त्यांनी इस्लामी जिहादींची भरती सुरू केली. इजिप्त, पाकिस्तान, इंडोनेशिया... इतकंच काय, खुद्द अमेरिकेत धर्मवेड्या मुसलमानांच्या अफगाणिस्तानात जाण्यासाठी रांगा लागत होत्या. अमेरिकेत ब्रुकलिनमध्ये तर तिथले मुसलमान येताना किमान एक बॅग भरून तरी डॉलर घेऊन यायचे. किती पैसा या कामात ओतला गेला असेल, याची कल्पनाही करवत नाही. बिल कॅसे हा या काळात एकदा सौदी राजे फाहद यांना भेटायला जाणार होता. त्याचे सहकारी त्याला जायच्या आधी म्हणाले, "पैशाचा विषय काढा. फाहद यांना म्हणावं, गरीब मुसलमानांच्या शिक्षणासाठीही असाच पैसा देत चला." त्यावर कॅसे याची प्रतिक्रिया होती: '** मॅन. आपल्याला काय पडलंय... देतात पैसा, तर देऊ देत ना... रशियाचे तिकडे हाल होतायत ना...बास.'

याच कॅसे यानं अफगाणी जिहाद पुढच्या टप्प्यावर नेला. अफगाणिस्तान प्रकरण सुरू झाल्यावर पहिली साधारण पाच वर्षं अमेरिकेचा उद्देश रशियाचा पराभव

'सीआयए' प्रमुख बिल कॅसे व राष्ट्राध्यक्ष रोनाल्ड रेगन : रशियाची कोंडी करण्याची व्यूहरचना

करावा, असा मुळीच नव्हता. अमेरिकेचा प्रयत्न होता, रशियाला होईल तितकं रक्तबंबाळ करायचा. नंतर अमेरिका अधिकाधिक आक्रमक बनली. अमेरिकेची अद्ययावत उपग्रह यंत्रणा वापरून 'सीआयए'नं मग मुजाहिदीनांना रशियाची मोक्याची स्थळं, लष्करी तुकड्या यांची माहिती द्यायचा सपाटा लावला. अशी अचूक माहिती मिळाल्यावर मुजाहिदीन या रशियनांना अलगद टिपायचे. याच्या जोडीला अशा सगळ्या मुजाहिदीनांना मोठ्या प्रमाणावर दहशतवादी प्रशिक्षण देण्याच्या शिकवण्याच अमेरिकेनं काढल्या. परत हे मुजाहिदीन एकत्र होते, असंही नाही. त्यांच्या त्यांच्यातही जोरदार मारामाऱ्या होत्या. अमेरिकेचा पाठिंबा होता अहमद शाह मसूद याला, तर अन्य देश मागे होते गुलाबुद्दीन हेकमत्यारच्या.

मुजाहिदीनांचे असे किमान पाच गट होते. यातला हेकमत्यार गट हा सगळ्यांत धोकादायक होता. ही मंडळी किडामुंगीसारखी माणसं मारायची. याच्याच गटानं नंतर २००१ सालच्या सप्टेंबर महिन्यात न्यूयॉर्कला 'वर्ल्ड ट्रेड सेंटर'वर विमान आदळायच्या आधी दोनच दिवस अहमद शाह मसूदला ठार केलं. खाजगी वृत्तवाहिनीचे पत्रकार म्हणून एक पथक त्याच्याकडे पाठवलं आणि त्या कॅमेऱ्यात बॉंबस्फोट घडवून मसूदची हत्या केली. ही विद्या हेकमत्यारला मिळाली होती अमेरिकेकडूनच. मोटारीत बॉंब ठेवून, रिमोट कंट्रोलनं तो उडवायचा कसा, बॉंबचे प्रकार किती आहेत, ते बनवायचे कसे, हाताळायचे कसे, लांबच्या अंतरावरच्या लक्ष्यांचा वेध कसा घ्यायचा, रेल्वे कशी उडवायची, लष्कराच्या गाड्या भेदणारे बॉंब बनवायचे कसे, असा समग्र दहशतवादाचा अभ्यासक्रमच अमेरिकेनं जणू तयार केला. त्या वेळी या अभ्यासक्रमात एक नाही, दोन नाही, तर तब्बल

४३ देशांतले ३५ हजार धर्मवादी विद्यार्थी सामील झाले होते. यावरून अंदाज येऊ शकेल, या दहशतवादी 'कारखान्याच्या उत्पादना'चा. अफगाणिस्तानची पाकलगतची सीमा, पाकिस्तानातलं पेशावर आणि खुद्द अमेरिकेतही या लष्करी प्रशिक्षण छावण्या 'सीआयए'च्या कृपेनं बिनबोभाट सुरू होत्या. या मंडळींचा कम्युनिस्टविरोध किती विकृत पातळीवर गेला होता! यातल्या अनेक अमेरिकावादी देशांनी आपापल्या देशांतल्या तुरुंगांचे दरवाजे उघडले आणि जे कुणी कैदी होते, त्यांना अफगाणिस्तानात जाण्याची मुभा दिली. म्हणजे अट्टल गुन्हेगारसुद्धा धर्माची झूल अंगावर घेऊन रशियाविरोधात लढायला लागले.

रशियाला चेपण्यासाठी कॅसे यानं मिळेल तो मार्ग पत्करला. अगदी तेलास्त्रसुद्धा वापरलं. सौदीच्या खालोखाल रशिया तेलउत्पादनात दुसऱ्या क्रमांकावर आहे. आजही. पण तरीही 'ओपेक' ('ऑर्गनायझेशन ऑफ पेट्रोलियम एक्स्पोर्टिंग कंट्रीज') या तेलवाल्या गटाचा तो सदस्य नाही. तेव्हाही नव्हता. तर या तेलाच्या व्यापारात रशियाची कोंडी व्हावी म्हणून अमेरिकेनं सौदीला आपल्या देशातल्या तेलउत्पादनात भरमसाठ वाढ करायला लावली. सौदीतल्या तेलविहिरींचा आवाका इतका आहे, की त्या म्हणाल तितकं तेल उपसू शकतात. अमेरिकेच्या आदेशाबरहुकूम सौदीनं अतिरिक्त तेलउत्पादन केल्यामुळे जागतिक बाजारात तेलाचे भाव चांगलेच पडले. २८ डॉलरवरून एकदम १२ डॉलर प्रतिबॅरलवर. त्यामुळे रशियाच्या उत्पन्नावर चांगलाच परिणाम झाला. युद्धाच्या काळात पैशाची तंगी सोसावी लागली त्या देशाला. हे असं काही करता येईल, ही कॅसे याची कल्पना. रेगन यांच्या कारकिर्दीत वादग्रस्त ठरलेल्या इराण काँट्रा प्रकरणात याच कॅसे याची कळीची भूमिका होती. नंतर या प्रकरणाचा बभ्रा झाल्यावर चौकशी सुरू झाली. त्यात ज्या दिवशी साक्ष होती, त्याच दिवशी सकाळी कॅसे याची वाचा गेली. खरोखरच. तो चक्कर येऊन पडला. मेंदूच्या कर्करोगाचं निदान झालं. नंतर तो झोपूनच होता. अचेतन असा. एकदाच फक्त त्यानं तोंड उघडलं, असं म्हणतात. वॉटरगेट प्रकरण चव्हाट्यावर आणणारे पत्रकार बॉब वुडवर्ड यांनी 'व्हेल : द सीक्रेट वॉर्स ऑफ द सीआयए' या अप्रतिम पुस्तकासाठी त्याची एका शब्दाची मुलाखत घेतली, तेव्हा वुडवर्ड चोरून रुग्णालयात गेले आणि त्यांनी कॅसे याला त्याच्या कारवायांबाबत प्रश्न विचारले. ते ऐकून कॅसे यानं रागानं मान हलवली, असं वुडवर्ड यांनी आपल्या पुस्तकात लिहिलं. पण त्यांचा हा दावा कॅसेच्या पत्नीनं फेटाळून लावला. तर हा असा कॅसे वृत्तीनं धार्मिक होता. ख्रिस्तावर त्याची श्रद्धा होती. साक्षात पोप महाशयांशीही त्याचे सौहार्दाचे संबंध होते. ख्रिस्ती आणि इस्लामी बांधव यांच्यात युती होऊ शकते आणि हे दोघं कम्युनिझमचा पराभव करू

शकतात, अशी त्याची धारणा होती. तशी ती असायला कोणाची हरकत असायचं कारण नव्हतं. पण यासाठी इतक्या अमानुषांची हत्या करणं त्याला कोणत्या धर्मानं शिकवलं होतं, हे काही कधी कळलं नाही.

आपण आपल्याच हातांनी ही आग आपल्याच भोवती पसरवतोय, याचं कसलंही भान अमेरिकी नेतृत्वानं दाखवलं नाही. त्या वेळी कम्युनिस्टविरोधी दिसणारे हे इस्लामी धर्मांध नंतर एकंदरच पाश्चात्त्यांच्या विरोधात उभे राहणार आहेत, याचा जराही अंदाज अमेरिकेला आला नाही. वास्तविक इराणमध्ये धार्मिक क्रांती झाल्यावर अध्यक्ष कार्टर यांनी सर्व गुप्तचर दलांची एक बैठक बोलावली होती. विषय होता, हा असा काही प्रकार अन्य इस्लामी देशांत होऊ शकतो का, याची चाचपणी करणं. कार्टर यांना भीती होती, इराणमध्ये जे काही घडलं, ते उद्या इजिप्त, सौदी अरेबिया किंवा अगदी जॉर्डनमध्येसुद्धा होऊ शकेल. पण दिवसभराच्या चर्वितचर्वणानंतर या बैठकीचा निष्कर्ष काय होता – राजकीय इस्लाम असा काही प्रकार अस्तित्वात नाही आणि इराणमधल्या घटनेचे धार्मिक प्रतिसाद अन्यत्र घडतील, अशी भीती बाळगण्याचं काहीही कारण नाही. एवढी मोठी महासत्ता किती घोडचूक करू शकते, याचं हे बोलकं उदाहरण.

दहशतवादाचा आधुनिक इतिहास हा या महासत्तांच्या चुकांचं संकलन आहे. कोणताही संघर्ष सुरू करताना तो संपुष्टात आणायचे काही पर्याय हाती ठेवायचे असतात. अमेरिकेच्या हाती असं काहीच नव्हतं. अफगाणिस्तानच्या निमित्तानं रशियाविरोधात संघर्षाची आग लावायची. पण ती विझवायची कशी; पसरली, तर ती आटोक्यात आणायची कशी, या साध्या साध्या प्रश्नांचा विचारसुद्धा या महासत्तेच्या धुरीणांनी केला नाही. हे इस्लामी धर्मवादी हाताबाहेर जाताहेत, असं दिसल्यावर वास्तविक रशियानं अमेरिकेसमोर एक प्रस्ताव ठेवला होता. 'आपण युद्धबंदी करू या, पण या मुस्लीम दहशतवाद्यांना आवरू या,' अशी रशियाची सूचना होती. हा वाढत्या इस्लामी दहशतवादाचा धोका किती गंभीर आहे, याची जाणीव त्या देशाला झाली असावी. नंतर हे सगळं प्रकरण हाताबाहेर जाणार आहे, याचा अंदाजही आला असावा. त्यानुसार रशियाचे परराष्ट्रमंत्री एडवर्ड शेवर्दनात्झे यांनी अमेरिकेचे परराष्ट्रमंत्री जॉर्ज शुल्ट्झ यांच्यापुढे असा कराराचा प्रस्ताव ठेवलाही. त्यांचं म्हणणं होतं, या इस्लामी धर्मराक्षसाला आपण आवरायला हवं. शुल्ट्झ यांना ते पटलंही. पण ते आपल्या सरकारला काही हे पटवून देऊ शकले नाहीत.

अखेर रशियाचे द्रष्टे प्रमुख मिखाईल गोर्बाचेव्ह यांनीच अमेरिकेचं पितळ

नजीबुल्लाह : मुजाहिदीनांनी ठार मारलेले अफगाणी राष्ट्राध्यक्ष

उघडं पाडलं. २० जुलै १९८७ रोजी त्यांनी अफगाणिस्तानातून रशियन फौजांच्या माघारीची घोषणा केली. पुढच्या दोन वर्षांत १९८९ पर्यंत रशियन फौजा अफगाणिस्तानातून पूर्णपणे हटल्या. या दहा वर्षांच्या काळात साधारण १० लाख अफगाण नागरिक मारले गेले. त्याच्या पाचपट अफगाणींनी जीव वाचवण्यासाठी पाकिस्तानात निर्वासितांचं जिणं स्वीकारलं. जे पळाले नाहीत, त्यातले सव्वा कोटी कायमचे अपंग झाले. या काळात पेरल्या गेलेल्या भुसुरुंगांनी नंतर कित्येक जणांचे बळी जात राहिले. दुसऱ्या बाजूला सोव्हिएत लष्करानं १४,४२७ जवान गमावले. 'केजीबी'चे ५७६ अधिकारी आणि अन्य २८ रशियन नागरिक ठार झाले. १९८९च्या ९/११लाही एक वेगळं महत्त्व आहे. त्या वर्षी ९ नोव्हेंबरला बर्लिनची भिंत कोसळली आणि शीतयुद्ध संपलं.

आणि दुसरं उष्णयुद्ध सुरू झालं. रशियानं सैन्य मागं घेतलं म्हणून अफगाणिस्तानचा प्रश्न काही मिटला नाही. अमेरिकेला वाटत होतं, रशियन सैन्य गेल्या गेल्या अफगाण सरकार कोसळेल. पण तसं काही झालं नाही. पुढची जवळपास तीन वर्षं तिथल्या नजीबुल्लाह सरकारनं तग धरला. अमेरिकी राजकारण्यांनी अफगाणिस्तानातून रशियन माघारीची घोषणा झाल्यावर मोठा जश्न मनवला. काही शेकड्यांनी शँपेनच्या बाटल्या फुटल्या. पण हा आनंद अगदीच क्षणिक राहणार होता. १९९२ सालच्या एप्रिल महिन्यात नजीबुल्लाह सरकार पडलं आणि नुसतं सरकारच पडलं नाही, तर मुजाहिदीनांनी राजवाड्यात शिरून नजीबुल्लाहांना ठार केलं आणि त्यांचा देह काबूलच्या भरचौकात लटकून ठेवला.

हा संदेश होता, तालिबानच्या आगमनाचा. अमेरिकेनं शिकवलेला खेळ

अमेरिकेवरच उलथून पाडण्यासाठी आणखी दोन शक्ती तालिबानच्या हाताला हात लावून तयार होणार होत्या. ओसामा बिन लादेनची 'अल् कायदा' आणि पाकिस्तान. अमेरिकी राजकारणाची लक्तरं अशी भरचौकात लटकवण्यासाठी!

◈

तेल, तालिबान आणि तबाही!

अन्य कोणत्याही ठिकाणच्या स्टेडिअमसारखंच हेही एक स्टेडिअम. फुटबॉलचं. तसेच स्टँड्स, प्रेक्षकांची व्यवस्था, मैदानाच्या भोवती रिंगण. सगळं काही नेहमीसारखंच. आणि नेहमीसारखाच प्रेक्षकांचा उत्साह. साधारण १० हजारांपेक्षा जास्त. मोठ्या स्पर्धेच्या आधी असते, तशीच लगबग. पोरांचा कोलाहल, आरडाओरड. थोड्याच वेळात सुरक्षारक्षक येतात. रिंगणाच्या बाहेर असलेल्या मुलांना डाफरतात. आत ढकलतात. मग शांतता. ती भंगते गाड्यांच्या आवाजानं. चार-सहा गाड्या येतात. धडाधड त्यातून सुरक्षारक्षक उतरतात. शेवटच्या गाडीतला वजाहुद्दीन उतरतो. आधीच्या एका गाडीतून कोणीतरी मौलवी उतरलेले असतात. सगळी तयारी झाल्यावर ते वजाहुद्दीनला विचारतात, "गुन्हा कबूल आहे का?" खरं म्हणजे तो हो म्हणाला काय किंवा नाही म्हणाला काय, काहीच फरक पडणार नसतो. वजाहुद्दीननं आधी चोरी आणि ती पकडून देणाऱ्याचा नंतर खून केलेला असतो. त्याच्या उत्तराची दखलही न घेता ते मौलवी खूण करतात. वजाहुद्दीननं ज्याचा खून केलेला असतो, त्याच्या नातलगाच्या हातात बंदूक दिली जाते. वजाहुद्दीन गोलपोस्टशी जाऊन थांबतो. लोकांकडे बघत. मागून गोळ्या झाडल्या जातात. वजाहुद्दीन मरतो. मग दुसरा. हा अहमद. त्याच्यावरचा आरोप वेगळा. विवाहबाह्य संबंध ठेवल्याचा. त्यामुळे शिक्षाही वेगळी. दगडांनी ठेचून मारण्याची. तोच मौलवी. तोच प्रश्न. तीच प्रतिक्रिया. आणि नंतर दगडांचा मारा.

ही तालिबानी राजवट. ते स्टेडिअम होतं काबूलमधलं. युद्धात उद्ध्वस्त झालेल्या त्या शहरातल्या मुलांना खेळण्यासाठी काहीतरी असावं, या उद्देशानं यूनोनं बांधून

इस्लामी न्यायाचा तालिबानी आविष्कार

दिलेलं. तालिबानी राजवटीत खेळाला मनाई असते, पण कत्तल केलेली चालते. त्यामुळे स्टेडिअमचं रूपांतर हे अशा कत्तलखान्यात झालं होतं आणि मग त्यातला तो गोलपोस्ट वधस्तंभाची भूमिका बजावायला लागला होता.

१९९२ सालच्या एप्रिल महिन्यात डॉ. नजीबुल्लाह यांची राजवट उलथून पडल्यानंतर अफगाणिस्ताननं खऱ्या अर्थानं अश्मयुगातच प्रवेश केला. कम्युनिस्ट म्हणवणारे डॉ. नजीबुल्लाह शेवटचे काही दिवस काबूल मधल्या यूनोच्या कार्यालयातूनच आपला अध्यक्षीय कारभार हाकत होते. पण यूनोचं कार्यालय काही त्यांना मुजाहिदीनांपासून वाचवू शकलं नाही. मुजाहिदीनांनी कार्यालयावर हल्ला करून नजीबुल्लाह यांना ठार तर केलंच, पण त्यांचं कलेवर तसंच रस्त्याच्या कडेला खांबाला लटकावून ठेवलं.

त्यानंतर सुरू झाला अफगाणिस्तानचा प्रवास वर्तमानातून इतिहासाकडे. एकविसाव्या शतकाऐवजी प्रागैतिहासिक कालाकडे.

प्रगतीच्या प्राथमिक खुणांनाही वंचित झालेला अफगाणिस्तान हा एक अगडबंब देश. मध्य आशियाचा केंद्रबिंदूच. हिंदुकुश पर्वताच्या रांगांमुळे उत्तर आणि दक्षिण अशी विभागणी झालेला. या पर्वताच्या परिसरातच राहणारे ते हजरा जमातीय, तर दक्षिणेला राहतात अफगाणिस्तानात बहुसंख्य असलेले पश्तून. राजधानी काबूल याच दिशेला. उत्तरेला पर्शियन आणि काही टर्किक जमाती. ताजिक हेही पर्वताच्या आसपास राहणारे. आणि देशाच्या अगदी ईशान्येच्या टोकाला पामीर पर्वत. पुढे ताजिकिस्तान वगैरे. पश्चिमेच्या सीमेला इराण. आणि वरच्या टोकाला

मध्य आशियातले अन्य देश. असा चहूबाजूंनी जमिनीनं बांधला गेलेला हा देश. एवढ्या मोठ्या देशातली जेमतेम १०-१२ टक्के जमीन शेती करण्याजोगी. असा हा अफगाणिस्तान. आता अभागी, उजाड. पण ऐतिहासिकदृष्ट्या अतिसंपन्न. पूर्वी इथली फळफळावळ पार दिल्ली, कोलकात्याच्या बाजारपेठेपर्यंत यायची. आपल्या मडमांच्या गालांवर चुरडण्यासाठी साहेबांना याच मातीतल्या डाळिंबांचे दाणे लागायचे. अफगाणी मातीचा लौकिकच होता तसा.

नंतर हे सगळं सगळं गेलं. काप गेले आणि भोकं फक्त राहिली. मग हा प्रांत दोन संस्कृतींच्या कचाट्यात सापडला. विसावं शतक सुरू व्हायच्या आधी तत्कालीन दोन साम्राज्यं रशिया आणि ब्रिटन यांच्यात या देशाच्या स्वामित्व हक्कावरनं मारामाऱ्या झाल्या. 'ग्रेट गेम' नावानं ओळखला जाणारा खेळ तो हाच. विख्यात इंग्रजी लेखक रुडयार्ड किपलिंग यांनी हा 'ग्रेट गेम' शब्द रूढ केला. १८१३ ते १९१७ म्हणजे रशियन राज्यक्रांतीपर्यंतचा काळ हा 'ग्रेट गेम' नावानं ओळखला जातो. एकोणिसाव्या शतकाच्या सुरुवातीला दोनच साम्राज्यं होती. झारचा रशिया आणि इंग्लंड. आणि या दोन साम्राज्यांमध्ये प्रचंड असा अफगाणिस्तान. या दोन्ही देशांना आपापल्या साम्राज्याच्या विस्तारासाठी अफगाण भूमी हवी होती. त्यावरून या दोन देशांत ज्या छोट्या-मोठ्या चकमकी, हेरगिरी, राजनैतिक खलित्यांची लढाई झाली, ती सगळी या 'ग्रेट गेम'मध्ये मोडते. अर्थात या दोन देशांत पूर्ण युद्ध म्हणावं, असं काही झडलं नाही अफगाणिस्तानात. पण ब्रिटनला एकंदरच रशियाच्या उद्दिष्टांविषयी संशय असल्यानं हा खेळ तसा बराच काळ खेळला गेला.

अलेक्झांडर याच्या नेतृत्वाखाली मॅसिडोनियन ग्रीकांनी सुरुवातीला अफगाणिस्तानवर राज्य केलं. ते जाताना आपल्या मागे ग्रीक, बौद्ध अशी परंपरा ठेवून गेले. नंतर अरबांनी इथे राज्य केलं. ते इथे इस्लाम घेऊन आले. गझनीच्या महंमदानं इथूनच भारत ते इराण एवढ्या प्रदेशावर राज्य केलं. १२१९ साली चेंगिझखानाच्या मंगोलांनी अफगाणिस्तानला आपलं म्हटलं. ते जाताना एक नवी जमात मागे ठेवून गेले. मंगोल आणि स्थानिक यांच्या संकरातून जन्माला आलेली, आज हजरा नावानं ओळखली जाणारी. नंतर याच चेंगिझखानाचा वंशज तैमूर हाही अफगाणिस्तानावर राज्य करून गेला. त्याचा मुलगा शाहरुख यानं हेरात इथे आपली राजधानी वसवली.

पुढे बाबर, लोधी, अहमद शहा दुराणी आदींच्या राजवटी आल्या आणि गेल्या. या अशा काळात पर्शियन आणि मध्य आशियाचं मिश्रण अफगाणिस्तानचं

प्राक्तन बनून गेलं. शेवटच्या दुराणी राजवटीत मोठे मतभेद होते. त्या वेळी या घरभेद्यांना तोंड देण्यासाठी सत्ताधाऱ्यांनी ब्रिटिशांची मदत घेतली आणि नंतर अशा बाह्य मदतीवर जगायची सवयच लागली अफगाणिस्तानला. नंतर नंतर तर राजघराण्यात काही मतभेद नसले, तरीही मग ब्रिटिशांकडून ते तयार केले जायचे. हे अगदी १९७३ पर्यंत सुरू होतं. त्या वर्षी राजे झहीर शाह यांची राजवट त्यांचा भाचा सरदार महंमद दाऊद यानं उलथून लावली आणि अफगाणिस्तान मोठ्या अशांततेच्या फेऱ्यात सापडला. आजही त्याची त्यातून सुटका झालेली नाही.

१९९२ साली नजीबुल्लाह यांची राजवट पडल्यावर अफगाणिस्तानात जागोजागी छोटेमोठे सुभेदार तयार झाले. रशीद दोस्तम, गुलाबुद्दीन हेकमत्यार, मुल्ला मोहंमद, इस्माइल खान... असे एक ना दोन. त्यात परत त्यांच्यात आपापल्या जमातींचे कप्पे होते. कोणी पश्तून, तर कोणी ताजिक. काही उझ्बेक होते. त्यांच्यात साठमाऱ्या व्हायच्या, खूनखराबा व्हायचा. दुसऱ्या जमातीच्या माणसांना मारताना यांच्यातली क्रूरता उफाळून यायची. मूळचा उझ्बेकी दोस्तम हा पुढे संरक्षणमंत्री झाला. त्यानं आपल्या विरोधकांना कसं मारलं, त्याच्या कहाण्या ऐकल्या, की अंगावर काटाही यायचा थिजतो. आपल्या विरोधकांना हा जीपच्या मागे बांधून फरफटत नेऊन मारायचा. असे चार-चार जणांचे माणसांचे जिवंत गठ्ठे... त्यांचे पाय त्याच्या जीपला बांधलेले... आणि त्याची गाडी पुढे जातेय, हे असं दृश्य अफगाणिस्तानात अनेकांनी अनेकदा पाहिलंय. या सगळ्यांची पोटं भरायची गुंडगिरीतूनच. आपापल्या प्रांतांतून जाणाऱ्या रस्त्यांवर हे अडथळे उभे करायचे आणि येणाऱ्या-जाणाऱ्या गाड्या अडवून त्यांच्याकडून हप्ते गोळा करायचे. हा त्यांचा उघड धंदा. त्यामुळे अफगाणिस्तान अशा प्रांतोप्रांतीच्या दादांमुळे व्यापारासाठी नालायक ठरलेला. बरं, दुसरा काही उद्योगधंदा करावा, तर तीही सोय नाही.

ही अशी परिस्थिती देशावर ओढवली, याचं कारण या सगळ्या गुंडांना रशिया अफगाणिस्तानात होता, तोपर्यंत अमेरिका मुजाहिदीन म्हणून पोसत होती. ही तरुण पोरं. सगळीच्या सगळी पाकिस्तानच्या क्वेट्टा, पेशावर आदी शहरांतल्या मदरशांत शिकलेली. त्यामुळे जगायला लागतं, ते बाकीचं ज्ञान काहीही नाही. शेती करावी म्हटलं, तर ती रशियाबरोबरच्या चकमकींमुळे उद्ध्वस्त झालेली. या सगळ्या काळात अफगाणी लोक मोठ्या प्रमाणावर निर्वासित झाले. हा आकडा काही लाखांच्या घरांत आहे. त्यामुळे शेती उजाड झालेली. माणसंच नाहीत, तर शेती करणार तरी कोण! अफगाणिस्तानात पारंपरिक अशी पाणीपुरवठा व्यवस्था

होती. पाट वगैरे काढले गेलेले. पण लोकच नाहीत. त्यामुळे तेही सुकून गेलेले. परत शेतीचं पारंपरिक ज्ञान असलेले भूमिपुत्र पाकिस्तानात जगायला निघून गेलेले. या पोरांनी करायचं काय? त्यांनी उपजीविकेचे दोन मार्ग शोधले. एक गुंडगिरी आणि दुसरा सोपी शेती. अफूची. मुजाहिदीन म्हणून कर्तव्य संपलेलं. रशिया निघून गेलेला. अमेरिकेला मर्यादितच रस. पाकिस्तान धार्मिक अंगानं ठरावीक कामांसाठीच मदत घेणार. अशा आयुष्याच्या भयाण पोकळीत ही पोरं शरीराच्या भुका भागवण्यासाठी जे जमेल ते करायला लागली. असाच एक प्रसंग कंदाहारजवळ घडला. तिथल्या सुभेदारांनी गावच्या पोरीला पळवून नेलं. तिचं केशवपन केलं आणि तिच्यावर दिवसेंदिवस शारीरिक अत्याचार करत राहिले. तसाच प्रसंग काबूलजवळही घडला. पण त्यातला अभागी बळी हा एक मुलगाच होता. तिथल्या सुभेदाराच्या कार्यकर्त्यांनी त्याच्यावर लैंगिक अत्याचार चालवले होते.

ही बातमी पसरली आणि तिसरा सुभेदार उठला. त्यानं आपल्या साथीदारांना आवाज दिला. १६ जण होते ते फक्त. त्यांना बंदुका दिल्या. आणि या अत्याचारी सुभेदारांवर या १७ जणांनी हल्लाबोल केला. ते संख्येनं अधिक होते. पण गुन्हा करताना पकडले गेल्यानं हबकलेले होते. त्याचाच फायदा घेत या १७ जणांनी या दोन्ही सुभेदारांना आणि त्यांच्या पन्नासभर साथीदारांना ठार केलं. त्या तरुणीची आणि तरुणाची सुटका केली. मोठा जयघोष केला आपली कामगिरी फत्ते झाल्यावर. मग हा जमावाला म्हणाला, "मला या परिसराची, इस्लामची स्वच्छता करायचीय – असल्या नतद्रष्ट मुसलमानांनी आपलं नुकसान केलंय – बोला, तुम्ही मला या मोहिमेत साथ देणार का?" कोणी 'नाही' म्हणायची शक्यता सुतराम नव्हती. कारण त्याचं कामच तसं होतं. मग या 'स्वच्छता मोहिमे'साठी या सुभेदारानं आपली एक संघटना स्थापन केली. 'तालिबान'. म्हणजे विद्यार्थी.

आणि हा सुभेदार म्हणजे मुल्ला ओमर. ही घटना १९९४ सालच्या सप्टेंबरातली. बघता बघता ही संघटना वाढत गेली. साऱ्या देशातच गुंडापुंडांचं राज्य तयार झालं होतं. ते लोकांना नकोसं झालं होतं. पण त्यांना 'नाही' म्हणायची ताकद त्यांच्याकडे नव्हती. अशी सगळी असाहाय्य मंडळी मुल्ला ओमरच्या 'तालिबान'मागे उभी राहायची. त्याला अफाट पाठिंबा मिळत गेला. त्याच्या मागण्याही साध्या होत्या. शुद्ध धर्माचरण. याला कुणाचाच विरोध असायचं कारण नव्हतं. परत त्याच्या बाजूची आणखी एक बाब म्हणजे तो पश्तुनी होता. त्यामुळे बहुसंख्यांना तो आपलाच वाटायचा. परत त्याला जे साथीदार मिळत गेले, तेही तसे उपरेच होते. त्यांचं पालनपोषण झालं होतं पाकिस्तानी मदरशांत. त्यामुळे

मुल्ला ओमर :
'तालिबान' या संघटनेचा धूर्त,
आपमतलबी, क्रूर संस्थापक

त्यांचा तसा अफगाणी मातीशी संबंध नव्हता. 'तालिबान'मुळे त्यांना ती संधी मिळाली. असाहाय्य अफगाणींना त्यांच्या रक्षणासाठी एक संघटना मिळाली आणि आपला जम बसवू पाहणाऱ्या संघटनेला अनुयायी. त्या वेळी मुल्ला ओमर जेमतेम चाळिशीचा असेल नसेल. जन्म १९५९ सालचा. कंदाहारजवळच्या खेड्यात भूमिहीन शेतकऱ्याच्या घरात. पश्तुंनीमधल्या होताक या जमातीतला. उंचा, तगडा मुल्ला ओमर आसपासच्या परिसराइतकाच टणक होता. त्याला तीन बायका आणि पाच मुलं. सगळे त्याच्या स्वत:च्याच मदरशात होते शिकायला. अतिशय कमी बोलायचा तो. त्याच्या वतीनं बोलायचं काम करायचा त्याचा उजवा हात मुल्ला वकील मुत्तावकील.

गरिबांचा, पददलितांचा तारणहार अशी आपली प्रतिमा करून घेण्यात यश आल्यानंतर मुल्ला ओमर त्याच्यासारख्या अन्य सुभेदारांकडे वळला. हेरातला जाऊन इस्माइल खान काय म्हणतोय, याची त्यानं चाचपणी केली. नंतर त्याचे साथीदार काबुलात जाऊन अध्यक्ष बुऱ्हानुद्दीन रब्बानी यांचंही मत जाणून घेऊन आले. रब्बानी तिकडे गुलाबुद्दिन हेकमत्यारच्या उद्योगांनी हैराण झालेच होते. हेकमत्यारही पश्तूनच. त्याला पर्याय म्हणून दुसरा एखादा पश्तून कोणी उभा राहात असेल, तर त्यांना हवाच होता. त्यामुळे त्यांनी मुल्ला ओमर जे काय करू पाहात होता, त्याचं स्वागतच केलं. अध्यक्ष रब्बानी यांना खिशात घातल्यावर त्याला आता पाकिस्तानचं मत काय आहे, ते पाहायचं होतं. तिथे बेनझीर भुट्टो सत्तेवर होत्या. अनेक अफगाणींशी ज्यांचे उत्तम संबंध होते, ते मौलाना फझलुर

बेनझीर भुट्टो : पाकिस्तानच्या पहिल्या महिला पंतप्रधान

रहमान आणि त्यांच्या 'जमाते उलेमा इस्लाम' या संघटनेचा श्रीमती भुट्टो यांना पाठिंबा होता. श्रीमती भुट्टो यांच्या कृपेनं पाकिस्तानी लष्कर आणि 'आयएसआय' या दोन्हींत मौलाना फझलुर रहमान यांचे खोलवर लागेबांधे होते.

अफगाणिस्तानातल्या सततच्या यादवीला भुट्टो वैतागल्या होत्या. या यादवीचा गंभीर परिणाम पाकिस्तानी अर्थव्यवस्थेवर होत होता. कारण अफगाणमार्गे होणारी मध्य आशियातली मालवाहतूकच पूर्ण बंद पडली होती. पाकिस्तानचा सरकार म्हणून पाठिंबा होता गुलाबुद्दीन हेकमत्यार याला. पण त्यामुळे प्रश्न सुटत नव्हता. या हेकमत्यारला पाठिंबा देत राहायचं, की सर्व संबंधितांच्या सहमतीनं एखादं सर्वमान्य सरकार यावं, यासाठी प्रयत्न करायचा, हे पाकिस्तानचं नक्की होत नव्हतं. पाक लष्कर पूर्णपणे हेकमत्यारच्या बाजूचं होतं. त्याला काही पर्याय उभा राहील, असं लष्कराला वाटत नव्हतं. याचं दुसरं महत्त्वाचं कारण म्हणजे पाक लष्करातच जवळपास २०-२५ टक्के पश्तून होते. त्यांना कसंही करून अफगाणिस्तानात पश्तुनी राज्य आणायचं होतं. पण हेकमत्यारला काही त्यात यश येत नव्हतं.

१९९३ साली सत्तेवर आल्या आल्या बेनझीर भुट्टो यांनी मध्य आशियातला अफगाणमार्गे होणारा व्यापार खुला करायला प्राधान्य दिलं. त्यासाठी दोन पर्यायी मार्ग होते. पेशावर ते हिंदुकुशपल्याडचं काबूल, मझार-ए-शरीफ आणि तिरमेझमार्गे उझ्बेकिस्तानातलं ताश्कंद हा एक मार्ग होता. पण काबूल परिसरातल्या साठमारीमुळे हा मार्ग बंद होता. मग पाकिस्ताननं पर्याय शोधला. क्वेट्टा ते कंदाहार, पुढे हेरात

आणि तुर्कमेनिस्तानची राजधानी अष्खाबाद. या मार्गावर मोठी समस्या नव्हती. फक्त मध्ये मध्ये गावगुंडांच्या हातावर चिरीमिरी टेकवली, की काम होण्यासारखं होतं. पाकिस्ताननं या मार्गाची गुप्त पाहणीही केली. पाठोपाठ हेरातचा सुभेदार इस्माइल खान याच्याशी त्याबाबत चर्चाही केली. त्यातून मार्ग निघतोय, असं दिसताच अंतिम तोडगा काढण्यासाठी श्रीमती भुट्टो स्वत: १९९४ सालच्या ऑक्टोबरात इस्माइल खानला आणि नंतर रशीद दोस्तुम याला भेटल्या. पण या प्रश्नावर कायमचा तोडगा निघायच्या वेळीच नेमका तालिबान्यांनी कंदाहारजवळ हेकमत्यारच्या गोटावर हल्ला केला. मोठी धुमश्चक्री उडाली. एक तालिबानी गेला. पण सात जण हेकमत्यारच्या गोटामधले गेले. परत त्यांनी मोठा दारूगोळा गमावला. तो सगळा तालिबान्यांच्या हाती लागला. नंतर निष्पन्न झालं, तालिबान्यांच्या मागे पाकिस्तानच होता. त्यानंतर तालिबान्यांच्या पाठिंब्यावर पाकिस्ताननं माल वाहतूक करायला सुरुवात केली. रस्त्यात अन्य कोणा सुभेदारानं अडवलं, की तालिबानी त्याचा समाचार घ्यायचे. नाही बधलेच, तर त्यांना ठार करून टाकायचे. आपल्या विरोधी गटातल्या सुभेदाराला मारलं, की त्याचा दारूगोळा, शस्त्रास्त्रं तालिबान्यांच्या मालकीची व्हायची. असं करता करता तालिबान्यांनी बराच मोठा प्रदेश आपल्या अमलाखाली आणला.

मोठा विरोध झाला, तो गुलाबुद्दीन हेकमत्यारकडूनच. पण १९९५ सालच्या १४ फेब्रुवारीला हेकमत्यारचं मुख्यालय असलेलं चरास्याब गाव तालिबान्यांनी ताब्यात घेतलं आणि मग मात्र सगळीकडे पळापळ झाली. हेकमत्यार जलालाबादला पळाला. मग तालिबान्यांनी काबूल मुक्त केला. राजधानीला असलेला हेकमत्यारचा वेढा संपुष्टात आल्यानं सगळे राजमार्ग खुले झाले आणि बाहेरच्या वस्तू आत यायला लागल्या. नंतर तालिबान्यांना विरोध असा झाला, तो अहमद शाह मसूद याच्याकडूनच. पंजशीरचा सिंह म्हणून ओळखल्या जाणाऱ्या मसूदनं तालिबान्यांच्या मार्गात मोठा अडसर निर्माण केला होता. ११ मार्चला त्याच्या सैन्यात आणि तालिबान्यांच्यात तुंबळ युद्ध झालं. याच युद्धात मुल्ला ओमरचा एक डोळा गेला. तो कायमचा एकाक्ष झाला. ही काबूलची लढाई नंतर जवळपास वर्षभर सुरू होती. मसूद तालिबान्यांना पुरून उरत होता. एकतर तो तालिबान्यांपेक्षा सुसंघटित होता आणि दुसरं म्हणजे त्याची लष्करी ताकदही सरस होती. परिणामी मोठ्या प्रमाणावर तालिबानी मसूदच्या हातून मरत होते. शेवटी या पेचातून मार्ग काढण्यासाठी देशभरातले जवळपास १२०० मुल्ला-मौलवी काबुलात जमले होते. गाव पंचायत कशी असते, तशा चर्चेसाठी. 'शूरा' म्हणतात त्याला अफगाणिस्तानात. ही 'शूरा'

अखंड – शब्दश: रात्रंदिवस – चालली. तरी मार्ग निघेना. अखेर हा पेच मुल्ला ओमरनं गनिमी काव्यानं सोडवला. ४ एप्रिल १९९६ या दिवशी ओमर काबुलातल्या त्यातल्या त्यात एका उंच इमारतीच्या गच्चीवर गेला. प्रेषित महंमदानं वापरलेली शाल स्वत:भोवती लपेटून घेतली आणि त्यानं स्वत:ला 'अमीर उल् मोमीनन' – सर्व आस्तिकांचा प्रमुख – असं जाहीर करून टाकलं. १८३४ नंतर पहिल्यांदा हा किताब कोणासाठी तरी वापरला जात होता. त्याला अनेकांनी विरोध केला. अनेकांचं मत होतं, हा किताब घेण्याएवढा ओमरचं धर्मशास्त्रात पांडित्य नाही. तो भले धर्माभिमानी असेल. पण या किताबासाठी धर्मशास्त्राचं जे सम्यक ज्ञान असावं लागतं, ते त्याच्याकडे नव्हतं. शिवाय त्याचं औपचारिक असं शिक्षणही झालेलं नव्हतं. पण हे सगळे आवाज लवकरच बंद झाले. तलवारीची ताकद पंडितांच्या जिभा आणि लेखणीला बऱ्याचदा काबूत ठेवते.

एव्हाना साऱ्या अफगाणिस्तानभर तालिबान्यांची राजवट आली. धर्माचा अतिशुद्ध अर्थ लावत राज्य करायचं होतं त्यांना. त्यामुळे अफगाणिस्तानात अनेक उत्पातांची मालिकाच घडत गेली. त्यांच्या धर्माच्या व्याख्येत स्त्रीशिक्षण बसत नव्हतं. महिलांनी नोकरी करणं त्यांना मान्य नव्हतं. त्यामुळे साऱ्या अफगाणिस्तानातल्या प्राथमिक शिक्षणाच्या शाळा ओस पडल्या; कारण जवळपास सगळ्या शाळांत शिक्षिकाच होत्या. महिलांना बंदी घातल्यामुळे मुलींच्या बरोबर मुलांनाही शिक्षण नाकारलं गेलं. गाणं-बजावणं करायला सोडाच, पण ते ऐकायलाही तालिबान्यांनी बंदी घातली. खेळही नाही. साधे पतंग उडवायलासुद्धा मनाई होती. बुद्धिबळ खेळणंही तालिबान्यांना मंजूर नव्हतं. पुरुषांनी दाढी राखणं अत्यावश्यक बनलं. उघड्या डोक्यांनी बाहेर पडायला त्यांच्यावर बंदी आली. दिवसातून पाच वेळा नमाज पढायलाच हवा. नाही पढला, तर भरचौकात फटके दिले जायचे. सगळ्या स्त्रिया पडदानशीन झाल्या. रक्ताच्या नात्याशिवाय वा नवऱ्याशिवाय कोणत्याही पुरुषाबरोबर महिलांना संभाषणाचीही बंदी करण्यात आली. याचं उल्लंघन करणारीला जाहीर शिक्षा व्हायच्या. बदफैली माणसाची दगड मारून हत्या, चोरीमारी करणाऱ्याचा हातपाय तोडणं आणि खुनासाठी जाहीर फाशी असे शिक्षेचे टप्पेही ठरून गेले. डुकराचं मांस, मानवी केसांपासून बनलेली कोणतीही वस्तू, सॅटेलाइट डिश अँटेना, सिनेमा, कोणत्याही प्रकारचं संगीत, संगणक, टेलीव्हिजन, लैंगिकतेला उत्तेजन मिळेल असं काहीही, अगदी नेलपॉलिशसुद्धा, दारूकाम – शोभेचं आणि प्यायचं, बाहुल्या, छायाचित्रं काढून घेणं, कबुतरं पाळणं... आदी अनेक चिजा बिगरइस्लामी ठरवत बंदीच्या यादीत डकवल्या

गेल्या. शरियाला राजकीय पक्ष मंजूर नाहीत, असंही त्यानं सांगून टाकलं. त्यामुळे कोणी संघटना वगैरे स्थापन करून मुल्ला ओमरला आव्हान द्यायचीही शक्यता राहिली नाही. या असल्या गोष्टींचं पालन होतंय की नाही, हे पाहण्यासाठी त्यानं एक खातंच तयार केलं. या नियमांच्या अंमलबजावणीसाठी धार्मिक पोलीस तयार केले. अशा अत्याचारी राजवटींत महिलांच्या हालांना पारावार राहात नाही. तालिबान्यांच्या काळात अफगाणिस्तानात महिलांचं अगदीच पोतेरं झालं. त्यांना कसलाही आवाज राहिला नाही, चेहराही बुरख्यात झाकला गेला. हातपाय असून ते हलवायची बंदी. घराघरांच्या खिडक्यांना खास काळे पडदेही लावून घ्यायचा फतवा तालिबान्यांनी काढला. घरातल्या महिला बाहेरून कोणाला दिसू नयेत म्हणून. एक वैद्यकीय सेवा सोडली, तर महिलांना घराबाहेर काहीही करायला बंदी होती.

शरिया, मागास पश्तुनी परंपरा, पश्तूनवाली आणि देवबंदी इस्लाम यांचं जहाल मिश्रण होतं तालिबानी राजवट म्हणजे! पाकिस्तानातल्या 'जमात उलेमा इस्लाम' या संघटनेला इस्लामचा हाच अर्थ अभिप्रेत होता. त्यामुळे या संघटनेचा पाठिंबा 'तालिबान'ला सहजपणे मिळाला. याच्या जोडीला त्यांना साथ मिळाली सौदीमधल्या वहाबींची. हाही इस्लामचाच असाच जहाल अवतार. वेळप्रसंगी आत्मघातालाही तयार असलेला. याकडे नीट बघितलं, तर लक्षात येईल, की दहशतवादाचं आत्मघातकी स्वरूप हे अरबांकडून, वहाबीवाल्यांकडून आलं. तालिबानी किंवा अफगाणी दहशतवादी होते. पण स्वत:हून स्वत:ला मारून घेणारे कधीच नव्हते. सौदीची दहशतवादाला ही देणगी. या कलेला पूर्णत्व दिलं तालिबान्यांना लवकरच येऊन मिळणाऱ्या ओसामा बिन लादेन यानं. पण तोपर्यंत तालिबान्यांना आत्मघातकी दहशतवाद माहीत नव्हता. तालिबान्यांनी शरियाचा अर्थ काय करायचं, यासाठी जवळपास लावला नाहीच. त्यांनी शरिया वापरला, काय काय करायचं नाही, हे ठरवण्यासाठी! त्यामुळे खरी पंचाईत झाली अनेक मुसलमानांचीच. कारण तालिबानी सोडले, तर अन्य गटांतल्या मंडळींना इस्लामचं हे रौद्र रूप तितकंसं मान्य नव्हतं. परत तालिबान्यांनी शरियातल्या किंवा वहाबी पंथीयांतल्या ठरावीक परंपराच उचलल्या. वहाबींचा कोणाला संतपण द्यायला, पीर, बाबा यांना विरोध होता. त्यांचं तालिबान्यांनी काही केलं नाही.

ही मंडळी जितकी राष्ट्रसंकल्पनेच्या विरोधात होती, तितकीच पश्तुनी राष्ट्रवादाच्या बाजूनं होती. म्हणजे अफगाणिस्तानात फक्त पश्तुनींचाच आवाज ऐकला जावा, असा त्यांचा आग्रह होता. इतका टोकाचा समूहवाद त्यांच्याकडे असल्यानं त्यांना पश्तुनींचा चांगलाच पाठिंबा मिळाला. अफगाणिस्तानात नाहीतरी ते संख्येनं सर्वाधिक होतेच. याचा फायदा त्यांना आपली राजवट रुजवायला आणि

ओसामा बिन लादेन :
दहशतवादाला आत्मघाताचे
नवे धारदार परिमाण

तिचा अंमल पसरवायला मिळाला. पण यातला तोटा असा, की त्यांच्यामुळे जे जे बिगरपश्तुनी होते, ते सगळे बाजूला पडले. तालिबान्यांना आपल्या सत्तेत वाटेकरी नको असल्यानं त्यांनी इतरांना दूर सारलं. सरकारातले चांगल्या चांगल्या पदांवर असलेले ताजिक, उझ्बेकी किंवा हजरा अधिकारी राजकारणात खड्यांसारखे दूर फेकले गेले. त्यांची जागा घेतली तालिबान्यांनी. पश्तुनींनी. म्हणजे योग्यता असो की नको, पश्तुनींना सत्ता मिळाली. महत्त्वाची पदं मिळाली. पण कसलाही अनुभव किंवा ज्ञान नसल्यामुळे राज्यकारभाराची चांगलीच बोंब झाली. हा पश्तुनीवाद इतका खालपर्यंत झिरपला, की छोट्याछोट्या खेड्यांतल्या ग्रामपंचायतींसारख्या ज्या काही व्यवस्था होत्या, त्याही कोलमडून पडल्या. तालिबान्यांनी केलं काय, तर गावात कोणत्या जमातीचं प्राधान्य आहे वगैरे काहीही न बघता तिथे पश्तुनींची वर्णी लावली. यामुळे असं व्हायला लागलं, की ग्रामपंचायतींच्या प्रमुखांना त्या त्या गावची भाषाही बोलता यायची नाही. गाव ताजिकी किंवा उझ्बेकी, पण ते चालवणारे मात्र पश्तुनी. अफगाणिस्तानात मोठ्या प्रमाणावर दारी किंवा पर्शियन भाषक होते. पण त्यांना काही किंमतच राहिली नाही. याची दखलच घेतली नाही तालिबान्यांनी. ते आपल्याच मस्तीत मश्गूल. परत चक्रम तर इतके, की जे आपल्या बरोबर नाहीत, ते सगळे इस्लामी नाहीतच, असाच यांचा दावा. एखादी जमात यांच्या बरोबर नाही, याचा अर्थ विरोधी आहे, असा नव्हता. पण तरीही तालिबान्यांनी याच न्यायानं त्यांना वागवलं. कहर म्हणजे हजरा जमात इस्लामी नाहीच, असा फतवा त्यांनी काढला. जे जे शियापंथीय, त्यांनाही यांनी इस्लामबाह्य ठरवलं.

तालिबानी दुराग्रही तर इतके, की त्यांच्या कोणत्याही धोरणावर, निर्णयावर प्रश्न विचारलेले त्यांना चालायचं नाही. इतरांनी सोडाच, पण मुसलमान पत्रकारांनीही काही विचारलेलं त्यांना चालायचं नाही. कोणत्याही प्रश्नावर अंतिम उत्तर मुल्ला ओमर हेच! अफगाणिस्तानात 'जिरगा' नावानं ओळखला जाणारा धर्मपंचायतीसारखा एक प्रकार होता. महत्त्वाचे निर्णय या जिरग्यात ज्येष्ठांच्या सल्ला-मसलतींतून घेतले जायचे. मुल्लानं त्यालाही फाटा दिला. त्यामुळे सरकार या अर्थानं तालिबानी राजवट कधीच अस्तित्वात नव्हती. गूढ, मितभाषी आणि गुप्ततेला अतोनात महत्त्व देणाऱ्या मंडळींचा समूह म्हणजे तालिबान सरकार, अशी परिस्थिती होती. सरकार म्हणून जी काही यंत्रणा असते, ती कधी वसवली गेलीच नाही. सरकारी महसूल, मंत्रीमंडळाची बैठक, अधिकृत आदेश असा काही प्रकारच नाही. अधिकाऱ्यांना मुल्ला आपल्या हातानं पैसे द्यायचा. "शरियाला राजकारण किंवा सत्ताकारण मंजूर नाही. त्याचमुळे आम्ही सरकारी कर्मचाऱ्यांना, सैनिकांना पगार आदी काहीही देत नाही. जनतेच्या सेवेबद्दल आम्ही फक्त कपडेलत्ते आणि जेवणखाण देतो," असं तालिबानी सांगायचे. त्यामुळे सरकारी निर्णयाची घोषणा वगैरेही काही प्रकार नाही. मुल्ला ओमर म्हणेल, ती पूर्व आणि पश्चिमही. या मंडळींनी कधी पत्रकार परिषद घेतली नाही, कसली घोषणा नाही. काही नाही. इतकं सगळं नाही म्हटल्यावर निवडणुका वगैरे असू शकतील, असा विचारही करायचं काही कारण नाही. पण निवडणुका नाहीत म्हणून शपथा नाही, असं नव्हतं. सगळ्या नेमणुका शपथेवर व्हायच्या. अल्लाची शपथ देऊन मंडळी आपला कार्यभार सांभाळायची. मंत्री वगैरे होते, तेही सगळे मुल्ला-मौलवीच. म्हणजे अर्थखातं सांभाळणारा आणि संरक्षणमंत्री असणारा दोघंही मुल्लाच. काहीच गुणात्मक फरक नाही त्यांच्यात. गंमत म्हणजे वेळ पडली, की हे सगळे मंत्रीसंत्री तलवारी वगैरे घेऊन प्रत्यक्ष दंगलीत सहभागी व्हायचे. म्हणजे काय पद्धतीचं सरकार असेल, ते लक्षात येईल.

सत्तेचं व्यसन लागतं. अगदी धर्माच्या नावानं जरी ती आली, तरी सोडावीशी वाटत नाही. तालिबान्यांचंही तसंच झालं. वास्तविक 'एकदा का सत्तेचा गाडा मार्गी लागला, की आम्ही दूर होऊ,' असं तालिबानी सुरुवातीला म्हणत होते. 'चांगल्या, प्रामाणिक मुसलमानांच्या हाती सत्ता सोपवून आम्ही निघून जाऊ,' असा त्यांचा सुरुवातीचा शब्द होता. पण सत्तेची चटक लागल्यावर नेमका तोच ते विसरले. नंतर याबाबत कधी चकार शब्दही त्यांनी काढला नाही. मुल्ला ओमर तर नंतर आपल्या गढीबाहेर पडायचाही नाही. काबूल या राजधानीच्या शहराला आपल्या

बामियान येथील बुद्धमूर्ती : तालिबान्यांच्या बदलत्या भूमिकेचा बळी

अख्ख्या कारकिर्दीत त्यानं फक्त दोन वेळा भेट दिली. १९९९ साली त्यानं वास्तविक आदेश दिला होता बामियानच्या बुद्धमूर्तींचं रक्षण करण्याचा. अफगाणिस्तानात काही बौद्धधर्मीय मूर्तिपूजक नाहीत. त्यामुळे या बुद्धमूर्ती राहिल्या, तरी काही हरकत नाही, असं त्याचं १९९९ साली मत होतं. पुढच्याच वर्षी ते बदललं. २००१ सालच्या मार्च महिन्यात याच असं नाही, तर अफगाणिस्तानाच्या आसपास ज्या काही मूर्ती असतील, त्या सगळ्या तोडून टाकाव्यात, असा फतवा त्यानं काढला. का? कारण काय वगैरे काही नाही. त्याला वाटलं. नंतर नंतर त्याची शरियाची अंमलबजावणीही निवडक होती. वास्तविक शरियानं सांगितलंय, जकात मूळ मालाच्या किमतीच्या २.५ टक्के इतकीच आकारली जावी. पण मुल्ला ओमरनं ती २० टक्क्यांपर्यंत वाढवली. ज्यांनी याबाबत काही विचारायचा प्रयत्न केला, ते हकनाक मेले. परत त्यानं स्वत:ला 'अमील अल् मोमीन' असं जाहीर करून घेतलेलं. अल्लाचाच अवतार तो. स्वघोषित. त्याला कोण काय विचारणार!

पण धर्माच्या नावानं असली, तरी सत्ता भ्रष्ट होऊ शकते, हे अमेरिकनांना चांगलंच माहीत होतं. ही राजवट आपल्याला हवी तशी आपल्या हव्या त्या कामासाठी वापरता आणि वाकवता येईल, याचा अंदाज अमेरिकनांना लगेचच आला. इराणमधल्या शिया राजवटीच्या विरोधात तालिबानी कामी येऊ शकतील, याबाबतीत अमेरिकनांची खात्रीच पटली. तालिबान्यांची राजवट आल्यानंतर दहाव्याच दिवशी झलामी खालिझाद यानं 'वॉशिंग्टन पोस्ट'मध्ये एक लेख लिहिला. हा खालिझाद अमेरिकेच्या राष्ट्रीय सुरक्षा परिषदेचा सदस्य होता. त्याहीपेक्षा त्याची महत्त्वाची ओळख म्हणजे तो 'युनियन ऑइल कंपनी ऑफ कॅलिफोर्निया'चा –

'युनिकॅल'चा – (रॉकफेलर यांच्या तेलसाम्राज्यातली एक महत्त्वाची तेलकंपनी) एक सल्लागार होता. थोरले जॉर्ज बुश यांच्या काळात त्याला अफगाणिस्तानात तेलकंपनीच्या भावी वाटचालीची दिशा ठरवण्यासाठी सरकारी जबाबदारीवर पाठवलं गेलं होतं. तर या खालिझाद यानं 'पोस्ट'मधल्या आपल्या लेखात अमेरिकेनं तालिबान्यांच्या मागे कसं उभं राहायला हवं, याची मुद्देसूद वकिली केली. तालिबानी हे अमेरिकाविरोधी नाहीत, त्यांच्या दहशतवादाचा अमेरिकेला धोका नाही, तालिबान्यांची राजवट ही साधारण सौदीसारखी अमेरिकास्नेही असेल, अशी ग्वाही त्यानं दिली. आणि हे केल्यानंतर खास अमेरिकी असा मुद्दा मांडून त्यानं आपल्या लेखाचा शेवट केला. त्यानं लिहिलं, 'अमेरिकेनं या एकाधिकारशाहीचा जास्तीत जास्त फायदा उठवायला हवा. या परिसरातून तेल आणि गॅस वाहिन्यांचं जाळं उभारण्याचे जे काही प्रकल्प अमेरिकेच्या मनात आहेत, ते तालिबानसारख्या मैत्रीपूर्ण राजवटीतच पूर्ण होऊ शकतील.' या पाठोपाठ लगेचच अमेरिकी परराष्ट्रखात्याचा प्रवक्ता ग्लेन डेव्हिस यानं 'न्यूयॉर्क टाइम्स'शी बोलताना तालिबानी आता अफगाणिस्तानात लवकरच शांतता प्रस्थापित करतील आणि लवकरच परिस्थिती पूर्ववत होईल, अशी आशा व्यक्त केली. याच मुलाखतीत तालिबान्यांच्या अतिरेकी धर्मवादाबाबत आक्षेप घ्यावा, असं काहीही नसल्याचं मत त्यानं व्यक्त केलं. डेव्हिस तर साधा प्रवक्ता होता. पण अमेरिकी सेनेटच्या परराष्ट्र संबंधविषयक उपसमितीचा प्रमुख हँक ब्राऊन तर आणखी एक पाऊल पुढे गेला. त्यानं तालिबानी राजवटीचं स्वागत तर केलंच; पण वर म्हणाला, 'एक बरं झालं यामुळे. सत्ता स्थापन करण्याची योग्यता एका गटानं तरी दाखवली. सौदीच्या मार्गानंच ही राजवट जाईल. सौदी तेलकंपनी 'अराम्को'सारखी एखादी तेलकंपनी इथेही तयार होईल, अमेरिकेला त्यात भागीदारी मिळेल. (पार्लमेंट नाही) विचारायला कोणी नाही. शरियाला फक्त तोंड द्यायचं. हे खूपच सोपं आणि अमेरिकेला जमण्यासारखं आहे.'

नंतर जॉर्ज बुश यांच्या राजवटीत उपाध्यक्ष झालेले डिक चेनी हे त्या वेळी 'हर्बर्टसन्स' या बलाढ्य तेलकंपनीचे प्रमुख होते. ही कंपनी तेलकंत्राटाची कामं घ्यायची. ''पश्चिम आशिया वगळता इतक्या मोठ्या इंधनसाठ्याची संधी अमेरिकेला आत्तापर्यंत कधी मिळाली नव्हती,'' असं म्हणत डिक चेनी यांना आपल्या तोंडाला सुटलेलं पाणी लपवावं लागलं. त्यांच्या डोळ्यांसमोर होते, मध्य आशियातल्या अनेक देशांमधले आणि कास्पियन समुद्रातले तेल आणि नैसर्गिक वायुसाठे. यातलं अफगाणिस्तानात काहीच नव्हतं. पण हे सगळं वाहून नेण्यासाठी अफगाणिस्तान महत्त्वाचा होता. त्यासाठी तिथे मैत्रीपूर्ण राजवट असणं

आवश्यक होतं.

वास्तविक हा निर्लज्जपणा होता. कारण अमेरिकेनं तोवर अफगाणिस्तानातल्या तालिबानी राजवटीला राजनैतिक मान्यता दिलेली नव्हती. पाकिस्तान आणि सौदी अरेबिया हे दोन देश सोडले, तर तालिबानला कोणाचीही मान्यता नव्हती. पण अशी मान्यता नाही, ही बाब अमेरिकेच्या व्यापारी हितसंबंधांच्या आड येणार नव्हती.

१९९७ सालच्या नोव्हेंबर महिन्यात, तर 'युनोकॅल'नं तालिबान्यांना आपल्या घरीच येण्याचं आवताण दिलं. टेक्सासला. तालिबानी टेक्सासला आले, तेव्हा टेक्सासचे गव्हर्नर होते धाकटे जॉर्ज बुश. कंपनी त्यांची नुसती खातिरदारी करूनच थांबली नाही, तर त्यांच्यासाठी नेब्रास्का विद्यापीठात खास केंद्र स्थापन केलं. तेलवाहिनी म्हणजे काय, वायुवाहिनी कशी असते, त्यांचं काम कसं चालतं, त्या हाताळायच्या कशा, आदींचं प्रशिक्षण देणारं केंद्रच 'युनोकॅल'नं नेब्रास्का विद्यापीठातर्फे सुरू केलं. कुठे, तर कंदाहारजवळ. ओसामा बिन लादेन याच्या घराला अगदी लागूनच. जवळपास १३७ अफगाणी त्यात सहभागी झाले. त्यांच्याशिवाय वीज जोडणीवाल्यांसाठी, वेल्डिंग करणाऱ्यांसाठी प्रशिक्षण सुरू करण्यात आलं. त्याच्या जोडीला या विद्यापीठात 'अफगाण संस्कृती अभ्यासकेंद्र'ही सुरू करण्यात आलं. त्यासाठी कंपनीनं भरभक्कम – ९ लाख डॉलर्स इतकी – देणगी दिली. हे काम दिलं प्रा. थॉमस गॉउतेर यांना. ते यासाठी खास अफगाणिस्तानला गेले. तिथे प्रमुख तालिबान्यांशी त्यांनी चर्चा करून अभ्यासक्रमाची रूपरेखा ठरवली. कंपनीचे मुख्य कार्यकारी अधिकारी जॉन एमाईल यांनी नंतर या संदर्भात एकदा वाच्यता केली होती. त्यांच्या अंदाजानुसार कंपनीनं दीड ते दोन कोटी डॉलर्स तालिबान्यांना पटवण्यासाठी खर्च केले होते.

हे तालिबान लांगूलचालन एकाच कारणानं सुरू होतं. कंपनीला तुर्कमेनिस्तान–अफगाणिस्तान–पाकिस्तान अशी तेल आणि वायुवाहिनी उभारायची होती. सेंट्रल एशिया ऑइल पाइपलाइन. 'सेंटगॅस'. यात सहभागी होते 'युनोकॅल', सौदी तेलकंपनी 'डेल्टा', दक्षिण कोरियाची 'ह्युंदाई', पाकिस्तानी आणि तुर्कमेनिस्तानची सरकारं. याच तेल आणि वायूची आशा असल्यानं पाकिस्तानजवळ तालिबानला पाठिंबा देण्यासाठी आणखी एक कारण झालं. टीएपी – 'टॅप' – नावानं ओळखला जाणारा हा प्रकल्प आजही पूर्णांशानं सुरू झालेला नाही. या प्रकल्पासाठी 'युनोकॅल' किती गुंतवणूक करणार होती – ८०० कोटी डॉलर्स. म्हणजे साधारण ४० हजार कोटी रुपयांचा हा प्रकल्प होता. त्याची वकिली करण्यासाठी कंपनीनं भाड्यानं

कोणाला घेतलं होतं, हेन्री किसिंजर यांना. 'युनोकॅल'ला हे करावं लागलं, कारण त्या कंपनीची स्पर्धा होती 'ब्रायडस' या अर्जेंटाइन कंपनीशी. दक्षिण अमेरिकी खंडातल्या या कंपनीनं व्यवसाय आणि राजकारण बेमालूमपणे एकत्र कसं करावं, याचे धडे अमेरिकेकडूनच घेतलेले होते. त्यामुळे लाचबिच द्यायला या कंपनीला तसा काही संकोच नव्हता. तसा तो 'युनोकॅल'लाही नव्हता. पण तरी अमेरिकेत नाही म्हटलं, तरी काँग्रेसपुढे अनेक गोष्टी उघड होत असतात. त्या देशात उत्साहानं बदमाशी करणाऱ्यांचं पितळ उघडं पाडणारेही तितकेच उत्साही असतात. त्यामुळे मनाची नाही, तरी जनाची लाज बाळगावी लागत होती. 'ब्रायडस'ला तशी भीडभाड बाळगायचं काही कारण नव्हतं. 'युनोकॅल'ला त्यासाठीच किसिंजर यांची मदत घ्यावी लागली. आपल्याला हवं तितकं शुल्क मिळाल्यावर किसिंजर यांनी ग्वाही दिली. सदर तेलप्रकल्प 'युनोकॅल'लाच मिळणार, कारण ती अनुभवानं उत्साहावर केलेली मात असेल. किसिंजर यांना म्हणायचं होतं, ' 'ब्रायडस' फक्त उत्साहीच आहे; पण 'युनोकॅल' उत्साही आणि अनुभवीही आहे.'

यात आणखी एक गुंता होता आणि त्याचे धागेदोरे भारतात होते. तालिबान्यांना पटवण्यासाठी आणखी एक कंपनी उत्सुक होती. 'एन्रॉन.' या कंपनीला मध्य आशियातल्या देशांतून अफगाणिस्तानमार्गे भारतापर्यंत एक वायुवाहिनी टाकायची होती; कारण या कंपनीचा दाभोळमधला वीज प्रकल्प संकटात सापडला होता. एकतर या प्रकल्पासाठी लागणाऱ्या इंधनाची व्यवस्था अजून व्हायची होती. (ती अजूनही व्हायचीच आहे.) आणि दुसरं म्हणजे जी काही तोडकीमोडकी व्यवस्था होती, तिला भारतात मोठा विरोध होत होता; कारण हा प्रकल्प चालवण्यासाठी लागणाऱ्या इंधनाच्या किमती डॉलरशी निगडित ठेवण्यात आल्या होत्या. हे सगळं उघड झाल्यानं भारतात 'एन्रॉन'चा पांढरा हत्ती पोसायचा कसा, या प्रश्नाची चर्चा सुरू होती. त्यातून मार्ग काढण्यासाठी म्हणून 'एन्रॉन'ला ही वायुवाहिनीची कल्पना सुचली. 'एन्रॉन'ला या वाहिनीसाठी नैसर्गिक वायू उझबेकिस्तानातून मिळणार होता. ही कंपनी 'युनोकॅल'पेक्षाही भारी निघाली. तिचं पुढे काय झालं, ते पाहिलं, की ती कोणत्या मार्गानं जात होती, हे लक्षात येतं. 'एन्रॉन'नं थेट 'सीआयए'शीच हातमिळवणी केली. या कंपनीचा प्रमुख केनेथ ले हा अध्यक्ष बुश यांचा उजवा हात होता. बुश यांच्या अध्यक्षीय निवडणूक मोहिमेत निधी संकलनाची जबाबदारी ले यानं स्वीकारली होती. साहजिकच बुश अध्यक्षपदी आल्यावर ती किंमत वसूल करण्यात ले याला कसलाच अडथळा येण्याची शक्यता नव्हती. ले यानं 'सीआयए'च्या मार्फत तालिबान्यांशी संधान साधलं आणि चक्क लाचेची बोलीच

लावली. म्हणजे त्यांनी 'तालिबान'ला प्रतिक्युबिक फूट वायुवहनाच्या बदल्यात लाच द्यायची तयारी दाखवली. कागदोपत्री त्याची नोंद जरी कर अशी केली होती, तरी ती लाचच होती. ही किंमत प्रत्यक्ष वाहिन्यांतून तेल आणि वायू वाहायला लागल्यावर दिली जाणार होती. पण त्याच्या आधी या प्रकल्पाची शक्यता तपासण्यासाठीही 'एन्रॉन'नं भरभक्कम लाच देऊ केली तालिबान्यांना. किती होती ही रक्कम? तर ४० कोटी डॉलर्स! ही बाब उघड झाली, २००१ साली 'एन्रॉन' बुडीत गेल्यानंतरच्या चौकशीत.

पण किसिंजर यांच्या प्रमाणपत्राचा किंवा ले याच्या बेशरम व्यापारी वृत्तीचा 'युनोकॅल'ला तसा काही उपयोग झाला नाही. तालिबानी वाटले तितके साधे नव्हते. त्यांनी पैसे वगैरे घेतले अमेरिकी कंपन्यांकडून. ते पोहोचल्याचा आणि पचल्याचा समाधानाचा ढेकर दिला. पण नंतर अमेरिकेला सांगितलं, "आम्ही तेल आणि वायुवाहिनीला परवानगी देऊ. एक छोटीशी अट फक्त आहे." अमेरिकनांना वाटलं, आणखी काही पैसे, शस्त्रास्त्रं मागतील हे तालिबानी. पण त्यांनी अमेरिकनांसमोर असा गुगली चेंडू टाकला, की अमेरिकेचा श्वासच अडकला. तालिबानी म्हणाले, "तुमचं सगळं मान्य आहे. आम्ही तुम्हांला हवं, ते करायला तयार आहोत. तुम्ही फक्त एक करा. आमच्या राजवटीला पाठिंबा द्या."

अमेरिकेसाठी हे धर्मसंकट होतं. ज्या राजवटीला राजनैतिक पाठिंबा नाही, त्या राजवटीशी आर्थिक व्यवहार करायला अमेरिकी कायद्यानुसार मनाई आहे. हे व्यवहार चोरूनमारून होत असतील. पण ते सरकारी पातळीवर करणं अमेरिकेत पाप आहे. त्यात परत तालिबानी राजवटीच्या जनतेवरच्या अन्यायाच्या अत्याचारांच्या बातम्या एव्हाना सगळीकडे पसरल्या होत्या. त्यातही विशेषत: ही राजवट महिलांना ज्या प्रकारची वागणूक देते, तिच्या भयकारी कथांनी अमेरिकी समाजमन संतापलेलं होतं. त्यामुळे या त्रांगड्यातून कसा मार्ग काढायचा, याची चिंता अमेरिकेत होती. या तेलवाहिनीचा मोह तर सुटत नव्हता; पण तालिबानी राजवट अमेरिकेनं बेकायदा ठरवल्यामुळे पुढे काही करताही येत नव्हतं. अमेरिकेतला हा व्यावसायिक गट त्यामुळे इतका अस्वस्थ होता की, अमेरिकेचा थेट यूनोतला राजदूत बिल रिचर्डसन यानंच मध्यस्थी करून पाहिली. तालिबान्यांनी आपल्या धोरणात जरा मवाळपणा आणावा, हे सांगण्यासाठी तो थेट काबूललाही जाऊन आला.

याच भेटीत त्यानं अमेरिकेची तालिबानी राजवटीला मान्यता द्यायची तयारी दाखवली. एका अटीवर. एव्हाना अफगाणिस्तानात वास्तव्याला आलेल्या ओसामा बिन लादेन याला तालिबान्यांनी अमेरिकेच्या ताब्यात द्यायचं. हे तालिबान्यांना

मान्य होण्याची काही शक्यताच नव्हती. परिणामी ती कोंडी कायमच राहिली.

यानंतरच्या घटनांची तारीखवार नोंद घेतली, तर त्या बरंच काही सांगून जातात.

१९९८ सालच्या फेब्रुवारी महिन्यात 'युनोकॅल'चे उपाध्यक्ष जॉन मेरेस्का यांनी या वायुवाहिनीसाठी पुन्हा एक मोठा रेटा दिला. त्या महिन्यात काँग्रेसच्या उपसमितीपुढे अमेरिकेतल्या मध्य आशियातल्या व्यापारी हितसंबंधांवर सुनावणी होती. या समितीसमोर मेरेस्का यांनी निवेदन केलं. 'टॅप' वाहिनीमुळे अफगाणिस्तानलाही कसा मोठा फायदा होणार आहे, त्या देशाच्या महसुलात कशी लक्षणीय वाढ होणार आहे, ते त्यांनी सांगितलं; पण तालिबानी राजवटीला मान्यता दिली गेली नाही, तर यातलं काहीही साध्य होणार नाही, असंही त्यांनी सांगितलं आणि वर म्हणाले, "यूनोनं त्यासाठी अफगाणिस्तानमध्ये शांतता-प्रक्रिया मोठ्या जोमानं राबवावी. आपण सगळ्यांनी यूनोला त्यात साथ द्यावी. कारण अफगाणिस्तानात शांतता निर्माण झाली, तरच त्या राजवटीला मान्यता मिळू शकेल." नंतर ते म्हणाले नाहीत, पण तरीही सुचवून गेले, की 'आपल्या व्यापारी उद्दिष्टांच्या पूर्ततेसाठी हे सगळं करणं आवश्यक आहे!'

पण तरी कोंडी मात्र कायमच राहिली.

अखेर जून १९९८मध्ये 'एन्रॉन'वर आपल्या तेल आणि वायुवाहिनीच्या प्रकल्पाची कल्पना सोडून द्यायची वेळ आली. उझ्बेकिस्तान सरकारनं या प्रकल्पाची कल्पना १९९६मध्ये मंजूर केलेली होती. त्यात अट अशी होती, की पुढच्या दोन वर्षांत त्यावर काम सुरू व्हायला हवं. तसं काम सुरू करण्यात अर्थातच 'एन्रॉन'ला अपयश आलं. परिणामी उझ्बेकिस्ताननं हा परवाना रद्द केला. त्यामागे दुसरंही कारण असं की, तालिबान्यांच्या वाढत्या प्रभावामुळे त्या देशाला चांगलीच काळजी वाटू लागलेली होती. त्यामुळे तालिबानला फायदा होईल, अशा कोणत्याही प्रकल्पात आपला वाटा असू नये, अशी त्या देशातल्या राज्यकर्त्यांची धारणा झालेली होती. परिणामी 'एन्रॉन'ला आपल्या तेलवाहिनीला तिलांजली द्यावी लागली.

९ ऑगस्टला अहमद शाह मसूद याच्या नेतृत्वाखालच्या 'नॉर्दर्न अलायन्स'ची राजधानी मझार-ए-शरीफ तालिबानच्या माऱ्यापुढे पडली. अफगाणिस्तानातल्या एकमेव मोठ्या विरोधकावर विजय मिळवण्यात तालिबानला यश आलं. यामुळे जवळपास ९० टक्के अफगाणिस्तान आता तालिबान्यांच्या कबजात आला. अहमद शाह मसूद याला हरवण्यात तालिबान्यांना मदत केली होती – ओसामा बिन लादेन याच्या 'अल् कायदा'नं.

अहमद शाह मसूद :
'तालिबान'विरुद्ध अखेरपर्यंत
लढत राहिलेला अफगाण नेता

त्याच महिन्यात अमेरिकेच्या आफ्रिकेतल्या केनिया, टांझानिया इथल्या दूतावासांवर हल्ला झाला. संशयाची सुई स्थिरावली ओसामा आणि 'तालिबान'च्या नावासमोर. तोवर अमेरिकेत सत्तेवर असलेल्या क्लिंटन प्रशासनावरही नैतिकतेचं तितकंसं दडपण नव्हतं. म्हणजे या प्रशासनानं मुद्दामून वाकडी वाट करून तालिबान्यांना मान्यता देण्यासाठी प्रयत्न केले असते किंवा नसतेही. त्याबाबत त्यांची भूमिका काहीशी 'नरो वा कुंजरो वा' अशीच होती. त्यामुळे परस्पर जर या राजवटीला मान्यता मिळत असेल आणि त्यामुळे अमेरिकेचे व्यापारी हितसंबंध जपले जात असतील, तर ठीक आहे. तसं समजा, नाही झालंच, तरीही ते ठीकच आहे. पण हे कुंपणावरच राहणं क्लिंटन यांना १९९८ सालच्या ऑगस्ट महिन्यात सोडावं लागलं. हा हल्ला झाला आणि क्लिंटन प्रशासनाला आदेश द्यावे लागले. ओसामा आणि 'तालिबान'वर कारवाई करण्याचे. अध्यक्ष क्लिंटन यांनी ही जबाबदारी सोपवली परराष्ट्रमंत्री मेंडेलिन ऑलब्राइट यांच्याकडे. हीच एक बाई बऱ्यापैकी सातत्यानं तालिबानविरोधी होती. पहिल्यापासून. त्या देशातल्या महिलांवरच्या अत्याचारामुळे असेल कदाचित, पण 'तालिबान'ला अमेरिकेनं अजिबात पोसू नये, हे त्यांचं मत होतं. ऑलब्राइट बाई याच संधीची वाट बघत होत्या. मोठ्या जोमानं कामाला लागल्या त्या. लगेचच तालिबान्यांची स्थावर जंगम मालमत्ता ताब्यात घेण्याचा आदेश निघाला. यूनोतर्फे तालिबान्यांचा निषेध करून त्यांच्यावर निर्बंधाची घोषणा केली गेली. 'तालिबान'शी जे काही प्रेमाचे संबंध होते, त्यांत विघ्न आलं.

त्याच वर्षीच्या ५ डिसेंबरला 'युनोकॅल'नं जाहीर केलं, कंपनीला 'टॅप'

तेलवाहिनीत रस नाही, म्हणून. त्याआधी क्लिंटन बधतायत का, याचा शेवटचा प्रयत्न कंपनीकडून केला गेला. अर्थातच त्यात यश आलं नाही. पाठोपाठ 'तालिबान'नं जाहीर केलं, 'आपण आता तेल आणि वायुवाहिनीसंदर्भात कोणत्याही अमेरिकी कंपनीशी चर्चा करणार नाही.' हा अमेरिकेवर दबाव आणण्याच्या तालिबानी तंत्राचा एक भाग. नंतरचे काही महिने असेच खडाखडीत गेले.

४ जुलै १९९९ रोजी बिल क्लिंटन यांनी अध्यक्षीय अध्यादेश काढला. 'तालिबान'च्या विरोधात. तालिबानशी कोणत्याही प्रकारचे संबंध ठेवायला कोणत्याही अमेरिकी नागरिक, कंपनी, संस्था यांना मनाई केली गेली. त्याचबरोबर 'तालिबान'ची जी काही अमेरिकेत संपत्ती होती, तीही जप्त करण्याचा आदेश अध्यक्ष क्लिंटन यांनी दिला.

त्यानंतर पाचच महिन्यांनी या सगळ्या प्रकरणातला इराणी आणि रशियन यांचा हात उघड झाला. अमेरिका इतके दिवस 'तालिबान'ला मदत करत होती, तर तिच्या विरोधी गटातला इराण 'नॉर्दर्न अलायन्स'ला पोसत होता. 'नॉर्दर्न अलायन्स' आणि 'तालिबान' यांच्यातला संघर्ष जास्तीत जास्त कसा चिघळेल आणि तसा तो चिघळला, की 'अलायन्स'चा त्यात वरचष्मा कसा राहील, याची पुरेपूर काळजी इराण घेत होता; अफगाणिस्तानातला वायू, तेलवाहिनीचा प्रकल्प सुरू होऊ नये यासाठी. कारण अशी वाहिनी आपल्या देशातून जावी, असं इराणला वाटत होतं. प्रश्न शेवटी तेल, वायू या इंधनाचा होता. आणि इराण त्यातला एक मोठा दादा होता. सौदीइतका मोठा दादा. या दादागिरीला धर्मपंथाची किनार होती. सौदी, तालिबानी सुन्नी, तर इराण शिया!

आता एव्हाना अमेरिकेत निवडणुकांची हवा झालेली होती. ठरल्याप्रमाणे निवडणुका झाल्या आणि डेमोक्रॅट्स जाऊन रिपब्लिकन जॉर्ज बुश सत्तेवर आले. लगेचच आपल्या लौकिकाला साजेसा निर्णय बुश यांच्याकडून घेतला गेला. घड्याळाचे काटे उलटे फिरले आणि तेलवाहिनीचा प्रस्ताव थडग्यातून पुन्हा वर काढला गेला. या इथे 'एन्रॉन'चा केनेथ ले यानं महत्त्वाची भूमिका बजावली. एव्हाना त्यांचा दाभोळमधला वीज कारखाना बंद पडलेला होता. त्याच वर्षीच्या मे महिन्यात महाराष्ट्र वीज मंडळाचे तेव्हाचे प्रमुख विनय बन्सल यांनी तत्कालीन पंतप्रधान अटलबिहारी वाजपेयी यांच्या सरकारचा दबाव झुगारून 'एन्रॉन'शी केलेला वीज खरेदीचा करार रद्द केला होता. 'एन्रॉन'ला त्यामुळे इंधनाची तातडीनं गरज होती. त्याच्या सगळ्या आशा आता अफगाणिस्तानवर आणि अध्यक्ष (मित्र) जॉर्ज बुश यांच्यावर केंद्रित झाल्या होत्या. पण तरी अडचण तीच होती. तालिबान्यांचं

काय करायचं? तेलासाठी त्यांना मान्यता कशी द्यायची? तेव्हा यातून मार्ग म्हणून बुश राजवटीच्या सुपीक मेंदूत एक कल्पना सुचली. अफगाणिस्तानात सर्वमान्य असं दुसरं सरकार आणायचं. त्यात तालिबानीही असतील, पण अन्य मवाळही असतील. अशी राजवट आली, की तिला मान्यता द्यायची. आणि एकदा का या राजवटीला मान्यता मिळाली, की इंधनवाहिन्यांचा प्रकल्प धडाक्यानं राबवायचा. त्यासाठी अध्यक्ष बुश यांच्या प्रतिनिधींनी अफगाणिस्तानचे माजी राजे झहीर शहा यांनाही या नव्या आघाडी सरकारबाबत विचारणा केली.

यातला निर्लज्जपणाचा कळस म्हणजे अध्यक्ष बुश यांनी २००१ सालच्या मार्च महिन्यात तालिबानी नेतृत्वाला अमेरिका भेटीचं निमंत्रण दिलं. तालिबानी सर्वेसर्वा क्रूरकर्मा मुल्ला ओमर याचा व्यक्तिगत सल्लागार सैयद रहमतुल्लाह हाशिमी यानं थेट व्हाइट हाऊसमध्ये जाऊन ऊर्जावाहिनीच्या प्रश्नावर चर्चा केली. यात मध्यस्थाची भूमिका बजावलेली होती लीला हेल्म्स हिनं. ही 'सीआयए'चा माजी प्रमुख रिचर्ड हेल्म्स यांची पुतणी. तालिबानी थेट व्हाइट हाऊसपर्यंत आल्याचं कळल्यावर अमेरिकेत मोठाच गहजब उडाला. या हाशिमीला व्हिसा दिलाच कोणी, तो इथपर्यंत आलाच कसा, आदी प्रश्नांची नुसती झोड उठवली गेली; कारण प्रवासावर पूर्ण निर्बंध असताना तालिबानी अधिकारी मंडळी थेट व्हाइट हाऊसपर्यंत आली, ही बाब गंभीरच होती. पण या टीकेचा बुश प्रशासनावर कसलाही परिणाम झाला नाही.

चारच महिन्यांनी तीन वरिष्ठ अमेरिकी राजनैतिक अधिकारी टॉम सिमन्स– अमेरिकेचे पाकिस्तानातले माजी राजदूत कार्ल इंदरफर्थ – माजी परराष्ट्र राज्यमंत्री आणि ली कोल्ड्रेन – माजी सनदी अधिकारी गुप्तपणे बर्लिनमध्ये पाकिस्तानी आणि रशियन अधिकाऱ्यांना भेटले. विषय तोच. 'तालिबान'चं काय करायचं? या बैठकीला तालिबानी हजर नव्हते. पण पाक अधिकाऱ्यांनी शब्दन्‌शब्द त्यांच्यापर्यंत पोहोचवण्याची व्यवस्था केलेली होती. अमेरिकेचा प्रस्ताव तोच होता. सर्वपंथीय, सर्वमान्य असं एक सरकार अफगाणिस्तानात स्थापन करायचं. अट एकच. तालिबान्यांनी ओसामा बिन लादेनला अमेरिकेच्या हवाली करायचं किंवा मारून तरी टाकायचं. हे होणार नव्हतंच. परिणामी बैठक निष्फळ ठरली. अशा तीन गुप्त बैठका झाल्या. अमेरिकेला मार्ग सापडला नाही आणि इंधनवाहिनी काही पुढे सरकली नाही. अमेरिकी अधिकाऱ्यांनी शेवटी तालिबानाला धमकी दिली, 'तुम्हांला काय हवंय' – कार्पेट बॉंबिंग की गोल्ड कार्पेट? वर्षाव कसला हवा – बॉंबचा की सोन्याच्या मोहरांचा?'

तालिबान ढिम्मच आणि अमेरिका परेशान. शेवटी अखेरची संधी म्हणून

अमेरिकेच्या परराष्ट्रखात्यातल्या आशियाई विभागप्रमुख ख्रिस्तिआन रोका या तालिबानी प्रतिनिधीला गुप्तपणे पाकिस्तानात इस्लामाबादला भेटल्या. त्यांचे पूर्वी इस्लामी दहशतवाद्यांशी चांगले संबंध होते. अमेरिकेच्या अतिरेकी इस्लामला पाठिंबा देण्याच्या धोरणात या बाईंनी महत्त्वाची भूमिका बजावलेली होती. त्यामुळे अध्यक्ष बुश यांना त्यांच्याकडून मोठी आशा होती. तालिबानला त्या तरी पटवतील. या बैठकीसाठी पाकिस्तानी 'आयएसआय'नंही बरेच प्रयत्न केलेले होते. त्यांनाही हा प्रश्न सुटलेला हवा होता. कारण शेवटी इंधनाची गरज कोणाला नसते. पण या बैठकीतही अमेरिकेच्या पदरी अपयशच पडलं. ही बैठकही फसली.

ही घटना २ ऑगस्ट २००१ची.

पुढच्याच महिन्यात ११ तारखेला अमेरिकी आर्थिक ताकदीचे मानबिंदू असलेले न्यूयॉर्कमधले 'वर्ल्ड ट्रेड सेंटर'चे ते दोन प्रसिद्ध टॉवर्स मातीत मिळाले. ओसामा बिन लादेन आणि इस्लामी दहशतवाद ही काय चीज आहे, याची जाणीव फक्त अमेरिकेलाच नाही, तर साऱ्या जगाला झाली. कम्युनिझमला विरोध करण्याच्या नावाखाली तयार झालेलं अमेरिकेचं साहसवादी राजकारण आता आर्थिक हितसंबंधांच्या वाटेनं जगाच्या शांततेची तबाही करत निघालेलं होतं. इंधनवाहिनीचे फसलेले प्रयत्न, तालिबान्यांना दिलेल्या लुटुपुटुच्या धमक्या – त्याही वाया गेलेल्या – यांचा थेट संबंध ९/११शी असेल?

यावर कोणीच काही बोलायला तयार नाही. काही काही प्रश्नांची उत्तरं कोणालाही विचारायची नसतात. ज्यानं त्यानं ती शोधायची. हा प्रश्न त्यातलाच एक.

◈

अमेरिकेचं अनौरस अपत्य

१९९५ सालची ही गोष्ट. विमानातून 'सीआयए'चे अधिकारी रामझी युसूफला अमेरिकेत घेऊन निघाले होते. बऱ्याच मोठ्या शोधमोहिमेनंतर युसूफ पाकिस्तानात एकदाचा सापडला होता. दोन वर्षांपूर्वी होऊन गेलेल्या 'वर्ल्ड ट्रेड सेंटर'वरच्या बाँबिंग प्रकरणात अमेरिकेला हवा होता तो. युसूफ 'अल् कायदा'चा आघाडीचा नेता. ट्रकभर विस्फोटकं घेऊन तो 'वर्ल्ड ट्रेड सेंटर'वर धडकला होता. आता हा हल्ला अनेकांच्या विस्मरणात गेला असेल, पण त्या वेळी अमेरिका या हल्ल्यानं खडबडून जागी झाली. युसूफला किमान अडीच हजार निरपराध यात मरायला हवे होते. त्याचं लक्ष्यच होतं ते. आणि त्या गगनचुंबी इमारतीही खाली आणायच्या होत्या त्याला. ते काही जमलं नाही. १,०४२ जखमी झाले. सहाच मेले आणि त्या इमारती फक्त हादरल्या. त्यांचा टवकाही उडाला नाही. आसपासच्या मालमत्तेचं नुकसान मात्र झालं ३० कोटी डॉलर्सचं.

त्यात युसूफचा हात आहे, हे लक्षात आल्यावर आणि तो पाकिस्तानात दडून बसलेला आहे, हे पक्कं ठाऊक झाल्यावर अमेरिकेनं त्या देशात आपले अधिकारी पाठवून युसूफच्या शोधाची मोहीम हाती घेतली. अखेर तो सापडला. मुसक्या आवळून थेट विमानात त्याची गठडी वळली. काही काळानंतर विमानातच त्याच्या चौकशीला सुरुवात झाली. उद्देश काय होता या हल्ल्यामागे, कोणकोण सहभागी होते त्यात, आदी माहिती अमेरिकेला हवी होती. सुरुवातीला युसूफ काहीच बोलेना. खास पोलिसी इंगा दाखवला गेल्यावर त्यानं तोंड उघडलं. हे सगळं होईपर्यंत विमान न्यूयॉर्कच्या जवळ पोहोचलंही. 'सीआयए'च्या अधिकाऱ्यांनी

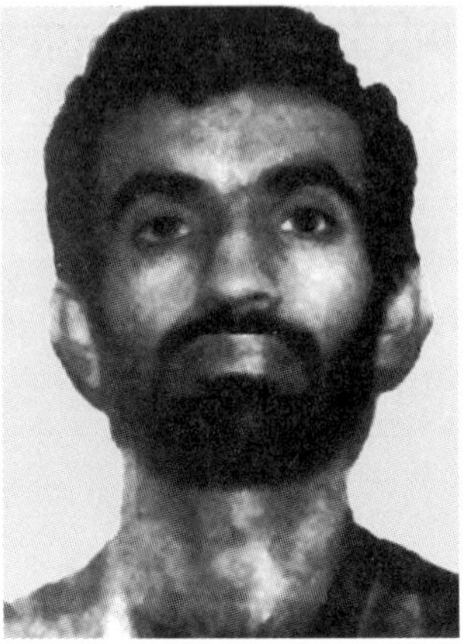

रामझी युसूफ :
'वर्ल्ड ट्रेड सेंटर' जमीनदोस्त करण्याचा
प्रयत्न फसला, तरी स्वप्न कायमच!

त्याला विचारलं, ''तुझा या हल्ल्यामागचा उद्देश काय होता?'' युसूफ शांतपणे म्हणाला, ''वर्ल्ड ट्रेड सेंटर आम्हांला पाडायचं होतं.''

'सीआयए'च्या अधिकाऱ्यांनी त्याच्या सणसणीत कानशिलात भडकावली. त्याच्या डोळ्यांवरची पट्टी काढली. विमानातून दिसणाऱ्या 'वर्ल्ड ट्रेड सेंटर'च्या टॉवर्सकडे बोट दाखवलं आणि म्हणाले, ''बघ, समोर बघ, अमेरिकी ताकद काय असते ते...आमचे हे टॉवर्स कसे जसेच्या तसे आहेत. तुमच्या हल्ल्यात त्याचा साधा रंगसुद्धा उडालेला नाही.''

युसूफ शांतपणे म्हणाला, ''इन्शाल्ला, आमची ताकद कमी पडली. बचेंगे तो एक ना एक दिन ये टॉवर्स गिराकेही रहेंगे।''

त्यानंतर जवळपास ६ वर्षांनी युसूफचा गुरू ओसामा बिन महंमद बिन लादेन यानं आपल्या शिष्याची इच्छा पूर्ण केली. अमेरिकेची एवढी बलाढ्य गुप्तचर यंत्रणा, उपग्रह दळणवळण यंत्रणा, प्रचंड लष्करी सामर्थ्य... कशाचाही उपयोग झाला नाही. ९/११ रोजी ते घडलं आणि एखाद्या साध्या मातीच्या ढिगाऱ्यासारखे हे दोन टॉवर्स साऱ्या जगाच्या डोळ्यांदेखत भुईसपाट झाले. त्याबरोबर मातीमोल झाला अमेरिकेचा अहंकार आणि त्याच्या खाली दबले गेले अनेक प्रश्न. हे असं काहीतरी होणार, याची अमेरिकेला जाणीव होती का? याचं उत्तर होकारार्थी आहे.

१९९८ सालच्या ऑक्टोबर महिन्यात ॲटर्नी जनरल जॅनेट रेनो यांनी २०० वरिष्ठ पोलीस अधिकाऱ्यांची एक बैठक वॉशिंग्टनमध्ये बोलावलेली होती. विषय होता – महासत्तेच्या राजधानीवर जर नव्या प्रकारचा दहशतवादी हल्ला झालाच,

तर त्याला तोंड कसं द्यायचं? या नव्या दहशतवादी हल्ल्याच्या सगळ्या संभाव्य शक्यता त्यांनी विचारात घेतल्या. कार बाँब, रासायनिक अस्त्रं... एखाद्या फुटबॉल स्टेडिअममध्ये सामना सुरू असताना विषारी वायूचा हल्ला, सरकारी इमारतीत अतिशक्तिशाली बाँबपेरणी आणि परराष्ट्रमंत्री मेंडेलिन ऑलब्राइट यांची हत्या वा अपहरणाचा प्रयत्न... यांतलं काहीही किंवा सर्व काही एकदम घडलं, तर या हल्ल्यांना कसं सामोरं जायचं, हा चर्चेचा विषय. सर्व शक्याशक्यतांची पडताळणी झाली या बैठकीत. फक्त दोन मुद्दे सोडून. एक म्हणजे अमेरिकेवर इतका मोठा धाडसी हल्ला करू धजणारा दहशतवादी कोण असेल? त्याचं नावही या बैठकीत घेतलं गेलं नाही. आणि दुसरा अर्थातच ९/११सारखा प्रकार काही घडेल, असं या विद्वानांच्या लक्षातही आलं नाही.

यातल्या एका मुद्द्याची ॲटर्नी जनरल रेनो यांना पूर्ण कल्पना होती. असा हल्ला ओसामा बिन लादेन याच्याकडून होणार, याचा त्यांना पूर्ण अंदाज होता. कारण दोनच महिन्यांपूर्वी अमेरिकेनं त्याच्या अफगाणिस्तानातल्या छावण्यांवर क्षेपणास्त्रांचा मारा केला होता आणि ओसामा प्रत्युत्तर दिल्याशिवाय – तेही अमेरिकेच्या भूमीवर येऊन – राहणार नाही, याची त्यांना पूर्ण कल्पना होती. प्रश्न होता, हे प्रत्युत्तर कुठे आणि कसं मिळणार?

पण आपल्याबाबत सर्वांनाच गोंधळात ठेवायचं, ही ओसामाची खासियत होती. अगदी लहानपणापासूनची. महंमद बिन लादेन या धनाढ्य कंत्राटदाराचा हा मुलगा. माणूस मोठा दानशूर. त्याच्या उद्योगांचा व्यापही मोठा होता. काही हजारांनी कर्मचारी होते त्यांच्याकडे. सौदी राजे इब्न सौद आणि नंतर त्यांचा कर्तबगार मुलगा राजे फैझल यांच्या काळात अनेक मोठमोठी कंत्राटं लादेन यांच्या कंपनीला मिळालेली. सौदीतली तर जवळपास प्रत्येक मशीदच त्यांनी बांधलेली. अगदी मक्का-मदिनेतलीसुद्धा. आखातातल्या अनेक मशिदी, शाळा, अनाथांची वसतिगृहं त्यांच्या देणग्यांवर चालत होती. महंमद लादेन यांचं सगळंच अगडबंब. त्याच्या पोटचे एकूण ५४ गोळे. ओसामा हा १७ वा. १९५७ साली जन्मलेला. थोरले लादेन तसे कर्मठ. सगळी इस्लामी कर्मकांडं आपल्या पोरांनीही पाळायला हवीत, असा त्यांचा आग्रह असायचा. पण तरी त्यामुळे मुलांना त्यांनी आधुनिक शिक्षणापासून कधी वंचित केलं नाही. का कोणास ठाऊक, बाकीचे सगळे व्यावसायिक अभ्यासक्रमांत वगैरे गेले. सगळ्यांत थोरला सलीम. वडलांच्या पश्चात त्यानं व्यवसायाचा भार सांभाळला. लंडन, न्यूयॉर्क आदी ठिकाणी आपल्या कंपनीची कार्यालयंच सुरू केली. हा अगदी आधुनिक होता. स्वत:चं विमान होतं

त्याचं. पण १९८८ साली टेक्सासमध्ये तेच कोसळून त्यात तो गेला. नंतर मग बक्र आणि याहिया या दोघांनी मिळून व्यवसायाला आणखी गती दिली. विस्तार केला. इतके दिवस ते केवळ कंत्राटदार होते. या तीनही मुलांनी कंपनीला संपूर्ण अभियांत्रिकी चेहरा दिला. नुसत्या मशिदी बांधून फार काळ चालणार नाही, हे या सगळ्यांना लवकरच कळलं. त्यामुळे रस्ते, महामार्ग, मोठमोठे पूल, बोगदे, विमानतळं, उत्तुंग इमारती, वीजनिर्मिती केंद्रं असं सगळंच बांधायची कामं बिन लादेन उद्योगानं सुरू केली. आखाती देशांतल्या बहुतेक सगळ्या बड्या प्रकल्पांना लादेन कुटुंबीयांचा हात लागलेला आहे. या सगळ्यांनी आपल्या वडलांचा देण्याचा वारसाही मोठ्या प्रेमानं जोपासला. जॉर्डन, पाकिस्तान, इजिप्त, येमेन अशा अनेक देशांत गरिबांसाठी घरं बांधणं, नैसर्गिक आपत्तींत मदत देणं, विहिरी खणणं ही सगळं कामं हे उत्साहानं करायचे. जेद्दाहमध्ये आपल्या कुटुंबाच्या नावानं भली थोरली मशीद लादेन पुत्रांनी बांधली. ओसामाला रस होता या मशिदीत.

तो लहानपणापासूनच तसा एकलकोंडा. याचं कारण होतं. ओसामा आपल्या वडलांना दहावी पत्नी हमीदा हिच्यापासून झालेला एकमेव मुलगा. त्याच्या जन्मानंतर हमीदा आणि महंमद यांचा तलाक झाला. नंतर हमीदानं महंमद अल् अट्टास याच्याशी निकाह लावला. त्यांना पुढं चार मुलं झाली. ओसामा या सावत्र घरात वाढला. याच कारणानं असेल, पण आपण सगळ्यांत दोडके आहोत, असं कुठंतरी त्याच्या मनानं घेतलं होतं. त्यामुळे तो एकटा एकटा राहायचा. वाचत बसायचा. लहानपणी म्हणून जी एक दंगामस्ती असते, ती कधी यानं केली नाही. खरं तर त्याचं शिक्षण प्रतिष्ठितांच्या अशा आधुनिक शाळेत झालं. नंतर त्याच्या महाविद्यालयीन शिक्षणाबाबत मात्र मतभेद आहेत. काहींच्या मते तो अभियांत्रिकीचा विद्यार्थी, तर काहींच्या मते अर्थशास्त्राचा. दुसरा एक गट मानतो, त्यानं शिक्षण पूर्ण केलंच नाही. महाविद्यालयाला तिसऱ्या वर्षीच त्यानं म्हणे रामराम ठोकला. काहीही झालं, तरी माणूस गुंतागुंतीचा. कविता वगैरे करायचा तो महाविद्यालयात असताना. अर्थात त्यात फुलांच्या जागी रक्तफुलं होती किंवा काय, हे कळायला मार्ग नाही. पण धर्म, जिहाद आणि कविता हे असं जगावेगळं मिश्रण एकाच वेळी त्याच्यात सुखानं नांदत होतं. पठ्ठ्यानं सतराव्या वर्षीच पहिलं लग्न केलं. नज्वा घनेम असं त्याच्या धर्मपत्नीचं नाव. नंतर आणखी तीन जणींची सोबत मिळाली तिला. इतकं सगळं त्यानं पुढं आयुष्यात केलं. पण तरीही त्याला जवळपास २६ मुलं आहेत चार अर्धांगिनींपासून.

कळायला लागल्यापासूनच ओसामाचं धर्मवेड उठून दिसत होतं. भावांनी,

घरातल्यांनी त्याला समजवायचा प्रयत्न केला. पण तो काही बदलायला तयार नव्हता. रशियन सैन्य जेव्हा अफगाणिस्तानात घुसलं, तेव्हा या धर्मविरोधी पाखंड्यांना हाकलून लावायचं त्याच्या मनानं घेतलं. सौदी राजे फाहद यांनी जेव्हा रशियनांच्या विरोधात बंडखोरांच्या तुकड्या स्थापन करायचा ऐलान केला, तेव्हा ओसामा पहिल्या काही स्वयंसेवकांत होता. हे काही त्याच्या भावांना तितकंसं रुचलं नाही. व्यवसाय करायचा, तर कोणता विशिष्ट असा शिक्का कपाळावर उघड उघड असून चालत नाही, हे या लादेन बंधूंना फार लवकरच कळलं. त्यामुळे त्यांनी ओसामापासून चार हात दूर जायचा निर्णय घेतला. आपल्या कंपनीचं त्यासाठी नाव बदललं त्यांनी. सुरुवातीला कंपनीच्या नावात नुसता 'बिन लादेन समूह' असा उल्लेख असायचा. नव्या नामकरणात त्यांनी 'सौदी बिन लादेन ग्रुप' असं लिहायला आणि ओसामा बिन लादेनशी या कंपनीचा काहीही संबंध नाही, असं नमूद करायला सुरुवात केली. पण तरी त्यांचे, ओसामाचे आणि इस्लामी अतिरेक्यांचे संबंध हे गूढच राहिले. पुरावा असं दाखवतो, की त्यांनी कागदोपत्री जरी ओसामापासून काडीमोड घेतला होता, तरीही ओसामाच्या चळवळीला लादेन कुटुंबीयांचा नाही, तरी त्यातल्या काही भावांचा तरी सक्रिय पाठिंबा होता.

१९८० सालच्या अमेरिकी अध्यक्षीय निवडणुकीत इराणमधला अमेरिकी ओलिसांचा प्रश्न हा महत्त्वाचा मुद्दा होता. त्या एका मुद्द्यावर अध्यक्ष जिमी कार्टर यांना परेशान करण्याचा प्रयत्न दुसरे अध्यक्षीय उमेदवार रोनाल्ड रेगन यांनी केला होता. या निवडणुकीच्या आधी अमेरिकी ओलीस सुटू नयेत म्हणून थेट इराणचे अयातोल्ला खोमेनी यांच्याशीच त्यांनी हातमिळवणी केली होती. त्या वर्षी ऑक्टोबर महिन्यात याबाबत पॅरिसमध्ये जी गुप्त बैठक झाली, त्यात थोरले जॉर्ज बुश यांच्या मांडीला मांडी लावून सलीम बिन लादेन हाही होता, असं काही अभ्यासकांनी दाखवून दिलंय. हे 'ऑक्टोबर सरप्राइज' पुढे बराच काळ गुप्त राहिलं होतं. त्याच काळात रेगन प्रशासनातील उच्चाधिकाऱ्यांनी ओसामाचीच भेट घेऊन अफगाणिस्तानात रशियाला जेरीस आणण्यासाठी काय हवी ती मदत देण्याचं आश्वासन दिलं होतं. यानंतर अफगाण मुजाहिदीनांना रशियाविरोधी लढण्यासाठी जमिनीवरनं आकाशात सहज मारा करता येतील, अशी स्टिंगर क्षेपणास्त्रं अमेरिकेनं द्यावीत, यासाठी खुद्द सलीमनंच रदबदली केली होती, याचाही दाखला काही अभ्यासक देतात. त्यासाठी सलीम थेट 'पेंटागॉन'च्या – अमेरिकी लष्कराच्याच – संपर्कात होता. सुरुवातीला अशी क्षेपणास्त्रं मुजाहिदीनांना देण्याबाबत अमेरिकी प्रशासनात एकवाक्यता नव्हती. म्हणजे ती देऊ नयेत, असं कोणीच म्हणत

नव्हतं. पण ती कशी आणि कोणामार्फत द्यावीत, हा मुद्दा होता. त्या वेळी सलीम आणि ओसामा यांनी संयुक्तपणे दक्षिण आफ्रिकेतल्या शस्त्रास्त्र-व्यापाऱ्यांशी बोलणी केली होती. या बैठका जेद्दाह आणि पाकिस्तानातलं पेशावर इथे झाल्या होत्या. हे सगळं कळल्यावर सलीम आणि मंडळींचा 'ओसामाशी आमचा संबंध नाही,' हा दावा कितपत स्वीकारायचा, हा प्रश्न पडतो.

अर्थात या लादेन कुटुंबात ओसामा जरा वेगळा होता, हे नक्की. महाविद्यालय सुटल्यानंतर १९७९ सालापासूनच ओसामा आता जे काय करतोय, ते करायला लागला. सोव्हिएत रशियाला अफगाणिस्तानातून हुसकावून लावणं, हे ध्येय तर होतंच. या निमित्तानं मुसलमानांना एकत्र आणण्याची दिशा त्याला मिळाली. जगात नाही, तरी किमान आखाती देशांत शरिया संचालित राजवट आणणं आणि यहुदींचा इस्त्रायल नकाशावरनं पुसून टाकणं, हे त्याचं ध्येय बनलं. असं केल्याशिवाय मुसलमानांचं भलं होणार नाही, असा त्याचा विश्वास होता. या इस्त्रायलला पाठीशी घालणाऱ्या अमेरिकेलाही त्याला धडा शिकवायचा होता. शक्य असतं, तर त्याला जुगारी, समलिंगींना शिक्षा न करणाऱ्या, भोगवादी अमेरिकेचं अस्तित्व पुसून टाकायलाही आवडलं असतं. पण ते जमणार नाही, याचा वास्तव अंदाज असल्यानं किमान आखातातल्या कोणत्याही देशात अमेरिकेचं अस्तित्व त्याला नको होतं. साम्यवाद, समाजवाद, लोकशाही आदी मूल्यांना मिळेल तेवढा विरोध करायला हवा, असा त्याचा सल्ला असायचा. त्यात अफगाणिस्तानात मुल्ला ओमर जे काही करत होता, त्यानं ओसामा भलताच प्रभावित झालेला होता. सगळ्या मुसलमान देशांनी मुल्ला ओमरपासून धडा घ्यायला हवा, असा त्याचा आग्रह असायचा. मुल्ला ओमरच्या नेतृत्वाखालचा अफगाणिस्तान हीच एकमेव मुसलमान राजवट खरी, असं तो मानायचा आणि इतरांच्या पाकपणाविषयी संशय घ्यायचा. 'खरी इस्लामी राजवट आणायची असेल, तर जिहादला पर्याय नाही आणि अशा जिहादसाठी निरपराधांना – त्यातही महिलांना – मरावं लागलं, तर त्यात काहीही गैर नाही,' असा त्याचा युक्तिवाद असायचा. 'जिहादच्या कारणासाठी असे निरपराध मेले, तर ते थेट जन्नतमध्ये जातात; त्यामुळे झालंच, तर त्यांचं भलंच होतं,' असं तो सांगायचा. त्याचा इस्लामवाद इतका टोकाचा होता, की अमेरिका-इस्त्रायल यांच्या जोडीला तो शिया पंथीयांनाही इस्लामच्या शत्रूंत बसवायचा.

पुढे सोव्हिएत रशियाविरोधी आघाडीच्या निमित्तानं त्याचं पाकिस्तानात जाणं-येणं चांगलंच वाढलं. या भेटीत अमेरिकेकडून पोसल्या जाणाऱ्या अन्य अनेक

अब्दुल्ला आझम :
ओसामाला जहाल इस्लामचं
बाळकडू पाजणारे प्राध्यापक

सोव्हिएतविरोधी मुल्ला-मौलवींशी त्याचा परिचय झाला. याच भेटीत त्याला पुन्हा भेटले अब्दुल्ला आझम. आझम हे ओसामाचे जेद्दाहमधले प्राध्यापक. 'किंग अब्दुल अझीझ विद्यापीठा'तले. मूळचे पॅलेस्टिनी. तिथल्या 'ब्रदरहुड'शी जवळून संबंध असलेले. पॅलेस्टिनी संघर्षाच्या काळात मोठ्या प्रमाणावर 'ब्रदरहुड'चे सदस्य सौदीत स्थलांतरित झाले होते. आझम त्यांतलेच एक.

इस्लामचं जहाल बाळकडू ओसामाला असं 'ब्रदरहुड'च्या मार्गे मिळालं. त्यांना हाताशी धरून ओसामानं 'मक्ताब अल् खिदमत' – सेवा कार्यालय – ही संघटना स्थापन केली. हिचं आणखी एक नाव होतं, 'अल् किफाह'. म्हणजे संघर्ष. वरकरणी ही सेवाभावी संस्था होती. अफगाण युद्धात रशियाविरोधात अनेक देशांकडून मिळणारा पैसा, शस्त्रास्त्रं आणि कार्यकर्ते यांची मदत एकत्र करायची आणि अफगाणी बंडखोरांना पुरवायची, हे या संघटनेचं मुख्य काम. या संघटनेनं रशियाविरोधात प्रचंड पैसा गोळा केला होता. मुजाहिदीनांना पैसा, दारूगोळा आणि जिहादींचा अखंड पुरवठा सुरू ठेवण्याचं काम या संघटनेकडून होत होतं. १९८० ते १९८९ या काळात जवळपास ६० कोटी डॉलर्स ओसामानं आपल्या हातानं या संघटनेमार्फत मुजाहिदीनांना वाटले होते. यावरून तिच्या आर्थिक ताकदीचा अंदाज येईल.

अर्थातच तिच्या मागे 'सीआयए' होती. अमेरिकेचा छुपा पाठिंबा असल्यानं या संघटनेच्या शाखा थेट अमेरिकेतच काढण्यात आल्या. टस्कन, ब्रुकिंग आदी ठिकाणी 'मक्ताब अल् खिदमत'ची कार्यालयं लवकरच सुरू झाली; हा अमेरिकेतील

शाखाविस्तार काही चोरट्या मार्गानं झालेला नाही, तर अगदी सरकारदरबारी नोंद करून, अमेरिकी सरकारकडे परवानगी मागून वगैरे या शाखा तिथे काढण्यात आल्या. मूळचा इजिप्तचा असलेला मुस्तफा शलाबी आणि त्याचे दोन साथीदार महंमद अबू हलीमा आणि अल् सैद नोसीर या शाखांचे प्रमुख होते. यातल्या महंमदला १९९३ सालच्या 'वर्ल्ड ट्रेड सेंटर'वरच्या हल्ला प्रकरणी अटक झाली, तर अल् सैद पुढे एका ज्यू नेत्याच्या न्यूयॉर्कमध्ये झालेल्या हत्येतला मुख्य आरोपी होता. याच कार्यालयाशी नंतर जमाल अल् फद्‌ल याचाही संबंध आला. हा गृहस्थ नंतर 'अल् कायदा'च्या संस्थापक सदस्यांमधला असल्याचं उघड झालं. नंतर यथावकाश कार्यालयांचं रूपांतर हळूच 'अल् कायदा'च्या शाखांमध्ये झालं, हे लक्षात घेतलं, की कळेल, अमेरिका किती आंधळेपणानं रशियाविरोधकांना हाताळीत होती. यातल्या एकट्या ब्रुकिंग कार्यालयानंच जवळपास ३०० मुजाहिदीनांची भरती केली होती. अमेरिकेत राहून अफगाणिस्तानात रशियाविरुद्ध लढायला तयार असणारे अनेक होते. त्यांच्याशी ही संस्था संपर्कात असायची. अशा संभाव्य मुजाहिदीनांची अफगाणिस्तानात सासरी पाठवणी होण्याआधी त्यांना अनेक जीवनावश्यक गोष्टींची माहिती करून दिली जायची. बंदुका कशा वापरायच्या, त्यांचे प्रकार काय, बॉंबस्फोट कसे करायचे, त्यांचे प्रकार, वगैरे वगैरे. एकदा का या मंडळींचा हात बसला, की त्यांना पाच-पाचच्या तुकड्यांनी पाठवलं जायचं. पहिल्यांदा पाकिस्तानात पेशावरला. 'अल् किफाह'कडे. नंतर त्यांचे दोन गट केले जायचे आवश्यकतेनुसार. एक गट गुलाबुद्दीन हेकमत्यार याच्याकडे सोपवला जायचा, तर दुसरा अब्दुल रसूल सयाफ याच्याकडे. हाही हेकमत्यार बरा वाटावा, असा आग्या वेताळ. या सगळ्याला अर्थातच 'सीआयए' म्हणजेच अमेरिकी सरकारचा पाठिंबा होता. म्हणजे ओसामा सुरुवातीला काय करतोय, हे सगळं अमेरिकेला माहीत होतं. किंवा अमेरिकेच्या पाठिंब्यावरच तो हे सगळं करत होता. अनेक कारणांसाठी त्याला अमेरिकेचा पाठिंबा होता. त्यातलं एक कारण होतं 'हराकेन' ही तेलकंपनी.

फारसं कोणी जिच्याबद्दल कधी ऐकलेलंही नाही, अशी ही 'हराकेन' तेलकंपनी होती धाकट्या जॉर्ज बुश यांची. या धाकट्या जॉर्ज बुश यांचा एकंदर वकूब पाहता ही कंपनी मोठी होणं शक्यच नव्हतं. पण ती अपेक्षेपेक्षा इतक्या लवकरच घायकुतीला येईल, असंही वाटलं नव्हतं कोणाला. पण ती आली. या कंपनीचं आता दिवाळं वाजणार, हे नक्की झालं. ही १९८८ सालच्या सुमारासची गोष्ट. त्याच वर्षी थोरले जॉर्ज बुश सत्तेवर आले.

आणि काय योगायोग? तीन बड्या अरबांनी या कंपनीत घसघशीत भांडवली गुंतवणूक केली. हा योगायोग इथेच संपला नाही. त्याच वेळी अचानक या कंपनीला पर्शियन आखातात बडी बडी कामं मिळायला सुरुवात झाली. वास्तविक या कंपनीनं टेक्सासच्या बाहेर कधी पाऊल टाकलेलं नव्हतं. काउबॉइजसाठी प्रसिद्ध असलेलं हे राज्य म्हणजे बुश यांची जहागिरी. तिथेच त्यांची तब्बल १७०० एकरांत पसरलेली खाजगी मालमत्ताही आहे. तर असं असताना या कंपनीच्या कार्यक्षमतेचा अचानक अनेकांना साक्षात्कार झाला आणि तिला मोठ्या प्रमाणावर कामं मिळायला लागली. कोण होते हे बडे अरबी गुंतवणूकदार? त्यातल्या दोघांची नावं उघड झाली. सलीम बिन लादेन आणि दुसरा खालिद बिन महफोज. यातला सलीम हा ओसामाचा थोरला भाऊ आणि खालिद हा बडा सौदी बँकर. 'बँक ऑफ क्रेडिट अँड कॉमर्स इंटरनॅशनल'-'बीसीसीआय'. या अत्यंत बदनाम बँकेतला बडा गुंतवणूकदार. पुढे काही वर्षांनी ही बँक दहशतवाद्यांची पतपुरवठावाहिनी असल्याचं स्पष्ट झालं आणि तिच्यावर बंदी आणली गेली. पण त्या वेळी ही बाब उघड व्हायची होती. या सौदी गुंतवणूकदारांमुळे जॉर्ज बुश यांची तेलकंपनी मात्र वाचली. अर्थात प्रसिद्धीमाध्यमांना यात काही काळंबेरं असल्याचा संशय आलाच. 'वॉल स्ट्रीट जर्नल'नं लिहिलंही – 'ही सौदी गुंतवणूक म्हणजे राष्ट्राध्यक्षांच्या मुलाशी सलगी करण्याचा प्रयत्न आहे'.

ओसामाच्या अनेक गोष्टींकडे अमेरिका कानाडोळा करत होती सुरुवातीला. या सगळ्यांत 'सीआयए'चा हात किती खोलवर गेलेला असावा? अमेरिकेत 'खिदमत'साठी येणाऱ्या-जाणाऱ्या सगळ्या मंडळींचे बनावट पासपोर्ट करून देण्याचं काम ही अमेरिकेची गुप्तहेर यंत्रणा करत होती. 'अल् किफाह'ची केंद्रं ही मुजाहिदीनांची लपण्याची स्थळं झाली होती. परत अफगाणिस्तानातून तावूनसुलाखून निघालेले अनुभवी मुजाहिदीन – अमेरिकी भाषेत व्हेटरन्स – यांना आणण्या-नेण्याचं काम 'सीआयए' करत होती. हे अनुभवी मुजाहिदीन अमेरिकेत येऊन 'अल् किफाह'च्या केंद्रात अत्यंत चिथावणीखोर भाषणं करायचे. जिहादचं महत्त्व समजावून सांगणं आणि त्यासाठी उपस्थितांना प्रवृत्त करणं हा या अफगाणी कीर्तनांचा उद्देश असायचा. त्या भाषणांच्या ध्वनिचित्रफिती काढून गावोगावी वाटल्या जायच्या. हा सगळा सांस्कृतिक कार्यक्रम 'सीआयए' पुरस्कृत होता. यांतल्या काही महत्त्वाच्या कीर्तनांत निरूपणासाठी प्रा. आझम हेही अनेकदा अमेरिकेत जाऊन आले. त्याही वेळी ते ओसामाचे गुरू गणले जात होते. ब्रुकलिनमधल्या एका प्रवचनात प्रा. आझम म्हणाले, "मुसलमानांना आपल्या समाजाची प्रगती साधायची असेल, तर

आंधळा शेख :
ओसामाचा उजवा हात मानला जाणारा
अब्दुल रहेमान

रक्त आणि जिहादला पर्याय नाही. पण आसपासचा समाज आपल्याला तसं करू देणार नाही, कारण तो सगळाच्या सगळा इस्लामविरोधी आहे, तेव्हा आपल्याला आपला असा खास मार्ग निवडायला हवा.'' प्रा. आझमच नाही, तर अन्य अनेक वादग्रस्त मंडळी त्या वेळेस अमेरिकेतून आरामात ये-जा करत होती.

पुढे 'ब्लाइंड शेख' म्हणून प्रसिद्ध झालेला ओसामाचा उजवा हात अब्दुल रहेमान हाही अमेरिकेत असाच विनासायास आला होता. त्याच्या कागदपत्रांची, व्हिसाची जबाबदारी 'सीआयए'नं घेतलेली होती. अमेरिकेत येऊन, नुसती प्रवचनं देऊन ही आगलावी मंडळी परत जात होती, असंही नाही; तर त्यांनी अमेरिकेतही खूनखराबा करायला सुरुवात केली. अशाच एका फेरीत या अंध शेख अब्दुल रहेमानचे ब्रुकलिनमधल्या केंद्राचा प्रमुख शलाबी याच्याशी मतभेद झाले. मुद्दा होता – अमेरिकेत जमा केलेल्या पैशांचा विनियोग कशा प्रमाणात कुठे करायचा. दर वर्षी सरासरी एक कोटी डॉलर्स या केंद्राकडे जमा व्हायचे. त्याच्या वाटपावरनंच दोघांत तणातणी झाली होती. शलाबीचा शेख याच्या मताला विरोध होता. त्याला काही रक्कम इजिप्तमधलं सरकार उलथून मुजाहिदीनांच्यावर पाकिस्तानात खर्च करायची होती; तर शेखला हा पैसा सगळाच्या सगळा अफगाणिस्तानसाठी हवा होता. याबाबतच्या मतभेदांवर शेख इतका संतापला, की त्याच्या अनुयायांनी नंतर शलाबीला मारूनच टाकलं. शलाबी २८ फेब्रुवारी १९९१ रोजी आपल्या घरी मेलेला आढळला. फार वाईट मरण आलं होतं त्याला. त्याच्यावर गोळ्या झाडण्यात आल्या होत्या आणि त्याला ठिकठिकाणी भोसकण्यात आलं होतं.

त्याच्या अंगावर झटापटीच्या खुणा होत्या आणि हातात तीन तांबडे केस. मेंदी लावलेले. यावरून 'एफबीआय' – 'फेडरल ब्यूरो ऑफ इन्व्हेस्टिगेशन'नं संशयित आरोपी शोधून काढला होता. महंमद अबू हलीमा. हा अंध शेखचा चेला. नंतर हाही १९९३ सालच्या 'वर्ल्ड ट्रेड सेंटर'वरच्या हल्ल्यातला एक आरोपी होता. पण त्या वेळी त्याची कसलीही चौकशी झाली नाही की गुन्हा नोंदला गेला नाही. शेखसुद्धा सुखरूपपणे अमेरिकेतून जाऊ शकला. तितक्याच सुखरूपपणे तो परत नंतर अमेरिकेत आला. काही झालं नाही त्याला. महत्त्वाचं म्हणजे या सगळ्याच्या नोंदी सरकारदरबारी होत होत्या. अमेरिकी प्रसारमाध्यमांनीही त्या त्या वेळेला याबाबत लिखाण केलेलं आहे. पण 'सीआयए' आणि अमेरिकी सरकार यांनी या सगळ्या प्रकाराची कसलीही गंभीर दखल घेतली नाही.

पण आझम करतायेत त्याच्यापेक्षा जहाल काहीतरी करायला हवं, असं ओसामाला वाटत होतं. त्याचं म्हणणं होतं, नुसत्या अफगाणिस्तानातच नाही, तर जगात जिथे जिथे मुसलमान आहेत, पण शासक नाहीत, तिथे तिथे त्यांच्यासाठी काहीतरी चळवळ सुरू करायची. त्यांना एकत्र आणायचं. त्याच्या अरबी संबंधांमुळे अनेक अरबी मुजाहिदीन संघटनेत सामील झाले होते. या अरबांना घेऊन तो अफगाणिस्तानातल्या छावण्या चालवत होताच. तशा त्या अन्यत्रही त्याला सुरू करायच्या होत्या. शेजारी अफगाणिस्तानात रशिया आता माघारीच्या तयारीत होता. ओसामाला ती ताकद आता अन्यत्र विशेषत: इस्रायल आणि काश्मीरमध्ये वापरायची होती. आझम यांना हे मान्य नव्हतं. त्यांचं म्हणणं होतं, 'आधी अफगाणिस्तानचा प्रश्न पूर्ण मिटू दे. नंतर विस्ताराचं बघता येईल.' अनेक आघाड्या एकाचवेळी सुरू करून आपली ताकद विभागू द्यायला त्यांचा विरोध होता. ओसामाला अर्थातच हे मान्य नव्हतं. त्याला 'मक्ताब अल् खिदमत'मध्येच एक पोटशाखा काढायची होती. त्याच सुमारास अमेरिकेनं या मंडळींना अगदी रणगाडेही भेदू शकतील, अशा ताकदवान बंदुका दिलेल्या होत्या. अशा २५ बंदुकांचा संच खुद्द आझम यांच्याकडेच देण्यात आला होता. या सगळ्या बंदुका अफगाणिस्तानसाठी होत्या. पण ओसामाचं म्हणणं होतं, यातल्या काही अन्यत्र वापरल्या गेल्या म्हणून कुठे बिघडलं! वास्तविक या शक्तिशाली बंदुका ओसामा–आझम मंडळींच्या हाती द्यायला अमेरिकी प्रशासनातच मोठा विरोध होता. अमेरिकी लष्करी मदतीच्या प्रथेप्रमाणे अशा स्वरूपाची शस्त्रं देताना ती कोणाच्या हाती पडणार आहेत, त्या व्यक्तींची संपूर्ण माहिती प्रशासनाला देणं बंधनकारक असतं. पण हा नियम ओसामासाठी 'सीआयए'नं शिथिल करून घेतला. जवळपास

अयमान अल् जवाहिरी : 'अल् कायदा'ची स्थापना करण्यात ओसामाला साथ देणारा इजिप्शियन

दीड लाख डॉलर्स किमतीच्या या बंदुका अमेरिकी लष्कराच्या ट्रकमधून नेण्यात आल्या, अशी नोंद आहे; पण तिकडे ओसामा आणि आझम यांच्यात या सगळ्या मदतीच्या वापराबाबतचे मतभेद काही संपण्याची लक्षणं नव्हती. शेवटी ओसामा वेगळा झाला आणि त्यानं आपली स्वत:ची अशी संघटना तयार केली. 'अल् कायदा.'

ओसामाला हवा तसा जहालवाद पोसणारा एक मित्र त्याला पाकिस्तानात मिळालेला होताच. अयमान अल् जवाहिरी. त्याच्याशी सूत जुळल्यानंतर ओसामाचं आझम यांच्यावरचं प्रेम नाहीतरी जरा आटलं होतंच. ओसामाला मूळच्या इजिप्तच्या जवाहिरीनं नव्या संघटनेच्या स्थापनेत साथ दिली. अन्य साथीदार होते महंमद अतेफ ऊर्फ अबू हफ्स, ममदौ सलीम ऊर्फ अबू हजेर, जमाल अल् फादी, वईल हमझा जुलैदिन हे त्याचे 'अल् कायदा'चे संस्थापक सदस्य. ज़वाहिरी आणि ओसामानं मिळून प्रत्यक्ष अफगाणिस्तानात एक केंद्र चालवायला घेतलं. आझमच्या साहाय्यानं इतके दिवस ओसामा काठावरनंच रशियाविरोधी जिहाद हाकत होता. जवाहिरीच्या साहाय्यानं त्यानं मग प्रत्यक्ष प्रवाहात उडी घेतली. आझमचं मत होतं, अफगाण मुजाहिदीनांना आपल्यात सामावून घ्यायचं, तर ओसामाचा आग्रह होता, त्यासाठी वेगळी संघटना जन्माला घालायची. ओसामापासून वेगळं झाल्यावर आझम याची हत्या झाली. ती कोणी केली असावी, याबद्दल केवळ अंदाजच बांधायचा. कोणी त्याबाबत उत्तर द्यायलाही जात नाही. आझम गेल्यावर 'खिदमत'मध्ये अपेक्षेप्रमाणे फाटाफूट झाली. बराच मोठा गट ओसामाच्या 'अल् कायदा'त सामील झाला. 'अल् कायदा'नं अफगाणिस्तानात मोठी कामगिरी बजावली. मुल्ला ओमरच्या

बरोबरीनं ओसामा अफगाण विरोधाचा चेहरा बनून गेला होता. १९८९ साली रशियानं अफगाणिस्तानातून काढता पाय घेतल्यानंतर ओसामा हीरोच बनला.

एखाद्या विजयी वीराच्या थाटात त्याचं सौदीत स्वागत करण्यात आलं. अतिरेकी मानसिकता असलेल्यांची भूक विजयानं वाढते. ओसामाचं तसंच झालं. आपणच आता मुसलमानांचे तारणहार, असं त्याच्या मनानं घेतलं. त्याला विरोध हा इस्लामला विरोध, असंच चित्र त्यानं निर्माण करायला सुरुवात केली. पुढच्याच वर्षी या चित्रात रंग भरायची संधी त्याला मिळाली. इराकच्या सद्दामनी कुवेतमध्ये घुसखोरी केली. हा प्रश्न फारच चिघळणार, अशी चिन्हं दिसू लागली. सद्दाम काही ऐकायला तयार नव्हते. ते शांत व्हावेत, अशी सौदीचीही इच्छा होती. कारण सद्दामना जर कुवेत पचू दिलं, तर त्यांचा पुढचा घास थेट सौदीच असणार होता, हे नक्की. पण त्यांना आवरणं सौदीला शक्य नव्हतं. त्यांचा बंदोबस्त करण्यासाठी शेवटी अमेरिकेलाच सैन्य पाठवावं लागणार, हे स्पष्ट झाल्यावर ओसामा अस्वस्थ झाला. सद्दाम सुन्नी. सौदीही सुन्नी. तेव्हा आपल्यातला हा प्रश्न आपल्या आपल्यातच मिटवावा, असं ओसामाचं म्हणणं होतं. अमेरिकेला कोणत्याही परिस्थितीत मक्का-मदिनेच्या भूमीत पाय ठेवू द्यायला ओसामाचा विरोध होता. राजे फाहद आणि राजपुत्र सुलतान यांना आपलं हे मत ऐकवण्यासाठी ओसामा जाऊन भेटला. आपलं किमान दहा हजारभर मुजाहिदीनांचं सैन्य सौदी सीमेवर तैनात करायची तयारी ओसामानं दाखवली. पण सौदी राजे हे ऐकायच्या मन:स्थितीत नव्हते. त्यांना धर्मापेक्षा आपली गादी प्रिय होती. अमेरिकेला येऊ दिलं नाही, तर आपली सत्ता राहणार नाही आणि तीच नाही राहिली, तर धर्माला काय अर्थ आहे, वगैरे युक्तिवाद त्यांनी ओसामापुढे करून पाहिला. पण एका महासत्तेला माघार घ्यायला लावण्यात ओसामानं मोठी कामगिरी बजावली होती. त्याची नशा त्याच्या डोक्यातून उतरायची होती. त्यात दुसऱ्या महासत्तेलाही नाक घासायला लावण्याचा आनंद त्याला उपभोगायचा होता. सौदी राजे त्याच्या आड येत होते. तेव्हा 'इंद्राय स्वाहा, तक्षकाय स्वाहा' म्हणत त्यानं आपल्या राजांच्या विरोधातच तोफ डागली. ओसामा सौदी राजघराण्याच्या विरोधात कडाडून बोलू लागला. 'ज्यू, ख्रिश्चन असलेलं अमेरिकी सैन्य सौदीत येणार, हा मक्का-मदिनेचा अपमान आहे,' असं ओसामा सांगू लागला. हे असलं काही सहन करायची सवय सौदी राजांना नाही. त्यात राजे फाहद यांच्यासारखा धसमुसळा, बेजबाबदार राजा सौदी तख्तावर होता. राजे फैझल असते, तर यातून काही मार्ग काढण्याचा प्रयत्न तरी त्यांनी केला असता. पण फाहद यांनी तसं काही केलं नाही. त्यांनी ओसामावर कारवाईची धमकी दिली; तरीही तो ऐकत नाही, असं

दिसल्यावर त्याला थेट तुरुंगातच टाकायची धमकी राजपुत्र सुलतान यानं दिली. त्याला जेद्दाहमध्ये नजरकैदेत ठेवण्याचे आदेश निघाले.

ओसामापुढे मग देशत्यागाशिवाय पर्यायच राहिला नाही. अखेर १९९२ साली ओसामानं आपला मुक्काम सुदानमध्ये हलवला. पण तिथे गेला म्हणून त्याची राजे फाहद यांच्यावरची टीका काही कमी झाली नाही; उलट तो आता जोमानं त्यांच्या विरोधात बोलायला लागला. त्यामुळे राजे फाहद इतके चिडले की, त्यांनी सुदान सरकारवर दडपण आणून ओसामावर कारवाई करण्याची मागणी केली. लादेन कुटुंबीयांकडून आपल्या वडिलोपार्जित संपत्तीचा वाटा म्हणून ओसामाच्या नावे दरमहा काही रक्कम दिली जात होती. वडील गेल्यानंतर वयाच्या अवघ्या दहाव्या वर्षी ओसामाच्या हाती जवळपास ८ कोटी डॉलर्स होते. नंतर ओसामानं परदेशात जाऊन आपल्या व्यवसायाची वेगळी शाखा वाढवली होती. वास्तविक आधी त्याला या असल्या व्यवसायात वगैरे रस नव्हता. पण जिहादसाठी लागणारा पैसा मिळवायचं साधन म्हणून त्यानं आपल्या व्यवसायाकडे लक्ष घालायला सुरुवात केली. सुदान सरकार, इजिप्तच्या सरकारातली मित्रमंडळी यांच्या माध्यमातून अनेक मोठमोठी कामं ओसामाला मिळत गेली. त्यामुळे त्यानं व्यवसायात लक्ष घालायला सुरुवात केल्यानंतर काही वर्षांतच त्याच्या कंपनीची उलाढाल २५ कोटी डॉलर्सच्या घरात होती. ९/११ जेव्हा घडलं, तेव्हा त्याच्या कंपनीतल्या कर्मचाऱ्यांची संख्या ३६,००० इतकी होती, यावरून तिच्या आकारमानाचा अंदाज बांधता येईल.

ओसामाच्या सुदैवानं सुदानमध्ये हसन अल् तुराबी हा कर्कश धर्मवादी सत्तेवर आला होता. त्याला ओसामा आपल्या देशात आलेला चालणार होताच. त्यामुळे त्यानं ओसामाला खास पत्र वगैरे पाठवून आपल्या देशात येण्याचं निमंत्रण दिलं. हे होत असताना ओसामाचं पाकिस्तानमध्येही तितकंच लक्ष होतं. तिथे सत्तेवर होत्या बेनझीर भुट्टो. त्या पाश्चात्त्यधार्जिण्या असल्याची टीका त्यांच्यावर होत होतीच. त्यांचा सुरुवातीला तरी अफगाणिस्तानच्या निमित्तानं जे राजकारण सुरू होतं, त्याला विरोध होता. बाई तशी विचारानं आधुनिक. आपल्या देशाचा आर्थिक विकास आधी व्हायला हवा, असं त्यांचं मत. त्याचमुळे अमेरिका जे काही करत होती, ते पाहून त्या अमेरिकी अध्यक्षांना म्हणाल्या होत्या, "तुम्ही राक्षसांची पैदास करताहात," म्हणून. पण ही पैदास अमेरिकी भूमीवर नव्हती. त्यामुळे त्यांना याची झळ लागत नव्हती. ती लागत होती बेनझीर भुट्टो यांना. तेव्हा हे सगळं थांबावं, असा त्यांचा प्रयत्न होता. पण त्यामुळेच या खेळाच्या केंद्रस्थानी असलेली

हसन अल् तुराबी :
कडव्या इस्लामचा
पुरस्कार करणारा सुदानी सत्ताधीश

'आयएसआय' त्यांच्यावर नाराज होती. पाकिस्तानात कोणीही 'आयएसआय'ला नाराज करून सत्तेवर राहू शकलेला नाही, याचं भान न ठेवता बेनझीर आपलाच सुधारणेचा गाडा पुढे रेटू पाहात होत्या. तेव्हा त्यांना रोखणं गरजेचं होतं.

आता 'आयएसआय'च्या परिभाषेत रोखायचं म्हणजे पृथ्वीतलावरनं नाहीसंच करायचं. त्यासाठी 'आयएसआय'चे प्रमुख हमीद गुल आणि पंतप्रधानपदावर कावळ्यासारखी नजर लावून बसलेले नवाज शरीफ यांनी पुढाकार घेतला. या दोघांनी ओसामाची भेट घेतली. या सगळ्यांनी बेनझीर हत्येचा कट आखला. त्यात सहभागी होता एक पत्रकार हुसेन हक्कानी. या कामगिरीसाठी ओसामानं एक कोटी डॉलर्सची तरतूद केली होती. हा पैसा शरीफ यांच्या हवाली केला जाणार होता. अट एकच होती. बेनझीर भुट्टो यांचा काटा काढल्यावर सत्तेवर येऊ शकणाऱ्या शरीफ यांनी शरियाच्या तालावर राज्यशकट हाकण्याचं वचन द्यावं. शरीफ यांनी तसं ते दिलंही. पण काही कारणानं हा कट अमलात आला नाही. तरी नंतर १९९० साली सत्तेवर आलेल्या शरीफ यांनी 'अल् कायदा'ला पाकिस्तानात मुक्तांगण दिलं. या निवडणुकीत 'अल् कायदा'नं शरीफ यांच्यासाठी आपली सगळी साधनसामग्री वापरली होती. अर्थात सत्ता मिळाल्यावर शरीफ यांनी शरिया बाजूला ठेवली, पण 'अल् कायदा'ला मात्र मोकळं रान दिलं.

एव्हाना तुराबी यांच्या निमंत्रणाला मान देऊन ओसामानं आपलं केंद्र सुदानमध्ये खार्टूम इथे हलवलं. तिथे त्यानं तुराबी यांच्याशी हातमिळवणी करून आपल्या अर्थव्यवस्थेच्या गाड्याला गती दिली. सोबतीला धर्मही होता. तुराबी

त्याच्यासारखेच धर्मवेडे असल्याचं पाहून ओसामा त्यांच्या प्रेमातच पडला. इतका, की त्यानं तुराबी यांच्या पुतणीशीच निकाह लावला. ही त्याची चौथी पत्नी. हे लग्नबिग्न करत होता, तरी ओसामाची आपल्या कामावरची नजर काही उडत नव्हती. १९९२ साल संपता संपता ओसामाच्या 'अल् कायदा'च्या सदस्यांनी येमेनमध्ये एका पंचतारांकित हॉटेलवर हल्ला केला. 'अल् कायदा'नं थेट अमेरिकेच्या शेपटावर पाय देण्याची ही पहिली लक्षणीय घटना. २९ डिसेंबर १९९२ रोजी 'अल् कायदा'कडून 'गोल्ड मोहोर' आणि 'मुव्हएनपिक' या एडनमधल्या हॉटेलांवर हल्ला झाला. हल्ल्यात जास्त काही झालं नाही. फक्त दोन जण मेले. त्यातला एक होता अमेरिकी सैनिक.

या टप्प्यावर अमेरिकेला हे माहीत झालेलं होतं, की ओसामा हा जगभरातल्या इस्लामी दहशतवाद्यांना एकत्र करतोय. ज्या देशात ते नाहीत, तिथे ते तयार होतील, यासाठी प्रयत्न करतोय. तरीही या काळात अमेरिकी सरकारची कृती संशयाच्या – एकच नाही, तर अनेक – सुया स्वत:च्या देशावर रोखायला लावणारीच होती. १९९३ साली रॉयल कॅनेडियन पोलिसांनी अली मोहंमद या तरुणाला अमेरिकेच्या सीमेवर अटक केली. हा चोरून शस्त्रास्त्रं अमेरिकेत नेण्याच्या प्रयत्नात होता. या अलीनं कॅनेडियन पोलिसांसमोर कबुली दिली की 'मी ओसामाच्या 'अल् कायदा'साठी काम करतोय'. वास्तविक ही केवढी मोठी घटना. कॅनेडियन पोलीस अधिक तपास करायला लागल्यावर अलीनं त्यांना सांगितलं, ''एफबीआय'च्या जॉन झेंट या अधिकाऱ्याशी संपर्क साधा.'' कॅनेडियन पोलिसांनी तसा तो साधला. मग त्यांना धक्काच बसला. कारण झेंटनं त्यांना सांगितलं, ''अली हा 'एफबीआय'साठी काम करतोय, त्याला सोडून द्या.'' अली सुटला. पण तेव्हा त्याला का सोडलं गेलं? काही उत्तर नाही!

या काळात अमेरिकेच्या आणखी एका कृतीबाबत काही प्रश्न निर्माण झाले. १९९५ साली अध्यक्ष बिल क्लिंटन आणि त्यांचे उपाध्यक्ष अल् गोर यांनी काही प्रमुख इस्लामी संघटनाप्रमुखांची बैठक व्हाइट हाऊसमध्ये बोलावली. तिथे आलेले होते २३ इस्लामी संघटनांचे प्रमुख आणि त्यांत होता अब्दुल रहमान अलामौदी. या गृहस्थानं या बैठकीत उघड उघड 'हमास'चं समर्थन केलं. 'हमास'चा नेता – ज्याला अमेरिकेनं दहशतवादी म्हणून जाहीर करून अटक केलेली होती – त्याचा हा उजवा हात. 'हमास' ही संघटनाही अमेरिकेनं दहशतवादी म्हणून घोषित केलेली होती. परत अलामौदीच्या नावावर आणखी एक पाप होतं. सुदानचा माथेफिरू धर्मगुरू हसन अल् तुराबी याला अमेरिकेत घेऊन येण्यात आणि नंतर त्याची सुखरूप

रवानगी करण्यात अलामौदीचा हात होता, हेही उघड झालेलं होतं. याच तुराबीनं सुदानमध्ये ओसामाला आश्रय दिलेला होता. तरीही नंतर अमेरिकेचे राष्ट्रीय सुरक्षा सल्लागार अँथनी लेक यांनी अलामौदीशी एकट्याशी चर्चा केली. या तुराबीनं अमेरिकेत 'अल् कायदा'साठी मोठा निधी जमवल्याचं नंतर निष्पन्न झालं.

याच काळात ओसामा सुदानमधून आपला जहाल धर्मवाद आता आसपासच्या देशांत पसरवण्यात मग्न होता. या कामात त्याची महत्त्वाची साथीदार होती 'इजिप्शियन इस्लामिक जिहाद' ही संघटना. हे 'ब्रदरहुड'चंच आणखी एक बांडगूळ. या 'ईआयजे'नं इजिप्तचे अध्यक्ष होस्नी मुबारक यांच्या हत्येचा प्रयत्न केला, पण तो फसला. त्यामुळे इजिप्तनं सुदानवर दडपण आणून 'ईआयजे'चं तिथलं केंद्र बंद करायला लावलं. दुसऱ्या बाजूला तिथे राहून ओसामानं सौदी राजे फाहद यांच्यावर टीका करणं काही सोडलं नाही. शेवटी राजे फाहद इतके वैतागले, की त्यांनी ओसामाचं सौदी नागरिकत्वच रद्द केलं आणि ओसामावर कारवाई करण्यासाठी सुदानवर दडपण आणायला सुरुवात केली. या टप्प्यावर ओसामाच्या भावांनी कागदोपत्री तरी जाहीर केलं, 'आमचा ओसामाशी काही संबंध नाही.' यानंतर 'अल् कायदा'ला आता सोमालियाही खुणावायला लागला. 'अल् कायदा'चे कार्यकर्ते खार्टूम येथून मोगादिशूत सहज ये-जा करू लागले. लवकरच मोगादिशूत 'अल् कायदा'चं दहशतवाद प्रशिक्षण केंद्र सुरू झालं. तिथे नुकत्याच नियुक्तीवर आलेल्या अमेरिकी सैनिकांना कसं मारता येईल, यावर सारा भर होता या प्रशिक्षणाचा. एका वर्षानंतर या प्रशिक्षणाला फळं लागली. ऑक्टोबर १९९३मध्ये अमेरिकी सैनिकांच्या तळावर हल्ला झाला आणि त्यात १८ अमेरिकी सैनिक मारले गेले. वास्तविक या हल्ल्यानंतर ओसामाला वाटत होतं, अमेरिका आपल्यावर जोरदार प्रतिहल्ला करेल. या हल्ल्याची किंमत दामदुपटीनं आपल्याकडून वसूल करेल. पण घडलं भलतंच. अमेरिकेनं येमेन आणि सोमालियातून आपलं सैन्य मागे घ्यायचा निर्णय घेतला. हा अर्थातच ओसामासाठी सुखद धक्का होता. त्याच्यातर्फे लगेच एक पत्रक प्रसृत केलं गेलं. 'अमेरिकी सैन्याची माघार हा ओसामाचा विजय आहे', असं सांगणारं. 'अमेरिकी नुसते मोठमोठ्या गप्पा मारतात, पण प्रत्यक्षात ते कागदी वाघ आहेत', अशी खवचट टीका ओसामानं यानंतर अमेरिकेवर केली. या पाठोपाठ 'अल् कायदा'नं लिबियात दोन जर्मन नागरिकांना ठार केलं. ते दोघेही जर्मनीचे हेर असल्याचा दावा ओसामानं केला.

या हत्यांनंतरही ओसामाविरुद्ध ठोस कारवाई तर सोडा, पण तसा प्रयत्नही झालाच नाही. यामुळे त्याची भीड अर्थातच चेपली. जागतिक राजकारणात

आपल्याला बरंच काही करायचं आहे आणि आपण जगातल्या अमेरिकाविरोधी ताकदींचं केंद्र बनू शकतो, असं ओसामाला आता वाटायला लागलं. त्याच्या कार्याची दखल आता ठिकठिकाणी घेतली जाऊ लागली.

याचा पहिला प्रत्यय आला बोस्नियात. तिथे अध्यक्ष अलिझा इज्तेबेगोविच यांनी ओसामाचा सन्मान म्हणून त्याला आपल्या देशाचा पासपोर्ट काढून दिला. बाल्कन राष्ट्रांत इस्लामच्या तत्त्वांवर आधारित प्रजासत्ताक निर्माण करण्यात ओसामानं उचललेल्या जबाबदारीबद्दल त्याचा हा सन्मान असल्याचं सांगितलं गेलं. या परिसरात बरंच काही घडत होतं. बोस्निया आणि हर्झगोवेनिया यांच्यात धार्मिक आणि वांशिक संघर्ष सुरू झालेला होता. 'अल् कायदा'चे हजारो अतिरेकी स्वयंसेवक या संघर्षात सहभागी झाले आणि बर्फाळलेल्या या प्रदेशाला दहशतवादाची झळ लागली. बोस्नियन मुसलमानांना 'अल् कायदा'ची साथ मिळाल्यामुळे रक्तपाताची गती अधिकच वाढली. सर्बियाच्या कोसावोतही 'अल् कायदा'चे दहशतवादी सक्रिय असल्याचं आढळलं. तिथे अमेरिकाच बोस्नियन मुसलमानांना गुप्तपणे शस्त्रास्त्र पुरवठा करत होती. सारायेवोपासून जवळच असलेल्या विसोको या तुलनेनं लहान असलेल्या शहरातला विमानतळ त्यासाठी वापरला जात होता. अमेरिकेची सी-१३० विमानं तिथे कोणत्याही नोंदीविना येत होती. त्यातून बोस्नियन मुसलमानांसाठी चोरून शस्त्रं येत असल्याची तक्रार खुद्द यूनोचे सैनिकच करत होते. पण त्याची कसलीही दखल घेतली गेली नाही. या मुसलमानांना शस्त्रपुरवठा करताना अमेरिकेला हे माहीत नव्हतं का, की ही सगळी मंडळी ओसामाच्या झेंड्याखाली एकत्र येतायत? याचं उत्तर अधिकृतपणे कोणी दिलेलं नाही.

एव्हाना ओसामाची भीड इतकी चेपलेली होती, की त्यानं चक्क इंग्लंडला भेट दिली. तिथे मँचेस्टर आणि लंडनचं उपनगर वेंम्ब्ले या आशियाईबहुल उपनगरांत ओसामाची अल्जीरियन बंडखोरांशी भेट झाली. फ्रेंचांच्या विरोधात जोरदार आघाडी उघडा, असं सांगत ओसामानं या बंडखोरांसाठी प्रत्यक्ष अल्जीयर्समध्ये तळ उभारण्याची तयारी दाखवली. काही काळानंतर 'अल् कायदा'ची शाखा त्या देशातही सुरू झाली. नंतर ओसामा अल्बानियातही गेला. यातली आश्चर्यकारक बाब म्हणजे अल्बानियात त्याचा प्रवेश झाला, तो सौदी शिष्टमंडळाचा सदस्य म्हणून. हे कसं झालं, हे न समजण्यासारखं गूढ आहे. खरं म्हणजे एव्हाना सौदीनं ओसामाशी सर्व संबंध तोडलेले होते. पण तरी तो सौदी शिष्टमंडळात शिरकाव करून घेऊ शकला. हळूहळू आशियातल्या इंडोनेशिया, फिलिपिन्स, भारतातलं काश्मीर अशा अनेक प्रदेशांत 'अल् कायदा'नं हातपाय पसरले. आफ्रिकेतही 'अल् कायदा'नं

चांगलंच मूळ धरलं.

ओसामा हे इतकं सगळं सुदानात राहून करतोय म्हटल्यावर त्या देशावर दडपण यायला सुरुवात झाली. अमेरिकेनं सुदानचं नाव दहशतवाद समर्थक देशांच्या यादीत घातलं. सुरुवातीला सुदान सौदी दडपणाला फारशी भीक घालत नव्हता. पण एका बाजूनं सौदी आणि दुसरीकडून इजिप्त हे दोघंही सुदानला दमदाटी करू लागले. त्यात ओसामावरही हल्ल्याचा प्रयत्न झाला. हा हल्ला सौदी हेरखात्याकडून केल्याचं बोललं गेलं. शेवटी सहा वर्षांच्या वास्तव्यानंतर ओसामाला सुदान सोडावं लागलं. आता त्याला सुरक्षित घर मिळालेलं होतं. तेही अमेरिकेच्या कृपेनं. अफगाणिस्तान. ओसामानं त्यानंतर आपलं केंद्र अधिकृतपणे जलालाबादला हलवलं. इथून ओसामानं आता अमेरिका आणि इस्रायलच्या विरोधात खुलेपणानं विद्वेषाची बीजं पेरायला प्रारंभ केला. इथे त्याची आता अधिकृतपणे तालिबान्यांशी हातमिळवणी झाली. हे दोघं इतके जवळ आले, की तेल आणि वायुवाहिन्यांबाबत जेव्हा अमेरिकी कंपन्या आपापसात चर्चा करत होत्या, तेव्हा त्यातला शब्दन्शब्द ओसामाला माहीत होऊ लागला.

तो आणि त्याचा साथीदार जवाहिरी यांनी अमेरिका आणि इस्रायल यांच्या विरोधात उघड जिहादचा ऐलान केला. इथे त्यांना अडवायलाही कोणी नव्हतं. वास्तविक दोघांनाही फतवा जारी करण्याचा धार्मिक अधिकार नव्हता. पण तरीही त्यांनी तो केला. आपल्या अनुयायांना सांगितलं, 'जिथे जिथे अमेरिकी वा ज्यू सापडतील, तिथे तिथे त्यांना ठेचा.' नंतर २००० सालच्या ऑक्टोबरात अमेरिकी युद्धनौका 'यूएसएस कोल' हिच्यावर येमेनच्या आखातात आत्मघातकी हल्ला झाला. १७ अमेरिकी नौसैनिक यात बळी पडले.

यानंतर थोड्याच दिवसांत ओसामाच्या मुलाचं लग्न झालं. आपल्याकडे जसं लग्नात एखादा ज्येष्ठ मंगलाष्टकं वगैरे रचून वधुवरांना शुभेच्छा देतो, तसं या लग्नात ओसामानं आपली एक कविता सादर केली. त्यात वर्णन होतं धर्माभिमानी मुसलमानांनी पाखंडी अमेरिकेच्या युद्धनौकेवर कसा हल्ला चढवला... ते कोवळे अमेरिकी जवान कसे मारले गेले... आणि मग त्यांच्या लुसलुशीत मांसाचे तुकडे कसे इतस्ततः पसरले...याचं. यावरून ओसामाच्या मानसिकतेची कल्पना येऊ शकेल.

आणि एका वर्षातच ९/११ घडलं आणि जगात ज्याच्या त्याच्या तोंडी ओसामा बिन लादेनचं नाव झालं. साऱ्या इस्लामी दहशतवादाचा चेहरा म्हणून ओसामाकडे जग बघायला लागलं. एक कृश, डोक्यानं फारसा तेज नसलेला धर्मगुरू

बघता बघता साऱ्या दहशतवादाचा केंद्रबिंदू बनून गेला. एकविसाव्या शतकातला भस्मासुरच तो. खराखुरा. ज्यांनी निर्माण केलं, त्यांच्याच डोक्यावर हात ठेवायला कमी न करणारा. वास्तविक दहशतवादाचा अभ्यास करणाऱ्यांच्या मते ओसामा हा काही 'अल् कायदा'चा एकमेव नेता नाही. अभ्यासकांच्या या गटाच्या मते अल् जवाहिरी आणि 'अल् कायदा'चा कमांडर मोहंमद अताफ हे खरे या संघटनेचे म्होरके. अताफ हा पूर्वी इजिप्तमध्ये पोलीसदलात होता. जवाहिरीप्रमाणे तोही 'ब्रदरहुड'चा सहानुभूतिदार. नंतर तो ओसामाचा व्याही झाला. त्याची कन्या ओसामाची सून झाली.

काहीही असो, साऱ्या जगाला आता ओसामाची तलाश आहे आणि तरीही तो कोणाच्या हाती सापडत नाही. १९९६, १९९८ आणि २००० साली क्लिंटन प्रशासनानं त्याला जिवंत वा मृत पकडण्यासाठी मोठी मोहीम हाती घेतली. सुदान सरकारनं त्याला अटक करून अमेरिकेच्या तावडीत देण्याची तयारीही दाखवली होती, पण अमेरिकेनं ऐन वेळी कच खाल्ली. त्यानंतर तीनच महिन्यांनी 'यूएसएस कोल'वर हल्ला झाला आणि वर्षभरानं 'वर्ल्ड ट्रेड सेंटर'च्या त्या प्रसिद्ध इमारती जमीनदोस्त झाल्या. क्लिंटन प्रशासनानं योग्य वेळी कारवाई केली असती, तर हे सगळं टळलं असतं का? त्यानंतर धाकट्या बुश यांच्या राजवटीत जेव्हा २००१ साली अफगाणिस्तानवर हल्लाबोल करण्यात आला, त्या वेळीही ओसामा अमेरिकेच्या हातून निसटला. तोराबोरा इथे जेव्हा अमेरिकेनं हवाई हल्ले केले, त्या वेळी ओसामा तिथे होता. या हल्ल्यांपाठोपाठ अमेरिकेनं जमिनीवरची कारवाई सुरू केली असती, तर तो सहज अमेरिकेच्या हाती लागला असता. हे का झालं नाही, हा प्रश्नही तसाच. ज्यानं त्यानं आपापलं उत्तर शोधावं, असा.

वास्तविक १९९८ साली 'एबीसी' या प्रसिद्ध वृत्तवाहिनीला दिलेल्या मुलाखतीत ओसामानं आपली भूमिका नि:संदिग्धपणे मांडली होती. त्याला त्यात दहशतवादी हल्ल्यात जे निरपराध मरतात, त्यांच्याविषयी विचारण्यात आलं. त्यावर ओसामा म्हणाला, ''आजच्या युद्धात नैतिक-अनैतिक असं काहीही नाही. जगातला सध्याचा सर्वांत मोठा दहशतवादी जर कोणी असेल, तर तो आहे अमेरिका नावाचा देश. तेव्हा या देशातला जवान आणि साधा नागरिक यांच्यात फरक करायचं आम्हांला काहीही कारण नाही. सगळेच अमेरिकी आमच्या दृष्टीनं दहशतवादीच आहेत.''

इतक्या खरेपणानं आपली भूमिका मांडणाऱ्यावर कारवाई करायला अमेरिका

का कचरली? या प्रश्नाला आणखी एक किनार आहे. ती आहे अर्थातच तेलाच्या राजकारणाची. जीन चार्ल्स ब्रिसार्ड आणि गिल्यूम दस्क्वायर या फ्रेंच लेखकद्वयीनं 'बिन लादेन : द फॉर्बिडन ट्रुथ' या अप्रतिम, पण दुर्लक्षित पुस्तकात ती स्पष्ट करून दाखवली आहे. यातले ब्रिसार्ड हे गुप्तहेर होते, तर दस्क्वायर हे पत्रकार. त्यांनी यात दाखवून दिलंय, की अमेरिकेच्या 'एफबीआय'ला ओसामाच्या कारवायांची पूर्ण कल्पना होती. ९/११ व्हायच्या आधी 'एफबीआय'ला संशय होता ओसामाकडून काहीतरी भयंकर घडणार याचा. ओसामाच्या सर्व आर्थिक व्यवहारांचा इत्थंभूत तपशील 'एफबीआय'नं गोळा केला होता. या लेखकांनी 'एफबीआय'चे उपसंचालक जॉन ओनील यांची मुलाखत घेतली. हे ओनील 'अल् कायदा'च्या 'यूएसएस कोल'वरील हल्ल्याचा तपास करत होते. तो नंतर त्यांनी सोडला. कारण? अमेरिकी आर्थिक हितसंबंध आणि तेलकंपन्या हा या तपासातला मुख्य अडथळा आहेत, अमेरिकेला या प्रकरणाची चौकशी नको आहे, असं ओनील यांनी ध्वनिमुद्रित मुलाखतीत या लेखकांना सांगितलं. या चौकशीत कसेकसे अडथळे आणले गेले, याचा तपशील त्यांनी या मुलाखतीत दिला. वर ते असं म्हणाले, " 'ओसामा'च्या बाबतीत हव्या त्या प्रश्नांची उत्तरं मिळतील. त्यासाठी तुम्हांला हात घालायला हवा सौदी अरेबियाला. ओसामाकडे जाणारे सर्व रस्ते सौदीतून जातात," असं म्हणून त्यांनी सूचित केलं, की अमेरिकेची सौदीला हात लावायची तयारी नसल्यामुळे ओसामाबाबतच्या कोणत्याही प्रश्नांची उत्तरं मिळणार नाहीत. बुश प्रशासनाला तेलात रस असल्यामुळे या प्रकरणी आणखी काहीही माहिती बाहेर येणार नाही, असं त्यांचं मत होतं.

त्याबाबत अधिक काही आता जाणूनही घेता येणार नाही. कारण ९/११ च्या हल्ल्यात स्वत: ओनीलच बळी पडले. अनेक भलीमोठी प्रश्नचिन्हं मागं ठेवून. त्यातलंच एक आहे पाकिस्तान.

◈

पाकिस्तानचा पेच

आपल्याकडे कृष्णाची एक कथा आहे. तो सत्यभामेसाठी अंगणात पारिजातकाचं झाड लावतो, पण त्याची फुलं मात्र रुक्मिणीच्या अंगणात पडतात. जागतिक दहशतवादाबाबत अमेरिकेचं हे असं झालं. त्यांनी दहशतवादाचं झाड लावलं, अफगाणिस्तानात रशियाचं नाक कापण्यासाठी. पण त्याची फळं मात्र मिळत गेली, पाकिस्तानातल्या 'आयएसआय'ला. एखाद्या कथेतलं सुरुवातीचं उपकथानकच नंतर मुख्य कथानक व्हावं, तसं आता पाकिस्तानचं झालंय. अफगाणिस्तानची जी काय दुर्दशा व्हायची, ती झालीच. पण या पाकिस्तानला कसं आवरायचं, याचीच काळजी आता जागतिक राजकारणातील धुरीणांना पडली आहे. विशेषत: अमेरिकेला.

खरं बघायला गेलं, तर पाकिस्तानातले काही घटक त्या देशाच्या जन्मापासूनच आपले दहशतवादी दात दाखवत होते. स्वातंत्र्य मिळता मिळता 'मुस्लिम ब्रदरहुड'चे अनेक नेते पाकिस्तानात जाऊन ती जमीन दहशतवादासाठी पुरेशी भुसभुशीत असल्याची खात्री करून आले होते. या जमिनीत योग्य त्या बियाण्याची लागवड करायला त्यांनी सुरुवातही केली होती. त्याचं पहिलं फळ दिसलं १९५३ साली. त्या वर्षी त्या देशातल्या पहिल्या धार्मिक दंगली घडल्या. हे पुण्य अबुल अल् मौदुदी याचं. हा मूळचा भारतातला. आपल्या महाराष्ट्रातल्या औरंगाबादचा. उत्तर प्रदेशातल्या देवबंदी पंथाचा कट्टर पाईक. नंतर तो पाकिस्तानात गेला. तिथे तो अत्यंत लोकप्रिय झाला. १९४३ साली त्यानंच स्थापन केलेल्या 'जमाते इस्लामी' या पक्षानं त्या दंगली भडकवलेल्या होत्या. मुसलमान देशांमधला धार्मिक आधारावर

जन्माला आलेला हा पहिला राजकीय पक्ष मानला जातो. या दंगलींचे मोठे पडसाद पाकिस्तानी राजकारणात उमटले.

पण उलट्या अर्थानं. म्हणजे या कर्मठ मुल्ला-मौलवींना आत्ताच रोखायला हवं, अन्यथा ते हाताबाहेर जातील, असा सहसा पाकिस्तानात दुर्मीळ असणारा सारासार विचार त्या वेळी सरकारनं केला. सुरुवातीला तर आयूब खान यांच्या सरकारनं मौदुदी याला फाशीच देण्याची तयारी चालवली. आयूब खान यांचा या इस्लामवाद्यांच्या धर्मसंकल्पनेला कडाडून विरोध होता. 'जमाते'सारखे पक्ष असणं ही धोकादायक कटकट आहे, असं ते उघडपणे म्हणायचे. त्यांचं म्हणणं होतं, लोकांना पचेल इतक्याच प्रमाणात धर्म द्या. तसा तो देता यावा, यासाठी आयूब खान यांनी मुल्ला-मौलवींना बाजूला सारून धर्म सरकारी हातातून लोकांपर्यंत नेण्याचा प्रयत्न केला. अर्थात त्यात काही त्यांना यश आलं नाही.

या पार्श्वभूमीवर सरकारचा मौदुदी याला फाशी देण्याचा निर्णय वादग्रस्त ठरला असता. तेव्हा असा विचार पुढे आला, की 'जमाते'ला आपलं म्हणणं तरी मांडायची संधी द्यावी. मौदुदीला फासावर लटकावलं, तर ती संधी नाकारली जाणार होती. 'जमाते'चं आंदोलन त्यांना काही हवं होतं, यासाठी नव्हतं; तर अहमदी जमातीला जे काय मिळतंय, ते काढून घ्यावं, यासाठी होतं. मिर्झा गुलाम अहमद याचे हे अहमदी अनुयायी. मुसलमानच. पण अहमदी नावानं ओळखले जातात. तेव्हा त्यांच्या मागणीवर विचार करण्यासाठी आणि त्यांचा प्रश्न कायमचा मिटवण्यासाठी सरकारनं एक समिती नेमली. देशभरातले मान्यवर न्यायाधीश आणि धर्ममार्तंड त्यामध्ये होते. पाकिस्तानमधल्या अशा सर्व पंथांच्या नेत्यांना या समितीनं चर्चेसाठी बोलावलं. प्रत्येकाला विचारलं, 'तुमची इस्लामची व्याख्या काय?' त्याची नोंद केली. ३८७ पानांचा अहवाल दिला या समितीनं. पण निष्कर्ष काय होता त्यात? वेगवेगळ्या पंथीयांनी इस्लामच्या ज्या काही व्याख्या दिल्या, त्या एकमेकांना छेद देणाऱ्या होत्या. आणि या प्रत्येक पंथीयाचा फतवा जर अमलात आणायचा, तर सात कोटी लोकसंख्येत कोणाचंही शीर धडावर राहणार नाही, असं या अहवालात नमूद करण्यात आलं. मोठा चेष्टेचाच विषय ठरला हा अहवाल. त्यानं एक केलं.

मौदुदीची फाशी टळली. तो सुटला. आणि पुन्हा आग लावत हिंडू लागला. या माणसात मोठं संघटनकौशल्य होतं, वक्तृत्वकला होती, चांगलं लिहायचाही. त्याला सौदी आणि अमेरिकेकडून मिळणाऱ्या अमर्याद रसदीची जोड मिळाली. त्यामुळे मौदुदी मोकाट सुटला. अनेक अनुयायी मिळाले त्याला. त्यांतल्या

झुल्फिकार अली भुट्टो : सत्तेत स्थिर होण्यासाठी मौलवींचे आशीर्वाद

निवडक तरुणांना तो निवडायचा आणि खास प्रशिक्षण देऊन तयार करायचा. मग त्यांचा वापर निवडक शत्रूंवर सोडण्यासाठी केला जायचा. डावे, आधुनिक लोकशाही विचार मांडणारे, उदारमतवादी ही मंडळी त्यांची शिकार होती. एखाद्याला काफर ठरवून त्याला सामाजिक जीवनातून उद्ध्वस्त करणं, ही मौदुदीची खासियत होती. तो निवडणुकीच्या रिंगणातही उतरला. पण तिथे काही फारसं त्याच्या हाताला लागलं नाही. १९७६ साली तो गेला. त्याआधी आपलं एक स्वप्न पूर्ण झाल्याचं त्याला पाहायला मिळालं. त्या वेळी सत्तेवर असलेल्या झुल्फिकार अली भुट्टो यांनी अहमदी समाजाला बिगरइस्लामी घोषित केलं. राजकीय अस्थिरतेच्या काळात आपली राजवट बळकट करण्यासाठी भुट्टो यांना मुल्ला-मौलवींचा पाठिंबा घ्यावा लागला. अहमदीयांना बहिष्कृत करून भुट्टो यांनी मुल्ला-मौलवींचे राजकीय आशीर्वाद घेतले. भारी पडलं पाकिस्तानला हे. कारण मौदुदीनं घालून दिलेल्या मार्गानंच पुढचं पाक राजकारण जात राहिलं आणि या तुलनेनं लहानशा देशात समाजासमाजात मोठमोठ्या दऱ्या निर्माण झाल्या. त्यांच्या आपापसातल्या दंगलींनी पाकिस्तान विदीर्ण झाला. आणि नंतर त्या देशातलं राजकारण हा तर जगाच्या चिंतेचाच विषय झाला.

मौदुदी आणि तत्सम नेत्यांनी राजकारणाला दिलेला धार्मिक रंग पक्का करण्याचं काम केलं, त्या देशाचे लष्कर प्रमुख झिया उल् हक यांनी. हे रंग इतके पक्के आहेत, की झिया जाऊन २० वर्षं होऊन गेली, तरी ते फिके पडलेले नाहीत. झिया यांचा जन्म पंजाबातल्या जालंदरातला. सिमला आणि सेंट स्टीफन्स हे दिल्लीतलं प्रतिष्ठित महाविद्यालय इथे शिक्षण पूर्ण केल्यावर झिया लष्करात

दाखल झाले. दुसऱ्या महायुद्धात त्यांनी अश्वदलाच्या एका तुकडीचं नेतृत्व केलं होतं. पाकिस्तान स्वतंत्र झाल्यावर ते तिकडे गेले. पाक लष्करात मेजर म्हणून ते रुजू झाले. अमेरिकेत लष्करी प्रशिक्षण घेऊन आलेले झिया १९६५ सालच्या भारत-पाक युद्धात रणगाडादलाचे कमांडर होते. आयुष्यात त्यांना उपयोगी पडली, ती जॉर्डनमधली कारकिर्द. १९६७ ते १९७० या काळात ते जॉर्डनमध्ये होते. राजे हुसेन यांच्या सुरक्षादलाला प्रशिक्षण देणाऱ्या पाक तुकडीचे प्रमुख म्हणून. याच काळात 'ब्लॅक सप्टेंबर'चा निर्घृण हिंसाचार घडला. या वेळी झिया यांनी लढवलेल्या डावपेचांची मदत राजे हुसेन यांना आपली राजवट टिकवण्यासाठी झाली. नंतर पाकिस्तानला परतल्यावर ते लष्कराच्या मुलतानमधल्या लष्करी केंद्राचे प्रमुख होते. याच काळात त्यांनी पंतप्रधान भुट्टो यांना मुलतान भेटीचं आमंत्रण दिलं. भुट्टो आलेही. त्यांची उत्तम खातिरदारी केली झियांनी. अधिकृत समारंभ झाल्यावर झिया यांनी भुट्टोंची इतकी तारीफ केली, की ते राजकारणीच वाटावेत. भुट्टो यांना निरोप देताना झिया यांनी कुराणाची प्रत हातात घेतली. तिची शपथ घेत ते भुट्टो यांना म्हणाले, "तुम्ही पाकिस्तानचं भविष्य आहात, उद्धारक आहात, तुम्हांला आमच्या १०० टक्के निष्ठा वाह्यल्या आहेत." या चमचेगिरीचं फळ त्यांना पुढच्या वर्षी लगेच मिळालं. १ मार्च १९७६ रोजी भुट्टो यांनी जनरल झिया यांना चीफ ऑफ आर्मी स्टाफ म्हणून नेमलं. या पदासाठी सात वरिष्ठ अधिकाऱ्यांची जी सेवाज्येष्ठता यादी होती, त्यात झिया सातव्या क्रमांकावर होते. पण वरच्या सगळ्यांना डावलून भुट्टो यांनी झिया यांची नेमणूक केली.

कारण भुट्टो यांना अशा कोणातरी निष्ठावानाची गरज होती. तो लष्करातला मिळाल्यामुळे सोन्याहून पिवळं. कारण त्यांची राजवट अस्थिरतेच्या लाटांवर हेलकावत होती. भुट्टो आणि त्यांचे राजकीय विरोधक अवामी नॅशनल पार्टीचे खान अब्दुल वली खान यांच्यातून विस्तव जात नव्हता. नॅशनल असेंब्लीत आणि बाहेरही वली खान आणि भुट्टो यांच्यात शाब्दिक चकमकी होत होत्या, तर त्यांच्या अनुयायांत शारीरिक. यातच भुट्टो यांचे सहकारी हयात महंमदखान शेरपाओ यांची हत्या झाली. त्यामुळे संतापून भुट्टो यांनी बलुचिस्तानातलं अवामी पार्टीचं सरकारच बरखास्त केलं. त्या पक्षावरही बंदी आणली. दुसऱ्या बाजूला त्यांच्या स्वत:च्या 'पाकिस्तान पीपल्स पार्टी'तही असंतोष दाटू लागला होता. पक्षाचे एक नेते अहमद रझा कसुरी यांच्या वडलांची या काळात हत्या झाली. भुट्टो विरोधकांनी त्याचं चांगलंच भांडवल केलं. हत्येचा ठपका भुट्टो यांच्यावर ठेवला.

'पीपीपी'मधले गुलाम मुस्तफा खार यांनी तर भुट्टो यांच्या विरोधात उभं

ठाकण्याची हाळीच दिली आपल्या समर्थकांना. बलुचिस्तान खदखदतच होता. त्याच्या जोडीला वायव्य सरहद्द प्रांतातही चकमकी सुरू झाल्या. भुट्टो यांनी दहा हजार सैनिक या प्रांतात तैनात केले आणि त्यांना काहीही करून शांतता प्रस्थापित करण्याचे आदेश दिले. लष्कराच्या जवानांनी मग अमानुष अत्याचार सुरू केले. शेकडो नागरिकांना ठार केलं. याचे राजकीय पडसाद अर्थातच उमटले. ८ जानेवारी १९७७ रोजी सर्व भुट्टो विरोधकांनी एकत्र येऊन 'पाकिस्तान नॅशनल अलायन्स'ची स्थापना केली. आपल्या विरोधकांची ही जमवाजमव बघून भुट्टो यांनी निवडणुकांचीच घोषणा केली. हे अलायन्सवाले म्हणाले, "आम्हीही निवडणुका लढवणार." त्यांच्यात खरं म्हणजे ध्येयधोरणांबाबत चांगलेच मतभेद होते; पण तरी हे सर्व भुट्टो यांच्या विरोधात एकत्र लढले. तरीही हरले. मग त्यांनी इतर राजकीय पक्षांप्रमाणे ठेवणीतला कांगावा केला. निवडणुकीत गैरप्रकार झाल्याचा आरोप केला. जोरदार आरोप-प्रत्यारोप सुरू झाले. भुट्टो विरोधकांनी चांगलंच वातावरण तापवलं. या आगीत तेल ओतायचं महत्त्वाचं काम केलं मौदुदींनी. ही वेळ मौदुदींनी साधली. भुट्टो यांची राजवट उलथून पाडायचंच आवाहन केलं त्यांनी आपल्या समर्थकांना.

आता जनरल झिया उठले. एका वर्षापूर्वी कुराणावर हात ठेवून घेतलेली शपथ त्यांनी झटकून टाकली. ५ जुलै १९७७ रोजी त्यांनी खुद्द भुट्टो आणि त्यांच्या मंत्रीमंडळातले सहकारी यांच्या अटकेचे आदेश दिले. त्यांना अटकेत टाकलं आणि स्वत:कडे चीफ मार्शल लॉ ॲडमिनिस्ट्रेटर – मुख्य लष्करी कायदा प्रशासक – असं नवं पद घेतलं. कोणताही लष्करशहा सत्ता हाती घेताना जे वचन देतो, तेच झिया यांनी दिलं. लवकरात लवकर निवडणुका घेऊन सत्ता जनतेच्या प्रतिनिधींच्या हाती सोपवण्याचं. त्यांनी हा कालावधी ९० दिवसांचा ठेवला होता. पण ही नव्वदी कधीच भरणार नव्हती.

झिया यांनी सत्ता हातात घेतली आणि पाकिस्तानच्या इस्लामीकरणाची न थांबणारी प्रक्रिया सुरू झाली. सत्ता हाती घेतल्या घेतल्या त्यांनी राष्ट्राला उद्देशून भाषण केलं. जनतेला ग्वाही देण्यासाठी. 'यापुढे पाकिस्तानात इस्लामी कायद्याचीच कठोर अंमलबजावणी होईल. ज्या कारणांसाठी पाकिस्तानची निर्मिती झाली, त्या इस्लामी समाजनिर्मितीला यापुढे प्राधान्य दिलं जाईल. पाकिस्तानातील वैधानिक, सामाजिक, सांस्कृतिक आणि आर्थिक व्यवस्थाही आता इस्लामच्याच नियमांनुसार चालतील. कुराण आणि इस्लामी परंपरा सुन्ना यातील सांस्कृतिक मूल्यंच समाजजीवनात प्रमाण मानली जातील. पाकिस्तानातील जनतेला आता

जनरल झिया उल् हक : पाकिस्तानी राजकारणाला पक्का धार्मिक रंग देणारे लष्करशहा

विनासायास इस्लामी परंपरांचं पालन करता येईल.'

झिया एवढं बोलूनच थांबले नाहीत. वेगवेगळ्या क्षेत्रांतील तज्ज्ञांना बोलावून त्यांनी या दृष्टीनं तयारी सुरू केली. पाकिस्तानी घटना, कायदेकानून बदलून त्याची जागा शरियानं घेतली. सर्व खटले आता यापुढे शरियानुसार चालवण्याची घोषणा त्यांनी केली. त्यातल्या एखाद्या निर्णयाला आव्हान द्यायचं असेल, तर नागरिकांना शरियाच्याच आधारे बनलेल्या वरच्या पीठाकडे जावं लागेल, हेही त्यांनी जाहीर केलं. हा बदल इतका टोकाचा होता, की गुन्हेगारांना दगडांनी ठेचून मारायची शिक्षा आता राजमान्य ठरली. गुन्ह्यांचं वर्गीकरण करण्यासाठी मध्ययुगातली हदूद परंपरा झिया यांनी पुन्हा सुरू केली. खून, दरोडा आणि बदफैलीपणा हे सर्वांत गंभीर गुन्हे हदूदच्या अखत्यारीत आले. तोपर्यंत पाकिस्तानच्या दंडसंहितेनुसार मद्यपान वगैरे गुन्हा नव्हता. झिया यांनी त्यात बदल केला. मद्य विकणं आणि ते पिणं हे आता गुन्हा ठरलं. तो करणाऱ्यांना सार्वजनिक ठिकाणी चाबकाचे फटके लगावण्याची शिक्षा त्यांनी मुक्रर केली. अर्थात हा कायदा फक्त मुसलमानांनाच लागू होता. म्हणजे पाकिस्तानातील बिगरमुसलमानांनी दारू प्यायलेली झिया यांना चालणार होती. अर्थात त्यासाठी परवाने आवश्यक होते.

सगळ्यांत कहर होता तो लैंगिक गुन्ह्यांबाबत. अविवाहित मंडळी – अगदी परस्परांच्या संमतीनंही – हा 'गुन्हा' करताना आढळली, तर स्त्री आणि पुरुष दोघांनाही चौकात चाबकाचे फटके लगावण्याची शिक्षा त्यांनी सुरू केली. विवाहितांसाठी शिक्षा अधिक गंभीर होती. ते जर बदफैलीपणा करताना आढळले, तर त्यांना भरचौकात दगडांनी ठेचून ठार केलं जाणार होतं. इतके दिवस पाकिस्तानी

दंडसंहितेनुसार अशा प्रकारच्या गुन्ह्यांत महिलांना जरा कमी शिक्षा व्हायची. याबाबत झिया यांनी समानता दाखवली. आणि दोघांनाही या पद्धतीनं मृत्युदंड सुनावणं न्याय्य ठरवलं. हा कायदा 'झिया वटहुकूम' म्हणून ओळखला जातो. कोणत्याही दडपशाही व्यवस्थेत पहिली गदा येते, ती महिलांच्या स्वातंत्र्यावर. झिया यांनी महिलांसाठी चद्दर आणि चार दीवार पद्धत आणली. त्यानुसार महिलांच्या सर्व प्रकारच्या स्वातंत्र्याला कात्री लागली. त्यांचे अगदी मूलभूत हक्कसुद्धा काढून घेतले गेले. काहीही झालं, तरी महिलाच गुन्हेगार ठरतील, अशी व्यवस्था त्यांनी केली. म्हणजे समजा, एखाद्या महिलेवर बलात्कार झाला आणि तशी तक्रार तिनं केली, तर किमान चार साक्षीदार देणं तिलाच बंधनकारक करण्यात आलं. आणि समजा, असे साक्षीदार मिळाले नाहीत, तर ती पीडित महिलाच गुन्हेगार ठरेल, असं झिया राजवटीनं जाहीर केलं. अशा महिलेवर बदफैलीपणाच्या आरोपाखाली मग खटला भरायला त्यांनी मुभा दिली. हे भयंकर होतं. त्यामुळे त्याबाबत आंतरराष्ट्रीय स्तरावर गदारोळ माजला.

या संदर्भात साफिया बीबी या अवघ्या १३ वर्षांच्या अंध मुलीचं प्रकरण जगभर गाजलं. ही बिचारी मुलगी एकाकडे धुणंभांड्याचं काम करत होती. त्या घरच्या मुलानं तिच्यावर बलात्कार केला. साफियानं तक्रार केली. आधीच ती गरीब घरातली. त्यात अंध. कोण साक्षीदार मिळणार तिला! त्यामुळे तो बलात्कार करणारा सुटला आणि साफियाच गुन्हेगार ठरली. या घटनेची वाच्यता आंतरराष्ट्रीय स्तरावर झाल्यावर झिया यांच्यावर चांगलीच टीकेची झोड उठली. हा जनमताचा रेटा इतका होता, की शेवटी सरकारला साफियाला सोडून द्यावं लागलं. पण सर्वच साफिया इतक्या नशीबवान नव्हत्या.

हे झालं हदूदनं ठरवलेल्या गंभीर गुन्ह्यांबाबत. आर्थिक बाबतीतही झिया यांनी अनेक धार्मिक बदल केले. जकात आणि उरिबा कायदे हे यातले महत्त्वाचे बदल. त्यानुसार प्रत्येक पाकिस्तानी नागरिकाच्या बचतीतून २.५ टक्के रक्कम परस्पर कापण्याचा अधिकार सरकारला मिळाला. त्याच्या जोडीला ज्यांच्याकडे पाकिस्तानी कंपन्यांचे समभाग आहेत, त्यांनाही अशी जकात देणं बंधनकारक करण्यात आलं. त्यातल्या त्यात बरं झालं ते रिबा या कायद्याबाबत. पाकिस्तानात मोठ्या प्रमाणावर सावकार होते. सरकारी व्याजदरापेक्षा जास्तीत जास्त एक टक्का व्याज अधिक आकारण्याची मुभा त्यांना होती. पण प्रत्यक्षात ही मंडळी वर्षाला ६० टक्के इतक्या भयानक दरानं कर्जपुरवठा करत होती. त्यामुळे गरिबांची कर्जं कधी फिटायचीच नाहीत. झिया यांनी शरियातला रिबा कायदा लागू केला आणि

कर्जावर व्याज आकारायलाच बंदी केली. याच्या जोडीला मारामाऱ्या, छोटेमोठे हल्ले यांबाबतचे कायदेही झिया यांनी बदलले. त्यामुळे या प्रकरणात निकाल देणं अगदी सोपं झालं. झिया यांनी केलं काय, तर समजा, दोघांच्या मारामारीत एकानं दुसऱ्याचा हात मोडला आणि ज्यांनं मार खाल्लाय, त्यानं तक्रार केली, तर शिक्षा काय व्हायची? तर त्यानंही आपल्यावरच्या हल्लेखोराचा हात मोडायचा. मामला खतम. आणखी एका बाबतीत हे बदल दूरगामी ठरले. शरियानुसार वेतनवाढ, वेगवेगळे भत्ते यासाठी मालकांच्या विरोधात संप, बंदी, निदर्शनं वगैरे करायला बंदीच आणली झिया यांनी. त्यांचा युक्तिवाद होता, कर्मचाऱ्यांना पगार वगैरे देणारा मालक कोण? हे सगळं अल्लातालाच्या कृपेमुळे मिळतं. त्यानं चोच दिलेली असते, चाराही तोच देतो. तेव्हा त्याच्या विरोधात संप कसा करायचा? झिया यांच्या काळात पार्लमेंट वगैरे काही नव्हतंच. त्यामुळे त्यांनी मग पर्याय शोधून काढला. 'मजलीस ए शूरा'. विद्वान, उलेमा, धर्मपंडित, पत्रकार, अर्थतज्ज्ञ अशांना या 'शूरा'चं सदस्यत्व देण्यात आलं. हे 'शूर'वीर अध्यक्षांचे सल्लागार म्हणून काम करणार होते. अर्थातच हा सल्ला झिया यांना ऐकायला आवडेल, असाच असेल, हे उघड होतं. एका बाबतीत मात्र त्यांनी भुट्टो यांची री ओढली. भुट्टो यांनी घातलेली अहमदी समाजावरची बंदी झिया यांनी कायम केली. त्यांच्या जोडीला कादियानी आणि लाहोरी या अन्य दोन जमातींनाही झिया यांनी बिगरइस्लामी ठरवून टाकलं.

पुढे उभारल्या जाणाऱ्या जहाल इस्लामी धर्मवादाच्या इमारतीचा हा पाया होता. त्यांचं स्वप्न व्यापक होतं. आसमंतात बलाढ्य इस्लामी देश म्हणून उभं राहायचं आणि महापाकिस्तान निर्माण करायचा. पाकिस्तानला असं काही करायची गरज होती; कारण हा देश आपल्या स्वतंत्र, भारताशिवायच्या अशा एका व्यक्तिमत्त्वाच्या शोधात होता. भारताविरोधातल्या तीन तीन युद्धांत सहन करावी लागलेली पराभवाची मानहानी, त्यातून बघावी लागलेली आपल्याच देशाची विभागणी आणि काश्मीरची वाहती जखम हे सगळं पाकिस्तानला पुसून टाकायचं होतं. महापाकिस्तानचं स्वप्न साकार झालं, की सगळा दुखरा भूतकाळ मागे पडणार होता.

या स्वप्नांची आशा पल्लवित होण्याचं आणखी कारण म्हणजे १९७९ साली रशियानं अफगाणिस्तानवर केलेलं आक्रमण. त्यामुळे पाकिस्तान एकदम तोफेच्या तोंडाशी तर आलाच; पण पाकिस्तान, भारत आणि मध्य आशिया, महासत्ता रशिया यांच्यामधला उंबरठाच नाहीसा झाला. रशियाच्या अफगाणिस्तानातल्या

आक्रमणाच्या विरोधात पहिला खणखणीत आवाज लावला 'जमाते इस्लामी'नं. ज्या ज्या कोणाला रशियाशी लढायचं होतं, त्यांच्यासाठी पाकिस्तान महत्त्वाचा ठरला. यात होती अर्थातच अमेरिका. दुसऱ्या महासत्तेला – रशियाला – नमवण्यासाठी पाकिस्तानचा तिला जसा वापर करायचा होता, तसाच पाकिस्तानलाही अफगाणिस्तानला वाकवण्यासाठी अमेरिकेचा वापर करायचा होता. १९४७ ते १९७९ या काळात पाकिस्तान आणि अफगाणिस्तान या दोन देशांत पख्तुनिस्तान हा वादाचा केंद्रबिंदू होता. अफगाणिस्ताननं १८९३ सालचा अँग्लो-अफगाण ड्यूरंड रेषा करार मान्य करायलाही नकार दिला होता. उलट पाक-अफगाण सीमेवरच्या वायव्य सरहद्द प्रांत आणि आसपासच्या आदिवासी प्रदेशांवर हक्क सांगायला सुरुवात केली होती. अफगाणिस्तानचे रशिया आणि भारत या दोन्ही देशांशी मित्रत्वाचे संबंध होते. भारत आणि रशिया यांच्यातल्या मैत्रीचा आपल्याला फटका बसतोय, असाही पाकिस्तानचा समज होता. या सगळ्या कारणांमुळे पाकिस्तानला राग होता अफगाणिस्तानचा. हा प्रश्न सोडवण्यासाठी अमेरिकेची मदत होऊ शकते, असंही पाकिस्तानला वाटलं असावं. हा विचार करूनच अफगाणिस्तान आणि त्याच्या डोक्यावरचा रशिया यांचा वेध घेण्यासाठी पाकिस्ताननं आपला खांदा अमेरिकेला वापरायला दिला. आता यापुढचा खेळ आपल्याला अनिर्बंध खेळता यावा, यासाठी झिया यांनी भुट्टो यांना फाशी देऊन तो विषय कायमचाच संपवला.

या खेळात सुरुवातीला भूमिका होत्या 'सीआयए', पाकिस्तानची 'आयएसआय', 'तालिबान', गुलाबुद्दीन हेकमत्यार, अहमद शाह मसूद, बुऱ्हानुद्दीन रब्बानी आणि झिया उल् हक यांच्या. सरदार दाऊद याच्या अफगाणिस्तानच्या रशियाकरणाला या मंडळींनी प्राणपणानं विरोध केला. त्याच्या परिणामांची जराही तमा बाळगली नाही. या उद्योगात 'जमाते इस्लामी'ची भूमिका महत्त्वाची ठरली. ही संघटना आणि गुलाबुद्दीन हेकमत्यार याची 'हिज्ब ए इस्लामी' यांचं चांगलंच साटंलोटं होतं. परत दुसऱ्या बाजूला 'जमाते' आणि झिया उल् हक यांचंही असंच साटंलोटं होतं. या संकरातून नवीन एक समीकरण जन्माला आलं आणि सुरू झाला धर्माच्या नावाचा एक रक्तरंजित प्रवास.

रशियानं अफगाणिस्तानात घुसखोरी केलीय आणि त्या देशाचा आपल्या शेजारच्या देशातला मुक्काम एवढ्यात काही हलायची लक्षणं नाहीत, हे कळल्यावर जनरल झिया यांनी पहिलं काय केलं असेल, तर अफगाण-पाकिस्तान सीमेवर मदरसे काढायला परवानगी दिली. हे काम 'जमाते इस्लामी'चं होतं. ही संधी साधत त्या संघटनेनं इतक्या प्रचंड प्रमाणावर मदरसे उघडले, की विचारता सोय

नाही. यासाठी पैशाची कमतरता नव्हतीच. सौदी अरेबिया, इराण, कुवेत, अमेरिका आणि खुद्द पाकिस्तान असा चहूदिशांनी पैसा येत गेला मदरशांच्या उभारणीसाठी. पाकिस्तानकडे वास्तविक रोखीनं घालण्याएवढा अतिरिक्त पैसा नव्हता. त्यामुळे जनरल झिया यांनी दैनंदिन जकातीच्या वसुलीतला काही वाटा या धर्मकार्यासाठी वळवायचा आदेश दिला. वायव्य सरहद्द प्रांत, बलुचिस्तान... इतकंच काय, पण पंजाब, सिंध आणि उत्तर पाकिस्तान अशा ठिकाणी मदरसेच मदरसे तयार झाले. अगदी पावलोपावली.

आकडेवारीवरनं या वाढीचा अंदाज येईल. १९७९ साली साऱ्या पाकिस्तानात मिळून १,७४५ मदरसे होते. पुढच्या पाच वर्षांत त्यांची संख्या १५,००० वर गेली. एकट्या पंजाब इलाख्यात २ लाख २० हजार पोरं या मदरशांत शिक्षण घेत होती. लाहोर, गुजरानवाला, रावळपिंडी, फैसलाबाद, सरगोधा, मुलतान आणि भवालपूर या जिल्ह्यांत मिळून २५१२ मदरशांतून २,१८,९३९ विद्यार्थी धर्मशिक्षण घेत होते. यातले हजारभर मदरसे हे कर्मठ देवबंदी होते आणि त्यात १,००,५५८ मुलं शिकत होती.

या पाठोपाठ पाकिस्ताननं सौदीच्या मदतीनं जवळपास अफगाण मुजाहिदीनांच्या डझनभर गटांना मान्यता दिली. म्हणजे हे गट आर्थिक मदतीसाठी पात्र ठरले. आणि ही मदत मिळवण्यासाठी फारसं काही करावंही लागत नव्हतं. स्वत:ला अशा कोणत्या तरी रशियाविरोधी गटाशी जोडून घ्यायचं किंवा आपणही असा एखादा मदरसा काढायचा, की झालं. पैशाच्या पाटाचं पाणी आपोआप अंगणात यायला लागायचं. यातला गंभीर भाग असा, की ही मदत देण्याच्या कामात गुंतली होती 'जमाते इस्लामी'. आणि ती होती म्हणून होती गुलाबुद्दीन हेकमत्यारची 'हिज्ब ए इस्लामी'. म्हणजे व्हायचं काय, तर ही मदत पहिल्यांदा 'जमाते'च्या हाती पडायची. मग ती गुलाबुद्दीनच्या संघटनेकडे जायची. या दोघांचा हात मारून जो काही शिल्लक राहील, तो वाटा खऱ्या मुजाहिदीनांच्या पदरात पडायचा. खरं म्हणजे या संघर्षाच्या काळात अनेक जण केवळ गरिबीला कंटाळून मदरशांकडे वळले. एकदा का त्यात सामील झालं, की काहीही न करता काही ना काही हाती लागत होतं. शिक्षणाबरोबर मुलांच्या राहायची व्यवस्था व्हायची; त्यांना साधे का होईना, पण अंगावर घालायला दोन कपडे मिळायचे. याचं नाही म्हटलं, तरी आकर्षण होतंच. परत नंतर या मंडळींना अशा मदरशांत लष्करी शिक्षण देण्याची सोय करण्यात आली. प्रत्यक्ष लष्कराशिवायच लष्करी शिक्षण म्हणजे दहशतवादी निर्मितीचा कारखानाच. रशिया दहा वर्षं अफगाणिस्तानात

होता, हे लक्षात घेतलं, तर जाणवेल, की या अशा कारखान्यांतून मुजाहिदीनांची एक पिढीच्या पिढी वाढली. मूळचे अफगाणी, पण अफगाणिस्तानात नाहीत; पाकिस्तानात आहेत, पण पाकिस्तानी नाहीत... असा आगापिछा नसलेले हजारो तरुण दहशतवादी बनले नसते, तरच नवल. या दहशतवादानं त्यांना चार घास वेळच्या वेळी मिळायची सोय झाली होती, हे विसरता येणार नाही. नंतर तर हे मुजाहिदीन हाताळण्याची जबाबदारी 'तालिबान'नं 'जमाते'वरच पूर्णपणे सोपवली. नंतर 'जमाते' बेनझीर भुट्टो यांच्या सरकारात सामील झाली. असं झाल्यामुळे, अप्रत्यक्षपणे का होईना, 'तालिबान'लाच सत्तेची चव मिळाली. हा सारा प्रवास बरंच काही शिकवून जाणारा आहे.

या प्रवासाला दिशा मिळाली, जनरल झिया यांच्या राजनैतिक चातुर्यामुळे. त्यांनी फक्त एकच केलं. अमेरिकेच्या नाडीवर बोट ठेवलं. अफगाणिस्तानात रशियन सैन्य घुसलं आणि लवकरच हे स्पष्ट झालं, की त्याच्या हकालपट्टीसाठी, रशियाचं नाक कापलं जावं, यासाठी अमेरिका काहीही करायला तयार आहे, कितीही मदत द्यायला तयार आहे. या टप्प्यावर झिया यांचा प्रवेश झाला. ते अमेरिकेच्या 'सीआयए'ला एवढंच म्हणाले, ''जी काही मदत अफगाण मुजाहिदीनांना द्यायची आहे, ती पाकिस्तानमार्फतच द्या.'' मुद्दा साधा होता. अमेरिकेला लगेचच पटणारा होता. कारण अमेरिकेला अफगाणिस्तानात घुसलेला रशियाचा विंचू मारायचा होता, पण आपल्या वहाणेनं नाही. आपण या खेळात प्रत्यक्ष काही करतोय, हे अमेरिकेला सुरुवातीला तरी दिसू द्यायचं नव्हतं. त्या देशाचा सारा प्रयत्न होता, मुजाहिदीनांचा विरोध कसा उत्स्फूर्त आहे, हे दाखवण्यावर. त्यामुळे पाकिस्तानची ही सूचना अमेरिकेनं आनंदानं मान्य केली. अमेरिकेच्या पाठोपाठ सौदीनंही हीच भूमिका घेतली. अफगाण मुजाहिदीनांची मदत पाकच्या हस्ते द्यायची. त्याचा थेट परिणाम असा झाला, की करोडो डॉलर्सच्या मदतीच्या मार्गात झिया यांच्या स्थानाला फारच महत्त्व आलं. १९७९ सालच्या मे महिन्यात 'सीआयए'च्या वरिष्ठ अधिकाऱ्यांची अफगाण बंडखोरांशी चर्चा झाली. कुठे? तर पाकिस्तानच्या पेशावरमध्ये. इथून पुढे पाकिस्ताननं या खेळातला आपला प्रवेश अपरिहार्य करून टाकला. झिया यांनी आपल्या देशाचा खुंटा हलवून इतका मजबूत केला, की २००९ पर्यंत अमेरिकेला काढू म्हणता तो काढता आलेला नाही. नंतर बुश यांच्या प्रसिद्ध 'वॉर ऑन टेरर'मध्येसुद्धा त्यामुळेच पाकिस्तानला महत्त्वाची भूमिका मिळाली.

लवकरच अमेरिकी मदतीचा ओघ दुथडी भरून वाहायला लागला. हा डॉलर गंगेचा ओघ पहिल्यांदा यायचा 'आयएसआय'च्या अंगणात. मग तिथून

'आयएसआय' या पाकिस्तानच्या पाताळयंत्री हेरयंत्रणेचं बोधचिन्ह

त्याला अफगाणिस्तानात फाटे फुटायचे. 'आयएसआय'कडे हा पैसा आला, की तो जायचा 'बीसीसीआय' बँकेतल्या बनावट खात्यांत. त्यातून मोठा वाटा मिळायचा ए. क्यू. खान यांना. हे पाकिस्तानचे बनावट अणुशास्त्रज्ञ. यांनी पाकिस्तानात काहुटा इथे गुप्तपणे अणुभट्टी उभारायला घेतलेली. ते आधी नोकरीला होते हॉलंडच्या ॲमस्टरडॅममधल्या प्रयोगशाळेत. तिथून त्यांनी अणुभट्ट्यांचे आराखडे चोरले आणि मग आधी भुट्टो व नंतर जनरल झिया यांना त्यांच्या आधारे पाकिस्तान अणुबाँब बनवू शकतो, ही कल्पना विकली. त्याही वेळी अमेरिकी मदत चोरून अणुबाँब बनवण्यासाठी वापरली जातेय, याची माहिती अमेरिकी प्रशासनाला होती. पण रशियाला धडा शिकवण्याचं भूत अमेरिकेच्या डोक्यावर होतं. त्यात तिथे आता रोनाल्ड रेगन यांची राजवट आलेली. त्यामुळे सारासार विचाराची एकंदरच वानवा.

हे कमी होतं म्हणून की काय, यात आता प्रवेश झाला ओसामा बिन लादेन याचा. त्यानं सौदीतून आपला तळ हलवला पेशावरमध्ये. आपले गुरू अब्दुल्ला आझम यांच्या साहाय्यानं ओसामानं 'मक्ताब अल् खिदमत' या संघटनेची स्थापना केली, ती याच काळात. त्याचंही उद्दिष्ट तेच होतं. अफगाणिस्तानातल्या मुजाहिदीनांना मदत द्यायची. त्यालाही अर्थातच मदत होती 'सीआयए' आणि 'आयएसआय'ची. आझाम आणि ओसामा या दोघांनी मिळून अफगाणिस्तानसाठी मुजाहिदीन भरतीचा कारखानाच सुरू केला. यासाठी कच्चा माल शोधला गेला जगभरातून. अगदी फिलिपाइन्समधूनही त्यांना तीनेकशे कार्यकर्त्यांची तुकडी मिळाली. अफगाणिस्तानात

मरायला जायला. ओसामानं आपला मेव्हणा महंमद जमाल खलिफा यालाच या मुजाहिदीनांच्या शोध मोहिमेवर पाठवलं. वास्तविक पश्चिम आशियात जे काही सुरू होतं, त्याची झळ पूर्वेकडच्या फिलिपाइन्स, इंडोनेशिया आदी देशांना थेट काही लागलेली नव्हती. पण तरी केवळ इस्लाम या एकाच समान मुद्द्यावर या देशांत अफगाणिस्तानातल्या जिहादचं मार्केटिंग केलं गेलं. हे यश अर्थातच ओसामाचं. या काळात पूर्वेकडच्या देशांतले हजारभर कार्यकर्ते अफगाणिस्तानात गेले. नंतर १९८९ साली रशियानं अफगाणिस्तानातून माघार घेतल्यानंतर दहा वर्षांच्या संघर्षात जे जिवंत राहिले होते, त्यांच्यापुढे एकदमच पोकळी निर्माण झाली. इतके दिवस 'सीआयए'च्या पैशावर गावगुंडगिरी करत बसून खायची सवय लागलेली होती. 'सीआयए'चा हा झरा रशियाच्या पराभवानंतर आटला. तेव्हा मग हे सगळे स्वातंत्र्यसैनिक बेकार झाले. मग गेले आपापल्या देशांत. बरोबर जिहाद घेऊन. फिलिपाइन्स हे याचं एक अगदी बोलकं उदाहरण. या देशात नंतर इस्लामी धर्मवादानं धुमाकूळ घातला, याचं कारण अफगाण भूमीत दडलंय. अबू सयाफ हा पूर्वेकडच्या देशांतला सगळ्यात मोठा दहशतवादी या देशात तयार झाला, तो अफगाण मुजाहिदीनांमुळेच.

हे असं काही होईल, याचा कसलाही विचार 'सीआयए'नं केलेला नव्हता किंवा केला असला, तरी तो त्यांच्या कृतीतून दिसत नव्हता. त्यामुळे या मुजाहिदीनांना जास्तीत जास्त मदत कशी देता येईल, याचीच काळजी या संघटनेला होती. परिणाम काहीही होवोत. लवकरच 'सीआयए'च्या प्रयत्नांना फळं लागली. अफगाणिस्तानात हिंसाचार वाढायला लागला. रशियन सैन्याची, सरकारची अफगाणिस्तानातली अनेक ठिकाणं मुजाहिदीनांच्या माऱ्यात सापडायला लागली. त्यामुळे आपण आता अधिक काहीतरी करायला हवं, असं 'सीआयए'ला वाटायला लागलं. तोपर्यंत 'सीआयए'नं जवळपास ४ कोटी डॉलर्स अफगाणिस्तानात ओतलेले होते. रिपब्लिकन पक्षानं मागणी केली, 'हा निधी वाढवा'. त्यात वाढ केली गेली. 'सीआयए'ला एकदम आता ६० कोटी डॉलर्स मिळाले. हा सगळा बेहिशोबी पैसा. बेहिशोबी अशासाठी, की त्याचा दैनंदिन हिशोब सरकारला द्यावा लागत नव्हता. हा पैसा देताना अमेरिकी सरकारची अट इतकीच होती, 'सीआयए'च्या कोणत्याही अधिकाऱ्यानं प्रत्यक्ष अफगाण भूमीवर पाऊल टाकायचं नाही. 'सीआयए'ला प्रत्यक्ष कारवाईसाठी अफगाणिस्तानात जाण्याची मनाई होती.

ही बाब अर्थातच पथ्यावर पडली ओसामा आणि कंपनीच्या. कारण 'सीआयए'नं आपल्या संपूर्ण अफगाण कारस्थानाची जबाबदारी टाकली ओसामा

आणि झिया उल् हक यांच्या 'आयएसआय'वर. या दोघांवर अमेरिकेची बरीच भिस्त होती, कारण अफगाण मुजाहिदीन ही जमात विचार करणं, मुत्सद्देगिरी आदींसाठी निरुपयोगी होती. मानपान, रुसवेफुगवे, तुझी जमात श्रेष्ठ की माझी, यावरनंच माऱ्यामाऱ्या करण्यात ते वेळ आणि आपली ताकद – जोडीला अमेरिकेनं दिलेली शस्त्रं – वाया घालवत होते. ते रशियन राहिले बाजूलाच. हे मुजाहिदीनच एकमेकांच्या उरावर बसायला लागले. हे 'सीआयए'ला परवडणारं नव्हतं. 'सीआयए'चा पेशावरमध्ये राहून अफगाणिस्तानचं नियंत्रण करणारा जो विभाग होता, त्यानं आता निर्णय घेतला. सर्व परिस्थिती मुजाहिदीनांच्या हाती सोडून चालणार नाही. पर्याय काय? ओसामा आणि झिया. या दोघांना अमेरिकेच्या दृष्टीनं अतोनात महत्त्व आलं, ते यामुळे. या दोघांनी अफगाणिस्तानच्या बाहेर इजिप्त, सीरिया, लेबनॉन, पॅलेस्टाइन आणि अर्थातच पाकिस्तान या ठिकाणी मोठ्या प्रमाणावर लष्करी छावण्या सुरू केल्या. अफगाणिस्तानात लढायला जायला जो कोणी तयार असेल, त्याला प्रशिक्षण देण्याची व्यवस्था केली गेली. ही मंडळी इतकी बेभान होती, की अनेक इस्लामी देशांतल्या तुरुंगांत वेगवेगळ्या गुन्ह्यांसाठी खितपत पडलेल्या कैद्यांना मोकळं केलं गेलं आणि त्यांची या मुजाहिदीनी केंद्रांवर भरती झाली. हे सगळे गुन्हेगार मग अफगाण बंडखोर म्हणून रशियाच्या विरोधात उभे केले गेले. या विषयावर आपली बांधीलकी दाखवण्यासाठी, अशा केंद्रांना मदत करण्यासाठी 'सीआयए'चा प्रमुख बिल कॅसे स्वत: एक भेट देऊन गेला पेशावरला. याच भेटीत 'सीआयए' आणि 'मक्ताब' यांच्यात एक करारही झाला. यातूनच ओसामा – मुल्ला ओमर – गुलाबुद्दीन हेकमत्यार यांची एक अभद्र युती तयार झाली. अफगाणिस्तानात आता हे मुजाहिदीन रशियाला जेरीस आणू लागलेले होतेच. त्यासाठी आपल्या हेरगिरीच्या उपग्रहांतून मिळणारी सारी माहिती 'सीआयए' ओसामा आणि कंपनीला देऊ करत होती. हे इतकं सारं जमतंय, असं पाहून 'सीआयए'ला वाटू लागलं, हा जिहाद फक्त अफगाणिस्तानपुरता ठेवून चालणार नाही. खुद्द रशियाच्या भूमीत तो नेता आला तर ...! ही कल्पना कॅसे याची. असल्या साहसवादी राजकारणाला उत्तेजन देण्यासाठी अध्यक्ष रेगन यांची ना नव्हती. मग मध्य आशियाच्या अनेक मुसलमानबहुल देशांत... जिथे जिथे कम्युनिस्ट सत्तेवर होते, तिथे तिथे... हा जिहाद नेण्याचा निर्णय झाला. त्यासाठी वाहक होते ओसामा आणि मंडळी.

या पार्श्वभूमीवर पाकिस्तानात एक महत्त्वाचा बदल झाला. त्यांच्या 'आयएसआय'च्या प्रमुखपदी नेमणूक झाली हमीद गुल याची. ही १९८७ सालच्या एप्रिलमधली घटना.

हमीद गुल : अनेक जागतिक कटकारस्थानांचा खुनशी सूत्रधार

मुळात 'आयएसआय' वादग्रस्त. त्यात या संघटनेचं प्रमुखपद दिलं गेलं ते या अतिवादग्रस्त माणसाला. विधिनिषेध हा शब्दप्रयोगही माहीत नसलेल्या गुल यानं 'आयएसआय'ला थेट दहशतवादी संघटनाच बनवली. अमेरिकेनं रशियासाठी लढायला म्हणून गुन्हेगार, कैदी यांना वापरायची प्रथा सुरू केलेलीच होती. गुल यानं आपल्या काळात ती आणखी पुढे नेली. भारताविरोधात थेट दाऊद इब्राहिमलाच त्यानं आपल्यात सामील करून घेतलं दहशतवादी कारवायांसाठी. हा गुल अमेरिकेचा पाकिस्तानातला राजदूत आर्नी राफेल आणि 'सीआयए'च्या इस्लामाबाद केंद्राचा प्रमुख मिल्त बर्डेन यांच्या खास मर्जीतला. गुल आपल्या कामाचा आहे, याची खूणगाठ या दोघांनी कधीच बांधलेली. त्यामुळे त्याच्या नेमणुकीचा खरा आनंद अमेरिकेलाच झाला. राफेल यांना तर गुल यांच्यामध्ये अगदी पाकिस्तानचा राष्ट्रीय नेता होण्याइतकी प्रतिभा दिसली.

क्षुद्र स्वार्थासाठी हीन माणसांना डोक्यावर घेण्याचं पाप केल्याची शिक्षा इतिहासाच्या प्रत्येक टप्प्यावर अमेरिकेला मिळालेली आहे. शिक्षेचा पुढचा फेरा पडणार होता २००१ साली.

या पाठोपाठ आणखी दोन घटना घडल्या. एक म्हणजे अमेरिकी प्रशासनातल्या एका गटाला 'आयएसआय'चा एकूणच संशय यायला लागला. त्याचं नैमित्तिक कारण घडलं ते रावळपिंडीत. 'सीआयए' अफगाणिस्तानात मुजाहिदीनांसाठी मोठ्या प्रमाणावर शस्त्रपुरवठा करत होती. ही शस्त्रं पहिल्यांदा हाती पडत होती 'आयएसआय'च्या. इथे पाकिस्तान एक बदमाशी करत होता. यातली सगळीच शस्त्रं मुजाहिदीनांच्या हाती पडतच नव्हती. यातला एक मोठा वाटा 'आयएसआय'

परस्पर आंतरराष्ट्रीय बाजारात विकून त्यातून येणारा पैसा खान यांच्या काहुटा अणुभट्टीकडे वळवत होता. या मधल्या टप्प्यात हा शस्त्रसाठा रावळपिंडीजवळच्या एका लष्करी गोदामात ठेवला जात असे. 'सीआयए'ला संशय आल्यानंतर अमेरिकेनं मागणी केली, ती या शस्त्रसाठा तपासणीची. पण आपल्याला काही संशय आलाय, असं जराही दाखवलं नाही. त्यांचं म्हणणं असं, की शस्त्रं तुमच्याकडे आली किती आणि गेली किती, याचा एकदा आपण आढावा घेऊ या. १९८८ सालच्या एप्रिल महिन्यात 'सीआयए'चं पथक या शस्त्र तपासणीसाठी येणार, हे नक्की झालं. पण योगायोग असा, की त्याआधीच १० एप्रिलला या गोदामात प्रचंड स्फोट झाला. शंभरभर माणसं मेली या स्फोटात. अख्खं रावळपिंडी हादरलं आणि अर्थातच या गोदामातलं शस्त्रन्‌शस्त्र जळून खाक झालं. एवढा मोठा शस्त्रसाठा – साडेबारा कोटी डॉलर्सचा – त्याची राखच झाली. पाकिस्ताननं अपेक्षेप्रमाणे चौकशी समिती वगैरे नेमली. तिचा अहवालही अपेक्षेप्रमाणेच आला. रावळपिंडीची घटना हा निव्वळ अपघात ठरवणारा. 'सीआयए' काहीही बोलली नाही. अंतर्गत पातळीवर हा अहवाल फेटाळला गेला; कारण अमेरिकेची खात्री होती, की हा घातपात होता. पाकिस्ताननं आपले काळे धंदे उघड होऊ नयेत म्हणून ही शस्त्रास्त्रं आपल्या हातांनीच जाळून टाकलेली होती.

यानंतर तीनच महिन्यांनी १७ ऑगस्टला झिया यांच्या हवेतल्या विमानाचं नाक अचानक जमिनीच्या दिशेला झालं. विमान सूर मारल्यासारखं खाली यायला लागलं. आणि काही कळायच्या आतच ते जमिनीवर आदळलं. आतले सगळेच्या सगळे मेले. त्यात झिया यांच्याबरोबर होते अमेरिकेचे राजदूत राफेल, 'आयएसआय'चा एक संचालक अब्दुर रहमान आणि अन्य अमेरिकी अधिकारी. अर्थातच हा घातपात होता. एवढी महत्त्वाची माणसं मेली. पण हे काम नक्की कोणाचं, हे अजूनही कळलेलं नाही. अमेरिकी आणि पाकिस्तानी संयुक्त चौकशी समिती नेमली गेली. पण या समितीलाही हे कळलं नाही किंवा हे कळू नये, अशीच रचना होती!

या संदर्भात दोन प्रवाह आहेत. रावळपिंडीतला एवढा मोठा शस्त्रसाठा बॉंबस्फोटात उडणं आणि पाठोपाठ झिया यांची हत्या होणं यांचा थेट संबंध आहे. यातल्या एका गटाच्या मते 'सीआयए'ला एव्हाना जाणीव झालेली होती, की झिया आता डोईजड होताहेत आणि त्यांची गठडी वळायची हीच वेळ आहे. विशेषत: झिया यांनी ज्या पद्धतीनं रावळपिंडीत बॉंबस्फोट घडवून आणला, त्यावर 'सीआयए' नाराज होती. याच टप्प्यावर झिया यांना आवरायला हवं, असा निर्णय झाला असावा, असं या गटाचं म्हणणं. आपल्या विधानाच्या समर्थनार्थ

या गटानं दाखला दिलाय, तो माहिती दाबण्याच्या अमेरिकेच्या प्रयत्नांचा. झिया यांच्या विमान घातपातामागचं सत्य कधीच उजेडात येऊ नये, अशी अमेरिकेचीच इच्छा होती. त्याप्रमाणेच झालं.

दुसरा गट याच्या बरोबर विरुद्ध सांगतोय. त्याचं म्हणणं असं, की अफगाणिस्तानात पराभव दिसू लागल्यानं रशियाच्या 'केजीबी' या गुप्तहेर यंत्रणेमार्फतच झिया यांचा काटा काढला गेला. या गटाचा प्रतिवाद करणाऱ्यांचं म्हणणं असं, की रशियाला जर झिया यांना मारायचं होतं, तर ते काम याआधी करण्यात रशियाचा फायदा होता. झियांना इतक्या उशिरा मारून रशियाला काय मिळालं? त्यामुळे हा दुसरा गट अल्पमतात आहे. बऱ्याच जणांची खात्री आहे, अमेरिकेनंच झिया यांना नाहीसं केलं. पण असं करताना स्वत:च्याच राजदूताचा का बळी दिला? यावर या गटाचं म्हणणं असं, की तो झिया यांचा समर्थकच बनला होता आणि वाजवीपेक्षा जास्तच त्यांची तळी उचलू लागला होता.

एव्हाना रशियानं अफगाणिस्तानातून आपलं सैन्य माघारी घ्यायला सुरुवात केलेली होती. १५ फेब्रुवारी १९८९ पासून हे सैन्य माघारी जायला सुरुवात झाली. खरं म्हणजे या टप्प्यावर अमेरिकेसाठी पाकिस्तानची उपयुक्तता संपलेली होती. आता यापुढे पाकिस्तानचे लाड करायचं अमेरिकेला काही कारण उरलेलं नव्हतं. पण ते सुरूच ठेवले गेले. प्रशासनातल्या एका गटाचा मोठा विरोध असतानाही अमेरिकेनं पाकिस्तानला अणुकार्यक्रम राबवण्याची औपचारिक परवानगी दिली.

शेजारी अफगाणिस्तानातून रशिया गेल्यामुळे इतके दिवस पोसलेले सगळे दहशतवादी गट बेकारच झाले. त्यांचंही बरोबरच की तसं. कारण इतक्या दिवसांच्या कामानंतर आता रिकामं बसून करायचं काय? मग हे पहिल्यांदा एकमेकांच्या विरोधात लढायला लागले. यातूनच ओसामा याचे गुरू अब्दुल्ला आझम यांची अफगाणिस्तानात हत्या झाली. मोटारीतल्या बाँबस्फोटात. त्यामागे होता ओसामा आणि 'आयएसआय'. कारण ओसामाला ते आता डोईजड व्हायला लागलेले होते. त्यात ओसामाला संशय आलेला होता, आपला गुरू 'सीआयए'ला वश झालाय, त्यामुळे तो आपल्याला विरोध करतोय. आपल्या शिष्याला विरोध करण्याची शिक्षा आझम यांना ही अशी मिळाली. ओसामा आणि 'आयएसआय' ही युती तोपर्यंत झालेलीच होती. त्यांच्या नवीन संघटनेचा जन्म याच काळात तर झाला. 'अल् कायदा' या नवीन संघटनेला अफगाणिस्तानच्या पलीकडे जिहाद न्यायचा होता. इजिप्त, भारत, फिलिपाइन्स, इंडोनेशिया असे अनेक देश खुणावत होते. अमेरिकी मदतीचा मुख्य प्रवाह 'तालिबान' आणि 'अल् कायदा' यांच्यासाठी

येत होताच. त्याच्यातून झिरपलेल्या वाट्यावर एव्हाना 'आयएसआय'ही पुष्ट झालेली होती. अफगाणिस्तानात अद्याप पूर्ण तालिबानी राजवट यायची होती. त्यामुळे त्यांना हाताळण्याचं काम 'आयएसआय'कडेच होतं.

सद्दामनी कुवेतवर हल्ला केल्यानंतर कुवेतला आणि त्या निमित्तानं सौदीला वाचवायला अमेरिका पश्चिम आखाताच्या रणात अधिकृतपणे उतरली आणि इतके दिवस रशियाविरोधात लढणाऱ्या या माथेफिरूंच्या बंदुका अमेरिकेच्या दिशेनं वळल्या. ओसामा तर कडाडला, 'अमेरिकी सौदीत आल्यानं मक्का-मदिनेच्या भूमीचा अपमान झालाय.' तो धुऊन घेण्यासाठी एकच मार्ग होता ओसामाच्या मते. अमेरिकेनं माघार घ्यायची किंवा सौदीनं त्यांना हाकलून द्यायचं. हे दोन्हीही होणं अशक्य असल्यानं शेवटी ओसामानंच हा प्रश्न हाती घेतला. त्याचा एककलमी कार्यक्रम सुरू झाला, अमेरिकेला नामोहरम करणं.

यातूनच १९९३ साली 'वर्ल्ड ट्रेड सेंटर'वरचा हल्ला जन्माला आला. तो झाल्यानंतर लक्षात आलं, त्याच्या योजनेत भाग घेतलाय 'आयएसआय'नं. यातला जो मुख्य आरोपी रामझी युसूफ याला 'आयएसआय'नं खोट्या पासपोर्टवर अमेरिकेत घुसवलंय. 'वर्ल्ड ट्रेड सेंटर'वर स्फोटकांनी भरलेला ट्रक घुसवून घातपात घडवणारा आणि नंतर पाकिस्तानात पकडला गेल्यावर 'बचेंगे तो ये टॉवर्स गिराकेही रहेंगे,' असं म्हणणारा तो हाच. त्याच्या नावचा इराकी पासपोर्ट तयार केला गेला. याच पासपोर्टवर तो पाकिस्तानात शिरून तेथून ३१ ऑगस्ट १९९२ रोजी अमेरिकेत शिरला. अर्थात हे सगळं नंतर निष्पन्न झालं. पण जेव्हा १९९३ सालचा 'वर्ल्ड ट्रेड सेंटर'वरचा पहिला हल्ला झाला आणि चौकशी सुरू झाली, तेव्हा यातला 'आएसआय'चा हात उघड झाला. या हल्ल्यानंतर 'आयएसआय'नं त्याला सुखरूपपणे पाकिस्तानात परत आणलेलं होतं. अमेरिकेत 'वर्ल्ड ट्रेड सेंटरवर'च्या हल्ल्यानं रामझीचं समाधान झालं नाही. त्याला आता अधिक मोठं काहीतरी करायचं होतं. पाकिस्तानच्या त्या वेळच्या विरोधी पक्षनेत्या बेनझीर भुट्टो यांच्या हत्येचा कट रामझीनं आखला. त्याला यात साथ होती त्याचा मामा खालिद शेख महंमद याची. हा जवळचा सहकारी होता नवाज शरीफ यांचा. याला आणि 'आयएसआय'चा हमीद गुल यांना हाताशी धरून याच नवाज शरीफ यांनी याआधीही बेनझीर हत्येचा कट रचलेला होता. तर हा रामझी आणि मामा खालिद शेख महंमद हे बेनझीर यांच्या घराजवळ बॉंबस्फोट घडवणार होते. बेनझीर घरातून बाहेर पडल्यावर. पण हा कट फसला. कारण पोलिसांना संशय आला आणि या दोघांना तिथून हाकललं गेलं. पण ते निघत असतानाच बॉंबचा

स्फोट झाला. शेख महंमद यात जबर जखमी झाला, पण वाचला.

आता 'अल् कायदा'ची भूक वाढली. आफ्रिकेतल्या सोमालियापासून ते युरोपातल्या कोसावो संघर्षापर्यंत 'अल् कायदा'नं आपला व्याप वाढवला. १९९३ संपता संपता अफगाणिस्तानातल्या गटागटांतल्या संघर्षाला अधिकच धार आली. पुढच्याच वर्षी तो देश पूर्णपणे तालिबान्यांच्या हाती गेला. तालिबान ही आपली जबाबदारी असल्यासारखंच 'आयएसआय' वागू लागली. त्यात परत या तालिबान्यांकडून अमेरिकी तेल आणि वायुकंपन्यांना इंधनवाहिन्यांची कामं करून घ्यायची होती. त्यामुळे अमेरिका त्यांनाही लाडावून ठेवत होती. त्या लाडाकोडाची रसद पुरवली जात होती 'आयएसआय'कडूनच. काही अभ्यासकांच्या मते तालिबानचा जन्मच मुळी झाला, तो 'आयएसआय'मुळे. नुसतं जन्माला घालण्याचंच नाही, तर 'तालिबान'ची ओसामाच्या 'अल् कायदा'शी सांगड घालून देण्याचं पुण्यकर्मही 'आयएसआय'च्याच नावावर आहे. या युतीची ताकद किती वाढली? तर १९९४ सालच्या नोव्हेंबरात अमेरिकेचे राष्ट्राध्यक्ष बिल क्लिंटन हे फिलिपाइन्सची राजधानी मनिलात दोन दिवसांच्या दौऱ्यावर येणार होते, या दौऱ्यात त्यांच्या हत्येचा कट रचण्यापर्यंत या मंडळींची मजल गेली. यात हात होता शेख महंमद याचा. त्याला मदत करायला १९९३ सालच्या अखेरीपासून मनिलात तळ ठोकून होता रामझी. पण मनिलातल्या अमेरिकी दूतावासाला एक निनावी फोन आला. त्यात या कटाचा सुगावा दिला गेला. यानंतर चौकशी सुरू झाली. हे संपूर्ण प्रकरण 'सीआयए'च्या वरिष्ठ पातळीवर हाताळलं गेलं. अमेरिकेत अध्यक्षपदी क्लिंटन आल्यानंतर 'सीआयए'च्या राजकारणाची दिशा बदललेली होती. क्लिंटन हे तितके तालिबानवादी नव्हते. तेलाचं राजकारण फसल्यानंतर त्यांनी 'तालिबान'च्या आणि 'अल् कायदा'च्या विरोधात अमेरिकी यंत्रणेचे स्क्रू घट्ट करायला सुरुवात केलेली होती. याचा राग व्यक्त करण्याचा सोपा मार्ग या संघटनांनी तयार केलेला होता. विरोध करणाऱ्याला जिवंतच ठेवायचं नाही. याच तत्त्वज्ञानानुसार क्लिंटन यांच्या हत्येचा कट आखला गेला होता. ते मनिलात आले, की त्यांच्या मोटारींच्या ताफ्यात ही मंडळी दहशतवाद्यांच्या मोटारींचा ताफा घुसवून अतिशक्तिशाली बॉंबस्फोट करणार होती. पण त्या निनावी फोनमुळे 'सीआयए' सतर्क झाली आणि हा कट फसला. नंतर 'सीआयए'च्या हाती लागल्यावर शेख महंमदनं कबुली दिली, 'क्लिंटन यांच्या हत्येचा आदेश आम्हांला ओसामा बिन लादेनकडून मिळाला,' याची. वास्तविक एक महिना आधीच 'आयएसआय'नं 'तालिबान'ला शस्त्रास्त्रांचा मोठा साठा दिलेला होता. पण अमेरिकेचं शैथिल्य अजूनही काही दूर झालं नव्हतं.

ए. क्यू. खान :
पाकिस्तानी अणुबाँबचा
चोरटा शिल्पकार

नंतर 'आयएसआय' आणि 'अल् कायदा' यांच्या युतीनं अनेक देशांत आपल्या शाखा उघडल्या. तुर्कस्तान, कॅनडा आणि खुद्द इंग्लंड अशा वेगवेगळ्या ठिकाणांहून 'अल् कायदा' भरती सुरू झाली. लंडनमध्ये तर ए. क्यू. खान यांच्या गुप्त अण्वस्त्र प्रकल्पासाठीच 'आयएसआय' आणि 'अल् कायदा' पैसा आणि तांत्रिक मदत गोळा करत होत्या. इंग्लंडच्या गुप्तहेर यंत्रणेला या संदर्भात ठोस पुरावे सापडल्यानंतर ही सगळी माहिती अमेरिकेला कळवली गेली. याच पार्श्वभूमीवर अशा समविचारी संघटनांची एक आघाडी तयार करावी, असा प्रयत्न झाला. संयुक्त जिहाद परिषद. यात वाटा होता अर्थातच 'आयएसआय'चा. या सर्वांनी मिळून 'हरकत-उल-जिहाद' ही आणखी एक संघटना जन्माला घातली. यामागचा विचार होता प्रत्येक देशासाठी त्या त्या देशाच्या राजकीय, सामाजिक चेहऱ्यानुसार स्वतंत्र अशी संघटना असावी. त्यामुळे 'हरकत-उल-जिहाद', 'हरकत-उल-मुजाहिदीन', 'काश्मीर-लिबरेशन-फ्रंट', 'जैश-ए-महंमद', 'लष्कर-ए-तय्यबा', आदी अनेक संघटना पावसाळ्यात कुत्र्याच्या छत्र्या जशा फोफावतात, अशा फोफावल्या. हा असा आग्यामोहोळ उठला सगळीकडून!

आता कुठे अमेरिकेनं जरा डोळे किलकिले केले. जे काही चाललंय, ते काही आपण आखून दिलेल्या मार्गानं नाही, हे आता त्या देशाला जाणवायला लागलं. १९९६ सालच्या ऑगस्ट महिन्यात 'सीआयए'चा असा पहिला अहवाल तयार झाला. त्यात स्पष्टपणे नमूद केलं गेलं, इस्लामी दहशतवाद्यांना 'तालिबान', 'अल् कायदा' आणि 'आयएसआय' यांची संयुक्त मदत सुरू आहे. जी गोष्ट

सूर्यप्रकाशाइतकी स्वच्छ होती, ती 'सीआयए'ला इतक्या मोठ्या महाभारतानंतर का होईना, पण एकदाची दिसली.

आता अमेरिका या सगळ्यांच्या मागे लागली. पण एव्हाना फार उशीर झालेला होता. अमेरिकेलाही याची जाणीव व्हायला लागली. 'अल् कायदा'चा बडा नेता अबू झुबेदा याला पकडण्यासाठी अमेरिकी यंत्रणा पाकिस्तानात गेली. अबू पेशावरमध्ये होता. 'अल् कायदा'चं गेस्ट हाऊसच चालवत होता तो. 'हुतात्माघर' नावाचं. या झुबेदाच्या गेस्ट हाऊसमध्ये कोणकोण येतात, याची माहिती द्या म्हणून 'सीआयए'नं 'आयएसआय'च्या मागे तगादा लावला. पण शेवटपर्यंत ही माहिती काही पाकिस्ताननं अमेरिकेला दिली नाही. शेवटी जेव्हा 'सीआयए'चं पथकच त्याला पकडायला गेलं, तेव्हा 'आयएसआय'नं अबूला याची माहिती दिली आणि अज्ञातस्थळी त्याची रवानगी केली. 'सीआयए'ला हात हलवत परत यावं लागलं.

तसंच झालं अफगाणिस्तानात. तिथे ओसामा बिन लादेन कुठे लपलाय, याची नेमकी माहिती 'सीआयए'ला मिळाली. लेसर गाइडेड क्षेपणास्त्रं डागून त्याला संपवण्याचा बेत अमेरिकेनं आखला. सगळी तयारी झाली. ठरल्यानुसार क्षेपणास्त्रांचा मारा झाला. पण ओसामा काही मिनिटं आधी तिथून निघालेला होता. पुन्हा एकदा 'आयएसआय'नं त्याला वाचवलेलं होतं. यात मोठा वाटा होता हमीद गुल याचा.

जगाच्या राजकारणात जन्माला आलेला हा नवा खलनायक. बुद्धिमान. तितकाच निष्ठुर. ओसामाकडे आंतरराष्ट्रीय राजकारणाच्या सम्यक ज्ञानाचा जो अभाव होता, तो भरून काढला गेला हमीद गुल याच्याकडून. 'आयएसआय'मधून निवृत्त झाल्यावर तो ओसामालाच पूर्णवेळ मिळाला. अर्थात तसा कामात काही फरक झाला नाही त्याच्या. जे काम तो अनधिकृतपणे इतके दिवस करत होता, तेच काम तो आता अधिकृतपणे करायला लागला, इतकंच काय ते. नंतर त्यानं अफगाणिस्तानात धर्मादाय कामांसाठी स्वत:ची एक संस्थाही काढली. 'उम्मा तमीर ए नौ' नावाची. या संस्थेच्या अनेक उद्दिष्टांतली दोन होती – ओसामाला मदत करणं आणि पाकिस्तानी अणुबाँबनिर्मितीसाठी मदत करणं.

आणि यातलंच एक अलिखित उद्दिष्ट होतं. जिथे शक्य असेल, तिथे अमेरिकेला ठोकणं. याच उद्दिष्टांतून जन्माला आलं ९/११. अमेरिकी दहशतवादतज्ज्ञ रिचर्ड क्लार्क यांच्यासारख्या अनेकांच्या मते 'वर्ल्ड ट्रेड सेंटर'वरचा हल्ला भले केला असेल 'अल् कायदा'नं. पण त्यामागे मेंदू होता हमीद गुल याचा. इतकंच काय, २००८ सालच्या २६ नोव्हेंबरला आणि त्या आधी १९९३ साली मुंबईत जे काही झालं, त्यामागे हमीद गुलच आहे, अशी भारताचीही खात्री आहे. त्यामुळे

आपण पाकिस्तानकडे ज्या काही गुन्हेगारांची मागणी केली आहे, त्यात हमीद गुल याचं नाव अग्रभागी आहे. दहशतवादाच्या लाल रंगानं दाऊद ते ओसामा इतका मोठा अवकाश भरून काढण्यात या गुल याचा मोठा वाटा आहे. त्याचमुळे जेव्हा २००३ साली 'वॉर ऑन टेरर' असा भंपक शब्द वापरत धाकटे बुश यांनी इराकवर सद्दाम हुसेनना हटवण्यासाठी हल्लाबोल केला, तेव्हा या हल्ल्याला इस्लामी जगातर्फे उत्तर देण्याचं काम याच गुल यानं केलं. तो जाहीरपणे म्हणाला, ''हे वॉर ऑन टेरर नाही, तर वॉर ऑन इस्लाम आहे. तेव्हा हे असं अन्याय्य युद्ध रोखण्यासाठी अमेरिकेला प्रत्येक मुसलमानानं चोख उत्तर द्यायला हवं.''

असा हा गुल पाकिस्तानात आनंदात आहे. त्याला भारताकडे सोपवलं जाण्याची सुतराम संधी नाही. आता त्याच्या पाठीशी सौदीही आहे. हे दोन्ही जगाच्या राजकारणात एकाच बाजूला आहेत. त्यामुळे अमेरिकेच्या काळजीत भरच पडलीय. सौदीनं नेहमी पाकिस्तानला भावाप्रमाणे वागवलं, अडीअडचणीला मदत केली. १९९८ साली जेव्हा भारतानं अणुस्फोट केले, त्या पाठोपाठ पाकिस्तानलाही तेच करायचं होतं. फक्त तो देश कचरत होता आर्थिक निर्बंधांना. तेव्हा पाकला दिलासा दिला सौदीनंच. आर्थिक निर्बंध आले, तर पाकिस्तानला दररोज ५०,००० बॅरल्स इतकं तेल मोफत देण्याचं आश्वासन सौदीनं दिलं. त्यामुळे पाकिस्तान तरला. २००३ साली अध्यक्ष बुश यांचं 'वॉर ऑन टेरर' ऐन भरात असताना त्या वेळी सौदी उतरंडीत क्रमांक दोनवर असलेले अब्दुल्ला पाकिस्तानात येऊन गेले. पाकिस्तानचा अणुबॉंब सौदीला वापरायला देण्याबाबत या काळात गुप्त करार झाल्याचं म्हणतात. अण्वस्त्रधारी शत्रूनं सौदीवर हल्ला केलाच, तर पाकिस्तान आपला अणुबॉंब सौदीला देणार, असा हा करार आहे. हे असं काही होऊ शकतं का, याच्या चाचण्याही झाल्यात. सौदीकडे असलेल्या चिनी बनावटीच्या क्षेपणास्त्रावर हा बॉंब चढवून मारा करता येऊ शकेल, अशी खात्रीही करून घेतलीय दोन्ही देशांनी. अर्थात दोघांनीही हे नाकारलंय. पण तसा तो झाला असण्याची दाट शक्यता आहे. पाक बॉंब सौदी रसदेवर तर तयार झालाय. सौदीनंच हात आखडता घेतला असता, तर हा बॉंब काही तयार झाला नसता. ही अशी देवाणघेवाण दोघांत नेहमीच चालते. त्यामुळे कोणाही पाकिस्तानी पंतप्रधानाला विजनवासात जाण्याची वेळ आलीच, तर तो सौदीत जाऊन राहातो. नवाज शरीफ यांनीही तेच केलं. २००८ मधील निवडणुकीत बेनझीर भुट्टो यांना पाकिस्तानात येऊ द्यावं, यासाठी जेव्हा अमेरिकेनं जनरल मुशर्रफ यांच्यावर दबाव आणला, तेव्हा सौदीला राहावलं नाही. सौदी राजे अब्दुल्ला यांनी जनरल मुशर्रफ यांना सौदीत

बोलावून घेतलं आणि आदेश दिला, 'नवाज शरीफ यांनाही पाकिस्तानात येऊ द्या'. सौदीनं हे असं केल्यामुळेच शरीफ पाकिस्तानात आले आणि नंतर निवडणुकीच्या प्रक्रियेत बेनझीर भुट्टो मारल्या गेल्या. म्हणजे नवाज शरीफ यांचा थेट हात असेल का श्रीमती भुट्टो यांच्या हत्येत? कोण देणार आहे उत्तर म्हणा या प्रश्नाचं. आणखी एक बाजू आहे या सौदी-पाकिस्तान युतीला. दोघेही सुन्नी देश. त्यामुळे शियांच्या विरोधात धरून असतात ते एकमेकांना.

पाकिस्तानातल्या या सत्तांतराच्या मागे 'आयएसआय'च होती. झालं असं, की पंतप्रधान नवाज शरीफ हे अमेरिकेच्या फार आहारी जातायत, असं एक मत पाकिस्तानात या काळात तयार होऊ लागलं होतं. भारतानं १९९९च्या जुलैत कारगिलच्या लढाईत पाकिस्तानला त्याची जागा दाखवून दिल्यानंतर नवाज शरीफ यांच्यावरचा दबाव वाढू लागला होता. या लढाईनंतर अमेरिकेचे अध्यक्ष बिल क्लिंटन यांनी नवाज शरीफ यांना जाहीरपणे दटावलं होतं. त्याचाही राग 'आयएसआय' आणि इस्लामवाद्यांच्या मनात होता. यातूनच त्यांच्या उचलबांगडीचा घाट 'आयएसआय'नं घातला. यानंतर दोनच महिन्यांत, १२ ऑक्टोबरला एका उठावात जनरल परवेझ मुशर्रफ सत्तेवर आले, हे लक्षात घेण्यासारखं आहे. जनरल मुशर्रफ यांनी सत्ता हाती घेतल्या घेतल्या तेव्हाचे 'आयएसआय'चे प्रमुख ब्रिगेडियर इम्तियाज यांना अटक केली. आरोप काय ठेवला? तर गैरमार्गानं संपत्ती जमवण्याचा. या इम्तियाज यांचं ड्वाईश बँकेत एक गुप्त खातं आढळलं. त्यात कोट्यवधींची माया होती. हा सगळा पैसा अंमली पदार्थांच्या व्यापारातून आलेला. तर त्यांच्या जागी जनरल मुशर्रफ यांनी नेमणूक केली लेफ्टनंट जनरल महमूद अहमद याची. पंतप्रधान शरीफ यांच्या विरोधातल्या उठावात या महमूद अहमद याचा वाटा मोलाचा. राजधानी इस्लामाबादवर कबजा करून शरीफ यांना अटक या अहमद यानंच केलेली होती. त्याचं फळ त्याला मिळालं. तो 'आयएसआय'चा प्रमुख झाला.

आणि याची शिक्षा झाली भारताला. हा महमूद अहमद, 'तालिबान', 'अल कायदा' यांना आता भारताला धडा शिकवायची इच्छा झाली. यातूनच घाट घातला गेला विमान अपहरणाचा. या संघटनांनी त्यासाठी वापर करून घेतला 'हरकत उल् मुजाहिदीन'चा. या संघटनेच्या दहशतवाद्यांनी २४ डिसेंबर १९९९ ला 'इंडियन एअरलाइन्स'च्या आयसी ८१४ या दिल्लीहून काठमांडूला जाणाऱ्या विमानाचं अपहरण केलं. हे विमान नेलं गेलं अफगाणिस्तानातल्या कंदाहारला. आठवडाभराच्या नाट्यानंतर काश्मीर तुरुंगातल्या तीन कट्टर दहशतवाद्यांच्या मुक्ततेच्या बदल्यात १५५ अपहृत प्रवाशांची सुटका केली गेली आणि

अफगाणिस्तानच्या भूमीवर हे अपहरण नाट्य संपुष्टात आलं. आपले त्या वेळचे परराष्ट्रमंत्री जसवंतसिंग हे जातीनं तीन दहशतवाद्यांना माहेरी पोहोचवायला गेले. या तिघांत एक होता मौलाना मसूद अझर. त्यानंतर दोनच वर्षांनी जेव्हा ९/११ घडलं, तेव्हा त्या महासंहारक नाट्यातली मौलाना अझरची भूमिका उघड झाली. ९/११त गुंतलेल्या दहशतवाद्यांच्या पैशाची व्यवस्था मौलाना अझरनं केलेली होती. पण आपलं जेव्हा विमान पळवून नेलं गेलं, तेव्हा त्याबाबत कोणीही चकार शब्दही काढला नाही. त्या वेळी आपली मागणी इतकी साधी होती. पाकिस्ताननं या अपहरणात गुंतलेल्यांवर कारवाई करावी, यासाठी अमेरिकेनं दबाव आणावा. पण तीही ऐकली गेली नाही. अमेरिकेनं त्या वेळेस सोईस्कर मौन पाळलेलं होतं, की या विमान अपहरणाची सगळी तयारी 'आयएसआय'नंच करून दिलेली होती. इतकंच काय, त्या विमानातल्या प्रवाशांच्या सुटकेसाठी आपण सोडलेले तीन दहशतवादी नंतर पाकिस्तानातच परतले होते. उजळ माथ्यानं. यातल्या मौलाना अझरनं तर पाकिस्तानात भाषणं ठोकली होती. 'अमेरिका आणि भारताला पूर्णपणे नामोहरम करेपर्यंत कोणाही मुसलमानानं स्वस्थ राहाता कामा नये', असं तो या भाषणांत सांगायचा. हा आपला संदेश जास्तीत जास्त मुसलमानांपर्यंत पोहोचावा, यासाठी मौलाना अझर पाकिस्तानभर हिंडलाही. त्याच्या या दौऱ्याची व्यवस्था सांभाळली होती 'आयएसआय'नं. या विमान अपहरणानंतर आपल्या सरकारनं 'आयएसआय'वर जाहीरपणे ठपका ठेवला. पण एकही इस्लामी देश – अगदी सौदीसकट – आपल्या बाजूनं बोलला नाही.

आत्ताआत्तापर्यंत हे दोन देश म्हणजे अमेरिकेच्या डाव्या-उजव्या मांडीवरची लाडावलेली बाळं होती. आता ते अमेरिकेची सगळ्यांत मोठी डोकेदुखी बनलेत. चुकीच्या माणसांना हाताशी धरून चुकीच्या उद्दिष्टांसाठी चुकीच्या मार्गानं अमेरिकेनं सुरू केलेला खेळ आता अमेरिकेवरच पूर्णपणे उलटलाय. आता तो देश चिंतेत आहे. या संपूर्णपणे चुकलेल्या खेळात दहशतवादाच्या जोडीला आणखी एक राक्षस बाटलीतून बाहेर काढला गेला. अंमली पदार्थांचा. दहशतवादाप्रमाणे तोही आता परत बाटलीत जायला तयार नाही.

◈

अफूचा अधर्मी अंमल

१९७०चं दशक संपताना चा हा प्रसंग. 'वॉटरगेट' प्रकरणाचे ओरखडे ओले होते अमेरिकन समाजमनावर. त्यामुळे 'सीआयए'ला फार मोकळं सोडता कामा नये, असा एकंदर मतप्रवाह. काँग्रेसनं जाम करून टाकलं होतं 'सीआयए'ला. इतके दिवस हवं ते करायची सवय लागलेल्या 'सीआयए'साठी हा मोठा कठीण काळ होता. परदेशात गुप्तहेर पाठवताना दहा वेळा विचार करावा लागत होता, कोणाला लाच देऊन काम करून घ्यावं म्हटलं, तर तिथेही अडचण. आणि ठार मारणं तर सोडाच, पण साधं चौकशीच्या नावानंही कोणाला आत घेता येत नव्हतं. ऐन शीतयुद्धाच्या जवानीतला हा काळ. 'सीआयए'चा नायक असा बांधला गेल्यावर कम्युनिस्टविरोधासाठी अमेरिकी गटानं पाहायचं कोणाकडे, असा प्रश्न अनेकांना पडलेला.

त्यातूनच जन्माला आला 'सफारी क्लब'. अमेरिकेच्या गोटातले जे काही देश आहेत, त्यांनी एकत्र यायचं आणि 'सीआयए'ची उणीव भरून काढायची, अशी यामागची कल्पना. म्हणजे 'सीआयए' जे काही उद्योग करायची, ते यांनी करायचे आणि कम्युनिस्टविरोधाची धुनी पेटती ठेवायची. फ्रान्स, इजिप्त, सौदी अरेबिया, मोरोक्को वगैरे देश याच्यात होते. असा क्लब खरोखरच स्थापला गेला. अगदी तारीखवार सांगायचं झालं, तर १ सप्टेंबर १९७६ हा या क्लबचा जन्मदिवस. यातला फ्रान्स सोडला, तर बाकीचे तसे लिंबूटिंबूच होते. काही करायची ताकद यातल्या फक्त फ्रान्समध्येच होती आणि दुसरा सौदी. त्यामुळे या क्लबचं प्रमुखपद आलं फ्रान्सच्या गुप्तहेर यंत्रणेचा प्रमुख अलेक्झांडर दी मरांचेस याच्याकडे. भन्नाट कल्पना होत्या त्याच्या. या नव्या क्लबसाठी कोट्यवधी डॉलर्स उभारले त्यानं.

अलेक्झांडर दी मरांचेस : 'सफारी क्लब'चा सर्वेसर्वा

कर्मचारी भरती, ठिकठिकाणी कार्यालयं, दळणवळण यंत्रणा यावर हा सगळा पैसा होता. काँग्रेसच्या निर्बंधांमुळे जिथे जिथे 'सीआयए'ला जायला बंदी होती, तिथे तिथे हा क्लब गेला.

पण त्यांची अडचण होती अमेरिकी सरकार. कारण तिथे अध्यक्षपदी होते जिमी कार्टर. त्यांना 'सीआयए'ला नाहीतरी मोकळं सोडायचं नव्हतंच. अमेरिकेनं अन्य देशांत जाऊन उचापती कराव्यात, या मताचे ते नव्हते. कधीच त्यांची भूमिका फार साम्राज्यवादी, विस्तारवादी अशी नव्हती. त्यामुळे 'सीआयए'चे पंख नाही म्हटलं, तरी तसे कापले गेले. एरवी हेरगिरीची, रशियाविरोधात काही ना काही खुसपट काढत राहायची 'सीआयए' आणि एकंदरच अमेरिकी कंपूची सवय. पण कार्टर यांच्यामुळे तिला मुरड घालावी लागत होती. मग या मंडळींनी काय केलं? तर समविचारी मंडळींना एकत्र आणून हे सगळे उद्योग खाजगी पातळीवर करायला सुरुवात केली. यात अग्रभागी होते थोरले जॉर्ज बुश. हे 'सीआयए'चे माजी अध्यक्ष. त्यामुळे त्यांना कारभारातल्या सगळ्या खाचाखोचा ठाऊक. प्रशासकीय खड्ड्यांना वळसा घालून त्यांनी खाजगी पातळीवर विनासायास हे उद्योग केले.

निवडणुका झाल्या आणि मग चित्र बदललं. 'सीआयए' आणि अमेरिकी कंपूनं मोकळा श्वास घेतला. आता अध्यक्षपदी आले होते रोनाल्ड रेगन. त्यामुळे यापुढे नियम कसे वाकवायचे, वगैरे प्रश्न पडणार होते. ते अध्यक्षपदी आल्या आल्या मरांचेस यानं धावच घेतली व्हाइट हाऊसमध्ये. अफगाणिस्तानात रशिया घुसून स्थिरावला होता. हा संघर्ष अगदी दमछाक करणार होता. हे काही एका दिवसात

होणारं काम नव्हतं. मिळेल त्या मार्गानं रशियाला जेरीस आणणं अमेरिकेसाठी आवश्यक होतं. याच मार्गांची चर्चा करण्यासाठी मरांचेस व्हाइट हाऊसमध्ये आला होता. रेगन सत्तेवर आल्यानंतर पुढच्याच महिन्यातली ही घटना. चर्चेत होते अर्थातच रेगन आणि दुसरा बिल कॅसे. 'सीआयए'चा प्रमुख. तर या दोघांमधल्या चर्चेचा विषय होता, रशियाच्या अफगाणिस्तानातल्या सैनिकांचं मनोधैर्य खच्ची करण्यासाठी काय काय करता येईल? त्यासाठी एक योजना त्यांनी आखली. 'ऑपरेशन मॉस्क्विटो'. अमेरिका, फ्रान्स आणि पाकिस्तानच्या गुप्तहेर यंत्रणा त्यात सहभागी होत्या. त्यानुसार ही मंडळी अफगाणिस्तानात एक बनावट रशियन दैनिक काढणार होती आणि त्यातून रशियाची कशी पिछेहाट होतेय, याच्या बातम्या भडक स्वरूपात छापणार होती. हे एकवेळ ठीक होतं.

पण या योजनेचा पुढचा भाग भयानक होता. त्यानुसार रशियन सैनिकांना मोठ्या प्रमाणावर अंमली पदार्थांचा पुरवठा केला जाणार होता. त्यांना व्यसनाधीन करायची योजना होती या मंडळींची. रेगन, कॅसे या दोघांनाही ही योजना मंजूर होती. पण तरी याची वाच्यता झाली, तर काय हाल होतील आपले, याचीही भीती होती. सत्तापदाच्या पहिल्याच महिन्यात लगेच इतकी विधिनिषेधशून्यता दाखवायला रेगन यांनाही लाज वाटली. राष्ट्राध्यक्षांची पत्नी नॅन्सी रेगन याच वेळी 'से नो टु ड्रग्ज' – अंमली पदार्थांना नाही म्हणा – ही मोहीम त्याच वेळी हाती घेत होत्या. यामुळेही असेल, पण रेगन यांनी या योजनेतून कागदोपत्री माघार घेतली. पण ही माघार कागदोपत्रीच असावी. कारण नंतर अफगाणिस्तानात असं बनावट रशियन दैनिक ('रेड स्टार') खरोखरच निघालं आणि मोठ्या प्रमाणावर अफू, हशीश आणि हेरॉईनचा पुरवठा या दरिद्री देशाकडे वळवण्यात आला. अफगाणिस्तानात मुळातच अफूची लागवड प्रचंड होती. ती वाढवायची योजना आखली गेली. इतकंच काय, पण तोपर्यंत फक्त अमेरिकी उपखंडात कोलंबिया आदी देशांतच मिळणारं कोकेनही अफगाणिस्तानात मिळू लागलं. हे कोणी केलं, याची अर्थातच कागदोपत्री नोंद नाही. पण यामागे अमेरिका नव्हती, असं सांगायचा प्रयत्नसुद्धा कोणी केला नाही. नंतर काही वर्षांनी अमेरिकेच्या परराष्ट्रखात्यातला अंमली पदार्थविरोधी विभागाचा प्रमुख माथेआ फाल्को यानं या पापासाठी 'सीआयए' आणि पाक 'आयएसआय' यांना अधिकृतपणे जबाबदार धरलं. कम्युनिझमविरोधी संघर्ष नंतर या पातळीवर येऊन पोहोचला.

अफगाणिस्तानात अफूचं वेडं पीक येतं. या अफूचा इतिहास मोठा रंजक आहे. या अफूचा पहिला लिखित संदर्भ ख्रिस्तपूर्व ३४०० सालचा सापडलेला आहे.

अफूची शेती : शीतयुद्धात रशियाविरुद्ध वापरलं गेलेलं एक शस्त्र

मेसोपोटेमिया प्रांतात. त्या वेळी अफूच्या झाडाला आनंदाचं झाड म्हणत. नंतर हे झाड असीरियन प्रांतात गेल्याची नोंद आहे. हे झाड म्हणजे चमत्कारच मानलं जात होतं त्या काळात. पुढे पाश्चिमात्त्य औषधशास्त्राचा जनक हिप्पोक्रॅट्स यानं ख्रिस्तपूर्व ४६०मध्ये या चमत्कारांना छेद दिला. त्यानं अफूचे औषधी गुणधर्म जाणले आणि इतरांना समजावले. ते अलेक्झांडरसारख्या सेनानीला फारच भावले असावेत. ख्रिस्तपूर्व ३३० साली हा जग जिंकण्यासाठी निघालेला राजा आपल्याबरोबर अफूची झाडं, बोंडंही घेऊन निघालेला होता. पर्शिया, आत्ताचा इराण, भारत या देशांत अफू आली अलेक्झांडरच्या रथातून. आपल्या आयुर्वेदातही अफूचा संदर्भ आढळतो. आयुर्वेदासाठी प्रमाण मानल्या जाणाऱ्या 'शारंगधर संहिता', 'धन्वंतरी निघंटू' आदी ग्रंथांत अफूचे उपयुक्त गुण नमूद करण्यात आले आहेत. ही अफू फुंकायची कला आपल्याला शिकवली, ती पोर्तुगीजांनी. वास्को द गामा आपल्याकडे आला आणि त्याच्या पाठोपाठ धूर काढणारेही आले. या कलेत नंतर नाव काढलं मोगलांनी. अफू इस्लामी राजदरबारात स्थिरावली. मग अर्थातच अफूची मागणी वाढली. मोगलांबरोबर मग अफू लागवडीचं लोण आलं भारतात. आपल्याकडे अनेक राज्यांत... बिहार, आसाम वगैरे ठिकाणी अफू लागवड मोठ्या प्रमाणावर होत होती. इतकी, की ईस्ट इंडिया कंपनी आपल्याकडची अफू जगाच्या बाजारात विकायला न्यायची. आपल्या देशातून १७६७ साली एकट्या चीनलाच दोन हजार किलोंच्या वर अफू निर्यात झाल्याची नोंद आहे. १८२७मध्ये 'इ. मर्क' या कंपनीनं अफूपासून शास्त्रोक्त पद्धतीनं औषध बनवायला सुरुवात करेपर्यंत हा पदार्थ फक्त तर्र होण्यासाठीच आहे, असाच सार्वत्रिक समज होता.

शीतयुद्धाच्या काळात अमेरिकेनं अफू शस्त्र म्हणून वापरली. अफगाणिस्तानात रशियाला नामोहरम करण्याच्या अनेक मार्गांपैकी एक म्हणून अफूची शेती वापरली गेली. मोठं छान दिसतं अफूचं रोप. लाल फुलं येतात त्याला. अफगाणिस्तानात अशी मैलोन्‌मैल अफूची शेती होते. ती फुलली, की लाल गालिचाच दिसतो सगळीकडे. एरवीची ओसाड, रेताड शेती कोणा सणासमारंभासाठीच तयार झाल्यासारखी दिसते या काळात. मग पाकळ्या पडतात आणि या रोपाला बोंड येतं. ते तरुण झालं, की शेतकऱ्यांचं रोजचं काम सुरू होतं. सकाळी सकाळी हे प्रत्येक बोंड पिळायचं. त्यातून पांढरट, चिकट असा स्राव येतो. तो गोळा करायचा. असं अगदी बोंडाबोंडाला करायचं रोज सकाळी. दुसऱ्या दिवशीचा रस जमा होईपर्यंत आदल्या दिवशी गोळा केलेला रस वाळलेला असतो. त्याचं तपकिरी रंगाचं असं एक बिस्कीट तयार होतं. हे ओपियम. हा स्राव येणं बंद झालं, की हंगाम संपला. हे असं ओपियम प्लॅस्टिकच्या पिशव्यांत गोळा करून ठेवायचं. थोडं पाणी मारून. मग ओपियम गोळा करणारे व्यापारी आले, की त्यांच्याकडे ते सुपुर्द करायचं. किंवा गावाजवळ स्वतःचीच अशी छोटीशी प्रयोगशाळा बनवून त्याचं ॲसिटिक ॲसिड वापरून त्याचं बनवायचं हेरॉईन. दहा किलो ओपियममधून एक किलो हेरॉईन निघतं. पाश्चात्त्य जगात याला प्रचंड मागणी असते. लाख लाख रुपये मोजले जातात किलोभर हेरॉईनसाठी. हे इतकं दुर्मीळ असतं, की त्याच्यावरनं अगदी दंगली वगैरे होतात. अमेरिकी उपखंडात तर सरकारं उलथून पाडण्याएवढ्या मोठ्या टोळ्या या हेरॉईनवर पोसल्या गेल्या आहेत. या हेरॉइनवर पोसला गेलाय अफगाणी जिहाद. समस्त इस्लामी डोक्यात जिहादची नशा चढवण्यामागे या अफूचा मोठा हात आहे. धर्म ही अफूची गोळी आहे, हे मार्क्सचं वचन वेगळ्या अर्थानं शब्दशः खरं ठरलंय, ते असं.

वास्तविक 'तालिबान'नं सत्ता हाती घेतल्या घेतल्या जी काही सांस्कृतिक साफसफाई केली गेली, त्यात अफू लागवडीवर बंदी होती. पण तालिबान्यांच्या अनेक मुखंडांनी ती पायदळी तुडवायला सुरुवात केली. कारण याच्या इतका स्वस्त, सहज पैसे पुरवणारा दुसरा मार्गच नव्हता. खरं तर तोपर्यंत अफगाणिस्तान अन्नधान्याच्या देशांतर्गत गरजा भागवण्याइतका स्वयंपूर्ण होता. चांगली शेती होती, मोठी फळफळावळ होती. पण रशियाबरोबरच्या संघर्षात सगळी शेती उजाड झाली. देशांतर्गत जमिनीपैकी फक्त १२ टक्के जमीन शेतीला उपयुक्त अशी राहिली. या संघर्षात जमिनींचं जसं नुकसान झालं, तसंच नुकसान झालं पारंपरिक पाणलोट व्यवस्थापनाचं. त्यामुळे जी काही शेती शिल्लक होती, तीही निरुपयोगी झाली. एकच पीक तेवढं घेता येत होतं. अफूचं. कारण याला तशी

अफूच्या बोंडावरील प्रक्रिया : इस्लामी डोक्यांत जिहादची नशा चढवणारं मादक पीक

देखभाल कमी लागते. पाण्याची तितकीशी गरज नसते. त्यामुळे सर्वसामान्य अफगाणी शेतकरी मिळेल तिथे अफू पिकवायला लागला. यामागचं आर्थिक भान आल्यानं मग तालिबान्यांनीही याकडे कानाडोळा करायला सुरुवात केली. उलट अफू पिकवायला उत्तेजनच द्यायला लागले तालिबानी. यावर त्यांचं समर्थन असं होतं, की 'आम्ही फक्त ती पिकवतोय. इस्लामनं अंमली पदार्थांचं सेवन निषिद्ध ठरवलंय, त्यांचं उत्पादन नव्हे. अफू पिकवून आम्ही इस्लामची सेवाच करतोय, कारण तिचं सेवन करताहेत काफर'.

या भूमीत आधी अमेरिका आणि नंतर इस्लामी दहशतवादी यांनी अफूला उत्तेजन दिल्यानंतर अफगाणिस्तान आणि पाकिस्तान हे देश म्हणजे जगाला अंमली पदार्थ पुरवणारी जोडगोळीच ठरले. याच्या आधी लाओस, म्यानमार आणि थायलंड या त्रिकुटावर ही जबाबदारी होती. किती उत्पादन होतं अफगाणिस्तानात अफूचं? ८० सालानंतर वर्षावर्षाला अफूचं उत्पादन ८०० टनांच्या वर गेलं. जगाच्या उत्पादनात हा वाटा होता ७० टक्के. अंमली पदार्थांचा इतका सुळसुळाट झाल्यावर जे होतं, ते इथेही झालं. इतका पैसा यात गुंतला असल्यामुळे मोठ्या प्रमाणावर लाचखोरी सुरू झाली अफगाणिस्तानात आणि त्यामुळे शेजारच्या पाकिस्तानात. १९८३ साली तर 'आयएसआय'च्या क्वेट्टा केंद्रातील प्रत्येक कर्मचारी लाच घेताना सापडला होता. म्हणजे केंद्राचे संचालक ते शिपाई सगळेच यात गुंतलेले. मग त्या वेळचा 'आयएसआय' प्रमुख जनरल अख्तार अब्दुर रहमान याला लाजेकाजेस्तव या सगळ्यांना एका फटक्यात कामावरनं काढावं लागलं. ही लाच या मंडळींनी वैयक्तिक पातळीवर घेतलेली होती. पण

प्रत्यक्षात 'आयएसआय' गुप्तहेर संस्था म्हणून हेच धंदे करत होती. या सगळ्या धंद्याला 'आयएसआय'चा मोठा आशीर्वाद होता. ही अफू विकून येणारा पैसा मग शत्रुराष्ट्रांत कट-कारस्थानांसाठी वापरला जायचा. हे सगळं सुरू होतं अमेरिकेच्या आशीर्वादानं. 'सीआयए'नं अफूच्या व्यवसायात गुंतलेल्या ४० व्यापाऱ्यांची, हेरॉईन उत्पादकांची यादीच बनवली होती. या यादीत अगदी पाकिस्तान सरकारातले काही वरिष्ठ अधिकारीही होते. पण ही यादी करून केलं काय 'सीआयए'नं? तर काहीही नाही. एकावरही कारवाई केली नाही. त्यावर नाराज होऊन अमेरिकी सरकारच्या 'ड्रग एन्फोर्समेंट ॲडमिनिस्ट्रेशन'च्या अफगाणिस्तानातल्या अधिकाऱ्यांनी राजीनामा दिला, पण तरी सरकार ढिम्म!

मुळात अफूचं लोण नव्यानं अफगाणिस्तानात पाठवलं, ते पाकिस्ताननंच. अर्थात अफू अफगाणिस्तानात आधीही होती. पण तालिबान्यांच्या बंदीनंतर तिच्या अफगाणी पुनरुत्थानाचं श्रेय जातं पाकिस्तानला. या देशातल्या वायव्य सरहद्द प्रांतात १९८० सालच्या दशकात मोठ्या प्रमाणावर अफूचं पीक घेतलं जात होतं. जगातल्या एकूण अफू उत्पादनापैकी ६५ ते ७० टक्के वाटा त्या वेळी पाकिस्तानातून येत होता. 'सीआयए' आणि 'आयएसआय'नं संयुक्तपणे या अफू उत्पादनाकडे कानाडोळा केला होता. या अफूतून येणारा पैसा अफगाणिस्तानात रशियाविरोधात लढणाऱ्या मुजाहिदीनांना पुरवला जायचा. १९८३ साली क्वेट्टा इथला प्रसंग घडल्यानंतर वास्तविक यावर नियंत्रण यायला हवं होतं. पण झालं उलटंच. १९८६ साली मेजर झहिरुद्दिन अफ्रिदी हा लष्करी अधिकारी अधिकृत वाहनातून २२० किलो हेरॉईन पेशावरहून कराचीला नेताना पकडला गेला होता. दोन महिन्यांनी फ्लाइट लेफ्टनंट खलिलुर रेहमान यालाही याच मार्गावर जवळपास २०० किलो हेरॉईनसह अडवण्यात आलं होतं. अमेरिकेच्या बाजारात त्याची किंमत होती ६० कोटी डॉलर्स. ही रक्कम पाकिस्तानला त्या वर्षी अमेरिकेकडून दिल्या जाणाऱ्या अधिकृत मदतीइतकी होती, हे कळल्यावर यातील गांभीर्य लक्षात येईल. पकडलं गेल्यानंतर त्यावर जबानी देताना त्यानं शांतपणे कबूल केलं, की हे इतकं हेरॉईन चोरून नेण्याची त्याची ही पाचवी खेप होती. त्या दोघांनाही अटक झाली खरी; पण दोघंही आठवड्याभरात तुरुंगातून पळून गेले. या काळात वायव्य सरहद्द प्रांताचे राज्यपाल होते जनरल फाझल हक. हे पाकिस्तानचे सर्वेसर्वा जनरल झिया उल् हक यांचे अगदी निकटवर्तीय. त्यांनी आपल्या काळात वायव्य प्रांतात अफूसाठी अगदी मोकळं रान सोडलं. हे इतके अफू लॉबीला उघडपणे मदत करत होते, हे माहीत असतानाही थोरले बुश आणि 'सीआयए'चा प्रमुख

बिल कॅसे हे जातीनं फाझल हक यांच्याशी चर्चा करायला पाकिस्तानात येत होते. काही अभ्यासकांच्या मते अफूच्या व्यापारातून येणाऱ्या पैशाचा मोठा वाटा जनरल हक यांच्या खात्यात जात होता. १९८५ साली नॉर्वे सरकारनं एका पाकिस्तानी अंमली पदार्थ तस्कराला अटक केली. त्याच्या घराची झडती घेतली असता त्यात जनरल झिया यांच्या वैयक्तिक बँक खात्याची कागदपत्रं आढळली. या खात्यात मोठमोठ्या रकमा भरल्या गेल्याच्या नोंदी होत्या. १९८९ साली बेनझीर भुट्टो यांनी सत्तेची सूत्रं हाती घेतल्यानंतर लगेचच या दुसऱ्या जनरल फाझल हक याला अटक झाली. नंतर तो मारलाच गेला १९९१ साली. का? कशासाठी? वगैरे काहीच कोणाला माहीत नाही. त्या काळात अमेरिकेचे एक नाही, दोन नाही, तर १७ अधिकारी केवळ अंमली पदार्थांचा माग काढण्यासाठी पाकिस्तानात तैनात करण्यात आले होते. त्यांनी अंमली पदार्थांच्या व्यापाऱ्यात असलेल्या ४० व्यापारी गटांची माहिती आपल्या सरकारला कळवली होती. यातल्या एकावरही कधी कारवाई झाली नाही. या पाकिस्तानी मंडळींनी काय केलं? तर ही अफू लागवड पुन्हा अफगाणिस्तानात वळवली. त्यांना हे सगळं पाकिस्तानात चालू ठेवणं जड जायला लागल्यावर. पाकिस्तानातले त्यांचे हे उद्योग फारच डोळ्यांवर यायला लागले होते.

ही अफू लागवड अफगाणिस्तानात वळली, तरी पाकिस्तानचं स्थान अंमली पदार्थांच्या व्यापारात केंद्रस्थानीच राहिलं. अफगाणिस्तानात रशियाविरोधातील जिहादमध्ये मग्न असलेल्या मुजाहिदीनांना पाकिस्तानातून शस्त्रास्त्रं पुरवली जायची. गाढवं, उंट यांचे काफिलेच्या काफिले अफगाणिस्तानात बंदुका वगैरे घेऊन पाकिस्तानातून जायचे. येताना ते रिकामे येत होते इतके दिवस. नंतर त्यांच्या पाठीवरनं अफू आणि ओपियम यायला लागली. पुढे हे काम पाकिस्तानी लष्कराच्या ट्रकमधूनच व्हायला लागलं. पाक लष्कराची 'नॅशनल लॉजिस्टिक्स सेल' नावाची एक तुकडीच या कामी जुंपली गेली. पाकिस्तानातून या तुकडीच्या ट्रकमधून दारूगोळा अफगाणिस्तानात जायचा. येताना ते दुसऱ्या प्रकारचा दारूगोळा घेऊन परत यायचे. या मंडळींची ताकद या काळात इतकी वाढली होती, की पाकिस्तानी राजकारण आणि अर्थव्यवस्थेत या ड्रग माफियांनी शिरकाव करून घेतला होता. १९८८ ते १९९० सालच्या दरम्यान बेनझीर भुट्टो यांच्या पंतप्रधानपदाच्या काळात आणि नंतर १९९० ते १९९३च्या काळात पंतप्रधानपदी नवाज शरीफ असताना यातले काही माफिया पाक नॅशनल असेंब्लीचे सभासदसुद्धा होते. अमेरिकेच्याच आकडेवारीनुसार पाकिस्तानच्या अधिकृत अर्थव्यवस्थेत ६०-७० टक्के वाटा या अंमली पदार्थांच्या व्यापारातून आलेल्या पैशाचा होता. रशियानं

अफगाणिस्तानातून माघार घेतल्यानंतर पाकमधला अंमली पदार्थांचा अंमल अंमळ घटला. नंतर तो चढला अफगाणिस्तानात.

अफगाणिस्तानातल्या असंतोष आणि असाहाय्यतेचं प्रतीक बनली होती अफू. त्या देशात गल्ल्यागल्यांत गावगुंडांचं राज्य होतं. हे आपापल्या गावाचे सुभेदार आपली जहागिरी जपत होते अफू पिकवून. यांचं दुकानच सुरू होतं या अफूतून येणाऱ्या पैशातून. रशियन सैनिक या भूमीतून गेल्यावर तालिबान्यांनी अफूच्या व्यापारावर जकात लावायला सुरुवात केली. शरियाच्या नियमानुसार वास्तविक जकात २.५ टक्के इतकीच घेणं अपेक्षित आहे. पण तालिबानी अफूवर ती २०-२० टक्के घ्यायला लागले. अफगाणिस्तानात दुसरं काही उत्पन्नाचं साधन नव्हतं सरकारला. त्यात हे सरकार तालिबान्यांचं. त्यामुळे अफू हाच कणा होता या सरकारच्या अर्थव्यवस्थेचा. 'तालिबान'नं या अफूच्या कक्षा वाढवायला पद्धतशीरपणे सुरुवात केली. अफगाणिस्तान, पाकिस्तान, इराण, मध्य आशिया अशा अनेक मार्गांनी अफूला फाटे फुटले. पुढे यात 'अल् कायदा' सामील झाल्यावर अफूच्या निर्यातीलाही वेग आला. १९९२ ते १९९५ या काळात अफगाणिस्तान वर्षाला सरासरी २४०० ते २५०० टन इतकी अफू पिकवत होता. अफूच्या उत्पादनात त्यानं तोपर्यंत अग्रक्रमावर असलेल्या ब्रह्मदेशाला मागे टाकलं. यात एकट्या कंदाहार प्रांताचाच वाटा होता जवळपास १२० टनांचा. या परिसरात ३,१६० हेक्टर जमिनीवर अफूची लागवड झाली होती. तालिबाननं सूत्रं पूर्णपणे हाती घेतल्यानंतर हे अफू उत्पादन एका वर्षातच २८०० टनांवर गेलं. कंदाहार विमानतळावरून अफू जायची ती दुबई, अबू धाबी वा शारजाला. तिथून मग आंतरराष्ट्रीय बाजारात तिला पाय फुटायचे. या संपूर्ण काळात हे इस्लामी अतिरेकी आणि अंमली पदार्थांच्या व्यापारातले माफिया यांची हातमिळवणी होती. पण कोणत्याही तिसऱ्या जगातल्या शेतीप्रमाणे अफूच्या शेतकऱ्याला काही त्याची खरी किंमत मिळायची नाही. अन्य शेतकऱ्यांसारखाच तोही पिळवटलेलाच होता. या अफूच्या उत्पन्नापैकी जेमतेम एक टक्का त्याच्या वाट्याला यायचा. उर्वरित ९९ टक्क्यांवर व्यापारी आणि दलालांचा हक्क असायचा.

अफगाणिस्तानातल्या अफू व्यापाराचा केंद्रबिंदू होता हेल्मंड प्रांत. याच नावाच्या नदीच्या खोऱ्यात अमेरिकेनं १९६० साली अफगाणिस्तानला धरण बांधून दिलं होतं. यामुळे जवळपास अडीच लाख एकर जमीन लागवडीखाली आली होती. सारा आसमंत हिरवा होऊन गेला होता या धरणाच्या पाण्यानं. अफगाणिस्तानची फळबाग असंच नाव पडलं होतं या प्रदेशाचं या धरणामुळे. व्यापारउदीमाच्या

निमित्तानं आलेली शेकडो अमेरिकी कुटुंबं या परिसरात वस्तीला होती. छोटी अमेरिकाच तयार झाली होती इथे. इतिहासकार अर्नाल्ड टॉयनबी यांनी याचं वर्णन 'आशियात अमेरिकानिर्मितीचा प्रयत्न' असं केलं होतं. पण रशियाचं आक्रमण आणि त्यानंतरची यादवी या साऱ्यात हा सगळा प्रदेश उजाड झाला. पारंपरिक शेती नष्टच झाली. मग इतक्या चांगल्या प्रदेशात फक्त लागवड होऊ लागली, ती अफूची.

वास्तविक यूनो, युरोपीय युनियन आदींनी 'तालिबान'ला समजावण्याचा प्रयत्न केला. अफूची लागवड जर नष्ट केली, तर आंतरराष्ट्रीय पातळीवर अनेक संघटना तालिबानला आर्थिक मदत द्यायला, अफगाणिस्तानचं नुकसान भरून द्यायला तयार होत्या. अमेरिकेनं कोलंबियातलं अंमली पदार्थांचं उत्पादन शेतातच नष्ट करायला सुरुवात केली होती. त्यासाठी एक खास रासायनिक असा फवारा विमानांतून या पिकांवर मारला जायचा. सगळं शेतच्या शेत मग काळं पडायचं. याच मार्गानं अफगाणिस्तानातही अफू लागवड नष्ट करू या, असा अमेरिकेचा आग्रह होता. ब्रिटन आणि युरोपातले काही देश यांनी मात्र या अघोरी मार्गाला विरोध केला. ब्रिटनचं म्हणणं असं, की या विषारी फवाऱ्यानं सगळी झाडंच काय, पण गुरंढोरंही मरतात. हे चुकीचं आहे, असं या देशांचं मत होतं. त्यांची सूचना होती, की त्यापेक्षा फक्त अफूचीच शेती सैन्य पाठवून कापून काढायची. या चर्चेतून मार्ग निघत नाही, असं दिसत असताना खुद्द 'तालिबान'नंच अचानक २००१ साली अफूच्या शेतीवर पूर्ण बंदी आणली. साऱ्या जगानं सुटकेचा निःश्वास सोडला. खुद्द 'तालिबान'चाच आदेश तो. मोडला जाण्याची सुतराम शक्यता नव्हती. त्यामुळे त्या वर्षात अफूचं उत्पादन एकदम फक्त १८५ टनांपर्यंत घसरलं. 'अफूवरची आत्तापर्यंतची सगळ्यात परिणामकारक बंदी', असं वर्णन केलं सगळ्यांनी या घटनेचं.

पण हे सगळे लवकरच तोंडावर आपटले. कारण तालिबानकडून ही अफूची बंदी ही आर्थिक कारणांसाठी घातली गेली होती. त्याच्या आधीच्या वर्षात अफूचं अचाट उत्पादन झालं होतं. त्यामुळे भाव अगदीच पडले होते. त्याआधी अफूला एका किलोला ६०० डॉलर्स इतका भाव येत होता. जादा उत्पादनामुळे तो इतका पडला, की ३० डॉलर्ससुद्धा मिळेनात एका किलोला. तेव्हा मग 'तालिबान'नंच बंदी घालून अफूचा गुरुठा कमी करवला. भाव वाढेपर्यंत. पुढच्याच वर्षी ते वाढले. एकदम एका किलोला ६५० डॉलर्सवर जाऊन पोहोचले. नंतर याच सुमारास अमेरिकेच्या 'वॉर ऑन टेरर'चा भाग म्हणून अफगाणिस्तानवर हल्ला झाला आणि मग तर

काय, शेतकऱ्यांना तालिबानचं भयच राहिलं नाही. अफूची बोंडं त्यामुळे मोठ्या जोमानं तरारून उठली.

वास्तविक हे असं काही होण्याआधीच अफू नष्ट करून टाकू या, असा ब्रिटनचा आग्रह होता. तो देश या अंमली पदार्थांच्या विरोधात सातत्यानं भूमिका घेत होता. कारण लंडनच्या रस्त्यारस्त्यावर मोठ्या प्रमाणावर गर्दुल्ले तयार झाले होते. त्यांना सगळा पुरवठा होत होता अफगाणिस्तानातून. तेव्हा या अफूचं काहीतरी करायला हवं, अशी इंग्लंडची मागणी होती. अमेरिकेला मात्र त्याबाबत काही पडलं नव्हतं. इंग्लंडची भुणभुण फारच वाढल्यावर अमेरिकेनं स्पष्टपणे इंग्लंडला सुनावलं – 'आपण छेडलंय ते 'वॉर ऑन टेरर' आहे... 'वॉर ऑन नार्कोटिक्स' नाही, तेव्हा अफू शेतीवर किंवा व्यापाऱ्यांवर कारवाई करायलाच पाहिजे, असं काही नाही'. या युद्धात अमेरिकेच्या खांद्याला खांदा लावून लढणाऱ्या इंग्लंड या जोडीदाराला अमेरिकेनं हे असं उत्तर दिलं. त्यामुळे इंग्लंडनं आपल्या परीनं या प्रश्नाचं उत्तर शोधायचा प्रयत्न केला. भन्नाटच होता इंग्लंडचा मार्ग. त्या देशानं ठरवलं, अफगाणिस्तानातलं अफूचं बोंड अन् बोंड आपण विकत घ्यायचं. पण या कल्पनेला इंग्लंडच्या परराष्ट्रखात्यानं जोरदार विरोध केला. ही नसती डोकेदुखी विकत घेण्यापेक्षा अफगाणिस्तानात जाऊन अफूच्या शेतकऱ्यांना रोखीत नुकसानभरपाई द्यायची आणि 'अफू तुमची तुम्ही नष्ट करा, पुढच्या वर्षी लावू नका', असं सांगायचं, असा पर्याय या खात्यानं दिला. १२५० डॉलर प्रतिहेक्टर इतकी नुकसानभरपाईही मुक्रर झाली. इंग्लंडची 'एमआय ६' ही गुप्तहेर यंत्रणा आणि ब्रिटिश कमांडो यांनी ही मदतवाटपाची जबाबदारी घेतली. पण त्याच्या अंमलबजावणीत अगदीच हसं झालं इंग्लंडचं.

झालं काय, की ही मदत ब्रिटिश अधिकाऱ्यांनी स्थानिक अफगाणी अधिकाऱ्यांकडे वाटायला दिली. या अफगाणींनी पहिल्यांदा आपले नातेवाईक, जातभाई यांची घरं भरली. ही मंडळी मदतीस पात्र आहेत की नाही, हे न बघताच या मदतीचा मोठा वाटा असाच वाया गेला. परत दुसऱ्या एका गटानं पैसे घेतले. पण अफू काही नष्ट केली नाही. त्यामुळे हा वाटाही वायाच गेला. काहींनी मदतीतून आलेला पैसा उलट अफू लागवड वाढवण्यासाठी खर्च केला. म्हणजे ही मदतही पाण्यात. फक्त एक छोटा वर्ग असा होता, की त्यानं इंग्रजांच्या सांगण्यानुसार आपल्या शेतातलं अफूचं पीक नष्ट केलं. पण त्यांचं दुर्दैव असं, की इंग्लंडकडून आलेला पैसा बाकीच्यांच्या लबाडीतच संपल्यामुळे या मंडळींच्या हाती काहीच लागलं नाही. त्यामुळे ते चिडले. साहजिकच होतं ते. त्यामुळे त्यांनी उलट जास्त प्रमाणावर

अफूची लागवड करून आपला राग व्यक्त केला. त्यामुळे पुढच्याच वर्षी अफूचं उत्पादन १८५ टनांवरनं ४४०० टन इतकं प्रचंड वाढलं. शेतकऱ्यांनी प्रतिहेक्टर १३ हजार डॉलर्सची कमाई केली. इंग्लंडचा जवळपास ८ कोटी डॉलर्सचा असा धूर झाला. हे अफू लागवडीचं प्रमाण इतकं वाढलं, की आता हेल्मंड प्रांतात एक भलाथोरला मॉल उभा राहिलाय. इतका विद्रूप दिसतो तो. आसपासचा सारा परिसर भकास, दरिद्री आणि मध्येच तो मॉल. तिथे पश्तून गावगुंड आपल्या जुन्यापुराण्या गाड्या घेऊन येतात. मर्सिडीज किंवा टोयोटाच्या जीपगाड्या घेण्यासाठी. अगदी सहज दोन-चार गाड्या विकत घेतात त्यातले कित्येक जण. तेसुद्धा रोख पैसे टाकून. अमाप पैसा आलाय त्यांच्याकडे. हा सगळा अफूचा पैसा. या अफूच्या पैशावर पोसल्या गेलेल्या गावगुंडांच्या या गाड्या मध्य आशियातल्या अनेक देशांत अफू पोहोचवायला जायच्या. पुढे तर त्यांची ताकद इतकी वाढली, की एखाद्या देशात शिरताना त्या देशाच्या सुरक्षा यंत्रणेनं विरोध केलाच, तर हे तालिबानी त्यांना ठार करत. इराणच्या सीमेवर अशा अनेक चकमकी घडल्या होत्या.

पुढे १९९८ साली अध्यक्ष बिल क्लिंटन यांनी चांगलीच तंबी दिल्यावर पाकिस्तानी कारवायांना जरा खीळ बसली; पण तोपर्यंत व्हायचं, ते नुकसान झालं होतं. इतरांना खड्ड्यात घालताना पाकिस्तानही खड्ड्यात जायची वेळ आली. कारण खुद्द पाकिस्तानात मोठ्या प्रमाणावर गर्दुल्ले वाढले. १९७९ सालच्या सुमारास पाकिस्तानात अशा हेरॉईन व्यसनींची नोंद नव्हती. पुढच्या सहा वर्षांत असे सात लाख व्यसनी एकट्या पाकिस्तानात आढळले. सुरुवातीला या प्रदेशात व्यापाराच्या निमित्तानं अंमली पदार्थ येत. पण नंतर नंतर यातला बराच मोठा साठा याच प्रदेशात जिरवला जायला लागला. एकूण साठ्यापैकी निर्यात होत होती ४० ते ४२ टक्क्यांची. राहिलेला ५८ ते ६० टक्के साठा याच प्रदेशात संपायला लागला. १९९० सालापर्यंत पाकिस्तानात गर्दुल्ल्यांची संख्या ३० लाखांपर्यंत गेली आणि १९९५ सालापर्यंत हा आकडा ५० लाखांपर्यंत पोहोचला. पलीकडे इराणात याच काळात सव्वा कोटी गर्दुल्ले नोंदले गेले होते. ही भयंकर परिस्थिती लक्षात घेऊन इराणनं लष्करात अंमली पदार्थांच्या विरोधात एक खास तुकडीच तयार केली. सीमेवरही असे विशेष प्रशिक्षित सुरक्षारक्षक इराणनं तैनात केले. हेतू हा, की काहीही करून ही अंमली पदार्थांची आयात रोखायची. या काळात वास्तविक तालिबान्यांवर दबाव आणून, त्यांना पैशाची लालूच दाखवून ही अफू लागवड रोखण्याचे प्रयत्न सुरू होते.

सुरुवातीला पैशाच्या मोबदल्यात अफूचा नायनाट करायची तयारी तालिबानी

दाखवत होते. त्यांना ओसामा बिन लादेन येऊन मिळाला आणि मग चित्र बदललं. आता तालिबान्यांनी पैशाच्या बरोबरीनं आणखी एक मागणी केली, अफूची साथ सोडण्यासाठी ते म्हणू लागले, 'आमच्या राजवटीला मान्यता द्या, आम्ही अफू सोडतो'. हे म्हणजे रोगाइतकाच इलाजही भयंकर. त्या काळात यूनोच्या अंमली पदार्थविषयक समितीनुसार पाकिस्तान आणि अफगाणिस्तान मिळून अफूच्या तस्करीत तब्बल ५,००० कोटी रुपयांची उलाढाल करत असावेत. यातला बराच मोठा वाटा 'तालिबान'साठी खर्च होत होता. 'तालिबान' या उत्पन्नातून देश चालवत होता आणि संरक्षणासाठी आवश्यक ती शस्त्रास्त्रं घेत होता. पुढे पुढे तर अफगाणिस्तानच्या सर्वच्या सर्व ३४ प्रांतांत मोठ्या प्रमाणावर अफू लागवड होऊ लागली. जवळपास २३ लाख शेतकरी अफगाणी कुटुंबं त्यात गुंतली. अफगाण अर्थव्यवस्थेची गाडीही अफूसेवनावर सुरू राहिली. ती इतकी फळफळली, की अफूच्या शेतात काम करणाऱ्याला दिवसाला ४०० रुपयांपर्यंत मजुरी मिळू लागली. इतर सरकारी, खाजगी ठिकाणी दिवसभर घाम गाळला, की जेमतेम ४० रुपये मिळत. त्या तुलनेत ४०० रुपये म्हणजे चैन होती. यूनोच्या आकडेवारीनुसार अफगाणिस्तानातील अफूची, ओपियम वा हेरॉईनची वार्षिक उलाढाल २८० कोटी डॉलर्स इतकी आहे. याच अहवालानुसार अफगाणिस्तानातल्या एकूण अफू उत्पादनापैकी ८० टक्क्यांचं हेरॉईन बनतं आणि जगातल्या अनेक बड्या शहरांत ते पुरवलं जातं.

आणि हे सगळं अमेरिकेला माहीत होतं. पण जॉर्ज बुश यांच्या सरकारात या अफूचं नक्की काय करायचं, याबाबत तीव्र मतभेद होते. सुरक्षा सल्लागार काँडोलिसा राईस आणि परराष्ट्रमंत्री पॉवेल या अफूला आळा घालावा, या मताचे होते. त्यांच्या मते अफूचा परिणाम अफगाणिस्तानातल्या अमेरिकी सैनिकांवरही अप्रत्यक्षपणे होत होता. अफूतून येणाऱ्या पैशातून तालिबानी अद्ययावत शस्त्रास्त्रं खरेदी करत असल्यानं अमेरिकेविरोधातली धार काही कमी होत नाहीय, असं त्यांचं म्हणणं होतं. पण त्यांचे माजी सहकारी डोनाल्ड रुम्सफेल्ड हे मुळात अफूची समस्या अमेरिकेनं लक्ष घालावं इतकी मोठी आहे, हेच मानायला तयार नव्हते. ही अफूशेती नष्ट करण्यासाठी केवळ श्रीमती राईसच नाही, तर जी-८ गटातल्या अनेक देशांनी अमेरिकेकडे लष्करी मदत मागितली. पण हेकट रुम्सफेल्ड यांनी शेवटपर्यंत ती दिली नाही. याचा परिणाम काय झाला? गेली दोन वर्षं अफगाणिस्तानातल्या अफू उत्पादनात भयानक वाढ झाली आहे. २००६ साली अफगाणिस्तानात ६,१०० टन इतकं विक्रमी अफू उत्पादन झालं. पण हा

विक्रम पुढच्याच वर्षी मोडला गेला. २००७ साली अफू ८,२०० टन इतकी पिकली. जगाच्या एकूण अफू उत्पादनापैकी ९३ टक्के उत्पादन आहे हे. २००५ साली साऱ्या अफगाणिस्तानात जेवढं उत्पादन होत होतं, तेवढं उत्पादन पुढच्याच वर्षी एकट्या हेल्मंड प्रांतातूनच व्हायला लागलं, यावरून कल्पना येईल, किती वेगानं अफू वाढतेय. आणि आता अमेरिका आणि युरोप या अफूचा प्रसार कसा रोखता येईल, याच्या उपायांची चर्चा करतायत. २००५ ते २००७ या काळात अमेरिकेनं सरासरी १०० कोटी डॉलर्स वर्षाला खर्च केले, अफूचा वापर रोखण्याच्या विविध उपायांवर. इतकाच पैसा युरोपनंही खर्च केला. पण परिस्थितीत काहीही सुधारणा नाही. आता तर ती आणखीनच चिघळेल, अशी लक्षणं आहेत; कारण मध्यंतरी होऊन गेलेल्या अफगाणिस्तानातल्या निवडणुकांत विजयी झालेले २४ लोकप्रतिनिधी हे प्रत्यक्ष अंमलीपदार्थ सम्राट आहेत. अफगाणिस्तानातही आता अफूसेवन वाढतंय. २००५ साली अफगाणींनी जवळपास ८० टन हेरॉईन देशातल्या देशातच संपवलं. पावणे दोन लाख पुरुष आणि किमान ३५ हजार महिला अफगाणिस्तानात गर्दुल्ले म्हणून नोंदले गेलेत आणि या साऱ्यांवर उपचार करायचे, तर तीही सोय नाही अफगाणिस्तानात. साऱ्या देशात मिळून जेमतेम डझनभर व्यसनमुक्ती केंद्रं आहेत त्या देशात.

या अंमली पैशामुळे अफगाणिस्तानला स्वत:ची अशी राजमान्य अर्थव्यवस्थाच उभी करता आलेली नाही अजून. अध्यक्ष हमीद कारझाईंना या अफूलॉबीचा मोठा विरोध सहन करावा लागतोय. अर्थात ते काही यातले नाहीत, असं नाही. पण आता अमेरिकेच्या दडपणाखाली का होईना, विकास कामं राबवू पाहणाऱ्या कारझाईंना पदोपदी या अफूसम्राटांना तोंड द्यावं लागतं. त्यांच्या मंजुरीशिवाय साधीसाधी कामंही पूर्ण करता येत नाहीत. या अफूतून येणाऱ्या पैशाचा दुसरा गंभीर परिणाम असा झालाय, की लोकांना आता इतर कामांत रसच नाही. कोणतीही इतर कामं केली, तरी अफूइतका पैसा कुठेच मिळत नाही. त्यामुळे अन्य कामांसाठी अफगाणिस्तानात आता माणसंच मिळत नाहीत. या वस्तुस्थितीमुळे खुद्द अफगाण सरकारच अफूचा वापर चलनासारखं करत असावं, असा अनेक अफगाण अभ्यासकांचा संशय आहे. इतर देशांत पैसे कमी पडले, की सरकारपुढे नोटा छापण्याचा पर्याय असतो. अफगाणिस्तानात हा पर्याय असतो अफूचा. आत्मघातकी हल्ल्यांत बळी पडलेल्यांपासून ते सैनिकांसाठी आधुनिक शस्त्रास्त्रं विकत घेण्यापर्यंत सगळ्या कामांसाठी अफूचा पैसा वापरला जातोय. आणि हे सारं या एकाच देशापुरतं मर्यादित नाही. सारा मध्य आशियाच त्यामुळे अस्थिर बनलाय.

अफगाणिस्तानच्या आसपासच्या सगळ्याच देशांच्या अर्थव्यवस्था या अफूच्या पैशानं पोखरल्या गेल्या आहेत.

अफूचा उगम आणि या देशांमधली राजकीय अस्थिरता यांचा थेट संबंध आहे. या संदर्भात काही इस्लामी अतिरेकी संघटनांवर लक्ष ठेवायला लागणार आहे. यातली एक म्हणजे 'इस्लामिक मूव्हमेंट ऑफ उझबेकिस्तान'. 'आयएमयू'. या देशातला बंडखोर धार्मिक नेता जुमा नामागनी आणि तोहीर युल्दशेव हे दोघे हिचे संस्थापक. १९९८ साली या संघटनेची स्थापना होत असताना तिचं लक्ष्य होतं तत्कालीन उझबेक अध्यक्ष इस्लाम करिमाव्ह यांना हटवणं. त्यांनी अनेक धर्मवाद्यांना तुरुंगांत टाकलं होतं. त्यामुळे त्यांच्यावर मुल्ला-मौलवींचा फार राग होता. यातली गंभीर बाब अशी, की हा जो नामागनी आहे, त्याचे थेट संबंध आहेत, ते 'अल् कायदा'शी. यानं 'अल् कायदा'चा कार्यक्रम राबवणारी आपली स्वतंत्र संघटना स्थापन केल्यावर पहिल्या दोन वर्षांतच याला 'अल् कायदा'कडून साडेतीन कोटी डॉलर्सची मदत मिळाली. या नामागनीचा दबदबा एवढा, की त्याचा सत्कार खुद्द ओसामाच्या हस्तेच करण्यात आला. या सत्कारात त्याला दोन कोटी डॉलर्सची थैली देण्यात आली. हा सगळा पैसा शस्त्रास्त्र खरेदीसाठी वापरला गेला.

मध्य आशियातल्या अनेक देशांना कवेत घेणारं जे फरगना खोरं आहे, तिथे या संघटनेचा चांगला राबता आहे. हेच खोरं ताब्यात घेण्याचा प्रयत्न आहे नामागनीच्या बंडखोरांचा. १९९८ सालापासून अनेकदा तिथे हिंसक चकमकी झडल्यात. या परिसरात कामासाठी आलेल्या अनेक परदेशी नागरिकांचं अपहरण झालंय. इथे लढा सुरू असताना दुसरीकडे नामागनीचं आणखी एक महत्त्वाचं काम सुरू होतं. तालिबान्यांसाठी मुजाहिदीन गोळा करण्याचं. पुढे २००१मध्ये अमेरिकेनं अफगाणिस्तानवर हल्ला केल्यावर नामागनी आणि त्याची सेना तालिबान्यांच्या खांद्याला खांदा लावून लढली. याच लढ्यात नामागनी मारला गेला, असं म्हणतात. त्याची संपूर्ण कारकिर्द चालली, ती अफूच्या आणि अन्य अंमली पदार्थांच्या पैशावर. अफगाणिस्तान, ताजिकिस्तान, किरगिस्तान आणि अर्थातच उझबेकिस्तान आदी देशांत याचं मोठं जाळं होतं. त्याच्याद्वारे अंमली पदार्थांची वाहतूक मोठ्या प्रमाणावर होत होती. याच्याच काळात 'आयएमयू' ही अफूच्या व्यापारातील महत्त्वाचा दुवा ठरली होती. अफगाणिस्तानात पिकणाऱ्या अफूपैकी निम्मी अफू एकट्या 'आयएमयू'कडून हाताळली जात होती.

यातून येणाऱ्या पैशातला मोठा वाटा जात होता चेचेन बंडखोरांना. यांचा

रशियाविरोधात मोठा लढा सुरू आहे. त्या लढ्याला लागणारा पैसा आणि शस्त्रसामग्री येतेय अफूतून. त्यासाठी अफूपासून अतिमहाग हेरॉईन तयार करण्याच्या अनेक प्रयोगशाळा 'आयएमयू'नं या परिसरात सुरू केल्या. २००१ साली रशियन सैनिकांनी अफगाणिस्तान-ताजिकिस्तान सीमेवर जवळपास अडीच टन कच्चं ओपियम पकडलं होतं. हे सगळं ताजिकिस्तानात जाणार होतं आणि नंतर पुढे आंतरराष्ट्रीय बाजारात विकलं जाऊन त्यातला पैसा चेचेन बंडखोरांकडे जाणार होता. ताजिकिस्तान आणि अफगाणिस्तान यांच्यातली राकट डोंगरदऱ्यांतली ७५० किलोमीटर लांबीची सीमारेषा लक्षात घेता ही चोरटी वाहतूक रोखणं किती अवघड आहे, हे कळेल. रशिया जेव्हा अखंड सोव्हिएत युनियन होता, तेव्हा २० हजार सैनिकांच्या तुकडीचा पहारा या सीमेवर जागता होता. पण सोव्हिएत युनियनचं विभाजन होऊन अनेक छोटेछोटे देश तयार झाले. त्यांना दोन वेळच्या जेवणाची मारामार. त्यांच्याकडे कुठे असायला रशियासारखं सैन्य! त्यामुळे या देशांच्या सीमा फक्त कागदावरच उरल्यात. अंमली पदार्थांच्या व्यापाऱ्यांनी सगळं अगदी पोखरून टाकलंय. त्यामुळे जेमतेम ६० लाख लोकवस्तीच्या ताजिकिस्तानात लाखभर गर्दुल्ले आहेत. या देशाचा अंमली पदार्थविरोधी यंत्रणेचा प्रमुख गाफर मिर्झोयेव हाच २००४ साली अंमली पदार्थांची चोरटी वाहतूक करताना पकडला गेला म्हटल्यावर आता काय राहिलं? 'इंटरपोल'नं त्याची चौकशी केल्यावर निष्पन्न झालं, ते आणखीनच धक्कादायक होतं. या मिर्झोयेवनं या पैशातून मोठी शस्त्रखरेदी म्हणजे अगदी विमानवेधी तोफा वगैरे केली होती. ही सगळी पुढे 'अल् कायदा'च्या स्वाधीन केली गेल्याचं आढळलं. किरगिस्तान, उझ्बेकिस्तान आणि ताजिकिस्तान या तीन देशांत 'हिज्ब उत् ताहिर' हा आणखी एक जिहादी पक्ष वाढलाय. अफूच्याच जोरावर. त्यात याचं वेगळेपण असं, की तो फक्त सुन्नींच्याच भल्याचा विचार करतोय. या देशात बऱ्यापैकी शिया मंडळीही आहेत. त्यांना जगू द्यायला ताहिरचा विरोध आहे. कम्युनिस्ट, अन्य पक्षीय यांच्याशी लढता लढता ताहिरनं शियांविरोधातही जिहादची हाक दिली आहे.

हे तर काहीच नाही. तुर्कमेनिस्तान तर यापेक्षा भारी निघाला. ९/११ घडल्यानंतर या देशाचे अध्यक्ष सापरमुरत नियाझोव यांच्या कार्यालयातलेच वरिष्ठ अधिकारी अंमली पदार्थांच्या व्यापारात गुंतल्याचं आढळलं. म्हणजे त्यांचा अगदी स्वीय साहाय्यक वगैरेही. आता अध्यक्षच यामागे होते किंवा काय, हे माहीत नाही. पण असले, तरी आश्चर्य वाटायचं काही कारण नाही. या देशाला भेट देणाऱ्यांनी लिहून ठेवलंय, की राजधानी अश्गाबातमधल्या पंचतारांकित हॉटेलात उघडपणे

अंमली पदार्थ पुरवले जातात. म्हणजे एक चहा मागवला, की नंतर बडीशेपेच्या ऐवजी बशीतून सुगंधी अफू वगैरे देत असावेत.

या अंमली पदार्थांच्या व्यापाराचं जाळं अगदी भूगोल व्यापून दशांगुळं उरलंय. पलीकडच्या किरगिस्तान परिसरानं अफूच्या चीनमधल्या चंचुप्रवेशासाठी मार्ग उपलब्ध करून दिलाय. इथून अफू थेट चीनमधल्या झिनजियांग परिसरात उतरते. त्याचमुळे चीनचा हा परिसर गर्दुल्ल्यांचा अड्डा बनलाय. त्यात गंभीर बाब म्हणजे सोव्हिएत युनियनचं विघटन झाल्यानंतर या परिसरातल्या गर्दुल्ल्यांच्या संख्येत थेट दहा पटींनी वाढ झालेली आहे. सोव्हिएत युनियनचे तुकडे झाल्यानंतर इराणमध्येही व्यसनाधीनता वाढलीय. १५ वर्षांवरच्या मुलांमधले तीन टक्के या गर्दच्या विळख्यात अडकल्याचं नुकतंच निष्पन्न झालंय. इराणमधल्या तुरुंगांत २००५ सालात १ लाख ८० हजार कैदी होते. त्यातले निम्म्यापेक्षा जास्त हे अंमली पदार्थांबाबतच्या वेगवेगळ्या गुन्ह्यांसाठी शिक्षा भोगतायत. खरं तर या देशानं आपल्या अफगाण सीमेवर कुंपण घातलंय, इलेक्ट्रॉनिक यंत्रांद्वारे लक्ष ठेवलं जातंय. पण अफू आणि हेरॉईनचा व्यापार काही आटत नाही. १९९० सालापासून तीन हजार इराणी सैनिकांचे प्राण या अंमली पदार्थांच्या माफियांशी लढण्यात गेलेत.

आणि खुद्द पाकिस्तानात काय वेगळी परिस्थिती आहे? १९७९ साली हा देश हेरॉईनमुक्त होता. त्या वर्षी रशिया अफगाणिस्तानात घुसला आणि रशियाला अपशकून करण्याच्या नादात पाकिस्ताननं आपल्या पायावरही धोंडा पाडून घेतला. पुढच्या पाच वर्षांत पाकिस्तानात साडेसहा लाख गर्दुल्ल्यांची नोंद केली गेली. १९९२ सालापर्यंत हा आकडा ३० लाखांवर गेला. २००० साली ५ लाख गर्दुल्ले पाकिस्तानच्या रस्त्यारस्त्यांवर भिरभिरत होते. याच टप्प्यावर आपला दाऊद इब्राहिम पाकिस्तानला उपयोगी ठरतोय. त्याचा पुरेपूर वापर पाकिस्ताननं केलाय. पुढे पाक परिस्थिती इतकी गंभीर झाली, की तो दहशतवाद गेला बाजूलाच. अमेरिकेला पाकिस्तानातील वाढत्या व्यसनाधीनतेवर धोक्याचा इशारा द्यावा लागला. आता तर काय, काही फारसं बोलण्यासारखं राहिलेलं नाही. अख्खा वायव्य सरहद्द प्रांत या अफूवर जगतोय. एक समांतर अशी अफूयंत्रणाच तयार झालीय त्या देशात. इतकी मजबूत, की सरकारचीही हिंमत होत नाही तिला हात लावायला. आजमितीला या एका परिसरातच सुमारे १६ हजार एकरांत अफूची बोंडं मोठ्या आनंदानं डोलतायत.

हे सगळं याच परिसरांपुरतं मर्यादित आहे, असं अजिबात नाही. या अफूला

बरेच पाय फुटलेत. इराणमधून निघणारी अफू चोरट्या मार्गानं सीरिया आणि लेबनॉनच्या मार्गानं पुढे जाते. या देशांतून पुढे भूमध्य समुद्रातून युरोपीय बाजारपेठेत जाते अफू. तिकडे कुर्द, अरब, बलुची यांच्यासाठीही हाच मार्ग असतो अफूचा. साहजिकच या देशांतल्या दहशतवादी संघटनांना अफूचा मोठा आधार आहे किंवा अफूला या संघटनांचा आधार आहे. यांतली प्रमुख आहे 'हेजबोल्लाह'. परमेश्वराचा पक्ष म्हणून स्वत:ला जाहीर करणाऱ्या 'हेजबोल्लाह'चे हात मोठ्या प्रमाणावर अफूच्या चोरट्या व्यापारात गुंतलेत. लेबनॉन ही 'हेझबोल्लाह'ची जन्मभूमी. हिला पाठिंबा आहे तो इराणचा. म्हणजे अर्थातच शियांच्या हितसंबंधांवर दावा सांगणारी ही संघटना. अफूच्या व्यापारातून येणारा पैसा ती वापरते मुख्यत: इस्त्रायलच्या विरोधात. पर्शियन आखातात आणि पुढे तुर्कस्तानपर्यंत अफू आणि हेरॉईनचा पुरवठा ही या संघटनेची मक्तेदारी आहे. पुढे अगदी रुमानियापर्यंत या संघटनेचे अफूचे ग्राहक आहेत. तिथे कॉन्स्टंटा बंदरात अफू उतरवली जाते. नंतर ट्रकमधून हंगेरी आणि नंतर इटली, फ्रान्सपर्यंत तिची पाळंमुळं गुंतली आहेत. या परिसरातल्या माफियांशी 'हेझबोल्लाह'चा थेट संबंध आहे. याच्या जोडीला कॅनबीज नावानं ओळखला जाणारा अंमली पदार्थ पिकवण्यात 'हेझबोल्लाह'च्या अमलाखालील प्रदेश आघाडीवर आहेत. हे पीक सीरिया आणि लेबनॉनच्या परिसरांत घेतलं जातं. 'हेझबोल्लाह'च्या या उद्योगाबद्दल इस्त्रायलनं आतापर्यंत बरीच आरडाओरड केली आहे. नाहीतरी 'हेझबोल्लाह'शी इस्त्रायलची नेहमीच मारामारी चाललेली असते. 'हेझबोल्लाह'चा हा उद्योग हे त्यातलं एक कारण.

हे सगळं एवढ्यापुरतंच मर्यादित नाही. खाली पूर्वेला फिलिपाइन्समधला 'अबू सय्याफ' हा कडवा दहशतवादी गट याच अफूच्या जोरावर मोठा झालाय. त्या परिसरात थायलंड, फुकेत, मलेशिया, इंडोनेशिया आदी देशांत अफू आणि अन्य अंमली पदार्थांचा व्यापार मोठ्या प्रमाणावर वाढला, याचं श्रेय जातं ते 'अबू सय्याफ'ला. 'हरकत उल् अल् इस्लामिया' या दुसऱ्या नावानंही 'अबू सय्याफ' गट ओळखला जातो. एके काळी नाहीतरी हा सारा परिसर अंमली पदार्थांच्या व्यापारात मध्यवर्ती होता. पुढे अफगाणिस्ताननं त्याचं हे स्थान हिरावून घेतलं. पण तात्पुरतं. 'अबू सय्याफ'च्या कृपेनं पुन्हा एकदा या परिसराला आपली हरवलेली नशा सापडलीय. फरक इतकाच, की पूर्वी इथे फक्त अंमली पदार्थांची नशाच होती. आता तिला धर्माची जोडही मिळालीय. इथल्या मुसलमानबहुल मिंदानो बेटावर पूर्णपणे इस्लामी सत्ता स्थापणं हे त्याचं ध्येय. अफगाण संघर्षात रामझी युसूफ – 'वर्ल्ड ट्रेड सेंटर'वरच्या हल्ल्यातला – आणि 'अल् कायदा'चा महंमद जमाल

खलिफा – हा ओसामाचा मेहुणा – याच्याशी ‘अबू सय्याफ’चा संबंध आला आणि बघता बघता पूर्वेकडच्या देशांत इस्लामी दहशतवाद पसरला.

आता तो सगळीकडेच हाताबाहेर गेलाय. हे आता सगळ्यांना जाणवतंय. त्यामुळे अफगाणिस्तानमधला रशियाविरोधी लढा, कम्युनिझम संपवण्याची काल्पनिक लढाई याची किती किंमत किती काळ द्यावी लागणार आहे, याचं उत्तर शोधायची गरजही अनेकांना वाटू लागलीय. शत्रुत्व घेताना त्याचं उद्दिष्ट काय, यातून आपल्याला अंतिमत: कोणत्या मार्गानं काय साध्य करायचंय, याचा विवेक ठेवण्याची गरज असते. तो जेव्हा सुटतो, तेव्हा हे असं होतं.

या प्रश्नांच्या भाऊगर्दीत एक प्रश्न महत्त्वाचा असूनही सर्वसामान्यांपासून दुर्लक्षित राह्यलाय. इस्लामिक बँकिंग. धर्माला नको त्या अर्थानं अर्थाची साथ मिळाली, की काय अनर्थ होतो, याचं एक उदाहरण.

⟐

बँकांचं ब्रदरहुड

आपण कोणत्याही स्त्रीला दोन मिनिटांत वश करू शकतो, असा एखाद्या पुरुषाचा दावा असेल आणि तसं तो बोलून दाखवत असेल, तर त्याला ते बोलू आणि करू द्यावं. इतरांनी त्यात मध्ये पडायचं अजिबात काही कारण नाही. असा दावा करणारा पुरुष आणि ती स्त्री यांच्यातल्या उभयान्वयी अव्ययाचा तो प्रश्न आहे. अर्थात हे खरं, की हे विधान सर्वसाधारण परिस्थितीत ठीक आहे. पण कधीतरी असा विचार करणाऱ्याबाबत प्रश्न पडू शकतो. असा प्रश्न पडतो, तो हा दावा करणारा पुरुष जेव्हा शौकत अझीझ असतो आणि ज्या स्त्रीपुढे हे निर्लज्ज प्रतिपादन तो करतो, ती कॉंडोलिसा राईस असते, तेव्हा. त्यातही अधिक काळजीची बाब म्हणजे शौकत अझीझ हे आपला सहोदर पाकिस्तानचे पंतप्रधान असतात आणि श्रीमती राईस असतात जगातल्या एकमेव महासत्तेच्या परराष्ट्रमंत्री.

२००५ साली घडलेल्या या प्रसंगात अझीझ यांचीच नुसती अब्रू गेली, असं नाही, तर त्यांच्या जोडीला मान खाली घालावी लागली 'सिटी बँके'ला. या बलाढ्य बँकेचे एके काळी ते उपाध्यक्ष होते. इस्लामी बाजारपेठ, त्यातला प्रचंड पैसा आणि अर्थातच फायदा डोळ्यांपुढे ठेवून अनेक बड्या अमेरिकन बँकांच्या तोंडाला पाणी सुटलं. ही बाजारपेठ वश करण्यासाठी आणि तसं करताना मुसलमान दुखावले जाऊ नयेत, यासाठी या बँकांनी आपल्या बँकिंग व्यवहारात शरियानुसार काही महत्त्वाचे बदल करायचा निर्णय घेतला. असं करणाऱ्यांमधली पहिली 'सिटी बँक'. या बँकेनं पहिल्यांदा मुसलमान ग्राहकांसाठी इस्लामी बँकिंगची शाखा सुरू केली. तिचे पहिले प्रमुख होते हे माननीय शौकत अझीझ. जनरल परवेझ मुशर्रफ यांच्या

शौकत अझीझ : आपल्या उच्चपदाची अब्रू घालवणारे पाकिस्तानचे बढाईखोर पंतप्रधान

काळात २००४ साली ज्यांना पंतप्रधानपद मिळालं, तेच हे अझीझ. बारमाही ठेवणीतले कपडे, झोकदार व्यक्तिमत्त्व, कोरीव इंग्रजी या जोरावर 'लेडीज मॅन' म्हणून ओळखले जाणारे अझीझ स्वत:च्याच कायम प्रेमात पडलेले. ही त्यांची स्वप्रेमाची तसबीर श्रीमती राईस यांनी खळकन फोडली. इस्लामी देशांनी अमेरिकी बँकांच्या स्वप्नांचंही हे असंच केलं.

धर्माला वाढवायचं असेल, तर मागे पैशाचं चांगलं भरभक्कम बळ लागतं. १९२८ साली 'ब्रदरहुड'ची स्थापना करणाऱ्या हसन अल् बन्ना याला याची पूर्ण कल्पना होती. इस्लामचा प्रसार करायचा असेल, तर आपल्या हातात वित्तीय संस्था हव्यात, हे या गृहस्थानं पूर्वीच ओळखलं होतं. 'कोणत्याही लढ्यामध्ये वित्तपुरवठा महत्त्वाचा ठरतो. त्याचमुळे त्यावर जोपर्यंत नियंत्रण येत नाही, तोपर्यंत आपल्या लढ्यावर आपलं पूर्ण नियंत्रण येऊ शकत नाही', असं बन्ना म्हणायचा. त्यानुसार विचार करत बन्नानं राजकीय, आर्थिक आणि वित्तीय या तीनही अंगांनी आपल्या संघटनेची बांधणी केली. त्यामुळेच 'ब्रदरहुड' ही काही नुसती गावगुंडांची संघटना बनली नाही. त्याच्याच इच्छेला पुढे भरघोस फळं लागली. इस्लामी बँका म्हणून उदयाला आलेल्या या संस्थांनी दहशतवादाला पैशाचं खतपाणी घातलं. 'जिहादमध्ये गुंतलेल्या मुजाहिदीनांसाठी दिलेला निधी ही काही देणगी किंवा भेट नाही, तर ते प्रत्येक मुसलमानाचं कर्तव्यच ठरतं', इतक्या स्वच्छ शब्दांत अलीकडच्या काळात आर्थिक जिहादची संकल्पना मांडण्यात आलेली आहे. याचं मूळ आहे आपल्या धर्मासाठी आपल्या बँका हव्यात, या विचारधारेत आणि फायद्यासाठी

आंधळेपणानं या विचारधारेच्या मागे धावण्यात.

या इस्लामी बँकिंगचा पाया घातला गेला १९६० साली. इराकमधले शियापंथीय धर्मगुरू अयातोल्ला महंमद बक्र अल सद्र यांचं एक पुस्तक प्रकाशित झालं त्या वर्षी. 'आपलं अर्थशास्त्र'... (Iqtisaduna) इस्लामी बँकिंगमधलं हे बायबल. दहाच वर्षांपूर्वी त्यांनी इराकमध्ये 'अल् दवा' नावाचा इस्लामी दहशतवादी पक्ष स्थापन केला होता. यावरून त्यांचे विचार काय होते, ते कळू शकेल. बगदादमधल्या डाव्या, कम्युनिस्ट प्रभावाच्या विरोधात या 'अल् दवा'नं लढ्याची हाक दिली. त्या काळात इराकमध्ये डाव्या चळवळीच्या प्रेमात अनेक जण पडत होते. विशेषत: तरुण. ही सगळी मंडळी बाथ पक्षाकडे आकर्षित होत होती. पुढे इराकवर राज्य गाजवणारे सद्दाम हुसेन याच पक्षाचे. इजिप्तमध्ये गमाल नासर यांचं समाजवादी गारूड अनेकांच्या डोक्यात रुंजी घालत होतं. या नासरप्रेमी प्रवाहाची दिशा बदलण्याचं काम 'अल् दवा'ला करायचं होतं. सुन्नींच्या या देशात शियांना सापत्नभावाची वागणूक मिळत होती, त्यांना मतदानाचाही हक्क नव्हता. ही सगळी शिया मंडळींची नाराजी बाथ पक्षाकडे एकवटत होती. महंमद बक्र यांना मोठी चिंता होती याची. त्यातूनच त्यांनी एकदम उजवीकडे वळण घेतलं. त्या वेळी अनेक इराकी धर्मगुरू हे ब्रिटिशांच्या खिशात होते. त्यातही नज्फ आदी संवेदनशील शहरांतील मुल्ला-मौलवींच्या निष्ठा इंग्रजांनी विकत घेतल्या होत्या. ब्रिटिश गुप्तहेर यंत्रणेकडून त्यांना महिन्याच्या महिन्याला पाकिटं जायची. याचाही फायदा महंमद बक्र यांना झाला. इंग्रजांनाही या परिसरात स्वतंत्र विचारांच्या नासरवादी मंडळींची वाढ झालेली नकोच होती. त्यामुळे या मुल्ला-मौलवींना इंग्लंडनं अधिकच उत्तेजन द्यायला सुरुवात केली. आणखी एक नासरविरोधी, उजवा राष्ट्रवादी घटक या मंडळींना येऊन मिळाला. 'ब्रदरहुड'. आता वास्तविक या 'ब्रदरहुड'मध्ये प्राधान्यानं होते सुन्नी. एरवी ते शिया मंडळींशी कचाकचा भांडत. पण कम्युनिस्टांना विरोध करण्यासाठी या दोघांनी हातमिळवणी केली. १९६० साली शिया-सुन्नी या दोघांनी मिळून एक नवाच सुभा मांडला. 'इस्लामिक पार्टी' नावानं. या पार्टीनं इराक सरकारवर जोरदार हल्ला चढवला. याच काळात इस्लामच्या अंगानं स्वतंत्र सामाजिक, आर्थिक विचार मांडले, ते सैय्यद कुत्ब यानं. हा इजिप्तमधला. 'ब्रदरहुड'चा सहानुभूतिदार आणि कडवा इस्लामवादी. यानंही इस्लामची अशी स्वतंत्र अर्थव्यवस्था उभी राहायला हवी, असं ठासून सांगितलं. हा इतका अतिरेकी होता, की १९६६ साली इजिप्तला त्याला फाशी देऊन शांत करावं लागलं. या मंडळींचा राजकीय हल्लाबोल आणि महंमद बक्र यांनी मांडलेलं

'आपलं अर्थशास्त्र'... यामुळे पहिल्यांदाच राजकीय-धार्मिक विचाराला अर्थविचाराची जोड मिळाली. यातून प्रेरणा घेतली राजे फैझल यांचा मुलगा राजपुत्र महंमद अल् फैझल यानं. आपला चुलतभाऊ राजपुत्र फाहद – जे नंतर राजे झाले – यांचा मेहुणा सालेह कामेल याला त्यानं बरोबर घेतलं. या दोघांनी मिळून मग महंमद बक्र यांच्या अर्थविचारावर आधारित इस्लामी बँक उभारण्याचं चांगलंच मनावर घेतलं. अशा बँकेच्या संकल्पना समजावून सांगण्यासाठी त्यांनी सगळा पश्चिम आशिया पिंजून काढला. अशी बँक उभी राहावी, यासाठी त्यांनी चांगलीच वातावरणनिर्मिती केली. पण या त्यांच्या प्रयत्नांना फळ लागलं, ते इजिप्तमध्ये.

अहमद अल् नज्जर हा मूळचा इजिप्तचा. जर्मनीत शिकून आलेला. त्यानं इस्लामी तत्त्वांवर आधारित अशी बँक काढली १९६३ साली. 'मित घम्र' (Mit Ghamra) या नावानं. बँकिंग क्षेत्राच्या निकषांनुसार स्थापन झालेली ही पहिली इस्लामी बँक. पण तिच्या जन्माची घोषणा वगैरे काही झाली नाही. तिचं काम सुरू झालं चोरून. म्हणजे ती संस्था म्हणून उघड होती. पण आपण इस्लामी बँक चालवत आहोत, हे काही या नज्जर यानं सरकार आणि सर्वसामान्य जनता या दोघांनाही सांगितलं नाही. इथे नासरवादाची हवा जोरात होती; आणि त्यात नज्जर हा 'ब्रदरहुड'चा कट्टर पाठीराखा. त्यामुळे त्यानं आपले लागेबांधे गुप्तच राखणं पसंत केलं. हा 'ब्रदरहुड'ला इतका जवळचा होता, की बँकिंगवरच्या त्याच्या पुस्तकाला प्रस्तावना जमाल अल् बन्ना यानं लिहिली. 'ब्रदरहुड'चा संस्थापक हसन अल् बन्ना याचा हा भाऊ. यामुळेही असेल, पण त्यानं आपलं उद्दिष्ट गुप्त राखलं, हे खरं. एक तर त्या काळात नासर आणि 'ब्रदरहुड' यांचे संबंध ताणलेले होते. परत इतकं इस्लाम इस्लाम करत बसणं नासर यांच्या राजकीय भूमिकेत बसत नव्हतं. काहीही असो. पण नज्जर हा आजच्या अर्थानं इस्लामी बँकिंगची भूमिका पहिल्यांदा मांडणारा. त्याला आर्थिक अर्थानं बँकिंग अभिप्रेत नव्हतं. त्याचा भर होता तो धर्मावर. 'आजच्या समाजात इस्लामची पुसट होत चाललेली ओळख मिळेल त्या मार्गानं टिकवायला हवी – आपलं बँकिंग हा त्यातलाच एक मार्ग –' असं त्यानं आपल्या पुस्तकात लिहिलं. धर्माचं असं तत्त्वज्ञान तो मांडत असल्यानं त्याला मुल्ला-मौलवींचा उदंड पाठिंबा मिळाला. 'ब्रदरहुड'च्या जवळपास सगळ्याच नेत्यांचे पैसे याच बँकेत असायचे. एका अर्थानं 'ब्रदरहुड'च ही बँक चालवत होती. सुरुवातीला तिचा चांगलाच प्रसार झाला. जवळपास ९ शाखांतून अडीच लाख खातेदार होते या बँकेचे. आता इतका विस्तार होताना तिचे 'ब्रदरहुड'शी असणारे संबंध थोडेच लपून राहणार. ते झाले उघड. त्याबरोबर

नासर हात धुऊन मागे लागले या बँकेच्या. इतके, की १९६७ साली ही बँक अखेर बंदच पडली. इस्लामी बँकिंगचा पहिला प्रयोग हा असा वाळवंटार्पणमस्तु झाला.

पण नज्जरनं आपला मुद्दा सोडला नाही. नासर अटक करायला निघाल्यावर तो सुदानमध्ये पळाला. तिथे त्याचा संबंध आला हसन तुराबी याच्याशी. पण त्या वेळी नज्जरचं नशीबच वाईट होतं. सुदानमध्ये नासर यांचा पाठीराखा जाफर नुमैरी याची सत्ता आली. त्यामुळे नज्जरला सुदानही सोडून जावं लागलं. नंतर परत तो जर्मनीला गेला. मलेशिया, सौदी अरेबिया, अरब अमिराती... अशा अनेक ठिकाणी तो भटकत राहिला. पण इस्लामी बँकिंगचं महत्त्व पटवून देण्याचा वसा काही त्यानं सोडला नाही. पुढे १९७५ साली सौदी पुरस्कृत 'ऑर्गनायझेशन ऑफ इस्लामिक कॉन्फरन्स' – 'ओआयसी' – तर्फे जेद्दाह इथे 'इस्लामिक डेव्हलपमेंट बँक' स्थापन झाली, तेव्हा तिथेही नज्जर हजर होता. पण एव्हाना त्याच्या अपेक्षेबरहुकूम अनेक इस्लामी बँका वाळवंटात जन्माला आल्या होत्या. यातली खरी पहिली मोठी इस्लामी बँक आकाराला आली नज्जरच्याच देशात. इजिप्तमध्ये.

इजिप्तमध्ये १९७० साली अन्वर सादात सत्तेवर आल्यामुळे – आणि त्याहीपेक्षा समाजवादी विचारवाले नासर गेल्यामुळे – तिथल्या जमीनदार वर्गात मोठं आनंदाचं वातावरण होतं. नुसत्या इजिप्तमधल्याच नाही, तर तुर्कस्तान, इराण, पश्चिम आशियातले अन्य देश आणि अगदी पाकिस्तानमधल्यासुद्धा जमीनदारांचे इस्लामी संघटनांशी संबंध होते. अशा धार्मिक संघटनांबाबत श्रीमंत वर्गात एक आपुलकीची भावना असते. आपल्या आणि पुढच्या काही पिढ्यांच्या पोटाची ददात मिटलेल्यांना धर्म नेहमीच आकर्षित करत असतो. तसंच या प्रदेशांचंही होतं. नासर यांच्या डावीकडे झुकणाऱ्या राजवटीला हा श्रीमंत वर्ग कावला होता. त्यामुळे सादात सत्तेवर आल्यावर समस्त इस्लामी देशांतल्या श्रीमंत वर्गाला आनंदच झाला. अनेक ठिकाणी हे श्रीमंत आणि इस्लामी धर्मगुरू यांच्यात जवळचं – अगदी रक्ताचं नातं – होतं. म्हणजे एका कुटुंबातले दोन-पाच भाऊ व्यवसाय वगैरे सांभाळत असतील, तर एखादा भाऊ धर्मगुरू असायचा. हे दोन्ही घटक नासर यांच्या विरोधात होते आणि सादात आल्यानं दोघांनाही तितकाच आनंद झाला.

या दोघांचाही पाठिंबा होता सादात यांच्या नव्या आर्थिक धोरणाला. सादात यांनी आल्या आल्या खाजगी उद्योगांना मुक्तदार द्यायला, बड्या उद्योगांना

उत्तेजन द्यायला सुरुवात केली. हे धोरण आंतरराष्ट्रीय नाणेनिधीनं ज्या काही अटी इजिप्तवर लादल्या, त्यांनाही सोयीचं होतं. १९६० ते १९७० या काळात नाणेनिधी तिसऱ्या जगातल्या बऱ्याच देशांवर दादागिरी करत होता. या काळात अनेक देशांना आंतरराष्ट्रीय कर्जाची गरज वाटत होती आणि ती देताना नाणेनिधी बऱ्याच गोष्टीं वाजवून करून घेत होता. त्या सगळ्या तशा नाणेनिधीच्या पठडीतल्याच होत्या. अनुदानं, सवलती कमी करायला लावायच्या; सरकारी काटकसर लादायची; उद्योगांचं खाजगीकरण आवश्यक ठरवायचं. थोडक्यात, खाजगी उद्योगांसाठी आवश्यक ते ते सर्व करायला लावायचं, हे जागतिक बँक आणि तिच्या नाणेनिधीचं धोरण. इजिप्तची अर्थव्यवस्था या काळात तितकीशी सुदृढ नव्हती. त्यामुळे त्या देशालाही नाणेनिधीचं सांगणं ऐकण्यावाचून पर्याय नव्हता. योगायोगानं नाणेनिधीच्या अटी आणि सादात यांचा विचार जुळत असल्यानं एकाच वेळी इस्लामी धर्मगुरू आणि नाणेनिधी दोघंही खूष होते सादात यांच्यावर. नाणेनिधीलाही समाजवाद वगैरे नकोच होता. राजकीय सोयीसाठी सादात यांचाही त्याला विरोध होता. दोघांच्याही गरजा भागल्यानं हे आर्थिक धोरण चांगलंच लोकप्रिय झालं.

याच काळात उजव्या इस्लामवाद्यांचं एक नियतकालिक 'अल् दवा' या सगळ्याचं तोंडभरून कौतुक करत होतं. मासिकाच्या आकाराच्या या प्रकाशनात सगळ्या बड्या बिल्डरांच्या जाहिराती असायच्या. 'ब्रदरहुड'च्या गोतावळ्यातील तीन कंपन्यांकडूनच जवळपास निम्मं साप्ताहिक जाहिरातींनी भरून जायचं. 'ब्रदरहुड'चं जे त्या काळचं नेतृत्व होतं, ते सगळं या साप्ताहिकाच्या आणि अप्रत्यक्षपणे सादात यांच्या पाठीशी होतं. नासर यांच्या काळात ज्या 'ब्रदरहुड'वाल्यांना देशत्याग करावा लागला होता, ते सगळे सादात यांच्या कारभाराची दिशा बघून परत मायदेशी यायला सुरुवात झाली होती. या सगळ्यांचा 'तुझ्या गळा माझ्या गळा', म्हणायचा हा काळ. सुरुवातीला हा पाठिंबा छुपा होता. नंतर सगळी घडी नीट बसल्यावर तो उघड झाला. १९७४ साली या साप्ताहिकानं उघड भूमिका घेतली. 'ब्रदरहुड'च्या सर्व कार्यकर्त्यांना सादात यांच्या पाठीमागे उभं राहण्याचा आदेश या मासिकानं दिला. यामुळे इजिप्तच्या अर्थव्यवस्थेला एकदमच गती आली. वेगवेगळ्या वित्तीय संस्था, उद्योग आदी ठिकाणी 'ब्रदरहुड'चे जे छुपे समर्थक होते, त्यांनी सढळ हातानं पैसा ओतायला सुरुवात केली. यातल्या बऱ्याच मंडळींचे धागेदोरे अंतिमत: होते सौदी अरेबियात. त्यामुळे तिथूनही पैसा यायला लागला इजिप्तमध्ये. छोटे-मोठे उद्योग, प्रसारमाध्यमं, अभियांत्रिकी कामं करणारे, अशा अनेक शाखांत

आंतरराष्ट्रीय बँकिंग क्षेत्रात अनेक सुरस व चमत्कारिक कथांचं आगर ठरलेल्या 'बीसीसीआय' बँकेचं बोधचिन्ह

ही गुंतवणूक होत होती. सौदीचा गुप्तहेर प्रमुख कमाल आधम आणि सादात यांच्यातच मोठी औद्योगिक भागीदारी होती. सौदी सरकारमधूनच या सगळ्याला हिरवा कंदील मिळतोय, असं दिसल्यानं अन्य मंडळीही आपापले खिसे-पाकिटं घेऊन पैसा ओतायला सरसावली.

या कमाल आधमला पाश्चात्त्य जगानंही हेरला होता. व्यापारी वृत्ती नसानसांत भरलेल्या अमेरिकनांना आधम हा कामाचा माणूस आहे, हे लगेच लक्षात आलं. त्याला वापरून घ्यायची अमेरिकेला तीव्र इच्छा होती. पण 'सीआयए'चे हात बांधलेले होते. 'वॉटरगेट' प्रकरणात अंगावर आलेले ओरखडे अजून ताजे होते. त्यामुळे अर्थातच हव्या त्या उचापती करायचं स्वातंत्र्य 'सीआयए' घालवून बसली होती. इथे पुन्हा कामी आला 'सफारी क्लब'. पश्चिम आशियाचा प्रदेश अमेरिकेपासून चांगलाच दूर होता. इथे काही करायचं, तर पैसा पुरवताना बरंच सव्यापसव्य करावं लागत होतं. ते टाळण्यासाठी काही बँकाच आपल्या हाताशी असलेल्या बऱ्या, असा विचार 'सीआयए' आणि 'सफारी क्लब' यांनी केला. पण असं काही करायचं, तर कृती 'सफारी क्लब'च्या माध्यमातूनच करावी लागणार होती. 'सीआयए'चे प्रमुख जॉर्ज बुश थोरले यांनी त्याबाबत हिरवा कंदील दाखवल्यावर 'सफारी क्लब'नं कामाला लावलं कमाल आधम याला. दोन-चार बँका घेऊन टाक, नाही जमलं, तर एखादी नवी बँक स्थापन कर, असा आदेश होता आधमला. त्यानं दोन्ही केलं. त्याचा एक साथीदार आगा हसन अबेदी यानं १९७२मध्ये पाकिस्तानात एक लहानशी बँक स्थापन केली होती. 'बँक ऑफ क्रेडिट अँड कॉमर्स इंटरनॅशनल'– 'बीसीसीआय'. आधम यानं ती घेतली. तिच्यात प्रचंड पैसा ओतला आणि ती इतकी मोठी केली, की

पुढे आंतरराष्ट्रीय बँकिंग क्षेत्रातली सुरस आणि चमत्कारिक कथांची ती आगरच बनली.

याच्या जोडीला सौदी राजपुत्र महंमद अल फैझल यानं आणखी एक बँक जन्माला घातली. 'फैझल इस्लामिक बँक ऑफ इजिप्त'. हा राजपुत्र महंमद राजे फैझल यांचा मुलगा. सौदी नियमानुसार राजघराण्यातली कोणतीही व्यक्ती धार्मिक अथवा राजकीय संघटनेची सभासद वगैरे कधी असत नाही. त्यानुसार राजपुत्र महंमदही कोणाशी संबंधित नव्हता. पण तरीही ही बँक 'ब्रदरहुड'च्या उद्योगांना आर्थिक आधार देण्यासाठीच जन्माला आली आहे, असा समज सुरुवातीपासूनच होता. या बँकेसाठी इजिप्तमध्ये खास कायदे करण्यात आले. त्यातल्या एका नियमानुसार काहीही झालं, तरी या बँकेचं राष्ट्रीयीकरण केलं जाणार नाही, अशा आश्वासनानं सरकारनं स्वत:ला बांधून घेतलं. इजिप्तचे अन्य संस्थांना लागणारे नियम या बँकेला स्पर्श करणार नव्हते. त्यामुळे अन्य व्यापारी आस्थापनांना जसा आयकर वगैरे भरावा लागतो, तसं काही या बँकेला करावं लागणार नव्हतं. यात आणखी एक मेख होती. 'फैझल बँके'साठी असे खास कायदे करण्यात वास्तविक अर्थमंत्रालय आघाडीवर असायला हवं होतं. पण या बँकेला खास दर्जा मिळावा, यासाठी धडपड चालली होती इजिप्तच्या धार्मिक मंत्रालयाची. हे सगळे विशेषाधिकार इजिप्तच्या पार्लमेंटकडून मंजूर करून घेण्यात धर्मखात्याचाच मोठा वाटा होता. याबाबतचा ठराव जेव्हा पार्लमेंटमध्ये आला, तेव्हा त्यावर काहीही चर्चा वगैरे न होता तो एकमतानं मंजूर झाला; कारण धर्मखात्यानं बजावलं होतं, या ठरावाला विरोध करणं म्हणजे अल्लाच्या विरोधात मतदान करणं. त्यामुळे इजिप्त पार्लमेंटमधले डावेसुद्धा गप्प बसले. थेट अल्लाशीच दोन हात करायचं पाप ते तरी कशाला अंगावर घेतील! यामुळे या बँकेच्या अस्तित्वाला पहिल्यापासूनच एक धार्मिक गंध होता. याचं आणखी एक कारण म्हणजे या बँकेच्या संचालक मंडळावर असलेल्या व्यक्ती.

यात एक होते अब्दुल अझीझ हिजाझी. त्या वेळी ते इजिप्तचे पंतप्रधान होते. दुसरे एक होते उथमन अहमद उथमन. त्यांना इजिप्तचे रॉकफेलर म्हटलं जायचं. मोठे उद्योगपती हे. गडगंज श्रीमंत. आणखी एक होते, त्यांचं नाव युसूफ अल् कारादवी. 'ब्रदरहुड'चे आधारस्तंभ. आपल्या आगलाव्या वक्तृत्वासाठी मोठे प्रसिद्ध होते ते. आत्मघातकी मारेकरी निर्मितीचे ते खंदे समर्थक. 'ज्यूंना मिळेल तिथे ठारच करायला हवं,' असं त्यांचं मत होतं. 'या कामात आणखी काही निरपराध मेले, तरी ते अल्लाला चालण्यासारखं आहे', असाही त्यांचा दावा असायचा. त्यांच्या भाषणाच्या कॅसेट्स वगैरे निघायच्या त्या वेळी. पण त्याच वेळी काफरांपुढे अत्यंत

मृदू भाषेत इस्लामी धर्माची मूलतत्त्वं समजावून सांगण्यात त्यांचा हातखंडा होता. त्याचमुळे २००४ साली अमेरिकेतल्या 'ब्रुकलिन' या प्रतिष्ठित संस्थेनं त्यांना इस्लामवरच्या व्याखानासाठी आमंत्रण दिलं होतं. त्यांच्या मांडीला मांडी लावून बँकेच्या संचालक मंडळावर होते अंध शेख ओमार अब्दुल रहेमान. इस्लामी जिहादचे हे तत्त्वगुरू. 'इस्लामिक जिहाद' या नावाची संघटनाही काढली त्यांनी. याच संघटनेच्या सदस्यांचा हात होता सादात यांच्या हत्येत. त्यांनी पुढे अफगाण युद्धात रशियाच्या विरोधात मुजाहिदीन भरतीत 'सीआयए'ला मोठी मदत केली आणि हे काम संपल्यावर अमेरिकेतल्या 'वर्ल्ड ट्रेड सेंटर'वरच्या पहिल्या हल्ल्याचा कटही रचला. याच गुन्ह्यासाठी अमेरिकेनं त्यांना अटक केली.

असाच आणखी एक नामांकित गृहस्थ या बँकेवर होता. अल् शरीफ. हा त्या वेळचा मोठा फिक्सर. 'फैझल इस्लामिक बँके'वरच्या आपल्या स्थानाचा उपयोग करून त्यानं बऱ्याच छोट्याछोट्या चिटफंडासारख्या गुंतवणूक संस्था काढल्या. 'इस्लामिक मनी मॅनेजमेंट कंपनीज' अशा भारदस्त नावानं या सगळ्या ओळखल्या जातात. हा गुंतवणूकदारांना अव्वाच्या सव्वा व्याज देतो सांगून पैसे मिळवायचा. त्या काळी २५ टक्के व्याजाचं आश्वासन द्यायचा तो. त्याच्या या संस्थांकडून पतपुरवठा व्हायचा, तो 'ब्रदरहुड'च्या सदस्यांनाच. इजिप्त पार्लमेंटमध्ये 'ब्रदरहुड'चे सदस्य निवडून आणण्यासाठी याचं लॉबिंग मोठ्या प्रमाणावर चालायचं. पण याच्या व्याजाच्या आश्वासनांचा फुगा १९८० साली ढमकन फुटला. त्यामुळे 'फैझल बँक'सुद्धा बुडते की काय, अशी परिस्थिती निर्माण झाली. शेवटी राजपुत्र महंमदला स्वत: लक्ष घालावं लागलं बँक वाचवण्यासाठी. त्या वेळी तो शब्दश: विमानभरून डॉलर घेऊन आला अमेरिकेतून आणि लोकांची देणी दिली. अक्षरश: पोत्यातून त्याला अब्जावधी डॉलर ओतावे लागले त्या वेळी. पण या बँकेवरचा सगळ्यात नामांकित गृहस्थ होता, तो म्हणजे युसूफ नदा. 'ब्रदरहुड'चा नासरपूर्व काळातला नेता. १९५४ साली त्याला इजिप्तमधल्या एका नेत्याच्या हत्येसाठी शिक्षा झाली होती. तेव्हा तो 'ब्रदरहुड'चा संस्थापक सैद रमादानप्रमाणे इजिप्त सोडून पळाला. नंतर जर्मनी आणि इटलीला गेला तो. मधल्या काळात आणखी एक बँक जन्माला घालण्यात त्याचा सक्रिय सहभाग होता. 'बँक अल् तक्वा'. बहामा, इटली आणि स्वित्झर्लंड इथे तिच्या शाखा होत्या. दहशतवादी संस्था आणि दहशतवादी यांना पतपुरवठा करण्यात नदाचा हातखंडा होता. याचा लौकिक एवढा, की २००१ साली जेव्हा ९/११ घडलं, तेव्हा दहशतवाद्यांचा निधिपुरवठादार म्हणून अमेरिकेला नदाचा शोध घ्यावा लागला. ही 'बँक अल

तक्वा', 'फैझल इस्लामिक बँक' आणि 'बीसीसीआय' या तिघांनी मिळून पद्धतशीरपणे इस्लामी दहशतवाद्यांचं जाळं जगभर पसरवलं.

१९७३ सालच्या अरब-इस्रायल युद्धानंतर तेलाचे भाव ४०० टक्क्यांनी वाढले. म्हणजे ३ डॉलर प्रतिबॅरल होते, ते एकदम १२ डॉलर प्रतिबॅरल झाले. अरबांकडे त्यामुळे प्रचंड पैसा यायला लागला. त्यांचं उत्पन्न एवढं वाढलं, की पैसा कुठे ठेवू आणि कुठे नाही, असाच प्रश्न पडत होता सौदीसारख्या देशांना. याच काळात इजिप्तमध्ये मुक्त बाजारपेठीय तत्त्वांवर विश्वास ठेवणारा सादात यांच्यासारखा सत्तेवर यावा, अमेरिकेत बाजारपेठेचा नवमुक्ततावाद सांगणारं 'शिकागो स्कूल ऑफ इकॉनॉमिक्स' आणि व्हर्जिनिया इथली 'फ्री मार्केट इन्स्टिट्यूट' यांचा दबदबा वाढावा, हा अगदी जुळून आलेला योगायोग. अर्थव्यवस्थेला एकूणच गुलाबी छटा येण्याचा तो काळ. त्याचमुळे आखातातल्या शेखांच्या फुगत्या गल्ल्याकडे अमेरिकेचं लक्ष गेलं. बड्या अमेरिकी बँका, तेलकंपन्या आणि या तेलकंपन्यांत हितसंबंध असणारे अमेरिकी राजकारणी यांनी इस्लामी बँकांमध्ये जे काही सुरू होतं, त्याला उत्तेजन द्यायला सुरुवात केली. इस्लामी बँकांचा जो एकूणच आवाज वाढला, त्याचं कारण हे आहे.

इतके दिवस सौदीसारख्या देशांत अमेरिकी बँका होत्याच. पण आता तेलाच्या दरवाढीनंतर एकूणच जो काही पैसा या भागात यायला लागला होता, त्याला कवेत घ्यायचं, तर या बँकांना इथला व्याप आणखी मोठ्या प्रमाणावर वाढवावा लागणार होता. त्यासाठी इस्लाम – आणि अर्थातच शरिया – समजावून घ्यावा लागणार होता. सगळ्या बड्या बँका या काळात इस्लामचे उजवीकडून डावीकडे जाणारे धडे गिरवायला लागल्या. 'सिटी बँक', 'हाँगकाँग अँड शांघाय बँक' – 'एचएसबीसी' – 'चेस मॅनहटन', अर्थसल्लागार प्राइसवॉटरहाऊसकूपर्स (जे आपल्याकडे २००८ सालच्या अखेरीस खड्ड्यात गेलेल्या 'सत्यम कॉम्प्यूटर्स'चे हिशोब तपासनीस होते), हार्वर्ड–शिकागोसारखी विद्यापीठं, आंतरराष्ट्रीय नाणेनिधी या सगळ्या-सगळ्यांनी इस्लामच्या शिकवण्याच लावल्या. शरियातल्या तत्त्वानुसार व्याज देणं-घेणं निषिद्ध आहे, त्याचबरोबर बिगरइस्लामींवर जकातसारखे कर सुचवले आहेत, या सगळ्यांचा अभ्यास या बँकांनी केला. त्यांना स्वतःला इस्लामयोग्य ठरवायचं होतं. कोणत्याही परिस्थितीत या परिसरातली व्यवसाय संधी त्यांना चुकवायची नव्हती. 'गोल्डमन सॅक'सारखी प्राधान्यानं ज्युइश बँकसुद्धा व्यवसायासाठी इस्लामला मिठी मारायला तयार होती. या बँकेनं इस्लामी बँकांसाठी कमोडिटीवर आधारित अशी काही उत्पादनं खास आखाती देशांसाठी तयार

केली. गहाणवटीच्या क्षेत्रातल्या अत्यंत बड्या अमेरिकी वित्तसंस्था 'फॅनी मे' आणि 'फ्रेडी मॅक' (या दोन्ही संस्था २००८ साली बुडीत निघाल्या. अमेरिकेत 'सब प्राइम क्रायसेस' नावानं जे अर्थसंकट उभं राहिलं, त्या काळात बेजबाबदार आर्थिक व्यवहारांत सापडल्यानं त्यांना गाशा गुंडाळावा लागला.) या दोन संस्थांनी खास इस्लामी बाजारपेठेसाठी म्हणून गहाणवटीसंदर्भात दोन प्रॉडक्ट्स आणली. एवढंच कशाला, अमेरिकी फेडरल रिझर्व्हनं इस्लामी बँकिंग संदर्भात खास अभ्यासक्रम सुरू केला. जागतिक बँकेनंही इस्लाम काय आहे, ते जाणून घ्यायला सुरुवात केली. सगळे जण असे त्या काळात 'इस्लाम इस्लाम'चा खेळ खेळत होते. या सगळ्यांना बाजारपेठीय सुधारणांमधून खाजगी क्षेत्राकडे येणारा फायदा आपल्याकडे ओढून घ्यायचा होता. या दिशेनं पहिलं निर्णायक पाऊल टाकलं ते 'सिटी बँके'नं. आपली इस्लामी शाखाच या बँकेनं सुरू केली. तिचे पहिले प्रमुख होते शौकत अझीझ. 'सिटी बँके'नं बहारीनमध्ये आपलं पहिलं असं केंद्र सुरू केलं.

या सगळ्या परिसरातून येणाऱ्या फायद्यासाठी या मंडळींनी किती लाळघोटेपणा करावा? या मंडळींनी 'प्रेषित महंमद पैगंबर हाच खरा पहिला भांडवलदार', असं शिफारसपत्र दिलं. 'महंमद पैगंबर स्वत: व्यापारी होता आणि त्या अर्थी अन्य अनेक धर्मांतल्याप्रमाणे फायदा मिळवायला कधी नाक मुरडत नव्हता. नियंत्रणरहित मुक्त बाजारपेठेला त्याचा पाठिंबाच होता', हे असलं तत्त्वज्ञान या मंडळींनी मांडलं. वर पुरावा म्हणून प्रेषिताच्या काळातल्या मक्केतल्या राजवटीचा दाखला दिला. या कामी बड्या अमेरिकन बँकांनी पुढं केलं होतं, व्हर्जिनिया इथल्या 'इस्लामिक फ्री मार्केट इन्स्टिट्यूट' या संस्थेला. ही संस्था कुराणातले दाखले देत इस्लाम आणि मुक्त बाजारपेठेचं तत्त्वज्ञान यांची सांगड घालत अमेरिकनांना झुलवत राहिली. नंतर हीच इस्लामिक संस्था अतिरेक्यांना पैसा पुरवताना सापडली. बदनाम अशा 'बीसीसीआय' बँकेशीही तिचे चांगलेच संबंध होते. पण हे सगळं तेव्हा उघड व्हायचं होतं. अमेरिकी बँका आणि इस्लाम यांच्यातला हा मधुचंद्राचा काळ. तो लवकरच संपला.

झालं असं, की १९७८ सालच्या सुरुवातीला वॉशिंग्टनमधल्या 'फर्स्ट अमेरिकन बँकशेअर्स' ही बँक ताब्यात घेण्याचा प्रयत्न काही परदेशी गुंतवणूकदारांकडून केला गेला. काही श्रीमंत गुंतवणूकदार एकत्र आले आणि खुल्या बाजारातून या बँकेचे शेअर्स विकत घ्यायला लागले. हे लक्षात आल्यावर अमेरिकी फेडरल रिझर्व्हनं – म्हणजे अमेरिकेची रिझर्व्ह बँक – 'सीआयए'ला सांगितलं, हे गुंतवणूकदार कोण आहेत हे शोधायला. 'सीआयए'नं अगदीच जुजबी माहिती दिली फेडरल बँकेला

त्या वेळी. त्यात एक महत्त्वाचा मुद्दा मात्र दडवला. या गुंतवणूकदारांचा म्होरक्या कमाल आधम असल्याचं 'सीआयए'नं सांगितलंच नाही. आधम हा सौदीचा हेरगिरीखात्याचा मंत्री. हा आधम आणि त्याचे अन्य काही साथीदार एकत्र येऊन 'बीसीसीआय'च्या मार्फत या 'फर्स्ट अमेरिकन'चे शेअर्स घेत होते. हा आधम कोण आहे, काय करतोय, याची कसलीही माहिती फेडरल रिझर्व्हला 'सीआयए'नं दिली नाही. परिणामी 'फर्स्ट अमेरिकन'च्या शेअर्सचं हस्तांतरण झालं आणि ही बँक चक्क 'बीसीसीआय'च्या ताब्यात गेली. नंतर सेनेटर जॉन केरी – हे जॉर्ज बुश यांच्या विरोधात नंतर डेमोक्रॅटिक पक्षाचे उमेदवार होते – यांना या संदर्भात संशय आला. त्यांच्या नेतृत्वाखालच्या काँग्रेस समितीच्या चौकशीत हे सगळं प्रकरण उघड झालं. पण मधल्या काळात 'अमेरिकन बँकशेअर्स' ही बँक वादग्रस्त 'बीसीसीआय'ची उपशाखा असल्यासारखीच वागली.

हाच काळ होता पाकिस्तानमध्ये धर्माधिष्ठित राजवट येण्याचा. १९७७ साली जनरल झिया उल् हक यांनी पाकिस्तानचा कारभार आपल्या ताब्यात घेतला. अमेरिकेला सुरुवातीला हे मंजूर नव्हतं. त्यामुळे अमेरिकेनं पाकिस्तानची सगळी आर्थिक आणि लष्करी मदत थांबवली. पाकिस्तानी अर्थव्यवस्थेसाठी मोठा कठीण काळ होता तो. जागतिक बँक आणि आंतरराष्ट्रीय नाणेनिधी यांना पाकिस्तानकडून मोठं येणं होतं. पण पाक काही कर्जफेडीच्या परिस्थितीत नव्हता. या अडचणीच्या काळात पाकिस्तानच्या मदतीला आली 'बीसीसीआय'. या बँकेकडून पाकिस्तानला कसल्याही नोंदीशिवाय प्रचंड पतपुरवठा केला गेला.

एव्हाना तिकडे अफगाणिस्तानात रशियन सैनिक स्थिरावलेले होते. रशियाच्या त्या कृतीमुळे शीतयुद्धाच्या कढीला चांगलाच ऊत आला. त्यामुळे रशियाला जेरीस आणणं हाच अमेरिकेपुढचा एकमेव कार्यक्रम बनून गेला. या कामात मोठी भूमिका बजावयाची होती पाकिस्तानला. अमेरिकेसाठी. त्यामुळे पाकिस्तानचं महत्त्व खूपच वाढलं. हे लक्षात घेऊन अमेरिकेनं पाकिस्तानची सगळीच पापं पोटात घातली. अमेरिकी मदतीचा ओघ त्या देशात मोठ्या जोमानं पुन्हा सुरू झाला. अमेरिकेच्या रशियाविरोधातल्या लढ्यात आपण अपरिहार्य आहोत, हे लक्षात आल्यावर पाकिस्तानचे सर्वेसर्वा जनरल झिया एक चाल खेळले. त्यांनी अमेरिकेला सांगितलं, ''अफगाण बंडखोरांना – मुजाहिदींना – जी काही मदत तुम्हांला द्यायची आहे, ती आमच्याकडे द्या. आम्ही ती अफगाणिस्तानात योग्य ठिकाणी पोहोचवू.'' अमेरिकेला हेच हवं होतं. या लढ्यात आपण काही प्रत्यक्ष करतोय, हे त्या देशाला जगापुढे येऊ

द्यायचं नव्हतं. त्यामुळे अमेरिका ताबडतोब या प्रस्तावाला 'हो' म्हणाली. त्यातून जन्माला आलं एक नवीन घातकी समीकरण. अमेरिकेची 'सीआयए' – पाकिस्तानची 'आयएसआय' – त्यांची बँक 'बीसीसीआय' – अंमली पदार्थांचे व्यापारी आणि मुजाहिदीन अशी एक साखळी तयार झाली. यातला एक घटक प्रत्यक्ष कधी समोर आला नाही. तो म्हणजे ए.क्यू. खान हे पाकिस्तानी अण्वस्त्र कार्यक्रमाचे प्रमुख. अमेरिकेकडून येणाऱ्या मदतीचा घसघशीत वाटा 'आयएसआय' खान यांच्या अणुभट्टीसाठी रवाना करत होती. बऱ्याच काळानंतर हे उघड झालं. पण उघड झाल्यावरही 'सीआयए'नं काहीही केलं नाही, कारण तिला अजून पाकिस्तानची गरज होती. अनेक कामांसाठी 'सीआयए'नं या बँकेला वापरलं. त्यातलं एक महत्त्वाचं होतं ते ब्रिटिश गुप्तहेरांना पोसणं. अफगाणिस्तान मोहिमेत 'सीआयए'च्या तालावर इंग्लंडची गुप्तहेर यंत्रणाही नाचत होती. यातल्या जवळपास ५०० जणांचा मोबदला 'बीसीसीआय' बँकेमधनं दिला जात होता. यातले १२४ जण हे राजकारणी किंवा सरकारी अधिकारी होते, ५३ जण होते व्यापार उद्योग क्षेत्रातले; शिक्षण क्षेत्रातले ७५ जण, २४ शास्त्रज्ञ आणि तब्बल ११४ जण प्रसारमाध्यमांतले होते. या सगळ्यांचा महिन्याचा गुप्त मोबदला 'बीसीसीआय'कडून दिला जात होता. या मंडळींचं काम हेच. अफगाणिस्तानातल्या रशियन राजवटीला मिळेल त्या मार्गानं विरोध करायचा, जमेल त्या पद्धतीनं रशियाच्या विरोधात वातावरणनिर्मिती करायची. या आधी 'सीआयए'नं अनेक देशांत हा उद्योग केलेला असल्यानं असं काही करण्यात त्यांना काहीच अडचण आली नाही.

यामुळे 'बीसीसीआय'ची भीड आणखीनच चेपली. अमेरिका आपल्याला काही विचारत नाही म्हटल्यावर या बँकेतर्फे आणखी एक पाऊल उचललं गेलं. 'बीसीसीआय फाउंडेशन' नावाची एक धर्मादाय संस्था या बँकेनं स्थापन केली. या संस्थेच्या प्रमुखपदी होते ए. क्यू. खान. आता खरं म्हणजे ते आहेत म्हटल्यावर 'सीआयए'ला काय ते लक्षात यायला हवं होतं. पण आलं नाही किंवा येऊनही तिनं दुर्लक्ष केलं. तिचं धर्मादाय स्वरूप पाहून पाकिस्तान सरकारला तिचं महत्त्व लक्षात आलं असावं; कारण त्या वेळचे अर्थमंत्री गुलाम इशाक खान यांनी त्या नव्या संस्थेच्या देणग्या करमुक्त करून टाकल्या. पुढे पाकिस्तानचे पंतप्रधान झालेले गुलाम इशाक खान ते हेच. या कथित धर्मादाय संस्थेला अनेक धनाढ्य मुसलमानांकडून भरघोस मदत मिळायला लागली. 'बीसीसीआय'चे संस्थापक आगा हसन अबेदी यांनी एका फटक्यात एक कोटी डॉलर्सची देणगी जाहीर

केली. नंतर १९९१ साली 'लॉस एंजेलिस टाइम्स'च्या शोधपत्रकारांनी या पैशाचं इंगित उघड केलं. 'बीसीसीआय फाउंडेशन' या संस्थेला मिळालेल्या प्रचंड मदतीपैकी फक्त १० टक्के रक्कम खऱ्या धर्मादाय कामांसाठी खर्च झालेली होती. बाकीच्या ९० टक्क्यांचं काय झालं होतं? ती ए. क्यू. खान यांच्या अण्वस्त्र कार्यक्रमासाठी वापरली गेली. इस्लामिक बँकिंगचं हे एक फळ. नंतर नंतर अंमली पदार्थांच्या व्यापारात गुंतलेलेही सर्रासपणे या बँकेचा वापर करायला लागले.

पाकिस्तानात 'बीसीसीआय' असा धुमाकूळ घालत असताना तिकडे अमेरिकेतही असाच मोठा आर्थिक गैरव्यवहार घडू लागलेला होता. १९८६ साली न्यू जर्सीत 'बीएमआय आयएनसी' (BMI Inc.) नावाचा रिअल इस्टेट फंड स्थापन केला गेला. वरकरणी याचा उद्देश होता, जमीनजुमल्यांत पैसे गुंतवणं. मोठ्या नामांकित मंडळींचा हात होता या फंडाच्या स्थापनेमागे. त्यांची नावं पाहिली, तरी त्यांचं उद्दिष्ट काय होतं, हे लक्षात येऊ शकेल. या फंडाचा प्रमुख संस्थापक होता सोलीमन बिहैरी. हा 'ब्रदरहुड'चा अमेरिकन बँकर. हा अमेरिकेत राहून व्यवहार सांभाळत होता, 'अल् तक्वा बँके'चा युसूफ नदा आणि युसूफ अब्दुल्ला अल् क्वारदाई यांचे. हा इस्रायलविरोधात आत्मघातकी हल्ल्यांचं समर्थन करणारा. संस्थापकांतला दुसरा अब्दुल्ला अवध बिन लादेन. हा ओसामाचा पुतण्या. या फंडात त्यानं सुरुवातीलाच तब्बल ५० लाख डॉलर्स गुंतवले. 'वर्ल्ड असेंब्ली ऑफ मुस्लीम यूथ' या नावाची आणखी एक धर्मादाय संस्था तो चालवत होता. त्याला साथ होती नूर आणि इमान बिन लादेन यांची. या दोघीही ओसामाच्या नातेवाईक. त्याचा पुतण्या मुसा अब्दुल मारझौक हाही 'बीएमआय'चा गुंतवणूकदार. हा 'हमास'चा एक नेता. १९९५ साली अमेरिकेनं त्याला दहशतवादी म्हणून जाहीर केलं. तोपर्यंत मात्र तो असले व्यवहार करण्याइतका पुण्यवान होता. परत या फंडात पैसा ओतत होता अब्दुल रहमान अलामौदी. हाही 'हमास' आणि 'ब्रदरहुड'शी संबंधित आणि 'अमेरिकन इस्लामिक कौन्सिल' ही संघटनाही तो चालवत होता. २००४ साली यालाही अमेरिकन न्यायालयानं २३ वर्षांच्या तुरुंगवासाची शिक्षा ठोठावली. या संस्थेचे संबंध होते पाकिस्तानच्या 'बीसीसीआय'शी.

या सगळ्याकडे 'सीआयए' कानाडोळा करत असली, तरी अमेरिकी प्रशासनातला एक गट या उचापतींकडे संशयानं पाहात होता. परत लंडनच्या 'फायनान्शियल टाइम्स'सारख्या भारदस्त वर्तमानपत्रांचंही 'बीसीसीआय', 'बीएमआय' यांच्यातल्या आर्थिक व्यवहारांकडे बारीक लक्ष होतं. या 'बीएमआय'मध्ये सौदी पैसा येतोय

आणि नंतर या पैशाचा उपयोग दहशतवादी कारवायांसाठी केला जातोय, अशा आशयाचं वृत्त 'फायनान्शियल टाइम्स'नं छापलं. पण 'सीआयए' वगैरे कोणीही त्याची दखल घेतली नाही. सौदी सरकारनं तर 'असं काही नाही,' अशीच सारवासारव केली. पुढे ९/११ घडल्यानंतरच्या चौकशीत हा सगळा तपशील उघड झाला. पण तोपर्यंत अजून बरंच काही घडायचं होतं. १९८४ ते १९८६ या काळात 'सीआयए'चा संचालक विल्यम कॅसे याची 'बीसीसीआय'चा संस्थापक आगा हसन अबेदी याच्याशी खलबतं सुरू होती. दरम्यान हा अबेदी कॅसे याला भेटायला वॉशिंग्टनलाही येऊन गेला. यातल्या एका भेटीत तर खुद्द जनरल झिया उल् हक हेही सहभागी असल्याची नोंद आढळते. कसली चर्चा चालली होती या भेटीत? इराण काँट्रा प्रकरण. जगाच्या राजकारणात बदनाम झालेल्या या चोरट्या शस्त्रास्त्र व्यवहारात 'बीसीसीआय'नं महत्त्वाची भूमिका बजावलेली होती. या चोरट्या शस्त्रास्त्र व्यवहारांसाठी 'बीसीसीआय'ची एक चोरटी शाखा होती. 'ब्लॅक नेटवर्क.' या काळ्या जाळ्यात पाकिस्तानी कस्टम्स अधिकारी गुरफटलेले होते. त्यांच्या सहभागाशिवाय बंदरातून शस्त्रास्त्रांची चोरटी वाहतूक कशी होणार!

याच दरम्यानच्या एका अपघातानं मात्र संशयाची सुई अनेकांच्या समोर गरागरा फिरायला लागली. हा होता विमान अपघात. १२ डिसेंबर १९८५ रोजी कॅनडात न्यू फाउंडलँड इथे एक विमान कोसळलं. २५६ प्रवासी होते त्यात. त्यातले २४८ अमेरिकी सैनिक. एकही वाचला नाही त्यातला. हे विमान इजिप्तमधून निघून अमेरिकेच्या वाटेवर होतं. या घटनेचं वृत्त देताना सगळ्यांनी सांगितलं, हा अपघात होता म्हणून. पण तो झाल्या झाल्या बैरूतच्या 'रॉयटर्स' वृत्तवाहिनीत निनावी फोन आला. 'हेझबोल्लाह'ची उपशाखा 'इस्लामिक जिहाद' हिनं या अपघाताची जबाबदारी घेतली असल्याचा त्या संघटनेचा दावा होता, 'हे विमान आम्ही पाडलंय'. फोन करणाऱ्यानं या विमानाचा इतका बारीकसारीक तपशील दिला होता, की त्यावरून 'रॉयटर्स'च्या पत्रकाराची खात्रीच झाली. विमान पाडण्यामागे 'जिहाद' होती. सर्व अमेरिकी यंत्रणा – अगदी 'एफबीआय'सकट – मात्र दावा करत होत्या, की हा अपघात आहे. तीन वर्षांनी कॅनडाच्या चौकशी पथकातर्फे पहिल्यांदा अधिकृतपणे याबाबत संशय व्यक्त केला गेला. या विमानात जे सैनिक मरण पावलेले होते, त्यांच्या शवचिकित्सेत हे निष्पन्न झालं, की त्यांना मरण धुरात श्वास कोंडला गेल्यामुळे आलं होतं. म्हणजे विमान पडायच्या आधीच ते मेले होते.

यानंतर बऱ्याच वर्षांनी बऱ्याच गोष्टी उजेडात आल्या. हे काम केलं गेलं,

या अपघातात मरण पावलेल्यांच्या नातेवाइकांकडून. या नातेवाइकांनी एकत्र येऊन खाजगी गुप्तहेर यंत्रणेला या प्रकरणाची चौकशी करण्याचं काम दिलं. त्यातून समोर आली, ती माहिती धक्कादायक होती. हे विमान जेव्हा इजिप्तच्या भूमीवरून उडालं, तेव्हा त्यात आठ मोठे पेटारे चढवण्यात आलेले होते. यात होती शस्त्रास्त्रं. इराण काँट्रा प्रकरणातली. याची कसलीही नोंद इजिप्त कस्टम्समध्ये नव्हती. त्याच्या जोडीला नव्हता तपशील आणखी दोन पेटाऱ्यांचा. यात होती रोख रक्कम. किती? नक्की कोणालाच माहीत नाही. पण कोटींमध्ये एवढं नक्की. हा पैसा काढला गेलेला होता 'बीसीसीआय'मधून. अफगाणिस्तान, निकाराग्वा आदी ठिकाणी अमेरिकेच्या गुप्त कामगिरींसाठी तो वापरला जाणार होता. विमान पडल्यानंतर 'सीआयए'च्या एका पथकानं येऊन पहिलं काम केलं होतं ते म्हणजे हा सगळा चोरटा ऐवज ताब्यात घेण्याचं. याला दुजोरा मिळाला या अपघाताच्या साक्षीदारांकडून. याच्या जोडीला आणखी काही तपशील 'टाइम' या साप्ताहिकाच्या पत्रकारांनी शोधून काढला. हे विमान पडायच्या दोनच दिवस आधी इराण काँट्रा प्रकरणातला बदनाम अमेरिकी अधिकारी कर्नल ऑलिव्हर नॉर्थ याच्यावर इराणनं आगपाखड केलेली होती. नॉर्थ याला इराणमधून फोनही आलेला होता. झालं होतं असं, की काँट्रा प्रकरणात मदत केल्याच्या बदल्यात इराणनं आपल्या इराकविरोधातल्या युद्धासाठी काही विशिष्ट शस्त्रास्त्रांची मागणी केलेली होती. अमेरिकेकडून इराणच्या मागणीनुसार शस्त्रं पाठवली गेली. पण भलतीच. कमी ताकदीची. त्यामुळे इराण रागावलेला होता. त्याला अमेरिकेला धडा शिकवायचा होता. 'हेझबोल्लाह' ही इराणप्रणीत दहशतवादी संघटना. विमान पाडण्याची जबाबदारी घेणारी 'इस्लामिक जिहाद' ही संघटना ही 'हेझबोल्लाह'च्याच पोटातून जन्मलेली. म्हणजे हे विमान पाडण्यात इराणचाच हात होता?

याचं उत्तर आजतागायत मिळालेलं नाही. तसंच ती रोख रक्कम कोणी, कोणासाठी पाठवलेली होती, याचाही कसला तपशील मिळालेला नाही. इस्लामिक बँकिंगचा हा आणखी एक दणका.

असंच आणखी एक प्रकरण पुढच्या दोन वर्षांतच घडलं. अबू निदाल हा त्या वेळचा कुख्यात दहशतवादी. तसाच शस्त्रास्त्रांचा तस्कर आणि व्यापारीही. ओसामाचं दहशतवादीपण सिद्ध व्हायच्या आधीची ही गोष्ट. १९८७ सालची. याचंही खातं होतं 'बीसीसीआय'मध्ये. त्याच्या खात्यात एका वर्षी मोठमोठ्या रकमा जमा व्हायला लागल्या. त्याआधी अबू निदालनं अनेक इस्लामी देशांत घातपात घडवलेले होते, दहशतवादी कारवाया केलेल्या होत्या. त्यानंतरच त्याचं

अबू निदाल :
कुविख्यात दहशतवादी आणि
शस्त्रास्त्रांचा चोरटा व्यापारी

बँक खातं फुगायला लागलं. कारण ती होती खंडणी. आपल्याकडे बिल्डर्स वगैरे लोक खूनखराबा होऊ नये म्हणून जसे स्थानिक गुंडाला पैसे देत असतात, तसाच हा प्रकार. आंतरराष्ट्रीय स्तरावरचा आणि मोठा, इतकाच फरक. हा पैसा भरलेला होता निदालच्या खात्यात इस्लामी देशांनी. यानं आपल्या देशात काही गडबड करू नये म्हणून. अमेरिकी आणि ब्रिटिश गुप्तहेर यंत्रणांना याचा सुगावा लागला. पण पुढे काहीही झालं नाही. 'बीसीसीआय' बँकेलाही कोणी काही विचारलं नाही. नंतर २००२ साली निदालची हत्या झाली. इराकमध्ये. त्यामुळे त्यानंतर याची माहिती मिळायचा काही प्रश्नच उरला नाही.

मग अमेरिकेत या 'बीसीसीआय'च्या विरोधात हवा तापू लागली. सेनेटर जॉन केरी मागेच लागले या बँकेच्या. त्याहीपेक्षा 'सीआयए'च्या. काँग्रेसच्या अंमली पदार्थविषयक चौकशी समितीचा कारभार त्यांच्याकडे होता. अंमली पदार्थ आणि दहशतवाद या एकाच नाण्याच्या दोन बाजू आहेत, असं त्यांचं मत झालेलं होतं. ते चौकशीला लागले, पण तिकडे अफगाणिस्तानात रशियाविरोधातला अमेरिका-पुरस्कृत मुजाहिदीनांचा लढा ऐन भरात आलेला होता. त्यामुळे आपले हे सगळे उद्योग चव्हाट्यावर येऊ नयेत, असा प्रयत्न होता 'सीआयए'चा. याच चौकशीत केरी यांनी थेट 'बीसीसीआयला'च हात घातला. या बँकेबाबत 'सीआयए'नं आपला असा एक स्वतंत्र अहवाल तयार केल्याची माहिती त्यांना मिळाली. तो अहवाल केरी यांना हवा होता. पण 'सीआयए'नं सरळ कानांवर हात ठेवला. असा काही अहवालच नाही, असं दडपून सांगितलं. 'बीसीसीआय'बाबतची कोणतीही माहिती

'सीआयए'कडून केरी यांच्या चौकशी समितीच्या हाती लागू दिली गेली नाही.

पण 'सीआयए'च्या दुर्दैवानं 'बीसीसीआय'च्या दिव्यातलं तेल संपत आलेलं होतं. १९९१ सालच्या जुलै महिन्यात जगातल्या सर्वांत मोठ्या इस्लामिक बँकेवर इंग्लंडकडून टाच आणली गेली. अनेक वर्तमानपत्रं एव्हाना या बँकेच्या काळ्या धंद्यांवर लिहू लागलेली होती. त्यामुळे जनमताचा रेटा वाढू लागला. त्याची दखल शेवटी सरकारला घ्यावी लागली. इंग्लंड सरकार आणि 'बँक ऑफ इंग्लंड' यांनी धैर्य गोळा करून या बँकेला कुलूप ठोकलं. बँकेच्या जगभरातल्या शाखा पाठोपाठ बंद झाल्या. 'टाइम' साप्ताहिकानं यावर मुखपृष्ठकथा लिहिली – 'द वर्ल्ड्स स्लिझिएस्ट बँक'. या बँकेचे हात किती चिखलात बरबटलेले होते, तर 'सीआयए'चा माजी प्रमुख कॅसे यालासुद्धा बँकेचं वर्णन 'बँक ऑफ क्रिमिनल्स अँड क्रुक्स इंटरनॅशनल' – 'बीसीसीआय' – असं करण्याचा मोह आवरला नाही, म्हणजे बघा. ही बँक किती मोठी होती, याचा अंदाजसुद्धा भारतीय बँकांच्या नजरेतून करता येणार नाही. बंदी आणली गेली, तेव्हा 'बीसीसीआय' ही जगातली सगळ्यांत मोठी इस्लामिक आणि एरवी सातवी मोठी बँक होती. कागदावरची – म्हणजे अधिकृत अशी – बँकेची संपत्ती होती २००० कोटी डॉलर्स. त्यातले फक्त २०० कोटी डॉलर्स इंग्लंड आणि अमेरिकी सरकारला वसूल करता आले. संयुक्त अरब अमिरातीचा प्रमुख शेख झाएद बिन सुलतान याची एकट्याची ७६ टक्के मालकी या बँकेत होती. जगभरात १४ लाख खातेदार होते या बँकेचे. यातले बऱ्याच जणांचे पैसे या बँकेत बुडाले. ज्यांच्या काळ्या उद्योगामुळे ही बँक बंद करावी लागली, ते कोण कोण होते, याचा सगळा तपशील 'सीआयए'कडे होता. यातल्या एकावरही आजतागायत कारवाई झालेली नाही. यातले काही तर सौदी आणि पाकिस्तानी सत्तेतच होते. त्यांनाही कधी कोणी हात लावला नाही. ही बँक बुडाली, याचा आनंद झाला, तो 'सीआयए'ला. का? कारण या बँकेत ओसामाचा पैसा होता. ही बँकच बुडाली, त्यामुळे त्याचा सगळा पैसा बुडाला, तेव्हा आता तोही बुडणार, या आनंदात 'सीआयए'मधला एक गट होता.

पण त्यांचा आनंद क्षणिकसुद्धा टिकला नाही. कारण ओसामानं बुडालेल्या पैशाच्या वसुलीसाठी दुसरा व्यवसाय शोधला. तो पुढे 'सीआयए'साठी आणखी डोकेदुखी ठरला. ही बँक बुडाल्यानंतर ओसामानं आपलं लक्ष केंद्रित केलं, अंमली पदार्थांच्या व्यापाराकडे. ही बँक बुडाल्याचा आणखी एक साइड इफेक्ट असा झाला, की समस्त इस्लामी दहशतवाद्यांचं जग ओसामाच्या छत्रीखाली यायला सुरुवात झाली; कारण झालं असं, की या बँकेबरोबर अनेक लहान-मोठ्या दहशतवादी

गटांचे पैसे बुडाले. यातले सगळेच काही ओसामाइतके पुन्हा आपल्या पायांवर उभे राहाण्याइतके सक्षम नव्हते. त्यामुळे त्यांना ओसामाच्या पाठिंब्यावर अवलंबून राहायची वेळ आली. ही बँक बुडाल्यावर ओसामानं अंमली पदार्थांच्या व्यापारात – त्यातही अफगाणिस्तानातल्या अफू आणि हेरॉईन निर्मितीत – इतकी मुसंडी मारली, की त्यानं आपलं 'बीसीसीआय'मध्ये झालेलं सगळं नुकसान भरून काढलं. या बँकेवर कारवाई व्हायच्या आधी काही दिवसच ओसामानं आपला मुक्काम सुदानमध्ये हलवला होता. इथे हसन अल् तुराबीच्या रूपानं प्रतिओसामाच सत्तेवर होता. त्याच्या सरकारच्या मदतीनं काही महिन्यांतच ओसामानं आपलं नवं आर्थिक जाळं उभं केलं. त्याला नाव दिलं त्यानं – 'द ब्रदरहुड ग्रुप'. तब्बल १३४ बडे अरब व्यापारी या गटात होते. हा गट म्हणजे एक समांतर बँकच तयार झाली. यातला एक होता खालिद बिन महफूझ हा सौदी धनाढ्य. त्याची लंडनमध्ये अमाप संपत्ती होती. त्याच्या लंडनमधल्या भल्या थोरल्या वाड्यात १९९१ मध्ये ओसामा काही दिवस वास्तव्याला होता. ९/११ घडल्यानंतर इस्लामी दहशतवादाशी संबंधित काही महत्त्वाच्या दुव्यांत महफूझचं नाव अग्रक्रमानं होतं. पण हे सगळं व्हायच्या आधी त्याच्या कृष्णकृत्यांकडे अमेरिका आणि इंग्लंडनं कानाडोळाच केला.

ही बँक फुटली आणि नंतर सगळ्याच गोष्टींचा बभ्रा झाला. या बँकेशी संबंधित कोणाचे कुठे लागेबांधे आहेत आणि तरी कोणीही कसं काहीही केलं नाही, या सगळ्या कथा राजकीय चव्हाट्यांवर मोठमोठ्यांनी चघळल्या जायला लागल्या. बँक खड्ड्यात गेल्याचा आणखी एक परिणाम झाला. ओसामा मोकाटच सुटला. त्यानं उघडपणे पाश्चात्त्य जगाशी दोन हात करायला सुरुवात केली. 'वर्ल्ड ट्रेड सेंटर'पासून मग दहशतवादी कृत्यांची मालिकाच सुरू झाली. नंतर तर अफगाणिस्तानची अधिकृत हवाईसेवा 'आरिआन'मधूनच चोरटी शस्त्रास्त्रं आणि अंमली पदार्थांची वाहतूक व्हायला लागली. 'बीसीसीआय' बंद झाली होती खरी; पण एक दहशतवादी गेला, की कसे चार उभे राहातात; तसंच बँकेबाबतही घडलं. खाजगी मालकीच्या अनेक वित्तसंस्था इस्लामच्या प्रसारासाठी काम करू लागल्या. शारजा हे तर केंद्रच बनलं 'अल् कायदा'च्या अंमली पदार्थांच्या व्यापाराचं. हा सगळा पैसा वेगवेगळ्या इस्लामिक बँकांतूनच हाताळला जात होता.

पण तरी हे काही इस्लामी बँकांचं खरं आणि पूर्ण स्वरूप नाही. हे झालं त्या बँकांचं एक अंग. याशिवाय अशा अनेक वित्तसंस्था खऱ्याखुऱ्या बँका म्हणून उभं राहण्यासाठी प्रयत्न करत होत्या. एका बाजूला या गैरमार्गानं वाढणाऱ्या बँकांची वाढ होत असताना दुसरीकडे अशा बँकाही वाढू पाहात होत्या. अनेक इस्लामी

इस्लामी चेहरा असणारं बँकिंगचं प्रारूप

देशांत अशा बँकांचा जन्म होत होता. १९७५ साली 'दुबई इस्लामिक बँक' आकाराला आली. दोनच वर्षांनी 'कुवेत फायनान्स हाऊस' ही अशीच दुसरी मोठी वित्तसंस्था जन्मली. त्याच वर्षी 'इस्लामिक बँक ऑफ सुदान'चीही स्थापना झाली. १९७८ साली आणखी दोन बँका सुरू झाल्या. 'जॉर्डन इस्लामिक बँक फॉर फायनान्स' आणि 'बहारीन इस्लामिक बँक'. स्थानिक भांडवल, पाश्चात्त्यांचं ज्ञान आणि त्याला इस्लामी रूप देणारे धर्मपंडित अशा त्रिकुटातून या वित्तसंस्था तयार होत होत्या. पाश्चात्त्यांकडे ज्ञान होतं. पण भांडवल स्थानिक होतं आणि ते वापरायचं होतं, अतिशय मागास अशा समाजात. त्यामुळे त्यांना पटेल, रुचेल आणि त्यांच्या धर्मजाणिवांचा कुठेही अधिक्षेप होणार नाही, याची काळजी घेत आपली उत्पादनं या बँकांना सादर करायची होती. त्या उत्पादनांना स्थानिक चेहरा देण्यासाठी म्हणूनच परदेशी बँकतज्ज्ञांना इस्लामी धर्मपंडितांची गरज वाटत होती. ती लक्षात घेऊनच हार्वर्डसारख्या विद्यापीठानं इस्लामी बँकिंगचा खास असा अभ्यासक्रम तयार केला. यातल्या सगळ्यांचेच हेतू वाईट नव्हते. इस्लामी समाज तेलातून येणाऱ्या पैशातून आकाराला येत असताना त्या समाजाला आधुनिक जगात टिकण्यासाठी तज्ज्ञ मंडळींची आवश्यकता होती. अशी तज्ज्ञांची निर्मिती करण्याची सोय या देशांत नव्हती. ''प्राइसवॉटरहाऊसकूपर्स'च्या स्वित्झर्लंडमधल्या शाखेनं मनावर घेतलं नसतं, तर 'दार अल् माल अल् इस्लामी' ही इस्लामी जगतातली सर्वांत मोठी होल्डिंग कंपनी जन्मालाच आली नसती', असे कृतज्ञतापूर्वक उद्‍गार या कंपनीचा प्रवर्तक सौदी राजपुत्र महंमद अल् फैझल यानंच खुद्द काढले. सौदीकडे प्रचंड भांडवल होतं, पण कशा पद्धतीनं ते वापरावं, याचं ज्ञान नव्हतं.

इथे संपूर्ण पाश्चात्त्य अशा 'प्राइसवॉटरहाऊसकूपर्स'नं सौदीसाठी स्वतंत्र असं, इस्लामी चेहरा असलेलं प्रारूप जन्माला घातलं. सौदीचा तेलमंत्री म्हणून जवळपास २५ वर्षं काम करणारा शेख अहमद झाकी यामानी हे अशा प्रयत्नांचं आणखी एक सुखद फळ. हा माणूस सौदीतला – अगदी मक्का-मदिनेत धर्मशिक्षण घेतलेला होता. पाश्चात्त्य अभ्यासक्रमातून, हार्वर्डसारख्या विद्यापीठातून शिकल्यामुळे आधुनिक व्यवस्थापनशास्त्र आणि त्याची इस्लामच्या अंगानं मांडणी याचा सुरेख मेळ तो घालू शकला. असं बँकिंगच्या क्षेत्रातही व्हावं, यासाठी अनेकांचे प्रयत्न सुरू होते. पण ते सगळेच यशस्वी झाले नाहीत. खरं तर अपयशांचीच संख्या मोठी आहे. कुवेत हे याचं एक उत्तम उदाहरण.

इतर अनेक इस्लामी राजवटींच्या तुलनेत कुवेत तसा पुढारलेला. म्हणजे त्या काळातही या देशातल्या महिलांना बुरख्यात राहावं लागत नव्हतं. डोक्याशी असलेल्या सौदीत जेव्हा वहाबी इस्लाम आकाराला येत होता, तेव्हाही कुवेत सहिष्णूच राहिला होता. इथली राजवट खुशालचेंडूंची आणि ऐषारामी. त्यामुळे प्रजाही तशीच. काम करायला नको. त्यामुळे मोठ्या प्रमाणावर परदेशी मजूर या वीतभर देशात एकवटले. अर्थात तिथल्या राजवटीला याचं काही तसं सुखदुःख नव्हतं. पण नंतर झालं असं, की इजिप्तच्या पावलावर पाऊल टाकून राष्ट्रवाद जेव्हा या देशात आला, समाजवादी विचारांचे वगैरे वारे जेव्हा इथून वाहू लागले, तेव्हा आपली खुर्ची टिकवण्यासाठी कुवेतच्या राजाला इस्लामी धर्मवादाचा – म्हणजे मुल्ला-मौलवींचा – आसरा घ्यावा लागला. म्हणजे पर्यायानं पुन्हा 'मुस्लिम ब्रदरहुड' आली इथेही. हे असं नंतर अनेक संस्थांच्या बाबतीत झालं. हळूहळू यांतल्या बऱ्याच संस्था या धर्मवादाच्या दबावाला बळी पडत गेल्या. यातूनच एक समज दृढ होत गेला. इस्लामी म्हणजे पाश्चात्त्यविरोधी.

वास्तविक प्रस्थापित राजकीय ताकदींनी – म्हणजे विशेषत: अमेरिकेनं – दूरदृष्टी दाखवली असती, तर इस्लाममधल्या या मवाळ, सहिष्णू प्रवृत्तींना वाढू देता आलं असतं. पण हेकट आणि बराचसा काल्पनिक कम्युनिस्ट बागूलबुवा आणि तेलाचा मोह या छोट्या गोष्टींनाच अमेरिका बळी पडत गेली. त्याचं निर्लज्ज समर्थनही वर त्या देशानं केलं. कुवेतमध्ये जेव्हा सद्दामनी घुसखोरी केली, तेव्हा कुवेतला वाचवायला अमेरिकाच पुढे आली. पण त्यामागे केवळ कुवेत वाचवणं हा विशुद्ध हेतू नव्हता. लक्ष होतं ते त्या देशातल्या तेलावर आणि दुसरं म्हणजे कुवेत पडलं, तर सद्दामच्या भक्ष्यस्थानी सौदीही पडेल, ही काळजी होती. सौदी हातून गेला, तर तेलवाहिनीच जायची. त्यामुळे अमेरिका या युद्धात उतरली. आपल्या उद्दिष्टांबाबत

ही महासत्ता इतकी नागडीउघडी होती, की त्या वेळी अमेरिकी उपसंरक्षणमंत्री लॉरेन्स कोर्ब म्हणालेदेखील की, ''कुवेत केवळ गाजरं पिकवत असता, तर काही आम्ही या देशाला वाचवायला इथवर आलो नसतो.'' म्हणजे त्यांना म्हणायचं होतं हे, की कुवेतमध्ये तेल आहे म्हणून आम्ही हे कष्ट करतोय. ते नसतं, तर तो देश आणि त्याचं नशीब!

या अशा दृष्टिकोनामुळे झालं असं, की यातल्या अनेक बँका नंतर अतिरेकी धर्मवादाला बळी पडल्या. सुरुवातीला स्थानिक भांडवल आणि स्थानिक धर्मपंडितांच्या जोडीला पाश्चात्त्य व्यावसायिक या बँकांवर संचालक म्हणून कार्यरत होते. पण नंतर नंतर धर्माचं प्रमाण वाढायला लागल्यावर ते गेले सोडून. मग या बँकांवर पूर्णपणे धर्मपंडितांचंच राज्य आलं. इस्लामी बँकांना बघता बघता हिरवा रंग चढला. ११ सप्टेंबर २००१ या दिवशी अमेरिकेतल्या सकाळी 'वर्ल्ड ट्रेड सेंटर'चे मनोरे खाली आले, ती याचीच एक परिणती. आता मागे वळून बघताना अनेक अमेरिकी धुरीणांना – कदाचित मनातल्या मनात – नक्की वाटत असेल, हे सगळं टाळता आलं असतं.

ते मनोरे खाली आले, शेकडो लोक त्या अतिरेकी धर्मवादात हकनाक प्राण गमावून बसले. त्यांचा काय दोष? काहीही नाही. हे झाल्यावर अमेरिकी धोरणाचा लंबक मग एकदम दुसऱ्या टोकाला गेला. नव्या चुका करण्यासाठी!

◈

'ते', आपण आणि अधर्मयुद्ध!

११ सप्टेंबर २००१ या दिवसानंतर जगाची दोन भागांत विभागणीच करून टाकली अमेरिकेनं. एका बाजूला मुसलमान आणि दुसरीकडे अन्य सगळे. त्या वेळचे अध्यक्ष जॉर्ज बुश हे त्यांच्या 'वॉर ऑन टेरर'ला हात घालताना म्हणाले, ''तुम्ही एकतर आमच्याबरोबर तरी आहात किंवा आमच्या शत्रुपक्षात तरी आहात.'' किती बेजबाबदार विधान! म्हणजे जॉर्ज बुश यांच्याकडून जबाबदार विधानाची, वागण्या-बोलण्याची अपेक्षा नाही, हे मान्य केलं, तरीसुद्धा हे विधान बेजबाबदारच वाटतं. त्यांच्या या असल्या विधानांनी आणि तितक्याच बेजबाबदार कृत्यांनी ते आणि आपण यांच्यातली दरी अधिकच रुंदावली.

२००१ साली 'वर्ल्ड ट्रेड सेंटर'वर हल्ला झाल्यानंतर त्यात टॉवर्सच्या रूपानं मातीमोल झालेली आपली अब्रू वाचवण्यासाठी बुश यांना काहीतरी करणं भागच होतं. निदान काहीतरी करतोय, असं दाखवणं आवश्यक होतं. 'वर्ल्ड ट्रेड सेंटर'वरच्या हल्ल्यानं जे एक हताशपण अमेरिकन समाजात आलं होतं, ते त्यांना घालवायचं होतं. देशांतर्गत आघाडीवर अपयशी ठरलेला राज्यकर्ता शेवटी राष्ट्रवादाला हात घालतो. बुश यांनी हेच केलं. पुढच्या अध्यक्षीय निवडणुकीकडेही जॉर्ज बुश यांची नजर होती. काहीतरी दमदार करून लोकांपुढे जायचं होतं त्यांना. एक हीरो म्हणून. त्यामुळे त्यांनी सोपा मार्ग निवडला. समस्त इस्लामी जगाला खलनायक ठरवत बुश यांनी पहिल्यांदा अफगाणिस्तानवर हल्ला केला. तिथे नुकसान व्हायला काही शिल्लक राहिलेलं नव्हतंच. प्रश्न होता तो ओसामा बिन लादेन मिळणार का? जोपर्यंत ओसामा दहशतवाद निर्यात करत होता, तोपर्यंत

अमेरिकेला तो चालत होता. पण त्याच्या दहशतवादाची आयात सुरू झाल्यावर अमेरिकेला ओसामा जड झाला. आता अमेरिकेला त्याची तलाश होती. पण अमेरिकेनंच पोसलेल्या 'आयएसआय'नं त्याला वाचवलं. अमेरिकेनं या 'वॉर ऑन टेरर'मध्ये पाकिस्तानला सामावून घेतलं होतं. ती अमेरिकेची गरज होती. पण या 'वॉर ऑन टेरर'मध्ये सहभागी होत असतानाच ज्यांच्या विरोधात हे युद्ध आहे, त्यांनाही साथ करणं ही पाकिस्तानची गरज होती. ती त्यानं इमानेइतबारे पूर्ण केली. एका बाजूला पाकिस्ताननं अमेरिकेचे हात धरले आणि दुसरीकडे ओसामाचा संगही सोडला नाही. पाकिस्तानचाच असा पाठिंबा असल्यानं ओसामा काही अमेरिकेला मिळाला नाही. तसा तो मिळणारही नव्हताच. अमेरिकेच्या या वागण्यानं पाकिस्तानची भीड चेपली. या सगळ्यात ज्याची भूमिका अत्यंत संशयास्पदच नव्हे, तर वादग्रस्तही होती, त्या डॉ. ए.क्यू. खान या तथाकथित अणुशास्त्रज्ञाला पाकिस्ताननं निर्दोष ठरवण्याइतकी. अमेरिकेचे नवे राष्ट्राध्यक्ष बराक ओबामा यांनी सत्ताग्रहण केल्यानंतर महिन्याभरात पाकिस्ताननं इस्लामी अणुबॉंबचे जनक डॉ. खान यांची सुटका केली. हा अमेरिकेला दिला गेलेला संदेश आहे. इस्लामी अणुबॉंबचा जनक आहे डॉ. खान. डॉ. खान याचे ओसामा बिन लादेनच्या 'अल् कायदा'शी थेट संबंध होते, हे आतापर्यंत अनेकदा सिद्ध झालंय. एवढंच नाही, तर उत्तर कोरियाला अणुबॉंबचं तंत्र विकण्याचं पापही त्यांच्या नावावर जमा आहे. तरीही पाकिस्ताननं त्यांना निर्दोष म्हणून प्रमाणपत्र दिलं. अमेरिका काही करू शकली नाही.

खरं तर याच ओसामाशी संबंध आहे, असं दाखवत दोन वर्षांनी अमेरिकेनं २००३ साली इराकवर हल्ला करून सद्दाम हुसेनना पदच्युत केलं. त्यांच्याकडे 'वेपन्स ऑफ मास डिस्ट्रक्शन' आहेत, असं खोटंच सांगत ही शस्त्रं शोधण्यासाठी अमेरिकन सैन्य इराकमध्ये घुसलं. ही शस्त्रं काही सापडली नाहीत, कारण ती नव्हतीच. सद्दामनी आपल्या विरोधातल्या कुर्द बंडखोरांना संपवण्यासाठी ती कधीच वापरून टाकली होती. त्या वेळी अमेरिका एका शब्दानं त्याला काही बोलली नव्हती. पण आता ती नसलेली शस्त्रं शोधण्यासाठी आणखी एक युद्ध लादलं. वास्तविक सद्दाम आणि ओसामा यांचे काहीही संबंध नव्हते. असलेच, तर शत्रुत्वाचेच होते. सद्दामची राजवट बऱ्यापैकी निधर्मी होती आणि त्यामुळे ओसामाला ती सलत होती. पण ओसामा आणि सद्दाम हे जणू एकच आहेत, असं दाखवत अमेरिकेनं २००३ साली इराकवर हल्ला केला. या युद्धखोरीची वास्तविक काहीही गरज नव्हती. आता अनेक जण हे उघडपणे मान्य करतात.

सद्दाम हुसेन :
इराकचे एकेकाळचे सर्वेसर्वा
आणि निधर्मी असूनही अमेरिकेचे शत्रू

अमेरिकन सरकारातल्या कोलिन पॉवेल यांच्यासारख्यांचं वास्तविक हेच म्हणणं होतं. पण बुश, उपाध्यक्ष डिक चेनी, संरक्षणमंत्री डोनाल्ड रम्सफेल्ड या मंडळींना युद्धाची हौस होती. या संदर्भात काही अभ्यासू अमेरिकन पत्रकारांनी त्या वेळच्या बुश मंत्रीमंडळाच्या बैठकींच्या नोंदींवर आधारित बुश प्रशासन इराक प्रश्नावर कसं विभागलेलं होतं, यावर बरंच लिखाण केलंय. ते वाचलं, की कोणाही सुज्ञ माणसाला दरदरून घाम आल्याशिवाय राहाणार नाही. त्या वेळच्या अमेरिकेच्या सुरक्षा सल्लागार कॉंडोलिसा राईस आणि संरक्षणमंत्री रम्सफेल्ड यांच्यातून विस्तव जात नव्हता. ही दोघं परस्परांशी बोलतही नव्हती. ही दोघं एकमेकांना काही सांगायचं असेल, तर ते बुश किंवा पॉवेल यांच्यामार्फत सांगायची. इतकं त्यांच्यात वितुष्ट होतं. एका बैठकीत रम्सफेल्ड आणि राईस यांचं इतकं वाजलं, की जगातल्या एकमेव महासत्तेच्या या सुरक्षा सल्लागार अखेर ढसढसा रडल्या. रम्सफेल्ड इराक युद्धाबाबत आग्रही होते. हे युद्ध रेटण्यासाठी वेळप्रसंगी यूनोसमोर खोटं बोलावं लागलं, तरी हरकत नाही, इतका त्यांचा टोकाचा युद्धाग्रह होता. असा खोटारडेपणा अमेरिकेनं खरोखरच केला. अमेरिका खोटं बोलली म्हणून त्या देशाचं बोट धरून चालणारे इंग्लंडचे त्या वेळचे पंतप्रधान टोनी ब्लेअर हेही खोटं बोलले. दोघांनी शपथेवर इराकमधल्या वेपन्स ऑफ मास डिस्ट्रक्शनचे पुरावे सादर केले. पण ते पुरावेही बनावट होते.

आणि यातून इतकं सगळं हे पुढचं महाभारत घडलं. काय मिळालं यातून?

परिस्थिती होती, त्यापेक्षा उलट अधिकच चिघळली. पाकिस्तान तर हाताबाहेरच

डॅनियल पर्ल :
पाकिस्तानी दहशतवादाचे
अंतरंग उघड करण्यापूर्वीच
बळी गेलेला अमेरिकी पत्रकार

गेला. डॅनियल पर्लच्या हत्येतून पाकिस्तानच्या हतबलतेची पहिली निशाणी समोर आली. पाकिस्तानची 'आयएसआय', ओसामा आणि डॉ. खान यांच्यात अणुबाँब तंत्रज्ञानाच्या बाबतीत दुवा असलेली 'उम्माह तमीर' ही संघटना, 'जैश-ए-महंमद', कुख्यात दाऊद इब्राहीम ही सगळी एकाच चेहऱ्याची कशी वेगवेगळी रूपं आहेत, हे दाखवायचं होतं पत्रकार डॅनियल पर्लला. तो 'वॉल स्ट्रीट जर्नल'च्या दक्षिण आशिया ब्यूरोचा प्रमुख होता. याच्या जोडीनं आणखी एक बाब त्याला आपल्या शोधपत्रिकारितेतून उघड करायची होती. ती म्हणजे या सगळ्या दहशतवाद्यांना एके काळी अमेरिकेनंच आश्रय दिला होता. यासाठी पाकिस्तानात तो बराच हिंडला. अगदी धोकादायक भागांतही जाऊन आला तो. हवी ती सगळी माहिती मिळवली त्यानं. त्याचे काही वृत्तांत प्रकाशितही झाले. आता त्याला भेटायचं होतं दाऊदला. पण दाऊदशी त्याची काही भेटच होऊ शकली नाही. त्याच्या आदल्या दिवशीच बरोबर त्याचं अपहरण झालं. २००२ सालच्या जानेवारीत. अमेरिका त्याला सोडवण्यासाठी काहीही करू शकली नाही. वॉर ऑन टेररमधला अमेरिकेचा साथीदार पाकिस्ताननं मनात आणलं असतं, तर डॅनियल सहज सुटला असता. पण कोणीही काहीही केलं नाही. १ फेब्रुवारी २००२ला कॅमेऱ्याच्या साक्षीनं त्याचा गळा चिरण्यात आला. एखादी कोंबडी मारावी तितक्या सहजपणे. त्यानंतर एक वर्षानं १ मार्च २००३ला पर्लचा मारेकरी सापडला. पाकिस्तानातच. त्या देशाच्या सत्ताकेंद्राजवळ. रावळपिंडीला. खलिद शेख महंमदनं नंतर कबुली दिली. 'मी माझ्या हातानं डॅनियलचा गळा चिरला'. हा खलिद म्हणजे युसूफ रामझीचा मामा.

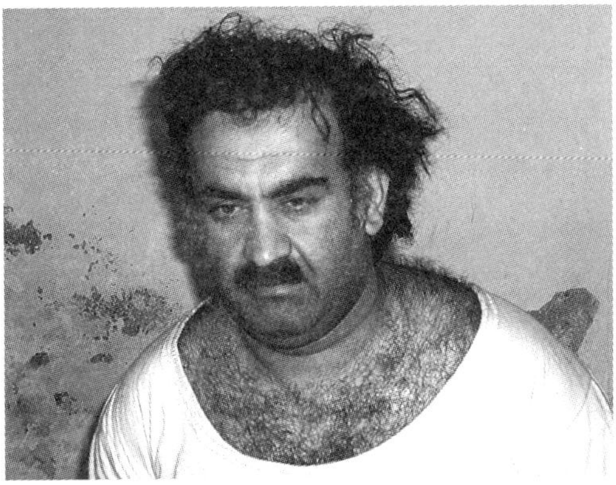

खलिद शेख महंमद : डॅनियल पर्लचा मारेकरी आणि 'आयएसआय'चा हस्तक

'वर्ल्ड ट्रेड सेंटर'वरच्या पहिल्या हल्ल्यात सहभागी असणारा. नवाज शरीफ यांचा एकेकाळचा जवळचा. श्रीमती भुट्टो यांच्या हत्येचा कट रचणारा आणि बिल क्लिंटन यांनाही फिलिपाइन्समध्ये आत्मघातकी बाँबस्फोटात मारू पाहणारा. 'आयएसआय'नं त्याचा पुरेपूर वापर करून घेतला होता.

इतके दिवस या सगळ्याकडे अनेकांनी दुर्लक्ष केलं. आता 'आयएसआय' ही पाकिस्तानी अध्यक्षापेक्षा सामर्थ्यवान बनली. अध्यक्षाच्या हातात 'आयएसआय'ची दोरी असायची. आता 'आयएसआय'च्या हातात अध्यक्षाची दोरी असते. ही अधिकृत संघटना आणि तिचं अनधिकृत 'अल् कायदा' आणि 'तालिबान'शी इतकं साटंलोटं आता आहे, की यातली 'आयएसआय' कोणती आणि 'अल कायदा'... 'तालिबान' कोणते, हेही ओळखता येईनासं झालंय. २००९च्या फेब्रुवारीत पाकिस्तानचे अध्यक्ष आसिफ अली झरदारी यांना हे मान्य करावं लागलं. पाकिस्तानच्या बऱ्याच भागांवर 'अल् कायदा' आणि 'तालिबान' यांचाच अंमल आहे आणि ही चिंतेची बाब आहे.

त्यांच्यासाठी आणि जगासाठीही. शेजारच्याच अफगाणिस्तानातले इतके दिवस अमेरिकेची कठपुतळी म्हणून काम करणारे अध्यक्ष हमीद कारझाई हेही याच वेळी म्हणाले, ''बऱ्याच गोष्टी आता माझ्या हातात राहिलेल्या नाहीत.'' त्यांचं आणि अमेरिकेचं आता बिनसलंय. त्या देशावरही 'तालिबान'ची पकड नव्यानं घट्ट होतेय. २००९च्या फेब्रुवारी महिन्यात 'बीबीसी'नं अफगाणिस्तानात एक सर्व्हे केला. अमेरिकेनं हस्तक्षेप करून आठ वर्षं होत असताना या देशाची स्थिती काय आहे, याची पाहणी होती. विविध प्रांतातल्या शेकडो लोकांच्या मुलाखती

'बीबीसी'नं यासाठी घेतल्या. त्यातल्या जवळपास ६५ टक्के लोकांनी सांगितलं, ''आम्ही जे काय या देशात चाललंय, त्याबाबत समाधानी नाही.'' आणि त्याहीपेक्षा गंभीर बाब म्हणजे हे अफगाणी लोक म्हणाले, ''आमच्या देशातल्या आमच्याच सरकारवरचा आमचा विश्वास आता उडत चाललाय... आम्हांला भीती आहे, आम्ही पुन्हा तालिबानी अमलाखाली जाऊ की काय!'' म्हणजे दहशतवादाच्या केंद्रस्थानी असलेल्या दोन शेजारी देशांच्या सत्ता इस्लामी धर्मांधांच्या हाती गेल्यात जमा आहेत. यातल्या एका सत्तेच्या, पाकिस्तानच्या हातात अणुबाँब आहे. तिसरा इराक. तोही डळमळीत आहे. सद्दामचा काटा काढून सहा वर्षं झाली. पण इराकची गाडी अजून रुळांवर यायचीय. हेच 'वॉर ऑन टेरर'चं फळ का?

आपल्या स्वार्थासाठी, खुज्या राजकारणासाठी वेळप्रसंगी इस्लामी अतिरेक्यांनाही जवळ करायला अमेरिकेनं कमी केलं नाही. तीच अमेरिका आता साध्या मुसलमानांनाही दूर करायला लागली. त्यांचा गुन्हा काय? तर काहीही नाही. ते इस्लामी आहेत, हाच.

इतिहासाच्या चक्राचा अपसव्यी वेढा हा असा पूर्ण झाला. काही वर्षांपूर्वी अमेरिकेचे अध्यक्ष आयसेनहॉवर यांनी अध्यक्षीय निवासस्थानात व्हाइट हाऊसमध्ये 'मुस्लिम ब्रदरहुड'चा निर्माता सैद रमादान याला निमंत्रण देऊन बोलावून घेतलं होतं. त्याच अमेरिकेनं २००६ साली तारिक रमादान याला अमेरिकेत येण्यासाठी व्हिसा नाकारला. हा त्या रमादान याचा मुलगा. स्वित्झर्लंडमध्ये असतो. ऑक्सफर्डसारख्या विद्यापीठात इस्लामी पंडित म्हणून तो ओळखला जातो. पश्चिम आशियातल्या अमेरिकी धोरणांचा तो कडवा भाष्यकार. २००६ साली दोन अमेरिकी विद्यापीठांनी त्याला व्याख्यानांसाठी निमंत्रण दिलं होतं. त्याआधी तो सात वेळा अमेरिकेत जाऊन आला होता. पण आता अमेरिकेनं त्याला यायला बंदी घातली. त्याच्यासाठी अनेक अमेरिकी विद्वान, पत्रकार यांनी रदबदली केली. पण अमेरिकन सरकार बधलं नाही. त्याला व्हिसा काही मिळाला नाही. नंतर त्यानं जाहीर टीका केली, ''मी मुसलमान आहे, म्हणून अमेरिकेनं मला व्हिसा नाकारलाय.''

त्याच्या आधी एक वर्ष लंडनचे प्रसिद्ध वैद्यक डॉ. झाकी बदवाई यांच्याबाबतही असंच घडलं होतं. ते लंडनच्या मध्यवर्ती मशिदीचे मुख्य इमामही होते. इंग्लंडचे अधिकृत नागरिक होते. पण त्यांनाही अमेरिकेनं व्हिसा नाकारला. तेही म्हणाले, ''मी मुसलमान आहे, म्हणून मला अमेरिका असं वागवतेय.''

हे निदान इमाम तरी होते. पण डॉ. महंमद अब्बास यांचं असं नव्हतं. ते भारतीय. इथल्या वैद्यक व्यावसायिकांची सर्वोच्च संस्था 'इंडियन मेडिकल

असोसिएशन'चे अध्यक्ष. २००८ साली जुलै महिन्यात त्यांना अमेरिकेत वैद्यकीय परिषदेचं निमंत्रण होतं. पण अमेरिकेनं व्हिसा नाकारला. भारत सरकारनं त्यांच्या वतीनं ग्वाही दिली. पण अमेरिकेनं नाही म्हणजे नाही व्हिसा दिला त्यांना. शेवटपर्यंत. हे कशाला, २००९ साली अमेरिकेत मराठी साहित्य संमेलन भरलं. त्याला जाणाऱ्या अझीम राही नावाच्या एका मराठी कवीलाही अमेरिकेनं व्हिसा नाकारला. आता हा कवी. काव्यात त्याच्या असेल क्रांतीबिंती. पण प्रत्यक्षात अमेरिकेला धोका निर्माण होईल, असं तो करून करून काय करणार? पण तरी अमेरिकेनं त्याला व्हिसा नाकारला. कारण तेच. हा मुसलमान होता. हा कवी आणि डॉ. अब्बास जाहीरपणे म्हणाले, ''केवळ मुसलमान आहोत म्हणून आम्हांला व्हिसा नाकारला जातोय.'' करण जोहर हा आपल्याकडचा तसा मोठा चित्रपट निर्माता. तो २००८ साली अमेरिकेत चित्रीकरणासाठी जाणार होता. त्याच्या सगळ्या तुकडीला व्हिसा मिळाला. फक्त दोघांना सोडून. ते नेमके मुसलमान होते.

हे तर काहीच नाही. २ जानेवारी २००९ साली अमेरिकेत न्यूयॉर्क विमानतळावर जो प्रसंग घडला, त्याला तोडच नाही. त्या दिवशी 'एअरट्रान एअरलाइन्स' या देशांतर्गत विमानसेवेच्या विमानातून नऊ जणांचं एक कुटुंब प्रवासाला निघालं होतं. त्यांचं कौटुंबिक स्नेहसंमेलन होतं.

विमानात गेल्यावर वरच्या कप्प्यात आपल्या बॅगा ठेवताना त्यातला एक दुसऱ्याला म्हणाला, ''अरे, माझी सीट नेमकी विमानाच्या पंखांवर आहे, तुझी कुठे आहे?''

केवळ हा प्रश्न ऐकून शेजारच्या प्रवाशाला संशय आला. तो अर्थातच गोरा अमेरिकी नागरिक होता. त्याला वाटलं, हा विमानाच्या पंखांबाबत वगैरे बोलतोय म्हणजे त्याला काही घातपात करायचा असावा. झालं. त्यानं ते विमान कंपनीच्या कर्मचाऱ्यांना सांगितलं. या कर्मचाऱ्यांनी ही बाब वैमानिकाला सांगितली. वैमानिकानं आपल्या कंपनीच्या अधिकाऱ्यांना हे सांगितलं. त्यांनी अमेरिकेच्या हवाई संरक्षणखात्याला कळवलं आणि या सगळ्यांनी मिळून ते विमान थांबवलं. उड्डाणच रोखलं.

या नऊ जणांना कोठडीत घेतलं. त्यांची कठोर चौकशी केली. दहशतवाद्यांची करतात तशी. चांगले सुशिक्षित वकील, सनदी लेखापाल वगैरे होते त्यातले काही. या कंपनीनं दरम्यान जाहीर केलं, 'या कुटुंबाला यापुढे आमच्या विमानातून आम्ही कधीही जाऊ देणार नाही'.

मग या चौकशीत निष्पन्न झालं काय? काहीही नाही. मग त्यांच्याबाबत

असा संशय का घेतला गेला? एकच कारण. ते मुसलमान होते. दोन दिवसांनी 'एअरट्रान'नं या कुटुंबाची माफी मागितली.

हे काही प्रातिनिधिक नमुने. असं अनेकांच्या बाबतीत घडलंय.

हे दुर्दैवी आणि हास्यास्पद दोन्हीही आहे. एवढी मोठी ही महासत्ता. पण असं वागून आपण आणखी शत्रू निर्माण करतोय, जगातल्या एका विशिष्ट धर्मीयांना सरसकटपणे एकाच रंगात आपण रंगवतोय, हे या देशाच्या लक्षात येत नसेल का?

येत असेलच. त्यामुळे २१ जानेवारी २००९ रोजी सत्ताग्रहण केल्यानंतर अमेरिकेचे नवे अध्यक्ष बराक हुसेन ओबामा यांनी पहिली परदेशी मुलाखत देण्यासाठी पश्चिम आशियाई देश निवडला. 'अल् अरेबिया' या वृत्तवाहिनीच्या पत्रकारांशी बोलताना ओबामा यांनी मुसलमानांना विश्वासात घ्यायचा प्रयत्न केला. ते म्हणाले, "अमेरिका ही मुसलमानांची शत्रू नाही."

अमेरिकेला आणि तिच्या अध्यक्षाला गेल्या काही वर्षांत जे जोडे पडले, त्यानं आलेलं हे भान आहे.

ओबामा यांनी पश्चिम आशियातल्या पत्रकारांमार्फत मुसलमानांपुढे मदतीचा हात करण्यापूर्वी एकच महिना अशाच एका पत्रकारानं जॉर्ज बुश यांच्यावर आपली पायताणं भिरकावली होती. इराकमध्ये बुश यांच्या शेवटच्या पत्रकार परिषदेत 'अल् बगदादिया' या वाहिनीचा वार्ताहर मुंतदार अल् झैदी यानं आपले जोडे अमेरिकेच्या अध्यक्षांवर भिरकावून इतिहास निर्माण केला. या जोड्यांना नंतर एकदम किंमत आली. अनेक रईस मुसलमानांनी अमेरिकी अध्यक्षांचा वेध घेऊ पाहणाऱ्या त्या जोड्यांसाठी लाखो-करोडो रुपयांची बोली लावली. जतन करण्यासाठी.

महासत्तेची पावलं या प्रदेशात कोणत्या मार्गानं पडली, त्याचे हे जोडे प्रतीक आहेत. भविष्यात कोणत्या मार्गानं जाऊ नये, हे सांगतायत ते जोडे. हे जोडे आहेत निशाणी... गेल्या शतकभरानंतरही न संपलेल्या अधर्मयुद्धाची!

◈

नव्या युगाचे दहशतवादी!

एकविसाव्या शतकाच्या प्रारंभी घडलेलं ९/११ आणि या शतकातलं पहिलं दशक संपत येत असताना भारतात घडलेलं २६/११, या दरम्यानचं इराक आणि लिबिया युद्ध, यानंतरची नव्या दशकातली ओसामा बिन लादेन याची हत्या वगैरे अनेक घटनांनंतरही दहशतवादी संघटनांच्या उदयाची प्रक्रिया अव्याहत सुरू होती. आणि यातला महत्त्वाचा मुद्दा असा की, नवी येणारी संघटना कालची मवाळ वाटावी अशी निघत गेली. हा इतिहास आहे. त्याचीच पुनरावृत्ती एकविसाव्या शतकात घडत होती. म्हणजे 'ओसामा बीन लादेन दयाळू वाटावा, 'मुस्लीम ब्रदरहुड' कनवाळू वाटावी, अशा नंतरच्या अल कईदा, तालिबान वगैरे! या दोनही संघटनांच्या क्रौर्यास सीमा नाही. पण त्यांनाही मागे टाकेल, अशा नव्या संघटना या काळात उदयास येणार होत्या. आणि त्या वाळवंटाचं जे काही दुर्दैव असेल ते असो, तेच या संघटनांचंही उगम असणार होतं. कारण या वाळवंटात दहशतवाद, धर्म आणि सत्ताकारण हे हातात हात घालूनच घडत असतं. यातला विरोधाभास असा की, याच काय, पण जगातल्या एकाही दहशतवादी संघटनेला आपलं उद्दिष्ट पूर्ण करता आलेलं नाही. मग ती आयर्लंडमधली असो किंवा आशियातल्या वाळवंटातली. पण तरीही त्यांची निर्मिती काही थांबत नाही. नव्यानं जन्माला आलेल्या दोन संघटनाही तशाच.

यातली एक आयसिस. दहशतवादाबाबत अतुलनीय म्हणावी अशी. तिची कार्यशैलीही हा दहशतवाद पसरवणारी. माणसं मारायची आणि त्याचं चित्रीकरण करून सर्वत्र पाठवायचं. आधीच्या संघटनांपेक्षा आणखी एका बाबतीत ती वेगळी

आहे आणि अधिक घातक आहे. ती बाब म्हणजे लैंगिक अत्याचार. 'मुस्लीम ब्रदरहुड' वा अल कईदा वा तालिबान यांनी हे उद्योग केल्याचे तपशील नाहीत. पण आयसिसचं तसं नाही. हिंसा आणि लैंगिक अत्याचारातील हिंसा या दोन्हींचा ती सर्रास वापर करते. या संघटनेचं ध्येयदेखील आधीच्यांपेक्षा 'उदात्त'. आधीच्यांना धर्माधिष्ठित राजवटी स्थापायच्या होत्या. पण या संघटनेला इस्लामी धर्मतत्त्वांच्या आधारे स्वतंत्र खिलाफत, म्हणजे जणू देश वा राज्यच स्थापन करायचं आहे. त्यामुळे या संघटनेनं स्वत:चं नावच 'इस्लामिक स्टेट' असं घेतलंय. इस्लामिक सरकार! याचा दुसरा अर्थ असा, की आधीच्या मुस्लीम ब्रदरहुड वा तालिबान यांच्याप्रमाणे आयसिसला कोणत्याही अन्य सरकारची गरजच नाही. कारण ती स्वत:च सरकार आहे. आयसिसची निर्मिती झाली ती स्वत:चंच सरकार स्थापन करण्यासाठी. असा फरक असल्यामुळे या संघटनेचा जन्म, आसपासची परिस्थिती वगैरे समजून घेणं आवश्यक ठरतं.

नुकतंच ९/११ घडलेलं आहे, पाठोपाठ अफगाणिस्तानावर हल्ला झालेला आहे, नंतर इराक आणि लिबिया हे देशही अमेरिकी लष्करासमोर उद्ध्वस्त झालेले आहेत आणि अशा एका अर्थी इस्लाम शरणागत अवस्थेत आयसिस आकाराला आणि नावारूपाला आली आहे. कागदोपत्री तिच्या जन्माची नोंद आहे १९९९ सालची. मूळ नाव: 'जमात-अल तवाहिद वल-जिहाद'. असं लंबंचौडं नाव घेऊन ती जन्माला आली. जन्मदाता: अबु मुसाब अल झरक्वाई. हा म्हणजे ओसामा बिन लादेन याचा एक अत्यंत जवळचा सहकारी. तसा हा मूळचा जॉर्डेनियन. पण नंतर ओसामाला येऊन मिळाला. उजवा हातच बनला त्याचा तो. सुन्नीपंथीय हे ओघानं आलंच.

त्यानं इराकसाठी आपल्या संघटनेची स्वतंत्र शाखा काढली. अल कईदा इन इराक (AQI) नावाची. अमेरिकेच्या इराकमधल्या घुसखोरीनंतर या संघटनेला स्थानिक पातळीवर चांगलाच पाठिंबा मिळत गेला. सद्दामची राजवट गेल्यामुळे त्याच्या कारकिर्दीस सोकावलेले आणि त्या काळात भरधाव प्रगती करून घेतलेले हे सर्व या इराकी अल कईदाच्या मागे उभे राहिले. खरं तर पाश्चात्त्य देशांच्या राजकारण्यांना दाखवायला आवडतं तितका काही सद्दाम वाईट नव्हता. त्या परिसरातल्या इतर देशप्रमुखांच्या तुलनेत तो सुधारणावादी होता, निधर्मी होता. त्याच्या काळात महिलांना शिक्षणाची सोय होती आणि बुरख्याचा आग्रहही नव्हता. त्याचं पाप एकच. अमेरिकेला हव्या असलेल्या तेलाच्या वारुळांवर नागासारखा फणा काढून तो बसून होता. इंग्रजीत एक वाक्प्रचार आहे. गोळी घालण्याआधी कुत्र्याला वेडं ठरवायचं, अशा अर्थाचा. त्यामुळे तेलाच्या विहिरींवर ताबा मिळवायचा; तर

त्याआधी सद्दामला वेडं, क्रूरकर्मा वगैरे ठरवणं पाश्चात्त्य देशांसाठी आवश्यक होतं. हे वास्तव स्थानिकांना माहीत असल्यानं अमेरिकी फौजांविरोधात मोठीच नाराजी दाटत होती. त्यामुळे अल कईदा इन इराक या संघटनेला त्या परिसरात मोठा पाठिंबा मिळत गेला. त्या संघटनेचा प्रणेता अल झरक्वाई हा २००६ मध्ये मारला गेला. त्यानंतर या परिसरातल्या सर्व संघटनांनी एकत्र यावं, यासाठी प्रयत्न झाले. त्यातूनच तयार झाली इस्लामिक स्टेट इन इराक (आयएसआय). नावावरूनच लक्षात येतं. इराकपुरती आयसिस. तिचा जीव सुरुवातीला लहान होता. तेव्हा इराकमधल्या वाढत्या अमेरिकी ताकदीसमोर या संघटनेचा निभाव लागणं केवळ अशक्य होतं. अमेरिका संपूर्ण ताकदीनिशी इराकमध्ये उतरली होती आणि काहीही करून इराकमध्ये शांतता प्रस्थापित करणं हा अमेरिकेचा निर्धार होता. त्यात स्थानिक सुन्नी अरब आणि हे नव्या आयएसआयचे सदस्य यांच्यात संघर्ष सुरू झाला. त्या मागे अमेरिकेचा हात होता, असं बोललं गेलं. खरंही असेल ते. अमेरिकेनं असं अनेकदा आधीही केलेलं आहे. उदाहरणार्थ १९८० ते ९० असं दहा वर्षं चाललेलं इराक आणि इराण युद्ध. यात अमेरिकेनं इराकसाठी सद्दाम आणि इराणचे खोमेनी या दोघांनाही मदत केली. लढा एकमेकांविरोधात! त्यामुळे आताही तसं होत नसेल, असं मानायचं काही कारण नाही. परिणामी या नव्या संघटनेला-इराकमधल्या आयसिसला दोन आघाड्यांवर लढावं लागलं. एका बाजूला प्रचंड सक्षम अमेरिकी फौजा आणि दुसरीकडे हे स्थानिक अरब बंडखोर. त्यामुळे या संघटनेला काहीशी माघार घ्यावी लागली.

या काळात मग या संघटनेनं आपला मोर्चा सीरियाकडे वळवला. आणि काही काळानं या संघटनेचं नेतृत्व गेलं अबु बक्र अल बगदादी याच्याकडे. त्यानं या संघटनेची नव्यानं बांधणी सुरू केली. एव्हाना स्थानिक सुन्नी बंडखोरांचा जोर कमी झाल्यामुळेही असेल, पण 'आयएसआय'चा प्रभाव वाढू लागला. त्यांच्या दहशतवादी हल्ल्यांची धार अधिकच तिखट होत गेली आणि संख्याही वाढू लागली. तिकडे सीरियात अध्यक्ष बशर अल असाद यांच्या राजवटीविरोधात नाहीतरी नाराजी होतीच. तिला बगदादीच्या या संघटनेनं वाट मोकळी करून दिली. त्यातूनच सीरियासाठी म्हणून एक स्वतंत्र शाखा स्थापन केली गेली. अल नुस्त्रा या नावानं. या संघटनेच्या मार्गानं 'आयएसआय' या संघटनेला आपले हातपाय पसरायला एक माध्यम मिळालं. आणि अध्यक्ष असाद यांच्या वर्तनानं आवश्यक ती पार्श्वभूमीही संघटनेला मिळाली. असाद हे एक नतद्रष्ट म्हणता येतील असे गृहस्थ. सीरियाचे पिढीजात अध्यक्ष. त्यांच्याकडे सत्ता वारशातून आली. आपल्या

जनतेच्या हालअपेष्टांची काहीही पर्वा नसलेला इतका निर्लज्ज नेता अन्य कोणत्या देशात पाहायला मिळणार नाही. स्वत:च्याच नागरिकांना युद्धाच्या खाईत लोटणाऱ्या, आपल्याच देशात जैविक/रासायनिक अस्त्रं वापरणाऱ्या आणि स्वत: मात्र अत्यंत सुखासीन आयुष्य जगणाऱ्या असाद यांनी सीरियाची अन्नान्न दशा करून ठेवली आहे. अशा स्थितीत सत्ताधाऱ्यांविरोधात नाराजी तयार करणं सोपं असतं. 'आयएसआय'नं हे हेरलं. इराकमध्ये दहशतवादी उद्योग करत असताना सीरियात अध्यक्ष असाद यांनाही या संघटनेनं लक्ष्य केलं. यात अध्यक्ष असाद यांचं काही बरंवाईट झालं नाही. पण अध्यक्षांविरोधात कारवाया करणाऱ्या या संघटनेचा इतका जम बसला, की २०१३ सालच्या एप्रिल महिन्यात इराकी संघटना आणि सीरियन शाखा या दोन्हींचं विलीनीकरण करून नवी संघटना स्थापन केली गेली.

'इस्लामिक स्टेट इन इराक अँड द लेवंट' या नावानं. ही म्हणजेच आजची खतरनाक आयसिस. यातला लेवंट हा शब्द पश्चिम आशियातल्या एका दंतकथेचा निदर्शक आहे. पश्चिम आशियात भूमध्य समुद्राच्या परिसरात जॉर्डन, इराक, कुर्द, आर्मेनिया, लेबनॉन, सीरिया यांत विभागला गेलेला, पण काल्पनिकदृष्ट्या एकत्र असलेला प्रदेश 'लेवंट' या नावानं ओळखला जातो. इस्लामिक स्टेट संघटनेला इतका सारा प्रदेश आपल्या अखत्यारीत हवा होता. या सर्व प्रदेशात शुद्ध इस्लामी तत्त्वांच्या आधारे या संघटनेला आपली खिलाफत स्थापन करायची होती. या परिसराचं हे एक वैशिष्ट्य म्हणायला हवं. गेली कित्येक शतकं या प्रदेशात इस्लामी धर्मतत्त्वांच्या आधारे राज्य वसवणाऱ्या संघटना अस्तित्वात येत आहेत. यातूनच महंमद इब्न वहाब यांचा 'वहाबी इस्लाम' आला. 'मुस्लीम ब्रदरहुड', तालिबान, अल कईदा अशा अनेक संघटनांचं हेच उद्दिष्ट होतं. त्यात आता 'आयसिस'ची भर पडली. या संघटनांचं आणखी एक वैशिष्ट्य म्हणजे नवी तयार होणारी संघटना आधीच्यापेक्षा अधिक कडवी असते आणि आपणच इस्लामचं शुद्ध स्वरूप जाणतो, असा दावा ती करू लागते. 'आयसिस'कडून हेच होत गेलं.

अधिक शुद्ध म्हणजे अधिक कडवा, निष्ठुर, अमानवी असा त्याचा अर्थ. या शुद्धतेच्या जोरावर २०१४ च्या जून महिन्यात या संघटनेनं लेवंट परिसरात शरिया-आधारित खिलाफतीच्या स्थापनेची घोषणा केली आणि जगातल्या सर्व इस्लामधर्मीयांना या परिसरात वसतीस येण्याचं आवाहन केलं. या खिलाफतीचा नियंता, परमेश्वराचा उजवा हात म्हणजे खलिफा. तो अबु बक्र. त्याच्या नेतृत्वाखाली ही खिलाफत राज्य करणार. हे एका अर्थी इस्रायलचं अनुकरण. जॉर्डन नदीच्या परिसरात अब्राहमनं

यहुदींसाठी देवभूमी वसवली आहे, या पवित्र परिसरात जगातल्या सर्व यहुदींनी राहण्यास यावं, अशा प्रकारचं आवाहन १९४८ साली इस्रायल जन्माला येत असताना यहुदी नेत्यांकडून केलं गेलं. त्यातूनच जगभरातून या परिसरात येण्यासाठी अक्षरश: यहुदी जनांचा प्रवाह सुरू झाला. त्याच धर्तीवर 'आयसिस'नं जगभरातल्या इस्लामधर्मीयांच्या भावनांना हात घातला आणि 'या लेवंट परिसरात वास्तव्य करायला या' असं निमंत्रण जगातील मुसलमानांना दिलं. पण जगाचं सुदैव हे की, यहुदींप्रमाणे इस्लामधर्मीयांनी हे आवाहन गांभीर्यानं घेतलं नाही.

याचं कारण या संघटनेवर, तिनं निवडलेल्या धर्माच्या मार्गावर इस्लामधर्मीयांचाच विश्वास नव्हता. या संघटनेव्यतिरिक्तचे अन्य सर्व मुसलमान हे अपवित्र, दुसऱ्या दर्जाचे - असं ही संघटना मानते. त्यामुळे या संघटनेनं जगभरातल्या मुसलमानांना अबु बक्र याचं नेतृत्व मान्य करण्याचं आवाहन केलं आणि सर्व इस्लामी दहशतवादी संघटनांनाही आयसिसच्या झेंड्याखाली एकत्र येण्याचा आदेश दिला. 'आपण सर्वांनी एकत्र येऊन अल्लाचा अंमल या पृथ्वीवर सर्वत्र नांदावा यासाठी प्रयत्न करू या!' अशी या संघटनेची मनीषा. ती पूर्ण करण्यासाठी या संघटनेनं निवडलेले मार्ग अमानुष होते. इस्लामचा अवमान करणाऱ्यांचं शिरकाण, त्यांचे जिवंतपणी लचके तोडणं, सामुदायिक हत्या, महिलांचा अवयवछेद असे एकापेक्षा एक भयानक मार्ग या संघटनेनं अवलंबले. ही संघटना इतकी क्रूर कशी, असा प्रश्न अनेकदा याबाबत विचारला जातो. क्रौर्यातून दहशत निर्माण होते आणि ती पसरली, की दहशतीला भिऊन आपसूक अनुयायी मिळू लागतात, हा यामागचा विचार. ते तसे नाही मिळाले समजा, तर संभाव्य विरोधकांची संख्या तरी कमी व्हायला या क्रौर्याचा उपयोग होतो. म्हणूनच आपल्या एकापेक्षा एक अमानुष कृत्यांमुळे या संघटनेची परिणामकारकता झपाट्यानं वाढली.

ती तशी पसरावी, यासाठी आयसिसच्या सदस्यांनी आपलं प्रभावक्षेत्र वाढवायला सुरुवात केली. म्हणजे सीरिया, इराक आदी देशांपलीकडे जाऊन दहशतवादी कृत्यं त्यांनी घडवून आणली. इजिप्तमध्ये सिनाई परिसरात या संघटनेनं रशियाचं एक प्रवासी विमान पाडलं. एका झटक्यात २२८ जणांचे प्राण गेले त्यात. लेबनॉनची राजधानी बैरूतमध्ये या संघटनेनं घडवलेल्या दोन बॉंबस्फोटात ४१ जण प्राणास मुकले. आणि नंतर आला तो पाश्चात्त्य जगाला हादरवणारा पॅरीसमधला दहशतवादी हल्ला. पॅरीसभर अनेक ठिकाणी झालेल्या या दहशतवादी हल्ल्यांतून एकाच दिवसात १२८ जण मारले गेले. इराकच्या मोसूलवर चाल करून जाताना या संघटनेच्या दहशतवाद्यांनी जो

मध्ये येईल त्याला शब्दश: कापून काढलं. इराकमध्ये अनेक छोट्या छोट्या जमाती आहेत, त्यांचं शिरकाणच केलं आयसिसनं. नंतर या संघटनेनं आपला मोर्चा बगदादकडे वळवला. त्या मार्गावरही तेच. आयसिस जिकडे गेली, तिकडे त्यांनी परिसराला रक्ताभिषेक घातला. आपल्याला अभिप्रेत असलेलं 'इस्लामिक स्टेट' प्रत्यक्षात अस्तित्वात येत असल्याची द्वाही 'आयसिस'ला फिरवायची होती. त्यामुळे संघटनेचा नंगा नाच सुरू होता. ताकदीच्या मुद्यावर ही संघटना अमेरिकेच्या पासंगालाही पुरणार नाही. पण तरीही गनिमी काव्यानं या संघटनेनं अमेरिकी आस्थापनं, लष्करी तळ, अमेरिकी युद्धसामग्री यांच्यावर हल्ले सुरू ठेवले. ही संघटना थेट अमेरिकेलाच आव्हान देत असल्याचं सतत दिसल्यामुळे तिच्याविषयीचा दबदबा निर्माण व्हायला अधिकच मदत झाली. लवकरच एकेका महिन्यात ही संघटना इराकमध्ये डझनांनी दहशतवादी हल्ले घडवून आणू लागली. मोठ्या प्रांतावर या संघटनेची हुकमत निर्माण झाली. सप्टेंबर २०१४ मध्ये अमेरिकेच्या दहशतवादविरोधी यंत्रणेनं दिलेल्या माहितीनुसार इराकमधील टायग्रिस-युफ्रेटिस नद्यांच्या संपूर्ण खोऱ्यावर आयसिसचा अंमल बसला. हा संपूर्ण परिसर २,१०,००० चौ. किमी. इतका आहे. म्हणजे तुलनाच करायची तर इंग्लंडच्या आकाराएवढा.

पण पुढच्या एका वर्षभरात अमेरिकेनं आयसिसविरोधी इतकी मोठी आघाडी उघडली, की त्यामुळे या संघटनेच्या फौजा बऱ्याच प्रमाणात मागे रेटल्या गेल्या. सीरियातही या संघटनेला मोठा विरोध सुरू झाला. त्यामुळे आपल्या ताब्यातील साधारण २० टक्के इतक्या भूभागावर या संघटनेला आव्हान निर्माण झालं. या इतक्या परिसरात मनाला येईल ते करण्याची या संघटनेची क्षमता त्यामुळे काही प्रमाणात का असेना आकसली. मग आयसिसनं नव्या प्रांतात घुसखोरी सुरू केली. इराकच्या अनबार प्रांतातलं रमादीसारखं शहर किंवा सीरियातल्या हॉम्स प्रांतात आयसिसनं आपलं बस्तान बसवलं. या शहरातले हमरस्ते, या शहरांतून जाणारे महामार्ग, प्रांतातल्या महत्त्वाच्या वास्तू आणि सर्वात महत्त्वाचं म्हणजे आसपासचे तेलसाठे आयसिस काबीज करायची. या प्रांतात मग आयसिसचा कडवा अंमल सुरू व्हायचा. महिलांना बुरख्यात जावं लागायचं आणि बिगरमुसलमानांना वेगळा कर भरावा लागायचा. हा कर टाळायचा असेल, तर एक मार्ग होता, धर्मांतर करून मुसलमान व्हायचं. आणि हे दोन्हीही टाळायचं असेल, तरीही एक पर्याय होता, मरण. अनेकांनी तो स्वीकारला. आयसिसनं अशा तऱ्हेनं मारलेल्यांची मोजदादही नाही. हे इतकं सारं करायचं असेल, तर तितके 'सैनिक'ही हवेत. आयसिसच्या

ताफ्यातील अशा धर्मस्वयंसेवकांची संख्या ३० ते ३५ हजारांच्या घरात होती. अमेरिकेच्या हल्ल्यात मोठ्या प्रमाणावर आयसिसचे कार्यकर्ते मारले जात होते. एकट्या २०१५ सालातच अशा मारल्या गेलेल्या आयसिस कार्यकर्त्यांची संख्या ११ हजार इतकी होती. पण तरीही या संघटनेच्या धर्मकार्यासाठी भरती होणारेही मोठ्या प्रमाणावर होते. भुकेल्या, भविष्याची भ्रांत असलेल्या जनतेला धर्म नेहमीच भुरळ घालतो. आणि या धर्माच्या आधारे आपली सत्तेची पोळी भाजून घेणारेही त्यामुळे यशस्वी होत असतात. साहजिकच, आयसिसलाही आपल्या प्रचार-प्रसारात चांगलंच यश मिळत होतं. यातला आश्चर्याचा भाग असा, की आयसिसचे कार्यकर्ते हे काही फक्त वाळवंटी देशातलेच होते असं नाही. अनेक पाश्चात्त्य देशांतूनही असे धर्मस्वयंसेवक त्यांना येऊन मिळत होते. अमेरिकेच्या नॅशनल कौंटर टेररिझमचे संचालक निकोलस रासमुस्सेन यांच्या मते २०१५ सालच्या ऑक्टोबरात आयसिसच्या दिमतीला जवळपास २५ हजार परदेशी स्वयंसेवक होते. ट्युनिशिया, मोरोक्को वगैरे तुलनेनं स्थिर, प्रगतीशील देशांमधूनसुद्धा आयसिसमध्ये मोठी भरती झाली होती. साधारण पाच हजार तर पाश्चात्त्य देशांतले होते.

इतक्या तगड्या संघटनेकडे मग शस्त्रास्त्रंही तितकीच तगडी असणार हे उघड आहे. एके-४७ वगैरे तर या संघटनेच्या लहानमोठ्या कार्यकर्त्यांहाती सर्रास असतेच. पण अगदी ट्रकवरून विमानांचा वेध घेऊ शकतील अशा तोफा, रॉकेट लाँचर्स, विमानवेधी तोफा, इतकंच काय पण, क्षेपणास्त्रंही मुबलक प्रमाणात या संघटनेकडे होती. सीरिया आणि इराणच्या लष्कराकडून लुटलेले रणगाडे, हमरसारखी अत्यंत श्रीमंती युद्धवाहनं, बाँब भेदू शकणार नाहीत अशा मोटारीसुद्धा आयसिसच्या दिमतीला होत्या. खरं तर ही सर्व अमेरिकी कंपन्यांचीच निर्मिती. अमेरिकेनं वेळोवेळी इराक, सीरिया वगैरे देशांना विकलेली किंवा पुरवलेली. पण यातली बरीचशी युद्धसामग्री आता आयसिसच्या ताब्यात होती. आयसिसनं ती इराक, सीरिया... आणि नंतर लिबिया... या देशातनं लुटलेली आणि आता ती अमेरिकेच्या विरोधातच वापरली जात होती. एका अर्थी हा काव्यात्म न्यायच म्हणायचा. याच्या जोडीला अपहरण आणि आत्मघाती बाँबर हे दोन मार्ग आयसिसनं अत्यंत परिणामकारकपणे वापरले. अपहरण हा या संघटनेचा उत्पन्नाचा एक प्रभावी मार्ग बनला. अमेरिकी अभ्याससंस्थांच्या अंदाजानुसार २०१४ या एका वर्षात आयसिसनं केवळ अपहरणातून दोन कोटी डॉलर इतकी कमाई केली. जोडीला खंडणीखोरी, दरोडे वगैरे मार्ग होतेच. बँका, खेडुतांची दुभती जनावरं, उभं पीक, पेट्रोल पंप, धर्मस्थळांतल्या ऐतिहासिक वस्तू, बायकामुली... आयसिसनं

काय वाटेल ते लुटलं आणि पैसे कमावले. हक्काच्या शरीरसुखासाठी तरुण मुली-महिलांचे तांडे बाळगणं हा एक नवाच प्रकार आयसिसनं सुरू केला. आणि या मुद्द्यावर आयसिस आधीच्या आपल्या धर्मसंघटनाबांधवांपेक्षा वेगळी ठरते. आयसिसनं अशा लैंगिक गुलामांच्या विक्रीतूनही भरपूर कमाई केली. ही अशी लूट करायची आणि आपल्या हस्तकांकडूनच टर्कीशी, इराणशी व्यवहार करणाऱ्यांना किंवा थेट परदेशी बाजाराशी संधान असणाऱ्यांना विकायची, असा हा व्यवसाय. खेरीज आयसिसचा अंमल असलेल्या प्रांतातून जा-ये करणाऱ्या प्रत्येकाकडून आयसिसला हप्ता मिळायचा. द्यावाच लागायचा तो. 'प्रोटेक्शन मनी'... 'संरक्षण निधी'...असं प्रतिष्ठित नाव आहे त्याला. याच्या बरोबरीनं आत्मघातकी बॉंबिंगचं कौशल्य आयसिसनं भलतंच तेज करून ठेवलं. त्यामुळे त्याचीही परिणामकारकता चांगलीच वाढली.

नंतरच्या काळात तर जवळपास १८ देशांत आयसिसचं जाळं पसरल्याचं दिसून आलं. अफगाणिस्तान, पाकिस्तान, बांगलादेश, इंडोनेशिया, फिलिपिन्स, माली, इजिप्त अशा अनेक देशांत रुजली असेल/नसेल; पण पसरली हे नक्की. २०१५ सालच्या तपशिलानुसार आयसिसची वर्षाची उलाढाल १०० कोटी डॉलर... म्हणजे साडेसात हजार कोटी रुपयांपेक्षा अधिक... इतकी होती. साहजिकच आयसिस नामोहरम करण्यासाठी अमेरिका आणि अन्यांना अधिक ताकद लावावी लागत होती. यात मध्यवर्ती अर्थातच अमेरिका होती. मध्ये काही काळ सीरियापुरता रशियानं या संघटनेला दणका दिला. अध्यक्ष असाद यांना रशियाचा छुपा पाठिंबा होताच. आपल्या अध्यक्षाविरोधात आयसिसचे उद्योग पाहून रशियाच्या फौजाही आयसिसच्या मागावर गेल्या. त्यात झालेल्या संघर्षात आयसिसचे दहाएक हजार सदस्य मारले गेले. पुढच्या दोन वर्षांत आयसिस विरोधातील कारवाई अधिकच तीव्र झाली. इराकमध्ये या संघटनेला आवरायचं, हे लक्ष्य अमेरिकनं ठेवलं. २०१७ सालच्या जुलैत त्यामुळे आयसिसला इराकमधलं सर्वांत मोठं शहर मोसूलमधून माघार घ्यावी लागली. सीरियातल्या त्या संघटनेची 'राजधानी' राका या शहरातूनही आयसिसची पिछेहाट झाली. आयसिसविरोधातल्या सैनिकांची झालेली सरशी या संघटनेचा पाया उध्वस्त करणारी होती. या पार्श्वभूमीवर आयसिसचा संस्थापक, संभाव्य खलिफा अबु बक्र याला काही निर्णय घेणं भाग होतं. तो त्यानं घेतलाही. तो त्याच्या जगण्याला साजेसाच म्हणावा लागेल असा.

या अबु बक्र याचं सगळं आयुष्यच विचित्र. जन्मानं त्याचं नाव इब्राहीम अवद इब्राहीम अली अल बद्री अल समाराई असं लांबलचक. जन्म इराकमधल्या

समारा प्रांतातला. १९७१ सालचा. शिक्षण झालं इस्लामी धर्मशास्त्र या विषयात. त्यातल्या पदवीनंतर त्याला धर्म, कायदा वगैरे विषयांत पदव्युत्तर शिक्षण घ्यायचं होतं. पण बगदाद विद्यापीठानं त्याला प्रवेश नाकारला. कारण त्याचे पदवीतले गुण हे पदव्युत्तर शिक्षण घेण्याच्या योग्यतेचे नाहीत, असं विद्यापीठाला वाटलं. त्यामुळे निराश झालेल्या अबुनं इराकी लष्करात भरती व्हायचं ठरवलं. पण तिथेही त्याच्या वाट्याला निराशाच आली. कारण त्याच्या लघुदृष्टीच्या विकारामुळे तो शारीरिकदृष्ट्या लष्करातल्या नोकरीसाठी अपात्र ठरला. जगण्याच्या दोन्ही मार्गांवर नकार पदरी पडल्यावर त्या परिसरातले इस्लामी तरुण जे करतात तेच करायचं अबुनं ठरवलं.

ते म्हणजे अल कईदा या ओसामाच्या संघटनेत दाखल होणं. त्यात पात्र होण्यासाठी आधी त्यानं लहानमोठ्या इस्लामी दहशतवादी संघटनांत उमेदवारी केली. अशा संघटनेत सहभागी होण्यासाठी आवश्यक ती अर्हता प्राप्त केल्यावर आणि मुख्य म्हणजे भविष्यात अधिक काही करून दाखवण्याची पात्रता सिद्ध केल्यावर अबु २००३ च्या आसपास अल कईदात सहभागी झाला. पुढच्याच वर्षी अमेरिकी सैनिकांच्या कारवाईत तो पकडला गेला. काही काळ स्थानबद्धता अनुभवल्यावर सुटला आणि पुन्हा इमानेइतबारे आपल्या कामाला लागला. त्याच्या नशिबानं त्या काळात अल कईदाच्या कार्यक्रमपत्रिकेत इराक प्राधान्यक्रमात आघाडीवर नव्हता. त्यामुळे त्याला आपल्या या इराकी शाखेला हवं तसं वळवता आलं. या भागासाठी अल कईदाची सूत्रं अयमान अल झवाहिरी याच्याकडे होती. त्याची संघटनेवरची पकड सैल कशी होईल आणि आपल्याला अधिकाधिक पाठिंबा कसा मिळवता येईल, हा अबुचा मुख्य कार्यक्रम बनला. लवकरच त्यानं झवाहिरीचं दडपण झुगारून अल कईदाला इराकपुरती नवी ओळख मिळवून दिली. त्यानं आपल्या नेतृत्वाखालच्या अल कईदाच्या इराकी शाखेसाठी नवीन नाव घेतलं.

ते म्हणजे इस्लामिक स्टेट इन इराक. आपण या संघटनेचे मुख्य अमीर, असं त्यानं जाहीर केलं. पुढे ही संघटना सीरियाच्या दिशेनं नेण्याचा निर्णय त्याचाच. साधारण तीनेक वर्षांनी आपल्या अल कईदा या मातृसंघटनेपासून अबुनं अधिकृत काडीमोड घेतला आणि 'इस्लामिक स्टेट' असं आपल्या संघटनेचं अधिकृत नामकरण केलं. आपली ही संघटना इस्लामची अधिकृत खिलाफत असेल आणि आपण तिचे खलिफा - असा त्याचा विश्वास. तो त्यानं इस्लामी टोळीवाल्यांच्या प्रथेप्रमाणं त्यांची धर्मसंसद - म्हणजे शूरा बोलावून बळकट करून घेतला. इस्लामचं भलं करणं, त्याला जागतिक पातळीवर नेणं हे त्याचं ध्येय होतं.

असं ध्येय बाळगणाऱ्या अन्यांप्रमाणे 'पण, म्हणजे काय?' या प्रश्नाचं उत्तर काही त्याच्याकडे नव्हतं. आणि मुख्य म्हणजे या ध्येयपूर्तीसाठी एका मार्गावर त्याचा दृढ विश्वास होता. तो म्हणजे हिंसाचार. दहशत, रक्तपात यामुळे बरंच काही साध्य होऊ शकतं, याची त्याला खात्री होती. वास्तविक वैयक्तिक आयुष्यात अबु हा बुजरा, आत्मविश्वासशून्य असा गणला जात होता. त्याचे शालेय सवंगडी, सहकारी यातल्या कोणालाही हा लाजराबुजरा इसम दहशतवादी संघटनेचा प्रमुख आणि क्रूरकर्मा होईल, असं कधीही वाटलं नव्हतं. आपलं इस्लामिक खिलाफतीचं ध्येय पूर्ण करण्यासाठी त्यानं स्वत:ला शब्दश: तनमन आणि दुसऱ्याचं धन या सर्वांसह सादर केलं होतं. हा बगदादजवळच्या तोब्ची अशा नावाच्या दुर्लक्षित म्हणता येईल अशा वस्तीतल्या मशिदीत रहायचा. जगणं इतकं साधं, की त्याच्या संघटनेच्या लोकांकडूनही त्याच्याकडे सहज दुर्लक्ष केलं जायचं. हे असं दुर्लक्षित राहून सगळ्याच्या केंद्रस्थानी असणं, ही त्याची शैली. ती आवडायची त्याला. यामुळेच त्याचं नामकरण 'अदृश्य शेख' (इनव्हिजिबल शेख) असं केलं गेलं होतं. हे असं झालं की, अशा व्यक्तीविषयी दंतकथाही मोठ्या प्रमाणावर तयार होतात. त्या केल्याही जातात. त्यामुळे नेत्याची लोकप्रियता वाढते. अबु बक्र याच्याबाबतीत असंच झालं. तो कमालीचा लोकप्रिय होता तरुणांत. अबु कसा अदृश्य होतो वगैरे वदंता त्याच्याविषयी पसरल्या किंवा पसरवल्या जात होत्या. पण यातूनच त्या संघटनेचं प्रस्थ वाढत गेलं. अबु काहीही करू शकतो, याविषयी बिनकामाच्या तरुणांत खात्री होत गेली आणि त्याला अव्याहत 'कार्यकर्ते' मिळत गेले. या तरुणांच्या हाताला तो दोन कामं मुक्तहस्ते देऊ लागला. हव्या तितक्या हिंसाचाराची आणि हव्या तितक्या, हव्या तेव्हा लैंगिक अत्याचारांची मुभा. संघटनेच्या वाढत्या लोकप्रियतेमागे यातील दुसरा घटक होता, हे नाकारून चालणार नाही. बगदादीची स्वत:ची लैंगिक भूक अशमनीय होती, असं त्याच्याविषयी सांगितलं जातं. त्यामुळे मशिदीत राहात होता, तरी त्याच्या पदरी भिन्नप्रांतीय महिलांचा मोठा जनाना होता. यातल्या अनेकींना नंतर तो मारूनही टाकायचा.

अमेरिकी फौजा साहजिकच सतत त्याच्या मागावर होत्या. २०१९च्या मार्च महिन्यात आयसिसला सीरियात मोठा फटका बसला. आपल्या ताब्यातला बराच मोठा भूभाग त्यांनी गमावला. एव्हाना सीरियातही अमेरिकी फौजांनी मोठी मुसंडी मारली होती. अमेरिकेला सीरियातल्या असाद यांच्या पिंडीत काडीचाही रस नव्हता. म्हणजे असाद यांना वाचवणं हे काही त्यांचं उद्दिष्ट नव्हतं. पण या पिंडीवरच्या आयसिसच्या नागाला मात्र त्यांना ठेचायचं होतं. त्यातूनच सीरियातल्या

आयसिसच्या ताब्यातल्या इदलीब प्रांतात अमेरिकी फौजा आणि आयसिस यांच्यात जोरदार धुमश्चक्री झाली. वेडं शौर्य हा आयसिसचा आधार. पण शिस्तबद्ध, अत्यंत तंत्रसिद्ध अमेरिकी फौजांचा पाडाव करायला तो पुरेसा कधीच नव्हता. अमेरिकेला अशा अनेक 'नागां'ना पाळायची सवय आणि खेळवायचा अनुभव आहे. पण वेळ आली, की हीच अमेरिकी ताकद या अशा 'नागां'ना सहज ठेचतेही. इथेही तेच होणार होतं. अमेरिकी फौजा इतक्या सुसज्ज होत्या, की अबुच्या डोळ्यादेखत आयसिसचा पाडाव होणार हे दिसू लागलं. तसाच तो झालाही. आपली खिलाफत प्रत्यक्षात येण्याचं आणि आपण तिचा खलिफा होण्याचं स्वप्न आता काही पूर्ण होणार नाही, याची जाणीव अबु बक्र याला झाली असणार. अशा वेळी अनेक दहशतवादी जे करतात, तेच अबु बक्र अल बगदादी यानं केलं. त्यानं आपली पत्नी आणि दोन मुलं यांच्यासह स्वत:ला आत्मघातकी बॉंबनं उडवून दिलं. आयसिसनं या हत्येला दुजोरा दिला आणि ३१ ऑक्टोबर २०१९ ला आपला नवा नेता जाहीर केला: अबु इब्राहीम अल हाशिमी अल कुरेशी.

ही झाली आयसिसची कथा. पण त्याहूनही रोचक आहे ते आयसिसचा संसार कसा सुरू होता हे वास्तव. पश्चिम आशियातल्या रखरखीत वाळवंटात मुबलक आढळणारं खनिज तेलाचं काळं सोनं आयसिसनं जितकं परिणामकारकपणे वापरलं, तितकं ते आतापर्यंतच्या कोणत्याही इस्लामी दहशतवादी संघटनेला जमलं नव्हतं. या ज्वालाग्राही तेलावर पूर्णपणे पोसली गेलेली पहिली दहशतवादी संघटना म्हणजे आयसिस. ज्या तेलाच्या आधारे इस्लामी देशांतल्या अनेक शेख, अमिरांनी आपापली नागरी, आर्थिक साम्राज्यं उभारली; त्याच तेलाच्या आधारे आयसिसनं आपली रक्ताळलेली अर्थव्यवस्था उभारली. हे सगळं आयसिसनं कसं केलं, ते समजून घ्यायला हवं.

त्यासाठी आयसिसनं पश्चिम आशियाच्या समरांगणात तुलनेनं दुर्लक्षल्या गेलेल्या सीरिया आणि नंतर सद्दामोत्तर इराकच्या तितक्याच दुर्लक्षित प्रांतांवर लक्ष केंद्रित केलं. या प्रदेशातल्या बड्या तेलवाल्या देशांच्या, महारथी देशांच्या तुलनेत सीरियातले तेलसाठे अगदीच किरकोळ म्हणता येतील असे. पूर्व सीरियातल्या डेर एझ्झर (Deir Ezzor) परिसरात यातले काही तेलसाठे आहेत. दैनंदिन उत्पादन म्हणायचं तर जेमतेम ३५ ते ४० हजार बॅरल इतकंच. त्या देशाच्या टुकीच्या संसाराला हातभार लागेल इतकंच. सौदी, इराण वगैरे देशांतल्या दिवसाला कित्येक लाख बॅरल तेलाच्या तुलनेत हे अगदीच नगण्य म्हणावेत असे. याच्या जोडीला उत्तर इराकातल्या मोसूल आदी प्रांतातही काही तेलसाठे आहेत. सरासरी दैनंदिन

उत्पादन जेमतेम १० हजार बॅरल इतकंच. परत या इराकी तेलाला तशी किंमत नाही. कारण ते बरंच अशुद्ध असतं आणि म्हणून त्याच्या शुद्धीकरणाचा वेळ आणि खर्चही जास्त असतो. म्हणून हे तेल सहसा डांबर वगैरे तयार करण्यासाठी वापरलं जातं. या दुर्लक्षाचाच फायदा आयसिसनं उचलला.

आणि या दोन्ही तेलसाठ्यांवर पूर्ण नियंत्रण मिळवलं. त्यामुळे या प्रांतातल्या अल तनाक, अल ओमार, अल खरा, अल रशीद, दैरो अशा अनेक ठिकाणच्या तेलविहिरी आयसिसच्या ताब्यात आल्या. अन्य संघटित तेलउत्पादक देश आपल्या देशातलं तेल तितक्याच संघटित कंपन्या, देश यांना विकतात. आयसिसनं वेगळा मार्ग निवडला. या परिसरातल्या छोट्यामोठ्या व्यापाऱ्यांना आयसिस थेट तेल विकू लागली. या व्यापाऱ्यांचे टँकर या विहिरींवर जायचे आणि तेल भरून पुन्हा परत निघायचे. अमेरिकी फौजांच्या हे लक्षात आल्यावर या टँकरना लक्ष्य केलं जायला लागलं. मग आयसिसनं वेगळी शक्कल लढवली. अमेरिकी उपग्रह आणि ड्रोन हे जथ्यानं येणारे टँकर टिपायचे. ते टाळण्यासाठी आयसिसनं अशी स्थानिक संपर्कयंत्रणा तयार केली. हे सर्व टँकर विखुरलेले राहायचे आणि ज्याला निरोप दिला जाईल तेवढाच टँकर संबंधित ठिकाणी जाऊन तेल भरून घ्यायचा. बड्या तेलकंपन्यांच्याप्रमाणे या एकट्यादुकट्या टँकरनाही अनेक पर्याय होते.

आपल्याकडे ज्याप्रमाणे उसाचे ट्रेलर आसपासच्या साखरकारखान्यांवर 'ऊस घालायला' जातात, त्याप्रमाणे हे तेलटँकर स्वतंत्रपणे अशा तेलशुद्धीकरण कारखान्यांवर, म्हणजे रिफायनरी, जाऊन रांगेत उभे रहायचे आणि आपला क्रमांक आल्यावर कच्चं तेल तिथे घालून परत आयसिसच्या तेलविहिरींकडे जायला निघायचे. हे ज्यांना करायचं नव्हतं, त्यांना इराक-सीरिया सीमेवर किंवा जवळच्याच अल कैम इथल्या बाजारपेठेत काळ्या बाजारात तेल विकण्याचा पर्याय होताच. स्थानिक पातळीवर या तेलाला चांगलं मोल यायचं. याचं कारण अन्य सरकारी तेलविहिरींच्या तुलनेत व्यापाऱ्यांना आयसिसचं तेल स्वस्तात पडायचं. आयसिसला काही देश चालवायचा नव्हता आणि या तेलविहिरीतली भांडवली गुंतवणूकही वसूल करायची नव्हती. जे तेलशुद्धीकरण कारखाने आयसिसच्या प्रभावक्षेत्रात होते, तेही हे तेल आनंदानं विकत घ्यायचे. कारण ते स्वस्तात घेऊन त्यांना जास्त नफा मिळवता येत असे. यातली तांत्रिक मखलाशी अशी, की हे बरेचसे तेलकारखाने पेट्रोल कमी आणि दुय्यम दर्जाचं डिझेल अधिक असं उत्पादन करायचे. या साऱ्या परिसरांत विजेची बोंबच. त्यामुळे खाजगी पातळीवर, अगदी घरोघरीही जनरेटर सेट्स राखणं अत्यावश्यक. हे जनरेटर सेट हे या दुय्यम डिझेलवर उत्साहात

चालतात. त्यामुळे अगदी पेट्रोलपंप नाही तरी ही जनरेटरसाठीची तेलाची मागणी कायम असते. त्यामुळे हे उत्पादनही मोठ्या प्रमाणावर खपायचं.

या सगळ्या व्यवहारांसाठी आयसिसनं एक व्यवस्था निश्चित केली होती. सगळं काम त्या बरहुकूम होत असे. तेलाच्या टँकरवाल्यांना अर्थातच आयसिसला पैसे द्यावे लागत. पण एकदा का ही जकात दिली, की संबंधित त्याची रीतसर 'पावती' देत. ती दाखवली, की मग या व्यापाऱ्यांना अन्य कोणी अडवत नसे आणि अन्य कोणी पैसेही मागत नसे. त्यामुळे हा व्यवहार उभय बाजूंसाठी फायदेशीर होता. मोसूलसारख्या इराकमधल्या तुलनेनं सधन प्रातांपुरतं आयसिसचं व्यवहारप्रारूप वेगळं होतं. तिथे आयसिसनं स्थानिक, समांतर पेट्रोलपंपच उभे केले होते. आपल्या मर्जीतल्या तेलकंपन्यांकडून त्यांनी नवंच तंत्रज्ञान त्यासाठी विकसित केलं. हे असे फिरते आयसिस पंप मोसूल प्रातांत हव्या त्या रस्त्याच्या कडेला जाऊन उभे राहात. मग स्थानिक नागरिकही अन्य कोणत्याही पेट्रोलपंपाप्रमाणे या पंपांवर जाऊन आपल्या वाहनांत पेट्रोल/डिझेल भरून घेत. याच्या जोडीला कुर्दिस्तान वगैरे मागास प्रांतांत जाऊन पेट्रोल/डिझेलची तस्करी हा पर्याय होताच. तोही आयसिसनं मुबलक वापरला. त्यासाठी अगदी गाढवं, खेचरं यांच्या पाठीवरनं २०-२५ लिटरच्या कॅनमधून तेलाची विक्री होत असे.

या परिसराचा नकाशा पाहिल्यावर लक्षात येईल,की सीरियाच्या अलेप्पो, इडलिब वगैरे प्रांतापासून टर्कीची, मध्य सीरियापासून लेबनॉनची, दक्षिणेकडून जॉर्डनची अशा अनेक आंतरराष्ट्रीय सीमा जवळपास आहेत. उत्तरेकडून इराकात शिरून थेट मोसूल गाठता येतं. हा सगळा खुश्कीचा मार्ग. त्यावर आयसिसनं आपली पकड मजबूत केली होती. त्यामुळे हा तेलाचा व्यापार या संघटनेला विनासायास करता आला आणि त्यातून बख्खळ पैसेही मिळत गेले. एकेकाळी या सगळ्या प्रदेशातून आयसिसनं दिवसाला तब्बल ८० हजार बॅरल तेलाचा व्यवहार केल्याची नोंद आहे. या प्रदेशात जवळपास एक कोटी लोक राहतात. त्यांच्या गरजा या तेलातनं सहज भागत. घरातली चूल पेटण्यासाठी, वाहनं चालवण्यासाठी, हाडं गोठवणाऱ्या थंडीत जनरेटर चालवून ऊब मिळवण्यासाठी तेल मिळालं म्हणजे झालं. ते कोणी कोणत्या मार्गानं मिळवलंय, या तात्त्विक चर्चेत रस घ्यायला मिळेल इतकी परिस्थितीची उसंत या परिसरातल्या अभागींना नव्हती. आणि इतकी वर्षं राजमान्य मार्गांनी तेल काढून आणि विकून आपली धन करणारे राज्यकर्ते आणि अमेरिकी तेलकंपन्या यांनी तरी या दरिद्रींच्या पदरात असं मोठं कोणतं सुख घातलं होतं, की त्यांनी आयसिसच्या अन्यायकारी मार्गांचा निषेध

करावा! जगातल्या भिकारी जनतेला पर्याय असतोच कुठे! असतो तो एकच...

अन्याय कोणाकडून करून घ्यायचा, हाच. हे सत्य एकदा का मान्य केलं, की आयसिसला स्थानिकांनी विरोध का केला नाही किंवा स्थानिक कसे काय बुवा त्यांना सामील झाले...अशा सुखासीन दिवाणखानी चर्चा निरर्थक ठरतात. सीरिया, इराकमध्ये त्या तशा ठरल्या.

कायद्याच्या राज्याची फळं सर्वांत समान वाटली गेली नाहीत; तर बेकायदेशीर, अमानवी असला तरी धर्माचा मार्ग नागरिक सहज स्वीकारतात. लवकरच लिबिया, नायजेरिया असे आफ्रिकी प्रांतही हेच दाखवून देणार होते. परिणामी, इतके दिवस आफ्रिका खंडापासून दूर राहिलेला इस्लामी दहशतवाद सहज आता त्या प्रांतातही रुजणार होता. त्याचं 'श्रेय' संपूर्णपणे जातं 'आयसिस'ला. कारण आतापर्यंतच्या इस्लामी दहशतवादी संघटना आणि आयसिस यात एक मोठा फरक आहे. मुस्लीम ब्रदरहुड, तालिबान, अल कईदा वगैरे संघटनांनी आपले उद्योग प्राधान्यानं पश्चिम आशियाच्या आखातापुरते मर्यादित ठेवले. या वाळवंटी आखातातले देश तसे रूपानंही इस्लामी. त्यामुळे त्यांची आणि काही प्रकरणात दहशतवादी संघटना यांची चेहरेपट्टीही एकच मानली गेली. आयसिसच्या उदयानंतर हा मोठा बदल झाला. तो असा, की आयसिसनं आपले दहशतवादी उद्योग आफ्रिका खंडातही नेले. आयसिसमुळे या आफ्रिकी खंडातल्या चळवळींचा इस्लामी चेहरा समोर आला. या प्रांतांत खरेतर इस्लामधर्मीय आधीही मोठ्या प्रमाणावर होतेच. पण त्यांना धर्माच्या... आणि त्यातही हिंसक... झेंड्याखाली आणण्याचं पुण्यकर्म निःसंशय आयसिसच्या नावावर नोंदलं जाईल. याची सुरुवात झाली लिबियासारख्या समृद्ध देशातनं.

कर्नल मुअम्मर गडाफी याच्या पाडावानंतर लिबियाची दशा झाली. गडाफी याचं उच्चाटन झालं. पण नंतर काय, या प्रश्नाचा विचारच त्याचं उच्चाटन करणाऱ्यांनी, म्हणजे अमेरिका-केंद्रित 'नाटो' (नॉर्थ अटलांटिक ट्रिटी ऑर्गनायझेशन) या संघटनेच्या धुरीणांनी केला नव्हता. ही म्हणजे २००३ सालच्या इराकची पुनरावृत्ती. त्या देशात ज्याप्रमाणे सद्दामला हटवल्यानंतर काय, याचं उत्तर अमेरिकेकडे नव्हतं आणि ते अजूनही नाही, त्याप्रमाणे गडाफी याच्यानंतर या देशाचं काय करायचं, तेथील सरकारची व्यवस्था काय, या प्रश्नांची उत्तरं अमेरिकेकडे नव्हती. आणि नाहीतही. त्यामुळे तो देश अगदी अलगदपणे 'आयसिस'च्या हाती पडला. मग तिथून सुरू झाली या संघटनेची आफ्रिका खंड मोहीम. या मोहिमेत या संघटनेच्या नवनव्या शाखा तयार झाल्या. पण त्याही तितक्याच घातक. उदाहरणार्थ नायजेरिया आणि

परिसरातली बोको हराम. ती आयसिसची आफ्रिकी आवृत्ती. सोमालिया, सुदान, केनिया, टांझानिया आणि अर्थातच 'बोको हराम'ची मातृभूमी असलेला नायजेरिया... अशा आफ्रिकेतल्या अनेक प्रमुख देशांत इस्लामी दहशतवादाचा सहज शिरकाव झाला आणि आता तर तो या प्रदेशात खोलवर रुजलाही.

यात सर्वात 'लक्षणीय' कहाणी आहे ती 'बोको हराम'ची. या नावातलं 'बोको' म्हणजे काय? तर तो 'बुक' या शब्दाचा आफ्रिकी अपभ्रंश. अर्थ सरळ आहे. पुस्तकातून जे जे मिळतं, ते सर्व 'हराम' आहे. म्हणून हे बोको हराम. आता ज्ञानालाच हराम म्हणत असतील; तर ही माणसं काय लायकीची असतील, हा प्रश्न पडणं ओघानं आलंच. उस्ताद महंमद युसूफ हा 'बोको हराम'चा संस्थापक. इस्लामच्या अतिजहाल सलाफी शाखेत 'शिक्षण' घेतलेला. आधुनिक पुस्तकं संघटनेसाठी 'हराम' असली तरी अपवाद एकच. कुराण. त्यामुळे इस्लामी धर्मकायदा शरिया याच्याच आधारे जग चालायला हवं, असं या उस्तादाचं मत. या शरियाचा अवमान करणारे, मग ते स्वधर्मीय असले तरीही, त्यांना संपवून टाकणं हे या संघटनेच्या अनेक ध्येयांतील एक. याच विचारातून आफ्रिकेतल्या अनेक देशांत या संघटनेनं कमालीच्या क्रूर म्हणता येतील अशा हत्या, अत्याचार केले. आयसिस आणि बोको हराम यांच्यात आणखी एक साम्य म्हणजे त्यांची लैंगिक विकृती आणि अशमनीय भूक. त्यातूनच आफ्रिकेत अगदी शालेय मुलींवरही भयानक अत्याचार झाले. अशा शेकडो नव्हे हजारो बालिका या बोको हरामनं कुंटणखान्यासारख्या पदरी बाळगल्या. आयसिसप्रमाणं या संघटनेचाही पोटापाण्याचा आधार म्हणजे खनिज तेल. आफ्रिकेतल्या नायजेरियादी प्रांतात उत्तम तेलसाठे आहेत. आणि जिथे जिथे तेल आहे, तिथे तिथे दहशतवादही आहे. तेलवाहिन्या फोडण्यापासून ते तेलकंपन्यांच्या अधिकाऱ्यांना ओलीस ठेवण्यापर्यंत अनेक मार्गांनी या संघटनेनं कमाई केली. म्हणजे सौदी अरेबिया, इराक, लिबिया आदी देशांत जे घडलं, तेच आफ्रिकेतही घडत गेलं. पुढे २०१५ साली या बोको हरामनं 'आयसिस'शी हातमिळवणी केली आणि त्यातून आयसिसची अधिकृत आफ्रिकी संकरावृत्ती जन्माला आली. नायजेरिया, चाड, नायजेर अशा अनेक देशांत या संघटनेचे उद्योग विनासायास सुरू आहेत. या संघटनांच्या आणखीही अनेक उपशाखा निघताहेत आणि निघाल्याही. हे सर्व पाहिल्यावर एक प्रश्न पडतो.

दुसऱ्या महायुद्धानंतरच्या दशकात तत्कालीन कारणांसाठी ब्रदरहुडसारखी संघटना जन्माला आली. तिला सुरुवातीला तरी अमेरिकेसारख्या देशाचा उघड पाठिंबा होता. त्यामागे पश्चिम आशियातल्या वाळवंटाखाली आढळणारं काळं

सोनं हे कारण होतं. त्यानंतर जवळपास ७०-७५ वर्षांनंतरही त्याच काळ्या सोन्याच्या असोशीपोटी अशा संघटना जन्माला येतच आहेत. पूर्वी हे सर्व पश्चिम आशियात मर्यादित होतं आणि आता दक्षिणेला सरकत आफ्रिका खंडातही हे लोण पसरत चाललंय. म्हणजे मग या काळात नक्की आपली प्रगती कशात झाली? ज्ञानविज्ञानाचा विस्तार होत असताना, कृत्रिम प्रज्ञा मानवरहित वाहनं चालवू लागली असताना, यंत्रमानव खऱ्या मानवाची जागा घेऊ लागलेला असताना निर्बुद्धांचा धार्मिक धुमाकूळही तितक्याच जोमानं सुरू आहे.

इतिहास दाखवून देतो आपल्याला, की जेव्हा जेव्हा समाजजीवनात धर्माची लुडबुड वाढते, तेव्हा तेव्हा त्यापेक्षा अधिक ताकदीनं वाढत असतं अधर्मयुद्ध! त्याचाच पुढचा अध्याय सध्या सुरू आहे.

◈

परिशिष्ट :
काही महत्त्वाच्या दहशतवादी संघटना

दहशतवादाचा उगम आणि त्याचा प्रसार यांचा आढावा घेतल्यानंतर काही महत्त्वाच्या दहशतवादी संघटनांचा हा थोडक्यात परिचय. त्यासाठी दोन निकष लावलेत. जगात अमेरिकेचं गृहखातं आणि/किंवा यूनो यांनी 'दहशतवादी' असा शिक्का मारल्याशिवाय कोणतीही संघटना दहशतवादी ठरत नाही. हे लक्षात घेऊन या दोघांनी ज्यांना दहशतवादी संघटना असं अधिकृत घोषित केलंय, त्यांपैकी काहींचा समावेश या अल्प परिचयात करण्यात आलाय. यांतल्या काही संघटना एकमेकांच्या भाऊ-बहिणीही निघतील. याशिवाय अन्य धर्मीयांच्या संघटनांचा यात विचार केलेला नाही. त्यामुळे आयरिश रिपब्लिकन आर्मी (आयआरए) किंवा लिबरेशन टायगर्स ऑफ तामीळ ईलन (एलटीटीई) यांसारख्या संघटनांचा यात समावेश नाही. या संघटनांमागचं राजकारण वेगळं आणि त्यांच्या मागची कारणंही वेगळी. तो वेगळा अभ्यासाचा विषय आहे. इथे घेतल्यात, त्या संघटनांमध्ये काही समान धागा आहे.

एखाद्या संघटनेच्या विरोधात फारच आरडाओरड झाली, की अमेरिका आणि बाकीचे प्रगत देश त्या संघटनेवर बंदी घालतात. त्यागुळे फार काही निष्पन्न होतं, असं नाही, कारण ती मंडळी दुसऱ्या नावानं आपल्या कारवाया सुरूच ठेवतात. कोणी गोविंद घ्या... कोणी गोपाल घ्या... असाच हा मामला. नावं काहीही असली, तरी सगळ्यांचा आद्य पुरुष एकच. 'मुस्लिम ब्रदरहुड.' या संघटनेची इतकी वंशवृद्धी झालीय, की आजच्या मितीला जवळपास प्रत्येक इस्लामी दहशतवादी संघटनेची मुळं ही 'ब्रदरहुड'पर्यंत जाऊन पोहोचतात. 'अल् कायदा' आणि 'तालिबान' यांच्यावर पुस्तकात विस्तृतपणे लिहिलं असल्यानं त्यांचा येथे उल्लेख नाही.

१. अबू निदाल ऑर्गनायझेशन :

अबू निदाल हा जगातला एकेकाळचा अत्यंत खतरनाक दहशतवादी. याचं खरं नाव साबरी खलिल अल् बन्ना. पॅलेस्टिनी नेता. यासर अराफात यांचं नाव जिच्याशी जोडलं जातं, त्या 'फताह... द रिव्होल्युशनरी कौन्सिल' या पॅलेस्टिनी संघटनेच्या संस्थापकांपैकी एक होता साबरी खलिल. त्याच्या सततच्या संघर्षवादी भूमिकेमुळे त्याचं नाव पडलं 'अबू निदाल'. म्हणजे सर्व संघर्षांचा पितामह. हा अर्थातच कडवा इस्रायलविरोधक. कोणत्याही परिस्थितीत इस्रायलशी कसलाही समझोता होऊ नये, या मताचा. त्याचमुळे यासर अराफात जेव्हा समन्वयवादी भूमिका घेऊ लागले, तेव्हा तो 'फताह'मधून फुटून निघाला. मग त्यानं १९७४ साली 'अबू निदाल ऑर्गनायझेशन' ही स्वतंत्र संघटना काढली. नंतर तो बराचसा कंत्राटी मारेकरीच बनला. जवळपास २० देशांत दहशतवादी कारवाया केल्याची नोंद आहे त्याच्या नावावर. या हल्ल्यात ९००हून अधिक ठार वा गंभीर जायबंदी झाले. १९८५ सालच्या डिसेंबर महिन्यात रोम आणि व्हिएन्ना विमानतळांवर इस्रायलच्या 'एल् अल्' या कंपनीच्या तिकीट कौंटर्सवर एकाच वेळी केलेला हल्ला हे त्याच्या कारकिर्दीचं शिखर. यात २० जण ठार, तर १२० जखमी झाले. २००२ सालच्या ऑगस्ट महिन्यात बगदादमध्ये अबू निदाल मारला गेला. त्याच्या हत्येमागे होते सद्दाम हुसेन. इंग्रजी वर्तमानपत्रांनी मृत्युलेखात त्याचं वर्णन 'एकमेवाद्वितीय मारेकरी' असं केलं होतं.

२. द अबू सयाफ ग्रुप :

पूर्वेकडच्या फिलिपाइन्स आणि परिसरात अनेक छोट्याछोट्या दहशतवादी संघटना घर करून आहेत. 'अबू सयाफ ग्रुप' त्यांतला सर्वांत मोठा. 'अल् इरकत अल् इस्लामिया' हे त्याच्या संघटनेचं मूळ नाव. जवळपास ३० वर्षं त्यांचा लढा सुरू आहे. यांचे मूळ शत्रू स्थानिक ख्रिश्चन. त्यांच्या विरोधात मुसलमानी घुसखोरी वाढवायची, हे त्यांचं मुख्य काम. याचे वडील अब्दुर रजाक हे अफगाणिस्तान मुजाहिदीन कमांडर रसूल सयाफ याच्या दहशतवाद प्रशिक्षण शिबिरात काही काळ होते. त्या आपल्या उज्ज्वल भूतकाळाची आठवण म्हणून त्यांनी आपल्या पोराचं नाव सयाफ ठेवलं. आग्नेय आशियात संपूर्ण असं बलाढ्य इस्लामी राष्ट्र तयार करण्याच्या उद्देशानं 'अबू सयाफ ग्रुप' भारला गेलाय. फिलिपाइन्सच्या परिसरात मिंदानाव, बासिलान, जोलो वगैरे जी छोटी बेटं आहेत, तिथे यानं आपल्या तुकड्या तयार केल्यात. या सगळ्या बेटांवरनं त्याला ख्रिश्चन हुसकावून लावायचे आहेत. अशी जवळपास १३ बेटं आहेत इथे. ती सगळी नि:ख्रिश्चन करणं, हे

त्याचं ध्येय आहे. त्यासाठी दरोडे घालणं, बलात्कार, खून, लूटमार, बाँबफेकी, सुपारी घेऊन हत्या, हे सगळं क्षम्य आहे, असा त्याचा दावा आहे. १९९० पासून या गटाच्या हालचाली प्रामुख्यानं वाढल्या आहेत.

३. द अल-अक्सा फाउंडेशन :

'हमास' या अत्यंत ताकदवान पॅलेस्टिनी दहशतवादी संघटनेशी थेट संबंध असलेली ही एक आंतरराष्ट्रीय धर्मादाय संघटना. निदान कागदावर तरी. बऱ्याच अंशी युरोपात कार्यरत असणारी. २००२ सालापर्यंत तिचं मुख्यालय होतं जर्मनीत. नेदरलँड, डेन्मार्क, बेल्जियम, स्वीडन आणि मग दक्षिण आफ्रिका, पाकिस्तान आणि येमेन इथे तिची कार्यालयं वा शाखा होत्या. अमेरिकेच्या गृहखात्यानुसार या संघटनेचं धर्मादायपण बनावट आहे. 'हमास' या अत्यंत कडव्या दहशतवादी संघटनेसाठी निधी आणि वेळप्रसंगी कार्यकर्तेही तयार करणं, हे या संघटनेचं खरं काम आहे. त्यामुळे अमेरिकेनं २००३ साली या संघटनेला 'दहशतवादी' म्हणून जाहीर केलं. पाठोपाठ अनेक युरोपीय देशांतली या संघटनेची मालमत्ता जप्त केली गेली. त्यानुसार या संघटनेशी कोणतेही व्यवहार करायला बंदी आली. असे व्यवहार करताना कोणी आढळला, तर त्याच्यावर दहशतवादी संघटनेला मदत केल्याचा वा साथीदार असल्याचा आरोप ठेवून कारवाई केली जाते.

४. द अल-अक्सा मार्टियर्स ब्रिगेड :

जेरुसलेममधल्या 'अल् अक्सा' या मशिदीवरनं या संघटनेनं आपलं नाव जरी घेतलं असलं, तरी ही संघटना पूर्णपणे इस्लामी नाही. ही अनेक पॅलेस्टिनी संघटनांची आघाडी आहे. यात ख्रिश्चनही आहेत. वेस्ट बँक परिसरात इस्रायलवर मोठ्या प्रमाणावर आत्मघाती हल्ले या संघटनेच्या नावावर आहेत. आपल्याला विरोध करणाऱ्या पॅलेस्टिनींनाही ठार करायला या संघटनेनं मागेपुढे पाहिलेलं नाही. २००४ साली गाझा पट्टीत अनेक दहशतवादी हल्ले या संघटनेनं केले. काही दंगलीही या संघटनेनं पेटवल्या. मोठ्या दहशतवादी कारवायांसाठी 'अल् अक्सा'चं 'हमास' या संघटनेबरोबर सहकार्य असतं. या दोन्ही संघटनांनी अनेक कारस्थानं संयुक्तपणे पार पाडली आहेत.

५. अन्सार अल-सुन्नाह किंवा जमात अन्सार अल-सुन्नाह :

ही मुख्यत: इराकमधली संघटना. स्थापन झाली २००३ साली. अमेरिकेचं इराकमधलं वास्तव्य संपुष्टात आणणं, हे ही संघटना आपलं ध्येय मानते. तिच्यात कुर्द आणि सुन्नी मुसलमान दोघांचाही सहभाग आहे. गनिमी काव्यानं अमेरिकेला जेरीस

आणणारे अनेक गट या संघटनेशी संलग्न आहेत. अबू अब्दुल्ला अल् हसन बिन महमूद हा तसा फारसा माहीत नसलेला या संघटनेचा नेता. अनेक अन्य दहशतवादी संघटनांशी अन्सारचे संबंध आहेत. यातील प्रमुख म्हणजे ‘जमात अल तवाहिद वल् जिहाद’. ही ‘अल् कायदा’चा इराकी आविष्कार. हिचं नेतेपद होतं झराकवी याच्याकडे. आपल्या क्रौर्यासाठी ही संघटना कुख्यात आहे. एका तुर्की वाहनचालकाची गर्दन कापताना त्याचं व्हिडिओ शूटिंग करून टीव्ही वाहिन्यांना पाठवणारी ती संघटना हीच. आता इराकमधल्या फालुजा, रमादी, समारा, बकुबा आदी शहरांत तिचे मोठे पाठीराखे आहेत.

६. द इजिप्शियन इस्लामिक जिहाद :

ही पूर्वी ‘इजिप्शियन जिहाद’, ‘अल् जिहाद’, किंवा ‘लिबरेशन आर्मी ऑफ होली साइट्स’ या नावांनी ओळखली जात होती. तिचं नेतृत्व होतं अर्थातच अल् जवाहिरी याच्याकडे. ‘मुस्लिम ब्रदरहुड’शी थेट रक्ताचं नातं असणाऱ्या या संघटनेचं अस्तित्व १९७० पासूनच दिसायला लागलं. सुरुवातीला हिचं उद्दिष्ट होतं इजिप्तचं निधर्मीपणाचा दावा करणारं सरकार उलथायचं आणि तिथे इस्लामी धार्मिक सरकारची स्थापना करायची. ६ ऑक्टोबर १९८१ला तत्कालीन अध्यक्ष अन्वर सादात यांची हत्या याच संघटनेनं केली. नंतर तिनं आपला व्याप वाढवत अमेरिका आणि इस्रायललाही आपल्या माऱ्याच्या कक्षेत आणलं. पुढे लेबनॉन आणि येमेनमध्येही तिनं आपला व्याप नेला. २००१च्या जून महिन्यात ‘अल् कायदा’ आणि ‘इस्लामिक जिहाद’ यांनी एकमेकांत विलीन होऊन ‘कायदा अल् जिहाद’ या नावाची संघटना काढली.

७. फताह अल-इस्लाम :

ही अगदी अलीकडे जन्माला आलेली संघटना. २००६ सालचा तिचा जन्म. सुन्नी इस्लामी हे तिचे मूळ पाठीराखे. लेबनॉन आणि परिसर हे तिचं मूळ कार्यक्षेत्र. शकीर अल् अब्बासी हा तिचा अध्यक्ष. एके काळी पायलट असणारा अब्बासी मूळचा पॅलेस्टिनी. याचा संबंध सुरुवातीला आला, तो यासर अराफात याच्या ‘फताह’ या संघटनेशी. तिथे मतभेद झाले म्हणून त्यानं आपला स्वतंत्र सवतासुभा मांडला. याला सीरियानं तुरुंगात डांबला होता. जॉर्डन आणि सीरिया या देशांत शस्त्रास्त्रांची चोरटी आयात करताना तो आणि त्याचे पाठीराखे सापडले होते. २००३ साली अमेरिकेनं हल्ला केल्यानंतर अब्बासी इराकमध्ये गेला. तिथे त्याचा संबंध आला ‘अल् कायदा’शी. नंतर हा जॉर्डनमध्ये अमेरिकी राजनैतिक

अधिकाऱ्याच्या खुनात सापडला. जॉर्डन सरकारनं त्याबद्दल त्याला फाशीची शिक्षा ठोठावली. तेव्हापासून तो भूमिगत राहून आपल्या कारवाया करतोय.

८. हमास :

पॅलेस्टाइनमधली ही महत्त्वाची आणि मोठी दहशतवादी संघटना. या संघटनेला दहशतवादाच्या जोडीला राजकीय आणि सामाजिक अंगही आहे. या संघटनेचं स्वत:चं निमलष्करी दलही आहे. 'इज्ज अद् दिन अल् कसाम ब्रिगेड' या नावाचं. या संघटनेची स्थापना झाली १९८७मध्ये. शेख अहमद यासिन हा तिचा संस्थापक. याच्या जोडीला होते अब्दुल अझीझ अल् रांतिसी आणि महंमद तहा. यांतला तहा हा 'मुस्लिम ब्रदरहुड' या संघटनेच्या पॅलेस्टिनी शाखेशी संबंधित होता. नव्वदीचं दशक सुरू होताना इस्रायलच्या विरोधात आत्मघातकी हल्ल्यांची... (इंतिफदा)... जी लाट आली, तिच्या मागे 'हमास'चा हात होता. १९९३च्या एप्रिल महिन्यात सुरू झालेलं हे हत्यासत्र २००५ पर्यंत सुरू होतं. पुढे २००६ आणि नंतर २००८च्या अखेरीस इस्रायलवर नव्यानं जे हल्ले सुरू झाले, त्यामागेही 'हमास'च होती. या काळात तिच्या राजकीय शाखेचीही घोडदौड सुरू होती. जानेवारी २००६ साली झालेल्या निवडणुकीत 'हमास'नं पॅलेस्टिनी प्रतिनिधिगृहातल्या १३२ पैकी ७६ जागा जिंकल्या. याच निवडणुकीत यासर अराफात यांच्या 'फताह' या पक्षाची वाताहत झाली. त्यांना केवळ ४३ जागांवर समाधान मानावं लागलं. गेली कित्येक वर्षं पॅलेस्टाइनवर असलेलं 'फताह'चं राज्य या निवडणुकीत संपुष्टात आलं. यानंतर 'फताह' आणि 'हमास'च्या कार्यकर्त्यांत तुंबळ युद्ध झालं. १८ जून २००७ रोजी पॅलेस्टाइनचे अध्यक्ष महमूद अब्बास यांनी 'हमास'च्या लष्करी शाखेवर बंदी आणली. त्यानंतर ही संधी साधत इस्रायलनं लगेचच गाझा पट्टीची आर्थिक नाकेबंदी केली. तेव्हापासून 'हमास' आणि इस्रायल यांच्यात छोट्या चकमकी होतच होत्या. २००८ सालच्या अखेरीस त्यांचं युद्धात रूपांतर झालं. हे प्रकरण आजतागायत शांत झालेलं नाही.

९. हेझबोल्लाह :

म्हणजे परमेश्वराचा पक्ष. इतर सर्व सुन्नींच्या भाऊगर्दीत आपलं अस्तित्व जोरकसपणे टिकवून असलेली मोठी शिया दहशतवादी संघटना. हिचा मुक्काम असतो लेबनॉनमध्ये. या देशात तुलनेनं मोठ्या संख्येनं ख्रिश्चनही आहेत. त्यांच्याशीही 'हेझबोल्लाह'चा संघर्ष सुरू असतो. 'हमास'प्रमाणे हिलाही राजकीय अंग आहे. परत सामाजिक शाखाही आहे या संघटनेची. शाळा-रुग्णालयं चालवणं,

लेबनॉनमधल्या गरीब शिया शेतकऱ्यांना कृषीविषयक सेवा पुरवणं वगैरे कामं करते 'हेझबोल्लाह'. अरब जगात अर्थातच ही संघटना दहशतवादी मानली जात नाही. पण पाश्चात्त्य जगानं मात्र तिला कडवं, धोकादायक दहशतवादी ठरवलंय. ८०च्या दशकात लेबनॉनमधल्या यादवीच्या काळात इस्त्रायलनं त्या देशाचा काही भाग बळकावलेला होता. त्या वेळी इस्त्रायलला विरोध करण्याच्या मिषानं 'हेझबोल्लाह' उदयाला आली. तिच्या स्थापनेचं अधिकृत वर्ष १९८२. 'ऑपरेशन पीस फॉर गॅलिली' हे तिचं पहिलं नाव. आता शिया संघटना असल्यामुळे तिच्यावर प्रभाव होता, तो दुसरे तगडे शिया नेते इराणचे अयातोल्ला खोमेनी यांचा. इराणच्याच 'रिव्होल्युशनरी गार्ड्स'नी या संघटनेच्या कार्यकर्त्यांना प्रशिक्षण दिलं. हिची तीन उद्दिष्टं होती. लेबनॉनमध्ये अन्य देशांची जी काही वसाहत तयार झाली होती, ती नष्ट करणं, ज्यूंना संपवणं आणि लेबनॉनमध्ये इस्लामी राजवट स्थापित करणं. या तीन उद्दिष्टांपैकी फक्त पहिलं काही प्रमाणात साध्य झालंय. दुसऱ्या दोघांच्या उद्दिष्टपूर्तीसाठी 'हेझबोल्लाह'चा संघर्ष सुरू आहे. 'हेझबोल्लाह'च्या मते इस्त्रायल म्हणजे खऱ्या मालकांच्या जमिनी बळकावून तयार झालेला देश. गेल्या काही वर्षांच्या संघर्षानंतर आता 'हेझबोल्लाह'चा पाया चांगलाच रुंदावलाय. अगदी लेबनीज पार्लमेंटमध्येही या संघटनेचे लक्षणीय सदस्य आहेत. त्याच्या जोडीला स्वत:चं असं रेडिओ स्टेशन आणि स्वत:च्या मालकीच्या उपग्रहावरून स्वत:ची टीव्ही वाहिनीही ही संघटना चालवते. २००६ साली इस्त्रायलनं या संघटनेचं नेतृत्व संपवण्यासाठी जोरदार हल्ले चढवले. पण त्यात त्यांना जराही यश आलं नाही. इस्त्रायलचा हा चुकलेला नेम त्या वेळी खुद्द त्या देशात आणि अन्यत्र चेष्टेचा विषय झाला होता.

१०. जैश-ए-महंमद :

ही संघटना स्वत:ला महंमदाची म्हणजे थेट पैगंबराची सेना म्हणवून घेते. पाकिस्तानच्या भूमीत मुख्यालय असलेली ही संघटना अगदी अलीकडची. १९९४ सालचा तिचा जन्म. 'हरकत उल् मुजाहिदीन' ही संघटना फुटल्यानंतर त्यातून 'जैश'चा जन्म झाला. हरकतचं नेतृत्व होतं मौलाना मसूद अझर याच्याकडे. तिचं एकमेव उद्दिष्ट म्हणजे जम्मू-काश्मीरला भारतापासून तोडायचं. पाकिस्तानी सरकार आणि जगभरातले पाकिस्तानी हे या संघटनेचे मोठे आश्रयदाते. जन्माला आल्यापासून भारतविरोधात या संघटनेचे अथक हल्ले सुरू आहेत. २००७ साली डॅनियल पर्ल या अमेरिकी पत्रकाराच्या अपहरणात या संघटनेचा हात होता. भारतविरोध हा एकमेव कार्यक्रम या संघटनेचा असल्यानं तिला पाठिंबा आणि सक्रिय मदत

अनेक भारतशत्रूंकडून मिळाली. दाऊद इब्राहीम हा यातला एक प्रमुख. पर्लच्या हत्येतही त्याचा हात होता.

११. जमात-उल-मुजाहिदीन :

आपला दुसरा शेजारी बांगलादेशातली ही महत्त्वाची संघटना. १९९८ साली ढाका जिल्ह्यातल्या पालमपूर गावात सबीर काझी यानं या संघटनेची स्थापना केली. २००१ साली पोलिसी कारवाईत या संघटनेची ताकद दाखवणारी कागदपत्रं आणि शस्त्रास्त्रं जप्त झाल्यानं तिच्या ताकदीचा आवाका पहिल्यांदा लक्षात आला. २००५ सालच्या फेब्रुवारी महिन्यात बांगलादेशानं तिच्यावर अधिकृतपणे बंदी आणली. नंतर लगेच बांगलादेशभर जवळपास ५०० ठिकाणी बॉंब फोडून या संघटनेनं आपली चुणूक दाखवून दिली. आजमितीला तिचे जवळपास लाखभर सदस्य आहेत. अधिकृतपणे तिच्यावर जरी बंदी घालण्यात आलेली असली, तरी इतर अनेक मार्गांनी तिचं कामकाज सुरू आहे. उघडपणे काम करणाऱ्या अन्य काही अधिकृत संघटनांच्या माध्यमातून तिनं आपल्या उचापती सुरूच ठेवल्यात. शरियाआधारित सरकार बांगलादेशात आणणं, हे तिचं एकमेव उद्दिष्ट आहे. बांगलादेशात सध्या जी काही राजकीय प्रणाली आहे, तिला या संघटनेचा विरोध आहे. ती मोडून काढून कुराणात सुचवल्याप्रमाणे राज्यव्यवस्था या संघटनेला निर्माण करायची आहे.

१२. लष्कर-ए-तय्यबा :

भारतीय उपखंडात सर्वतोपरी नाव असलेली ही एक तगडी दहशतवादी संघटना. स्वत:ला परमेश्वरी सेना म्हणवून घेणारी. तिचा जन्म अफगाणिस्तानातला. कुनार प्रांतातला. हफीज महंमद सईद आणि झफर इक्बाल हे तिचे संस्थापक. आता तिचं मुख्यालय आहे पाकिस्तानात. लाहोरजवळ. याच्या जोडीला पाकव्याप्त काश्मीरातही तिचं मोठं केंद्र आहे. ही संघटना उदयाला आली १९९०च्या आसपास. 'मरकाझ उद् दवा वल् इर्शाद' या लष्करी संघटनेच्या पोटातून तिचा जन्म झाला. या परिसरातल्या अन्य संघटनांच्या तुलनेत हिचं ध्येय जरा व्यापक आहे. तिला काश्मीर मुक्त तर करायचाच आहे, पण त्याच्या जोडीला समस्त दक्षिण आशियात इस्लामी राजवट आणायची आहे. या परिसरातील ज्या ज्या देशात मुसलमान आहेत, त्यांना एकत्र आणून एकछत्री इस्लामी राजवट आणण्याचं स्वप्न ही संघटना पाहातेय. भारतात तर या संघटनेनं बराच हिंसाचार केला आहे. खरंतर समस्त हिंदू आणि ज्यू यांचं समूळ उच्चाटन 'तय्यबा'ला

करायचंय. हे दोन समाज इस्लामचे शत्रू आहेत, असा तिचा दावा आहे. त्याच्या जोडीला पाकिस्तानलाही या संघटनेनं सोडलेलं नाही. त्या देशात जरा कोणी इस्लामविरोधात काही करायला गेलं, की ही संघटना पुढे सरसावते आणि घातपाती कारवायांनी आपलं अस्तित्व दाखवून देते. माजी अध्यक्ष जनरल परवेझ मुशर्रफ यांच्या कार्यकाळात 'तय्यबा'नं पाकिस्तानातही, विशेषत: कराची परिसरात, अनेक दहशतवादी कारवाया केल्या. जनरल मुशर्रफ यांच्या अमेरिकाधार्जिण्या धोरणांना विरोध करण्यासाठी. पाकिस्ताननं कागदोपत्री जरी तिच्यावर बंदी आणली असली, तरी पाकच्याच 'आयएसआय'कडून 'तय्यबा'ला मदतीचा मोठा ओघ सतत सुरू असतो. आपल्या उद्दिष्टांच्या पूर्ततेत या संघटनेनं कसलीही दयामाया कधी दाखवलेली नाही. त्या अर्थानं, क्रूरतेच्या बाबतीत, हिची बरोबरी 'तालिबान' आणि 'अल् कायदा'शीच केली जाते.

१३. द पॅलेस्टाइन लिबरेशन फ्रंट :

पॅलेस्टिनी भूमीत अनेकांचे हितसंबंध आहेत. आसपासचे सगळेच देश इथे लुडबुड करत असतात. सीरिया हा त्यांपैकीच एक. त्या देशाच्या पाठिंब्यावर 'द पॅलेस्टाइन लिबरेशन फ्रंट' स्थापन झाली १९५९ साली. अहमद जिब्रिल हा तिचा संस्थापक. ही संघटना हातपाय हलवू लागलेली असतानाच अन्य दोन संघटनाही तिथे आपापल्या मार्गानं हिंसाचार करत होत्या. 'हीरोज ऑफ द रिटर्न्ड' या संघटनेला बांधील असलेली 'अरब नॅशनलिस्ट मूव्हमेंट' आणि 'द यंग अव्हेंजर्स' या त्या दोन संघटना. या तिघांना जेव्हा लक्षात आलं, आपली सगळ्यांची लक्ष्यं एकच आहेत, तेव्हा त्या एकत्र आल्या आणि त्यांनी 'द पॉप्युलर फ्रंट फॉर द लिबरेशन ऑफ पॅलेस्टाइन' (पीएफएलपी) या संघटनेची स्थापना केली. या नव्या ताकदवान संघटनेचं नेतृत्व गेलं पुढे नावाजलेल्या जॉर्ज हबश या दहशतवाद्याकडे. पण त्यांच्यात पुन्हा फाटाफूट झाली. एप्रिल १९६८मध्ये यातून जिब्रिल फुटून निघाला आणि त्यानं नव्यानं 'द पॉप्युलर फ्रंट फॉर द लिबरेशन ऑफ पॅलेस्टाइन' – 'जनरल कमांड' (पीएफएलपी-जीसी) हे नवं दहशतवादी बाळ जन्माला घातलं. नंतर तीही फुटली आणि पुन्हा 'पॅलेस्टाइन लिबरेशन फ्रंट' स्थापन झाला. महंमद झैदान आणि तलत याकूब हे तिचे नेते. ही मनानं अगदी सीरियावादी. 'पीएफएलपी', 'पीएफएलपी-जीसी' या दोन संघटनांइतकीच. त्यामुळे या तीनही सीरियावादी संघटनांतच माऱ्यामाऱ्या सुरू झाल्या, जास्त कोण सीरियावादी आहे, यावरून. शेजारी लेबनॉनमध्ये जेव्हा यादवी सुरू झाली, तेव्हा या दोन्ही संघटना मोठी डोकेदुखी ठरल्या. शेवटी

यासर अराफात यांना मध्यस्थी करून त्यांच्यातल्या माऱ्यामाऱ्या थांबवाव्या लागल्या. पण तरी मध्येमध्ये एकमेकांच्या मानापमानावरून त्यांच्यात चकमकी व्हायच्याच. १९७७ साली यातल्या दोघांनी मिळून 'पीएलएफ'च्या मुख्यालयावर जोरदार बाँबफेक केली होती. २०० जणांचा बळी घेण्याइतका हा हल्ला तीव्र होता.

१३. द इस्लामिक जिहाद मूव्हमेंट इन पॅलेस्टाइन :

हे एका अर्थानं 'हरकत उल् जिहाद'चंच भावंड. या संघटनेचा मूळ उद्देश इस्रायलविरोधात बारमाही जिहाद पुकारायचा असला, तरी अन्य कमी इस्लामिक देशांना धडा शिकवण्याचं कामही या संघटनेनं आपल्या शिरावर घेतलंय. आखातातला एखादा देश तितकासा तीव्र इस्लामी नाही, असं दिसलं, की ही संघटना त्या देशात जाऊन दहशतवादी कारवाया करते. या संघटनेची एक अधिक दहशतवादी पोटशाखा आहे, 'अल् कद्स'. इस्रायलवर जमेल तशी येता-जाता बाँबफेक करणं, हा तिचा एकमेव कार्यक्रम. पण वेस्ट बँक परिसरात इस्रायलनं उंचच उंच भिंतीचं कुंपण बांधल्यानंतर या संघटनेकडून येणाऱ्या बाँब्सचं प्रमाण जरा कमी झालं. इस्रायलवर 'क्वासम' क्षेपणास्त्रांचा मारा करणारी दहशतवादी संघटना ती हीच. 'हमास'च्या अमलाखालील गाझा परिसरातून हा मारा होत होता. याच क्षेपणास्त्र माऱ्यामुळे २००८च्या अखेरीस इस्रायलला अखेर 'हमास'वरच हल्ला चढवावा लागला. एका अर्थानं या संघटनेचा बोलवता धनी 'हमास'च.

१४. 'सिमी' अर्थात स्टुडंट्स इस्लामिक मूव्हमेंट ऑफ इंडिया :

समस्त भारताची डोकेदुखी झालेली ही एक संघटना. पाश्चात्त्य चंगळवादी संस्कृतीच्या विळख्यातून भारताला मुक्त करण्याचं उद्दिष्ट ठेवून या संघटनेची स्थापना १९७७ साली उत्तर प्रदेशातल्या अलिगड इथे झाली. सुरुवातीला तिचा संबंध होता 'जमाते इस्लामी हिंद' या संघटनेशी. सध्या अमेरिकेत वेस्टर्न इलिनॉईस विद्यापीठात पत्रकारिता आणि जनसंपर्क विषयात अध्यापन करणारा महंमद अहमदुल्ला सिद्दिकी हा तिचा संस्थापक. याच सुमारास तिकडे इराणात क्रांतीचे वारे वाहू लागले होते. आपणही असंच काहीतरी करावं, असं प्रा. सिद्दिकी याच्या मनानं घेतलं. त्यासाठी इराणमधला मार्गच चोखाळावा, असं काहीसं या संघटनेला वाटत होतं. पण 'जमाते इस्लामी हिंद'ला काही हा मार्ग मंजूर नव्हता. त्यातून या दोघांत वितुष्ट यायला लागलं. १९८१ साली जेव्हा यासर अराफात भारतात आले होते, तेव्हा 'सिमी'नं त्यांचा निषेध केला, तर

'जमाते हिंद'नं त्यांचं स्वागत केलं. नंतर दोघेही वेगळे झाले. इस्लाममधल्या देवबंदी मार्गानं चालावं, हा 'सिमी'चा आग्रह होता. नंतर तर तिचा आदर्श होता 'तालिबान'. देशभर २५ हजारांच्या वर तिचे सक्रिय कार्यकर्ते आहेत आजमितीला. अन्य सहानुभूतिदार वा अप्रत्यक्ष समर्थक वेगळेच. अनेक दहशतवादी कृत्यांत 'सिमी'चा हात आढळल्यानंतर केंद्रानं २००१ साली पहिल्यांदा 'सिमी'ला दहशतवादी ठरवून तिच्यावर बंदी घातली. २००३चे मुंबईतले बॉंबस्फोट, नंतर ११ जुलै २००६ला मुंबईतच लोकलमधले बॉंबस्फोट, त्यानंतर अहमदाबाद-जयपूरमधले बॉंबस्फोट या सगळ्यांत 'सिमी'चा हात असल्याचं निष्पन्न झालंय. बंदी घातल्यानंतर 'इंडियन मुजाहिदीन' या नावानं हीच संघटना काम करत असावी, असा पोलिसांचा कयास आहे.

◈

संदर्भ आणि आधार

१. डेव्हिल्स गेम : हाऊ द युनायटेड स्टेट्स हेल्प्ड अनलीश फंडामेंटलिस्ट इस्लाम
लेखक : रॉबर्ट ड्रेफस
२. हेट्रेड्स किंग्डम : हाऊ सौदी अरेबिया सपोर्ट्स द न्यू ग्लोबल टेररिझम
लेखक : डोर गोल्ड
३. तालिबान
लेखक : अहमद रशीद
४. जिहाद
लेखक : अहमद रशीद
५. डिसेंट इन्टू केऑस
लेखक : अहमद रशीद
६. द आयडिया ऑफ पाकिस्तान
लेखक : स्टीफन कोहेन
७. बिन लादेन : बिहाइंड द मास्क ऑफ द टेररिस्ट
लेखक : अॅडम रॉबिन्सन
८. द बिन लादेन्स
लेखक : स्टीव्ह कोल
आणि
www.bbc.co.uk<http://www.bbc.co.uk>
www.time.com<http://www.time.com>
या वेबसाइट्स

गिरीश कुबेर यांच्या यापूर्वीच्या दोन पुस्तकांबद्दलचे अभिप्राय

आपण एक गुंतागुंतीचा क्लिष्ट विषय फार नीटसपणे मांडलाय. नर्म विनोद, खेळकर भाषाशैली, किस्से यांच्यामुळे या इतिहासाची वाचनीयता वाढली आहे. एखादी रहस्यकथा वाचावी त्या उत्सुकतेनं मी एका बैठकीत पुस्तक वाचून काढलं. सामान्य वाचकांच्या डोळ्यांत चांगलंच अंजन या पुस्तकानं पडेल. माझ्या ते पडलं आहे. इथून पुढे वृत्तपत्रातील तेलविषयक बातम्या वाचताना एक नवं भान – तुमच्या पुस्तकानं मिळालेलं – मला त्या बातमीचा अर्थ लावायला मदत करील. माझी तेलसाक्षरता 'हा तेल नावाचा इतिहास आहे'नं वाढली म्हणून खास धन्यवाद!

वीणा गवाणकर
विख्यात लेखिका

तुमचे 'हा तेल नावाचा इतिहास आहे' हे पुस्तक वाचले. मला ते आवडले. ज्वलंत अशा राष्ट्रीय-आंतरराष्ट्रीय प्रश्नांसंबंधी मराठीत फारच थोडी पुस्तके निघतात. या स्थितीत तुम्ही तेलाच्या प्रश्नावर लिहिले हे चांगले झाले. या पुस्तकाबद्दल तुमचे अभिनंदन! तुम्ही तेलाचा प्रारंभापासूनचा इतिहास दिला असून तेलामुळे केवढी मोठी क्रांती झाली, हे समजण्यास मदत होते. आधुनिक यांत्रिक, तांत्रिक शोधांसंबंधी विरोधी दृष्टिकोनातून लिखाण करण्यात काहींना धन्यता वाटते. तुम्ही असा सूर लावला नाही, हे अभिनंदनीय आहे.

गोविंद तळवलकर
माजी संपादक, महाराष्ट्र टाइम्स

तेलाचा इतिहास म्हणजे गेल्या १५० वर्षांतील राजकीय-सामाजिक, सांस्कृतिक आणि वैज्ञानिक उलथापालथींचा इतिहास. या विषयावर इंग्रजीत उदंड लेखन, चर्चा, वाद-प्रतिवाद झाले आहेत. मराठीत मात्र अगदीच कमी. गिरीश कुबेर यांच्या या पुस्तकांनी त्या जागतिक दर्जाचे लेखन मराठीत आणून या ज्ञानशाखेला, म्हणजेच आपल्या जीवनस्रोताला, जागतिकीकरणाच्या विशाल प्रवाहात त्याच क्षमतेने नेले आहे.

कुमार केतकर

संपादक, लोकसत्ता

फार झकासच लिहिलंय तुम्ही तेलावर. कुठेही कंटाळा येत नाही. माहितीपूर्ण तरीही रंजक आणि सोप्या शब्दांत. काय काय घडलंय या तेलामुळे. फारच कमी जणांना यातली एवढी माहिती असेल. तुमच्या पुस्तकामुळे हा विषय आता सगळ्यांपर्यंत जाईल.

श्रीकांत मोघे

ज्येष्ठ रंगकर्मी

केवळ अप्रतिम. ज्याला ज्याला आपल्या आसपास, जगात काय घडतंय हे समजून घ्यायचं आहे, अशा प्रत्येकानं ही पुस्तकं वाचायलाच हवीत. अशी पुस्तकं लिहिल्याबद्दल तुमचे आणि ती छापल्याबद्दल 'राजहंस'चे आभार.

जयराज साळगावकर

लेखक, संपादक, कालनिर्णय

या पुस्तकाचा इंग्रजी अनुवाद उपलब्ध आहे का? नसल्यास तो करावा. अनेकांपर्यंत हा विषय त्यामुळे मोठ्या प्रमाणात पोहोचेल.

राजेश शहा

वरिष्ठ अभियंता, नेसेल अँड हब डिझाइन

तुझा 'तेलिया' फारच अफलातून आहे. वेडच लावतो. तुला खोटं वाटेल, स्टार्ट टु फिनिश संपवलं मी वाचून हे पुस्तक. अगदी मनापासून अभिनंदन!

सुधीर गाडगीळ